AF747612

ഹക്കിം ചോലയിൽ

നിലമ്പൂർ താലൂക്കിലെ മമ്പാടിൽ ജനനം. പിതാവ്: കരുവാപ്പറമ്പൻ ഹൈദ്രു. മാതാവ്: പുത്തൂരം കദീജ. മമ്പാട് ഗവൺമെന്റ് ഹയർ സെക്കൺറി ഹൈസ്ക്കൂൾ, ഡോ. ഗഫൂർ എം. ഇ. എസ് മമ്പാട് കോളേജ് എന്നിവിടങ്ങളിൽ വിദ്യാഭ്യാസം. രസതന്ത്രത്തിൽ ബിരുദം. പതിനഞ്ചു വർഷത്തോളം ഗൾഫുനാടുകളിൽ ജോലി ചെയ്തു. ഇപ്പോൾ നാട്ടിൽ സ്ഥിര താമസം.

കോഴിക്കോട് സർവകലാശാലാ ഇന്റർസോൺ മത്സരത്തിൽ കഥയ്ക്ക് ഒന്നാം സമ്മാനം, ആദ്യനോവൽ 1920 മലബാർ 2014 ലെ ഡി.സി ജന്മശതാബ്ദി നോവൽ മത്സരത്തിൽ തെരഞ്ഞടുക്കപ്പെട്ടു. കഥകൾ തമിഴ് ഭാഷയിലേക്ക് വിവർത്തനം ചെയ്യപ്പെട്ടിട്ടുണ്ട്. മിഡിൽ ഈസ്റ്റ് സഹൃദയ പുരസ്കാരം, തനിമ ലിറ്ററി പുരസ്കാരം എന്നിവ ലഭിച്ചു. ആനുകാലികങ്ങളിൽ കഥകൾ എഴുതുന്നു.

പുസ്തകങ്ങൾ : 1920 മലബാർ (ഡി.സി ബുക്സ്), മഞ്ഞമരങ്ങൾ (തൃശൂർ കറന്റ് ബുക്സ്) തർഹീൽ (ധ്വനി ബുക്സ്), മലബാർ വിലാപങ്ങൾ (ചിന്ത പബ്ലിഷേഴ്സ്) നോവലുകൾ, ഫലൂജ, കഥയ്ക്കിടയിലെ ജീവിതം, റോസാപ്പൂക്കളുടെ യുദ്ധം (ചെറുകഥകൾ)

വിലാസം : ഹക്കിം ചോലയിൽ, കരുവാപ്പറമ്പൻ വീട്, കോളേജ് റോഡ്, നടുവക്കാട്, പി. ഒ. മമ്പാട്, മലപ്പുറം ജില്ല. 676542
Email: hakkimcholayil14@gmail.com

Malayalam Language
Ghathaka
(Crime Novel)
by
Hakkim Cholayil
♦
Published in March 2022
by Kairali Books Private Limited
Thalikkavu Road, Kannur-670 001
Ph : 0497-2761200
E-Mail : kairalibooksknr@gmail.com
♦
Cover Design :
Prasanth Mangad
♦

105/21-22/Sl.No.1296/500/NS 18.6
ISBN 978-93-49727-46-5

ഘാതക

ഹക്കിം ചോലയിൽ

കൈരളി ബുക്സ്

പ്രസാധക കുറിപ്പ്

ക്രൈം ഫിക്ഷൻ വിഭാഗത്തിൽ വലിയ മുന്നേറ്റങ്ങളൊന്നും തന്നെ മലയാള സാഹിത്യത്തിൽ ഇതുവരെയായി ഉണ്ടായിരുന്നില്ല. വിരലിലെണ്ണാവുന്ന എഴുത്തുകാർ മാത്രമേ നമ്മുടെ ഭാഷയിൽ ഈ വിഭാഗത്തിൽ സജീവമായി ഉണ്ടായിരുന്നുള്ളൂ. എന്നാൽ മുഖ്യധാരാ സാഹിത്യ രംഗത്ത് ഇവർക്ക് കേവലമായ പരിഗണനകൾ കിട്ടിയിരുന്നുമില്ല.

അടുത്ത കാലത്ത് ക്രൈം നോവൽ വായനയിലുണ്ടായ മാറ്റം അസാധാരണമാണ്. പുതു തലമുറയിലെ ധാരാളം എഴുത്തുകാരും ഈ മേഖലയിലേക്ക് കടന്നു വന്നിട്ടുണ്ട്. അതിൽ പ്രതീക്ഷ തരുന്ന രചനകൾ ഒരുപാടുണ്ട്. ഈ അവസരത്തിലാണ് കൈരളി ബുക്സ് ഈ വർഷം ക്രൈം നോവൽ മത്സരം സംഘടിപ്പിച്ചത്. എൺപത്തിനാലോളം രചനകൾ കിട്ടിയതിൽ നിന്നും പ്രമേയത്തിലും അവതരണത്തിലും മികവു പുലർത്തിയ അഞ്ച് നോവലുകൾ അവസാന ചുരുക്കപ്പട്ടികയിൽ ഇടം പിടിക്കുകയുണ്ടായി. അതിലൊന്നാണ് ശ്രീ. ഹക്കിം ചോലയിൽ എഴുതിയ 'ഘാതക' എന്ന നോവൽ. ക്രൈം നോവൽ രംഗത്ത് വളരെയധികം പ്രതീക്ഷ നൽകുന്ന എഴുത്തുകാരനാണ് ഹക്കിം ചോലയിൽ. അദ്ദേഹത്തിന്റെ ഈ കൃതി വായനക്കാർക്ക് ക്രൈം ഫിക്ഷന്റെ എല്ലാ വായനാനുഭവവും നൽകുമെന്ന പ്രതീക്ഷയോടെ നിങ്ങൾക്കായ് സമർപ്പിക്കുന്നു.

സ്നേഹത്തോടെ

ഒ. അശോക് കുമാർ

മാനേജിംഗ് എഡിറ്റർ

When Life itself seems lunatic, who knows where
madness lies? Perhaps to be too practical is madness.
To surrender dreams - this may be madness.
Too much sanity may be madness - and maddest of all:
to see life as it is, and not as it should be!

DON QUIXOTE
MIGUEL DE CERVANTES SAAVEDRA

1. ബ്ലാക് ഡാലിയ

2012 ജനുവരി 30, 5.30 am
(ഡയറിക്കുറിപ്പ്)

മരണം എപ്പോഴും നമ്മുടെ അരികിലുണ്ട്. അതൊരു മാലാഖയെപോലെ ഇടതുവശംചേർന്ന് നടക്കുന്നു. വീഴുമ്പോൾ ചിലപ്പോൾ വാരിയെടുത്ത് ഉമ്മവയ്ക്കുന്നു. ചിലപ്പോൾ കെറുവിച്ച് അകന്നുമാറി നിൽക്കുന്നു. അറുപത്തിയെട്ടുവർഷത്തെ ചങ്ങാത്തത്തിനിടയിൽ തെറ്റിപ്പോകുന്ന ഒരുനിമിഷം അവൾ ആത്മാവുമെടുത്ത് ഏഴാനാകാശത്തേക്ക് പറക്കുന്നു.

ക്രൂശിതരൂപത്തിനുമുന്നിൽനിന്ന്, പ്രാർത്ഥന ചൊല്ലുമ്പോൾ മനസ്സിലേക്കുവന്ന ചിന്തകളായിരുന്നു അത്.

ഒരു ദിവസത്തെ ആദ്യത്തെ പ്രാർത്ഥനയിൽ മരണചിന്ത കടന്നുവന്നപ്പോൾ മനസ്സ് അസ്വസ്ഥമായി.. മനുഷ്യൻ പുണ്യങ്ങളിൽനിന്ന് അകന്നുകൊണ്ടിരിക്കുമ്പോഴാണ് മരണചിന്ത കടന്നുവരിക. കുറച്ചുദിവസമായി മരണചിന്ത എന്നെ വല്ലാതെ വേട്ടയാടുന്നു!

മരണത്തിന് എപ്പോഴും പുരുഷന്റെ മുഖമാണ് എഴുത്തുകാർ നല്കാറുള്ളത്. പക്ഷേ എനിക്ക് തോന്നിയിട്ടുണ്ട്, മരണം പുരുഷനല്ല, അത് മാലാഖയെപോലെ സുന്ദരിയായ ഒരു സ്ത്രീയാണെന്നാണ്.

ഇരുട്ടിലേക്ക് വെളിച്ചവുമായെത്തുന്ന ഒരു മാലാഖ.

- അമ്മേ, കാത്തിരുന്നു മുഷിഞ്ഞോ, അതോ ഞാനെത്തുവാൻ നേരം വൈകിയോ? പേടിക്കണ്ട. നമ്മൾ ഒരു വലിയ യാത്രയിലേക്കാണ് പോകുന്നത്. ഉറ്റവരെയും ഉടയവരെയും വിട്ട് വലിയ ഒരു യാത്ര. അത് വലിയ രസമായിരിക്കും!

അവൾ കൊച്ചരിപ്പല്ലുകൾ കാണിച്ച് നനുത്ത സ്വരത്തിൽ മധുരസുന്ദരമായി ചിരിക്കുന്നു. പിന്നെ, മന്ദംമന്ദം ഇരയെ സമീപിക്കുന്നു.

ചുണ്ടുകളിലെ ഈർപ്പമാകും അവൾ ആദ്യംവലിച്ചെടുക്കുക. പിന്നെ ശ്വാസനാളത്തിൽ പിടിയമർത്തും. ഹൃദയത്തിനുമുന്നിൽ വലിയ പാറക്കല്ലുകൾപോലെ ഭാരം കയറ്റിവയ്ക്കും. തൊണ്ടക്കുഴിയിൽ കൂർത്ത ദംഷ്ട്രകൾ ആഴ്ത്തും. മരണവെപ്രാളത്തിൽ പിടയുന്ന ഓരോ നിമിഷ

ത്തെയും അവൾ പുഞ്ചിരിതൂകി ആസ്വദിക്കും. മുളന്തണ്ടിൽനിന്ന് തേൻ വലിച്ചുകുടിക്കുന്നതുപോലെ.

ക്രൂരയായ ഒരു മാലാഖ!

ഒരു എഴുത്തുകാരനാകാൻ കൂടുതൽ മോഹിച്ച ഫാദർ ഗബ്രിയേൽ തന്റെ സുവിശേഷങ്ങളിൽ മരണത്തെ കൂടുതൽ തെളിമയുള്ള ഭാഷയിൽ വർണിച്ചുകൊണ്ടിരിക്കും. നിർഭാഗ്യവശാൽ ദൈവം അദ്ദേഹത്തെ ദൈവസന്നിധിയിലെത്തിച്ചു. എന്നിട്ടും അദ്ദേഹം എഴുത്തിനെ കൈവിട്ടില്ല. ഒരു പുസ്തകം വായിക്കുന്നതുപോലെ അദ്ദേഹം സംസാരിക്കും. നന്നായി എഴുതുകയും ചെയ്യും. ഓരോ വാക്കുകളിലും, അവ ചേർക്കുകയും കൂട്ടിയോജിപ്പിക്കുകയും ചെയ്യുന്ന രീതിയിൽ, അതിന് അനന്യമായ സൗന്ദര്യമുണ്ടാകും. എത്ര കേട്ടുനിന്നാലും മതിവരുകയില്ല. മീനമാസത്തിലെ സന്ധ്യയിൽ, നഗ്നയായി മഴകൊള്ളുന്നതുപോലെ!

മരണം അദ്ദേഹത്തിൽ സർഗാത്മത വിരിയിക്കുന്നു. സാഹിത്യം ഏറ്റവും ഉദാത്തമാകുന്നതുതന്നെ മരണത്തെ എഴുത്തുകാരൻ നിർവചിക്കുന്നിടത്താണെന്ന് ബോർഹേസ് പറഞ്ഞത് ഒരു സ്കൂൾ ടീച്ചറായതുകൊണ്ടുമാത്രം കുട്ടികളെ ഞാൻ ഓർമ്മിപ്പിക്കുമായിരുന്നു.

മരണവും സർഗാത്മകതയും അങ്ങനെ പരസ്പരം കെട്ടുപിണഞ്ഞാണ് കിടക്കുന്നത്. കിടപ്പറയിലെ നഗ്നകളായ രണ്ടാത്മാക്കളെപോലെ.

വെർജീനിയ വൂൾഫിനെ അവരുടെ സമകാലികർ വിളിച്ചിരുന്നതുതന്നെ മരണത്തിന്റെ അക്ഷരവ്യാപാരിയെന്നായിരുന്നുവത്രെ!

അദ്ഭുതപ്പെടേണ്ട. ഇത്തരം അറിവുകൾ എനിക്കു ലഭിക്കുന്നത് പാഠപുസ്തകങ്ങളിൽനിന്നല്ല, ഫാദർ ഗബ്രിയേലിന്റെ പ്രസംഗങ്ങളിൽനിന്നാണ്. മഹാന്മാരായ എഴുത്തുകാരെക്കുറിച്ചും അവരുടെ ഉദ്ധരണികൾ മരണത്തെ ഏതുവിധത്തിൽ നിർവചിക്കുന്നുവെന്നും അങ്ങനെ മനുഷ്യനും അവന്റെ മരണവും തമ്മിൽ എങ്ങനെ ബന്ധപ്പെട്ടുകിടക്കുന്നുവെന്നും ഫാദർ ഗബ്രിയേൽ മണിക്കൂറുകളോളം വാചാലനാകും. അന്നേരം അദ്ദേഹത്തിനുള്ളിലെ എഴുത്തുകാരനും സുവിശേഷകനുമെല്ലാം പരസ്പരം ആലിംഗബദ്ധരാകുന്നത് കേട്ടുനിൽക്കുന്ന നമുക്ക് അനുഭവവേദ്യമാകും. അന്നേരമാണ് അദ്ദേഹത്തിനുള്ളിലെ ആ വൈയക്തികനായ എഴുത്തുകാരൻ പുനഃർജനിക്കുക!

സ്കൂളിൽനിന്ന് റിട്ടയർ ചെയ്ത ദിവസം മരണത്തെക്കുറിച്ച് എനിക്ക് സംസാരിച്ചിക്കേണ്ടിവന്നിരുന്നു. റിട്ടയർമെന്റ് ഒരുതരത്തിലുള്ള മരണംതന്നെ. സർക്കാർ നമുക്ക് പ്രായമായെന്ന് പ്രഖ്യാപിക്കുന്ന ദിവസം.

ഒരു വീട്ടിൽനിന്ന് ഇറങ്ങിപ്പോരുന്നതുപോലെ സങ്കടം നിറഞ്ഞ ആ

കഠിന നിമിഷങ്ങൾ എല്ലാവരെയും കാത്തിരിക്കുന്നു.

മരണത്തെക്കുറിച്ച് ചിന്തിക്കാത്ത രാത്രികളും പകലുകളും ഇനിയില്ല. ഒരാൾ മരണത്തെ രുചിക്കാൻ പോകുന്നതിന്റെ നാന്ദിയായിരിക്കുമോ ഇത്തരം ചിന്തകൾ? മണ്ടത്തരം എന്നു പറഞ്ഞു ദയവായി ഇതിനെ തള്ളാതിരിക്കുക. മനുഷ്യന്റെ ജീവിതത്തിലുടനീളം ഈ അരക്ഷിതത്ത്വവും തീർച്ചയില്ലായ്മയും സന്ദിഗ്ധതയുമുണ്ടെന്നറിയുക!

'ശോശാമ്മേ, മരണം നമ്മൾ ചിന്തിച്ചിരിക്കുമ്പോഴല്ല, മരണത്തെ വിസ്മരിക്കുമ്പോഴാണ് അത് പതുക്കെ കടന്നുവരിക.'

അന്നും പതിവുപോലെ ഫാദർ ഗബ്രിയേൽ ഓർമ്മിപ്പിച്ചു. പതിവുപോലെ അദ്ദേഹത്തിന്റെ ചുണ്ടുകൾ വിറച്ചില്ല. കണ്ണുകൾ കൂടുതൽ മിഴിഞ്ഞില്ല. കൈവിരലുകൾ ചലിച്ചില്ല. അദ്ദേഹം കണ്ണടച്ചു എന്തോ ധ്യാനിക്കുന്നതുപോലെ ഒരു നിമിഷം നിശ്ശബ്ദനായി. ആരുടേയോ മരണത്തിനു സാക്ഷിയാകേണ്ടിവന്ന നിർഭാഗ്യവാന്റെ മുഖഭാവമായിരുന്നു അദ്ദേഹത്തിനപ്പോൾ.

എന്നും പ്രാർത്ഥന കഴിഞ്ഞ് മടങ്ങുമ്പോഴായിരുന്നു ഗബ്രിയേലച്ചൻ മുന്നിൽ പ്രത്യക്ഷപ്പെടുക. എന്നാൽ അന്നു പതിവിനു വിപരീതമായി അദ്ദേഹം പള്ളിയങ്കണത്തിൽ വന്നില്ല. മടങ്ങുംനേരം പതിനെട്ട് സ്റ്റെപ്പുകൾ ഇറങ്ങി നടക്കുമ്പോഴാണ് സെമിത്തേരിയിൽ കയറിയിട്ട് മാസങ്ങൾ കഴിഞ്ഞെന്ന് ഓർമ്മവന്നത്. അപ്പച്ചനെയും അമ്മച്ചിയേയും അടുത്തടുത്ത് സെന്റ് മേരീസ് പള്ളിവക സെമിത്തേരിയിലാണ് അടക്കം ചെയ്തിരിക്കുന്നത്.

മഞ്ഞുപടലങ്ങളാൽ മൂടിക്കിടക്കുന്ന സെമിത്തേരിക്ക് ഒരു സിനിമാദൃശ്യംപോലെ ചാരുതയുണ്ടായിരുന്നു. താഴ്വാരത്തിലെ മഞ്ഞുകണങ്ങൾ മേഘങ്ങൾപോലെ പടർന്നു കിടപ്പുണ്ടായിരുന്നു. മാർബിളുകൾ പിടിപ്പിച്ച കുടുംബകല്ലറകൾ നിലകൊള്ളുന്ന ഇടംവിട്ട് ഇടതുവശത്തെ വാകമരത്തിനു ചുവട്ടിൽ, നാലുകല്ലറകൾ സ്ഥിതിചെയ്യുന്ന ഇടത്തേക്ക് തിരിഞ്ഞപ്പോഴാണ് അപ്പുറത്തെ കുഴിമാടത്തിൽ പൂക്കൾവെച്ച് ഫാദർ തിരിഞ്ഞത്. പ്രാർത്ഥിച്ചു കഴിയുന്നതുവരെ ഗബ്രിയേലച്ചൻ വാകമരത്തിനു ചുവട്ടിൽ കാത്തുനിന്നു. ജനുവരിയിലെ ക്രൂരമായ തണുപ്പിനെ പ്രതിരോധിക്കുവാൻ മസ്ളിൻ തുണിയുടെ ഒരു ഷാളും അദ്ദേഹം കഴുത്തിൽ ചുറ്റിയിരുന്നു.

പതിവുള്ള കുശലാന്വേഷണങ്ങൾക്കുശേഷം പലതിനെയും കുറിച്ച് ഗബ്രിയേലച്ചൻ സംസാരിച്ചു. താനൊരു അധ്യാപികയാണെന്ന ധാരണ സംസാരത്തിലുടനീളം കാത്തുസൂക്ഷിക്കുന്നതിനും അദ്ദേഹം മത്സരി

ക്കുന്നു. മനസ്സ് അദ്ദേഹത്തിന്റെ സംസാരത്തിൽ ഉറച്ചുനിന്നില്ല. അതൊരു കടലിന്റെ അടിത്തട്ടുപോലെ പ്രകമ്പനം കൊള്ളുകയായിരുന്നു; എന്തിനെന്നറിയാതെ.

കുടുംബ സെമിത്തേരിയിൽ അപ്പച്ചന്റെ കുഴിമാടത്തിൽ ആരോ ഒരു പൂവ് കൊണ്ടുവെച്ചിരിക്കുന്ന കാഴ്ചയാണ് മനസ്സിൽ കുറേയെറെ കല്ലുകൾ പാകിയത്. സംശയത്തിന്റെ നിഴലുകൾ. മനസ്സു പുകഞ്ഞുകൊണ്ടിരിക്കുന്നു. കറുത്ത് നിറംകെട്ട പൂവ്. കണ്ടയുടനെ അതെടുത്ത് മണത്തുനോക്കാൻപോലും മിനക്കെടാതെ പുറത്തേക്ക് വലിച്ചെറിയുകയും ചെയ്തു. പക്ഷേ ആ പൂവിന്റെ ഭാരം മനസ്സിൽനിന്നും ഒഴിഞ്ഞുപോകുന്നില്ല. കുടുംബ കല്ലറയിലേക്ക് പുല്ലാഞ്ഞിമുറ്റം തടവാട്ടിൽനിന്ന് ആരും വന്നിട്ടില്ലെന്ന് ഞാനോർമ്മിച്ചു. പിന്നെ അതാരാണ് അവിടെ വെച്ചിരിക്കുന്നത്? വാടാത്ത, പുലരിയുടെ ഈർപ്പംവിടാത്ത ആ പൂവിന് മടുപ്പിക്കുന്ന ഒരു ഗന്ധമായിരുന്നു.

ഇതെന്തിന്റെ അടയാളമാണ്?

മനസ്സ് നിരന്തരം ചോദിച്ചുകൊണ്ടിരുന്നു. മനസ്സിന്റെ അത്ഭുതം, അൻപത്തിയെട്ടു വർഷത്തിനുള്ളിൽ അത്തരം ഒരു പൂവു കണ്ടതായി ഓർക്കുന്നില്ലെന്നതാണ്. ഡാലിയ പൂക്കളുമായി അതിന് സാമ്യമുണ്ട്; എന്നാൽ അതിന് വൃത്തികെട്ട ഒരു കറുത്ത നിറമായിരുന്നു!

തന്റെ നീണ്ട പ്രസംഗം ഒടുവിൽ, ഗബ്രിയേലച്ചൻ മരണത്തെക്കുറിച്ച് ഇങ്ങനെ ഉപസംഗ്രഹിച്ചു:

'മരണം ചിലപ്പോൾ കാറ്റുപോലെയാണ് മറ്റുചിലപ്പോൾ വെള്ളംപോലെയും. തണുത്തവെള്ളത്തിൽ പൊങ്ങിക്കിടക്കുന്നതുപോലെ മാർദ്ദവം നിറഞ്ഞത്. വിശുദ്ധരാക്കപ്പെട്ടവർക്ക് ദൈവം അത്തരം മരണമാണ് നൽകുക!'

അച്ചനോട് എല്ലാം തുറന്നുപറയണോയെന്ന് പിന്നെയും ആലോചിച്ചു. ഡമാക്ലസിന്റെ വാൾത്തലപോലെ കുടുംബത്തിനുമുകളിൽ ആ രഹസ്യം ഏതുനിമിഷവും നെടുകെപിളർക്കാൻ പാകത്തിൽ നിലകൊള്ളുകയാണ് പക്ഷേ ആ സത്യം ഏതുരീതിയിലാണ് എടുക്കപ്പെടുക? അല്ലെങ്കിൽ കേട്ടതു മുഴുവൻ സത്യംതന്നെയാകുമോ? അതു സത്യമാണെങ്കിൽ നാല്പതിലേറെ കൊല്ലം താൻ അധ്യാപക വൃത്തിചെയ്തത് വെറും പാഴ്വേലയായിപ്പോകില്ലേ? മനുഷ്യരുടെ മുഖത്ത് പിന്നീടൊരിക്കലും നോക്കാൻ കഴിയാത്തവിധം തലതാഴ്ത്തി നടക്കേണ്ടിവരില്ലേ? എന്നാൽ ആ സംശയത്തിന്റെ കുന്തമുന നന്മയിലേക്കാണോ തിന്മയിലേക്കാണോ താഴുകയെന്നു ഇതുവരെയും പ്രവചിക്കുവാനായിട്ടില്ലതാനും. വലിയൊരു

ആശയക്കുഴപ്പത്തിന്റെ ഗർഭഗർത്തത്തിൽ ഹതഭാഗ്യയായ ഒരുവളെപോലെ നിസ്സഹായയായി ഞാൻ നിന്നു.

'ശോശാമ്മയ്ക്ക് എന്നോട് എന്തെങ്കിലും പറയാനുണ്ടോ?' അച്ചൻ പെട്ടെന്ന് ചോദിച്ചു.

– ഉണ്ട്. എനിക്ക് പരമമായൊരു രഹസ്യം പറയാനുണ്ട്. പക്ഷേ ആ രഹസ്യം സത്യംതന്നെയാണോയെന്ന് എനിക്ക് ഉറപ്പിക്കുവാൻ വയ്യച്ചോ. അതൊരു വലിയ ധർമ്മസങ്കടമാണ്. അത് സത്യമാണെങ്കിൽ, അതെത്ര ഭയാനകമായിരിക്കും! ദൈവം അത്രവലിയ അശനിപാതം എന്റെ കുടുംബത്തിനുമേൽ ചൊരിയുമെന്ന് വിശ്വസിക്കുവാൻ പ്രയാസമുണ്ട് അച്ചോ. അതുകൊണ്ടുമാത്രം ഒന്നും സത്യമാകരുതേയെന്ന് പ്രാർത്ഥിക്കുവാൻ എത്തിയതാണ് ഞാൻ ഈ പുലർക്കാലത്ത്...!'

വാക്കുകൾ പക്ഷേ, പശവെച്ചൊട്ടിച്ചതുപോലെ വായ്ക്കുള്ളിൽ കുഴമറിഞ്ഞിരുന്നു. അർത്ഥംതെറ്റി അവ പരസ്പരം കലഹിച്ചുകൊണ്ടിരിക്കയാണെന്നുപോലും തോന്നി.

എനിക്കൊന്നും അച്ചനോട് തുറന്നു പറയാൻ കഴിയില്ല. അത് രണ്ടു കാര്യങ്ങൾകൊണ്ടായിരുന്നു. ഒന്ന് വൻകുടൽമുഴുവൻ മലംനിറഞ്ഞുകവിഞ്ഞ് അതുപറത്തേക്ക് തൂകാൻപാകത്തിൽനിൽക്കുന്നവന്റെ വേവലാതിയോടെ ധൃതിപിടിച്ചാണ് അച്ചന്റെ നില്പ്. രണ്ടാമത്, കേട്ട കാര്യങ്ങളെല്ലാം ക്രോഡീകരിച്ച് പറഞ്ഞാലും അതിൽ പെട്ടെന്ന് മനസ്സിലാക്കാൻ കഴിയാത്ത കാര്യങ്ങൾ ധാരാളമുണ്ടായിരുന്നു. അതൊരുപക്ഷേ തെറ്റായ രീതിയിൽ വിശകലനം ചെയ്യപ്പെടാനും കഴിയുമായിരുന്നു.

വാവിട്ട വാക്കും കൈവിട്ട കല്ലും തിരിച്ചെടുക്കാനാവില്ല. പഠിപ്പിക്കുമ്പോൾ, ഞാനെപ്പോഴും കുട്ടികളെ ഓർമ്മിപ്പിക്കാറുണ്ട്. അറിഞ്ഞതിലൊന്നും സത്യത്തിന്റെ ഒരംശംപോലും ഇല്ലെങ്കിൽ ഈ പതിരു പിന്നീട് കുടുംബത്തിനുവലിയ ചവർപ്പായിത്തീരും!

പള്ളിയങ്കണത്തിൽനിന്ന് പുറത്തേക്കിറങ്ങുമ്പോൾ സൂര്യൻ പതുക്കെ മരങ്ങൾക്ക് മുകളിൽ തലനീട്ടിത്തുടങ്ങിയിരുന്നു. തണുപ്പ് അതിന്റെ സൂചിമുന താഴ്ത്തി സുഖദമായൊരു തലോടൽ സമ്മാനിക്കുകയും ചെയ്യുന്നു. മനസ്സിന്റെ വേവലാതികളിൽനിന്ന് പുറത്തുകടക്കാൻ ശ്രമിച്ച് ചെമ്മൺ നിരത്തിലേക്കിറങ്ങി.

വീടിന്റെ തുരുമ്പിച്ച ഇരുമ്പുഗേറ്റ് കടക്കുമ്പോൾ പത്രവായന കഴിഞ്ഞ സിവിച്ചായൻ വീട്ടിൽ തിരിച്ചെത്തിയിരുന്നു. വീട്ടിൽ രണ്ടു പത്രങ്ങൾ വരുത്തുന്നുണ്ടെങ്കിലും അച്ചായന് കറിയാച്ചന്റെ ചായക്കടയിൽ വരുത്തുന്ന ദിനപത്രങ്ങൾ നോക്കിയാലേ ദഹനംനടക്കുകയുള്ളൂ. അവി

ടെയിരുന്ന് കുറേസമയം രാഷ്ട്രീയകാര്യങ്ങൾ ചർച്ച ചെയ്യുകയും വേണം!

നേരംവെളുത്ത് പത്തുമണിയാകുന്നതോടെ വീട്ടിൽ ബഹളം നിറയും. സ്കൂളിൽപോകുന്നതിന്റെയും ഓഫീസിലേക്ക് പോകുന്നതിന്റെയും ബഹളങ്ങൾ. അതിനിടയിലാണ് ഞാൻ മുറിയിൽ കതകടച്ചിരുന്ന് പത്രങ്ങൾ അരിച്ചുപെറുക്കിവായിക്കുന്നത്. തിമിരം കണ്ണിന്റെ കാഴ്ചയെ പാതിയോളം കവർന്നതിനാൽ അധിക നേരം വായിക്കാൻ കഴിയില്ല. കുറച്ചുനേരം വിശ്രമം എടുക്കണം. പിന്നെയും വായിക്കണം.

രാഷ്ട്രീയമൊഴിച്ചാൽ പിന്നെ പത്രങ്ങളിൽ കൊലപാതക വാർത്തകളാണ് നിറഞ്ഞുകിടക്കുന്നതെന്ന് തോന്നി. നാട്ടിലാകെ കുഴപ്പം നടന്നുകൊണ്ടിരിക്കുന്നുണ്ടോയെന്ന് സംശയിച്ചുപോകും. പലതരത്തിലുള്ള മരണവാർത്തകൾ. തലയ്ക്കടിയേറ്റും വിഷംകഴിച്ചും മരിക്കുന്ന മധ്യവയ്കകളായിരുന്നു കൂടുതലും ഇരകൾ. കൊലപാതകികൾ അന്യദേശത്തുനിന്നെത്തുന്ന പുറംപണിക്കാർ.

ഗുഡ്സർവീസിന് എൻഡോവ്മെന്റ് രാഷ്ട്രപതിയിൽനിന്ന് വാങ്ങിയ ഒരു അധ്യാപികയായിട്ടും കാര്യങ്ങളൊന്നും നേരെ കൊണ്ടുപോകാൻ എനിക്ക് കഴിഞ്ഞിട്ടില്ലെന്ന് ഞാൻ തിരിച്ചറിയുന്നത് വളരെ വൈകിയാണ്. മൂത്തമകൻ ബെന്നിച്ചൻ ഒരു താന്തോന്നിയായി നടക്കുന്നു. പഠിക്കാൻ മോശമായിരുന്നതുകൊണ്ട് ചെറുപ്പംതൊട്ടേ അവൻ ബിസിനസ്സിലായിരുന്നു. പക്ഷേ സമ്പാദിക്കുന്നതിനുപകരം കുടുംബസ്വത്ത് നഷ്ടപ്പെടുത്തുന്നതിലാണ് അവനെന്നും മിടുക്ക് കാണിക്കുന്നത്!

അവന്റെ ഭാര്യക്ക് ചെറുതെങ്കിലും ഒരു ജോലിയുള്ളതുകൊണ്ട് തട്ടിയുംമുട്ടിയും ജീവിതം മുന്നോട്ടുപോകുന്നു. ഇളയമകൻ റോണിയിൽമാത്രമാണ് പ്രതീക്ഷയുള്ളത്. അവൻ അമേരിക്കയിലേക്ക് പറന്നതിൽപ്പിന്നെയാണ് തറവാടിന് പഴയ പ്രതാപം തിരിച്ചുകിട്ടുന്നുവെന്ന തോന്നലുണ്ടായത്.

ആകെയുള്ള മകളുടെ കല്യാണം കഴിഞ്ഞു. അവർ തൊട്ടടുത്ത സ്ഥലത്ത് പുതിയ ഒരു വീടെടുത്തിട്ടുണ്ടെങ്കിലും താമസം ഇതുവരെ മാറിയിട്ടില്ല. ഭർത്താവിന് കാസർക്കോടാണ് ജോലി. അവർക്ക് രണ്ട് കുട്ടികളുണ്ട്. ആൻമേരിയും റാണിയും.

അവരാണ് റിട്ടയേർഡ് ലൈഫിന്റെ ഏകാന്തത കുറച്ചെങ്കിലും കുറയ്ക്കുന്നത്!

ശാന്തമായ പുഴപോലെ ഒഴുകിയ ജീവിതത്തിൽ പെട്ടെന്നാണ് അലയൊഴികൾ ഉണ്ടാകുന്നത്. ബെന്നിച്ചൻ പെട്ടെന്നാണ് ബിസിനസ്സിൽ ഒ

രു പരാജയമാകാൻ തുടങ്ങിയത്. തുടങ്ങുന്ന ബിസിനസ്സിലെല്ലാം അയാൾക്ക് വലിയ നഷ്ടംസംഭവിച്ചു. ഒടുവിൽ റിട്ടയേർഡ് ചെയ്തപ്പോൾ കിട്ടിയ തുകയും അവൻ ബിസിനസ്സിനായി കൊണ്ടുതുലയ്ക്കുകയായിരുന്നു. ഇപ്പോൾ മദ്യപാനം ഒരു സ്ഥിരം പരിപാടിയായി മാറിയിരിക്കുന്നു.

റിട്ടേഡ് ലൈഫ് ശരിക്കും ആസ്വദിക്കുന്ന സ്വഭാവക്കാരനായിരുന്നു സിവിച്ചായൻ. രാഷ്ട്രീയവും സാഹിത്യവും സാംസ്കാരിക പ്രവർത്തനവുമായൊരു ജീവിതം അയാളെന്നും സ്വപ്നം കണ്ടിരുന്നു. വല്ലപ്പോഴും മാത്രം കണക്കുനോക്കാൻ എസ്റ്റേറ്റിൽ പോകും. രാവിലെ മുഴുവൻ പത്രവായന. സായാഹ്നങ്ങളിൽ പാർട്ടിക്കാർ സംഘാടകരായ ലൈബ്രറിയിലെ ചർച്ചകളും പുസ്തകങ്ങളും. അന്തിച്ചർച്ചകൾകേട്ട് ടിവിയുടെ മുന്നിലുള്ള ഇരിപ്പ്. ഇതിനിടയിൽ നാലോ അഞ്ചോ തവണ നല്ല കടുപ്പമേറിയ ചായവേണം. അതുണ്ടാക്കാനാവട്ടെ, മകൾ സൂസൻ കാത്തിരിക്കുകയാണെന്ന് തോന്നും.

ഇതിനിടയിൽ വീട്ടുകാര്യങ്ങൾ പറഞ്ഞാൽ സ്ഥിരം മറുപടി വരും.

'ഇത്രേംകാലം വീടുനോക്കിയത് ആരാ. ശോശമ്മ. അവളുതന്നെ ഇനിയും നോക്കിയേച്ചാ മതി. ഈ കെഴവനെ തൊന്ത്രപ്പെടുത്താതെശോശമ്മേ...'

ബഷീറിന്റെ ഒരു കഥാപാത്രത്തെ അനുകരിച്ചുകൊണ്ട് സിവിച്ചായൻ കളിയാക്കിചിരിച്ച് മുന്നിലൂടെ കടന്നുപോകും. ഇപ്പോൾ സിവിച്ചായനെ സംസാരിക്കാൻപോയിട്ട് സ്വകാര്യനിമിഷങ്ങൾ പങ്കിടുവാൻപോലും കിട്ടുന്നില്ല.

അന്നുമുഴുവൻ ആ കറുത്ത പൂവിന്റെ ചിന്ത പലതവണയായി മുന്നിൽ വന്നുനിന്നു. സൂസനും ബെന്നിച്ചന്റെ ഭാര്യയായ ഗേളിയും അന്നു പള്ളിയിലേ പോയിട്ടില്ലായിരുന്നു. സിവിച്ചായൻ നിർബന്ധിച്ചാൽപോലും പള്ളിസെമിത്തേരിയിൽ പോകില്ല. അദ്ദേഹത്തിന് പാമ്പുകളെ വലിയ ഭയമാണ്. സെമിത്തേരിയിൽ നിറയെ വിഷഹാരിയായ പാമ്പുകളുണ്ടെന്ന് സിവിച്ചായൻ വാദിക്കും. പിന്നെ ആരാണ് അതവിടെ കൊണ്ടുവെച്ചതെന്ന ചിന്ത വലിയ ആശങ്കയായി മനസ്സിന്റെ ഒരു കോണിൽ കിടന്നു.

രാത്രിയായി. മരങ്ങളുടെ ഇടയിലും ഭിത്തികളുടെ മൂലകളിലും ഇരുട്ട് പതിവിൽക്കൂടുതൽ നിറഞ്ഞിരിക്കുന്നതായി തോന്നി. നേർത്ത കാറ്റടിക്കുന്നതിനാൽ വലിയ തണുപ്പും മുറിയിലേക്ക് കടന്നുവന്നിരുന്നു. ഇരുണ്ട ജാലകവിരികൾ നീക്കി, ജനലുകൾ അടച്ചിട്ടുണ്ടോയെന്ന് പരിശോധിച്ചു. രാത്രിയിൽ, ഇഴജന്തുക്കൾ പുറത്തെ തൊടിയിൽനിന്ന് ഇടയ്ക്കിടെ ഇഴഞ്ഞുവരും. സൂസനും ഗേളിയും അവരെ അപ്പപ്പോൾ പിടിച്ചു

കൊല്ലാറുണ്ടെങ്കിലും രാത്രികാലത്ത് മുഴുവൻ ജനലുകളും അടച്ചാണ് കിടക്കുന്നത്.

പുറത്ത് വാകമരത്തിന്റെ നിഴലുകൾ കറുത്തുകിടന്നു. ചുറ്റുമുള്ള വീടുകളിലെ മുഴുവൻ ലൈറ്റും അണഞ്ഞിരുന്നു. പതിവുപോലെ സിവിച്ചായൻ ടിവിയുടെ മുന്നിലായിരുന്നു. ചാനലിൽ രാഷ്ട്രീയ ചർച്ചകൾ കൊഴുക്കുന്നു. ടിവിയിൽ ഇപ്പോൾ സീരിയലും രാഷ്ട്രീയ ചർച്ചകളും മാത്രം!

പ്രഷറിനും ബ്ലഡ്ഷുഗറിനുമുള്ള മരുന്നുകൾ പതിവിനു വിപരീതമായി സൂസനാണ് മുറിയിൽ കൊണ്ടുവച്ചത്. ഗേളിയായിരുന്നു എന്നും സമയാസമയങ്ങളിൽ അതെത്തിച്ചിരുന്നതും ഓരോന്നും ഒരു നേഴ്സിന്റെ ചിട്ടയിൽ എടുത്തുതന്നിരുന്നതും. ഗുളിക കഴിക്കുന്നതുവരെ അവൾ എന്തെങ്കിലും സംസാരിച്ചിരിക്കും. ഇന്ന് ഇത്തിരി നേരം മുമ്പേ ബെന്നിച്ചൻ വന്നുകയറിയതും അവൾ മുഖംവീർപ്പിച്ച് അടുക്കളയിലേക്ക് മിന്നിമറയുന്നതും ഒരുമാത്ര കണ്ടിരുന്നു. മാതാവ് മേരിയുടെ മനസ്സായിരുന്നു അവൾക്കെന്നു തോന്നും. ഒരു മെഴുകുതിരിപോലെ അവൾ ഈ വീട്ടിൽ ഉരുകിത്തീരുന്നു. ബെന്നിയേക്കാൾ നല്ലൊരു ഭർത്താവിനെയായിരുന്നു യഥാർത്ഥത്തിൽ അവൾക്ക് കിട്ടേണ്ടിയിരുന്നത്. യാതൊന്നിലും അവൾ പരാതിപ്പെട്ടില്ല. അവൾ വന്നതിനുശേഷമാണ് പുല്ലാഞ്ഞിമുറ്റത്ത് അച്ചടക്കവും ശാന്തതയും കൈവന്നത്. എന്നാൽ വിധിവിപര്യത്താൽ ബെന്നിയുടെ ബിസിനസ്സുകൾ തകരുകയും അവനൊരു തികഞ്ഞ മദ്യപനാകുകയും ചെയ്തു. അതിനുശേഷം ഏതുനേരവും അവൾ പ്രാർത്ഥനയിലും വായനയിലുമായിരുന്നു.

മദ്യപാനത്തെച്ചൊല്ലി ബെന്നിച്ചനും അവളും ഇപ്പോൾ വഴക്കുകൂടാത്ത ദിവസങ്ങൾ കുറവാണ്. ബെന്നിച്ചൻ പുതുതായി ആലോചിക്കുന്ന ബിസിനസ്സിനു പന്ത്രണ്ടു ലക്ഷം രൂപവേണം. അവർക്കിടയിൽ സിവിച്ചൻ വീടുവയ്ക്കാനായി നല്കിയ ഭൂമി വില്ക്കുന്നതിനെചൊല്ലി ചെറിയ തർക്കമുണ്ടായിരുന്നു. ഇടനിലക്കാരിയായി ബെന്നിച്ചൻ ഗേളിയെ എന്റെ അടുക്കലേക്ക് രണ്ടുതവണ പറഞ്ഞുവിട്ടു. ബെന്നിച്ചൻ ഇന്നും അവളെ നിർബന്ധിച്ചുകാണണം.

അതുവരെയും ഗുളിക കയ്യിൽ വെച്ചിരിക്കയായിരുന്നു. ജീവിതത്തിനോട് മടുപ്പുതോന്നുക, ഈ കയ്ക്കുന്ന ഗുളികകൾ കൈവെള്ളയിൽ ഇങ്ങനെ കാണുമ്പോഴാണ്. മൂന്നു ഗുളികകൾ. മൂന്നും ഒരേപോലെ വായിലേക്കിട്ട് വെള്ളംകുടിച്ചു. ഗുളിക കഴിച്ചുകഴിഞ്ഞപ്പോൾ ഒരു കാര്യം ഉറപ്പായി. തീഗോളംപോലെയാണ് അവ മൂന്നും ഒരമ്മപെറ്റ മക്കളെ

പോലെ അന്നനാളത്തിലൂടെ കടന്നുപോയത്. താൻ സംശയിച്ചുകൊണ്ടിരിക്കുന്നത് വെറും ഒരു കെട്ടുകഥയല്ല, അതു സത്യംതന്നെയെന്ന് എനിക്കപ്പോൾ ആ നിമിഷം ബോധ്യമായി.

ഒരു രഹസ്യം പുല്ലാഞ്ഞിമുറ്റത്തെ ചൂഴ്ന്നു നില്ക്കുന്നു. ആ വലിയ രഹസ്യം ആ തറവാടിനെത്തന്നെ കടപുഴക്കിയെറിയും!

പുല്ലാഞ്ഞിമുറ്റം തറവാട്ടിൽ അടുത്തുതന്നെ ഒരു കൊലപാതകം നടക്കും. അതിന്റെ അടയാളമാണ് കുടുംബകല്ലറയിൽക്കണ്ട ആ വൃത്തികെട്ട പൂവ്. അത് മറ്റാരുമല്ല. പുല്ലാഞ്ഞിമുറ്റം തറവാടിന്റെ ഖജനാവു കാക്കുന്ന ഞാൻ തന്നെ!

എന്റെ മുന്നിൽ നടുക്കുന്ന ഒരു ശൂന്യത വന്നു നിറയുകയായിരുന്നു.

2. റൈറ്റേഴ്സ് ബ്ലോക്ക്

2020 ഫെബ്രുവരി 2, 12 pm

വിചിത്രമായ ആ ഡയറിക്കുറിപ്പിൽനിന്ന് ഹരികൃഷ്ണൻ പതുക്കെ മുഖമുയർത്തി. പഴകിദ്രവിച്ച ആ കടലാസുകളിൽ വെള്ളംവീണ് ചെളിയായി ഉണങ്ങിയ പാടുകളുണ്ടായിരുന്നു. മനോഹരമായ ഒരു ഡയറിയിൽനിന്ന് ക്രൂരമായി വലിച്ചുകീറപ്പെട്ട ഏതാനും കടലാസു ചുരുളുകൾ.

രണ്ടുദിവസംമുമ്പാണ് ആ ഡയറിക്കുറിപ്പ് ആരോ അയച്ചതെന്ന് ആ കത്തു പറയുന്നു. കട്ടിയുള്ള കവറിൽ നിറയെ സെല്ലോടാപ്പൊട്ടിച്ചുവെച്ച ഒരു കൊറിയർ. ആരാണ് അയച്ചതെന്ന് കവറിൽ വ്യക്തമായിരുന്നില്ല. എന്നാൽ അത് ഹരിയുടെ വിലാസത്തിൽവന്ന കൊരിയറായിരുന്നു. മേൽവിലാസം കൃത്യമായും മനോഹരമായും അതിൽ എഴുതിയിരുന്നു.

കത്തിൽ നാലേനാലു വാചകങ്ങൾ.

'ഈ ഡയറിക്കുറിപ്പുകൾ വായിച്ച് ഒരു നോവലെഴുതണം. ഒരു ക്രൈംനോവൽ! ആശംസകൾ. ഒരു അഭ്യുദയകാംക്ഷി.'

ആരാണ് ഈ അഭ്യുദയകാംക്ഷിയാവോ?

കൈപ്പട കണ്ടിട്ട് ഒരു പരിചയവും തോന്നിയില്ല. ആരാധകന്മാരോ ആരാധികമാരോ അങ്ങനെ കത്തയക്കാറുമില്ല. ചുരുക്കം ചില കത്തുകൾ കിട്ടിയില്ല എന്നല്ല, അതെല്ലാം ഹരി പണ്ടെഴുതിയ കഥകളെക്കുറിച്ചോ നോവലുകളെക്കുറിച്ചോ എഴുതപ്പെട്ട ആസ്വാദനക്കുറിപ്പുകളായിരുന്നു. കൂടുതലും കത്തുകൾ വന്നിരുന്നത് പുതിയ പുസ്തകത്തെക്കുറിച്ച് റിവ്യു എഴുതാനാവശ്യപ്പെട്ട് എഴുത്തുകാരൻതന്നെ അയക്കുന്ന കത്തുകളും പുസ്തകവും പരിതോഷികമായി തരുന്ന ചെറിയ സംഖ്യയുടെ ചെക്കും. പിന്നെ പ്രസാധനാലയങ്ങളുടെ മാസാന്തര ബുള്ളറ്റിനുകൾ.

കാക്കിനിറത്തിലുള്ളതായിരുന്നു അതിന്റെ കവർ. പോസ്റ്റൽ സീൽ നോക്കിയപ്പോൾ കോഴിക്കോട് നിന്നുള്ളതാണെന്നുമാത്രം മനസ്സിലായി. അതുകൊണ്ട് അയച്ചത് കോഴിക്കോട്ടുകാരൻ തന്നെ ആവണമെന്നില്ല. കോഴിക്കോട് വന്നപ്പോൾ അയച്ചതാവാം. അല്ലെങ്കിൽ അയാൾ ആരുടെ

യെങ്കിലും കൈവശം കൊടുത്തുവിട്ട് കൊരിയർ ചെയ്യിച്ചതുമാകാമല്ലോ.

ഏറ്റവും അതിശയകരമായകാര്യം, ഹരികൃഷ്ണൻ നഗരത്തിൽ വന്നിട്ട് അധികകാലമായില്ലെന്നതാണ്. കൃത്യമായി പറഞ്ഞാൽ ആറുമാസം. അതായത് ആ പുതിയ അഡ്രസ്സിന് നൂറ്റിയെൺപതു ദിവസത്തെ ആയുസ്സേയുണ്ടായിരുന്നുള്ളൂ. പുതിയ അഡ്രസ്സാവട്ടെ പലർക്കും അറിയുകയുമില്ല. ഒരുകാര്യം ഉറപ്പാണ്. താൻ ഇവിടെ എത്തിയതു അറിഞ്ഞ ഒരാളാണ് അതയച്ചിരിക്കുന്നത്.

കൂടുതൽ ആലോചിച്ചപ്പോൾ, ഏതെങ്കിലും ഒരു പ്രസാധകനാകാനേ സാധ്യതയുള്ളൂ എന്നു തോന്നി. ചില പ്രസാധക സ്ഥാപനങ്ങളിൽ ഇരിക്കുന്നവർ എഴുത്തുകാരെ പരിഹസിക്കുവാൻമാത്രം സാഡിസമുളളവരാണെന്ന് ഹരിക്ക് നേരത്തെ തോന്നിയിരുന്നു. പുതിയ എഴുത്തുകാരനെക്കിട്ടിയാൽ ഒരു ഇറച്ചിവെട്ടുകാരന്റെ ക്രൗര്യത്തോടെ അവർ അയാളെ കീറിമുറിച്ചുരസിക്കും.

'കുറേയായല്ലോ ഒരു സൃഷ്ടികണ്ടിട്ട്? ഇപ്പോൾ ഒന്നും എഴുതുന്നില്ലേ? അതോ റൈറ്റേഴ്സ് ബ്ലോക്കിൽ ചെന്നുപെട്ടോ......?'

ഹരിക്ക് ഏറ്റവും ഈർഷ്യയുയർത്തുന്ന ചോദ്യമാണത്. കേരളത്തിൽ ഒരു നോവൽ പ്രസിദ്ധീകരിക്കപ്പെടാൻ ഉള്ള മെനക്കേടുകളെക്കുറിച്ച് ഇവർക്കെന്തറിയാം!

കഴിഞ്ഞതവണ പ്രമുഖനായ ഒരു പ്രസാധനകനെ കണ്ടപ്പോൾ അയാൾ തമാശയോടെ ചോദിച്ചു:

'തനിക്കൊരു ക്രൈംനോവൽ എഴുതിക്കൂടേ? അതിനിപ്പോൾ അല്പം ഡിമാന്റുണ്ട്. ഡിമാന്റുള്ളതാണല്ലോ നമ്മൾക്ക് വേഗത്തിൽ വിറ്റഴിക്കുവാൻ സാധിക്കുക.'

ചിരിക്കുപകരം കരച്ചിലാണ് വന്നത്. എന്നാൽ അതൊരു പരിഹാസമായിരുന്നില്ല. യഥാർത്ഥ്യമായിരുന്നു. വിപണിയാണ് പലപ്പോഴും സാഹിത്യത്തെ നയിക്കുന്നതും നിയന്ത്രിക്കുന്നതും. അനുഭാവപൂർവം തന്റെ സൃഷ്ടികളെ പരിഗണിച്ച ഒരു സഹൃദയനാണ് മുരളിയേട്ടൻ. സമ്മതിക്കുന്നു. ഒരു പുസ്തകം പ്രസിദ്ധീകരിക്കാനും കവികൂടിയായ മുരളിധരൻ ഹരിയെ സഹായിച്ചിട്ടുണ്ട്. അതുപക്ഷേ വലിയ തോതിൽ വിറ്റുപോയില്ല. മറ്റൊരു പുസ്തകം പ്രസിദ്ധീകരണത്തിനെടുത്തിട്ട് വർഷം നാലാകുന്നു. ഇതുവരെ മോക്ഷം കിട്ടാതെ പൊടിപിടിച്ച് പ്രസാധകന്റെ മേശപ്പുറത്തുതന്നെ കിടപ്പാണ്. അതെന്നു പുറത്തിറങ്ങുമെന്ന ആകാംക്ഷയിൽ നഗരത്തിലെത്തുമ്പോഴെല്ലാം മുരളിയേട്ടനെ അയാൾ പോയികാണും. എന്നും പതിവുള്ള ആ മറുപടി കേൾക്കും.

'അടുത്തുണ്ടാകും ഹരികൃഷ്ണാ. അല്പം കൂടി ക്ഷമിക്കൂ....!!ഞാൻ പറഞ്ഞത് എന്താ, ചെയ്തുകൂടേ.....? തനിക്ക് അത് എഴുതാൻ കഴിയും. പേരെടുത്ത എഴുത്തുകാരനാകുമ്പോൾ നമുക്ക് പഴയതും പരിഗണിക്കാം!

മുരളിയേട്ടൻ കൂട്ടിചേർക്കും. ഒരു രാഷ്ട്രീയ നേതാവ് നടത്തുന്ന തരക്കേടില്ലാത്ത ഒരു പ്രസാധന സ്ഥാപനത്തിലെ പബ്ലിഷിംഗ് മാനേജരാണ് മുരളീധരൻ. എപ്പോൾ ചെന്നാലും ഒരു ചായ ഉറപ്പാണ്. കുറച്ചു നല്ല ഉപദേശങ്ങളും

നിരാശയോടെയാണ് അന്നും മടങ്ങിയത്. നോവലിറങ്ങിയാൽ മഹാത്ഭുതങ്ങളൊന്നും സംഭവിക്കില്ലെന്ന് നന്നായി അറിയാം. പക്ഷേ ഒരു എഴുത്തുകാരന്റെ ആകാംക്ഷയും ആകുലതകളും വേദനയും അടക്കിവയ്ക്കാൻ ഇന്നുവരെ തനിക്ക് കഴിയുന്നില്ല.

വീണ്ടും ആ ഡയറിക്കുറിപ്പുകൾ വായിച്ചുനോക്കി. അതിൽനിന്ന് ഒരു നോവൽപോയിട്ട്, ഒരു കഥപോലും മെനഞ്ഞെടുക്കുവാനുള്ള പ്രതിഭ തനിക്കില്ല. തന്നെ കളിപ്പിക്കാൻ ഇനി മുരളിയേട്ടൻ തന്നെയായിരിക്കുമോ അതയച്ചിട്ടുണ്ടാവുക? ഹരി സംശയിച്ചു. മുരളിയേട്ടന് താൻ താമസിക്കുന്ന വിലാസവും വാടക കെട്ടിടവും തന്റെ പ്രാരാബ്ധവും നന്നായി അറിയാം!

ഡയറിക്കുറിപ്പ് മേശപ്പുറത്തേക്കിട്ട് ഹരി കുളിമുറിയിലേക്ക് കയറി ഒരു സിഗരറ്റിന് തീ പിടിപ്പിക്കുന്നു. കക്കൂസുകളിലാണ് സർഗാത്മകസാഹിത്യം തളിർക്കുകയെന്ന് ഒരു വലിയ എഴുത്തുകാരൻ പറഞ്ഞതോർമ്മിച്ചു ചിരിക്കുന്നു.

എട്ടുവർഷം മുമ്പ് എഴുതപ്പെട്ട ഒരു ഡയറിക്കുറിപ്പ് ഒരാൾ ഒരു എഴുത്തുകാരന് അയച്ചുകൊടുക്കുക. എന്നിട്ട് അതിൽനിന്ന് ഒരു നോവലെഴുതാൻ ആവശ്യപ്പെടുക. അയക്കുന്നത് ആരാണെന്ന് രഹസ്യമാക്കിവയ്ക്കുക!

ഒരു ചരടിന്റെ അറ്റംപിടിച്ച് താൻ ചെന്നുപെട്ടത് വലിയ പ്രഹേളികയ്ക്കകത്താണെന്ന് ആ എഴുത്തുകാരനു തോന്നി. അതിനെ വേഗം തിരസ്ക്കരിച്ച് ശൂന്യമായ മനസ്സോടെ നടക്കാൻ തനിക്ക് കഴിയില്ലെന്ന് അധികം വൈകാതെ മനസ്സിലാക്കുകയും ചെയ്തു. ഒരു എഴുത്തുകാരനും അത് സാധ്യമല്ല. അതു നന്നായി അറിയുന്ന ആരെങ്കിലുമാകും ആ കുറിപ്പ് കൃത്യമായി തന്റെ വിലാസത്തിൽ അയച്ചിട്ടുണ്ടാവുക.

അപസർപ്പക നോവലിലെ ഒരു നായകനെപോലെ ഹരികൃഷ്ണൻ താടിക്ക് കൈകൊടുത്ത് ചിന്താധീനനായി. അത്തരം നോവലുകൾ വായനയുടെ ആദ്യകാലത്തെപ്പോഴോ അയാളുടെ വായനക്കൊപ്പം നടന്നി

രുന്നു. ചാരസുന്ദരിയുടെ കൊലപാതകം. ഡ്രീനാനദിയിലെ മനുഷ്യൻ. ഇതാ ഒരു കൊലപാതകി. ഇരുട്ടു മുറികൾ. ഭീതികളുടെ ആ ഇരുട്ടിൽ നിന്ന് വളരെ ക്ലേശപ്പെട്ടാണ് അയാൾ തിരിച്ചുകയറിയത്. അടുത്ത കാലത്തൊന്നും അപസർപ്പക നോവൽ മറിച്ചുപോലും അയാൾ നോക്കിയിട്ടില്ല. അഗതാക്രിസ്റ്റിയാണ് തന്നെ വിസ്മയിപ്പിച്ചിട്ടുള്ള എഴുത്തുകാരിയെന്ന് പ്രസിദ്ധനായ സക്കറിയയുടെ വെളിപ്പെടുത്തൽപോലും പുച്ഛത്തോടെയാണ് എടുത്തിരുന്നത്!

അങ്ങനെയുള്ള ഒരാൾക്കെങ്ങനെ നല്ലൊരു ക്രൈം നോവലെഴുതുവാൻ സാധിക്കും?

വൈകുന്നേരം, മാങ്കാവിലെ ഇടുങ്ങിയ റോഡ് മുറിച്ചുകടന്ന് അസ്വസ്ഥമായ മനസ്സോടെ ആ രാഷ്ട്രീയക്കാരന്റെ ഒമേഗയെന്ന പ്രസാധക ഓഫീസിലേക്കുള്ള വീതികുറന്ന മരക്കോണി ഒരു സ്വപ്നാടനത്തിലെന്നപോലെ ഹരികൃഷ്ണൻ കയറുകയാണ്. കോണിപ്പടികളിൽ നിറയെ പൊടിയും കടലാസുതുണ്ടങ്ങളും. അക്ഷരങ്ങളെ ഈവിധം ചവിട്ടിയരയ്ക്കുന്ന വേറെയിടമില്ല. പ്രസ്സ് സ്ഥിതിചെയ്യുന്നത് അല്പം അകലെയാണ്. ലൈബ്രറി പുസ്തകമേളകൾക്ക് കണക്കാക്കി കൊല്ലംതോറും അമ്പതോളം പുസ്തകങ്ങൾ പ്രസിദ്ധീകരിക്കുന്ന, ഒരു ചെറുകിട പ്രസാധക സംഘമായിരുന്നു ഒമേഗ പബ്ലിഷിംഗ് ഹൗസ്.

‘ഹരി, താൻ പോയി രണ്ട് ചായക്ക് ഓർഡർക്കൊടുക്കൂ. ഞാനങ്ങോട്ട് വരാം. ഇവിടിരുന്നു മുഷിഞ്ഞു.’

മൂരിനിവർത്തി കണ്ടപാടെ മുരളിയേട്ടൻ പറഞ്ഞു. രാവിലെ മുഴുവൻ പത്രക്കടലാസ് പരിശോധിച്ചതുകാരണം അദ്ദേഹത്തിന്റെ കണ്ണുകളുടെ താട രണ്ടും വിങ്ങിവീർത്തിരിക്കുന്നു. ഇടത്തെ കപോലത്തിനുതാഴെ പഴുത്ത ഒരു കുരുവും രൂപപ്പെട്ടിട്ടുണ്ടായിരുന്നു. പ്രജ്ഞയെ ചിതൽപോലെ തിന്നുതീർക്കുന്ന ജീവിയാണ് അക്ഷരങ്ങളെന്ന് ഒരിക്കൽ മുരളീധരൻ ലഹരിയുടെ പുറത്ത് പറഞ്ഞു.

താഴെയുള്ള ഹോട്ടലിൽ പോയി ചായയ്ക്ക് ഓർഡർ കൊടുത്ത് അഞ്ചുമിനിട്ടു കഴിഞ്ഞപ്പോൾ ചുണ്ടിൽ എരിയുന്ന ഒരു സിഗരറ്റുമായി മുരളിയേട്ടൻ പഴയ പ്രസരിപ്പോടെ വന്നു.

‘എന്തായി?നോവൽ എഴുതിത്തുടങ്ങിയോ? ഒരു മാസത്തിനുള്ളിൽ കിട്ടിയാൽ മേളകൾക്ക് മുമ്പേ പ്രസിദ്ധപ്പെടുത്താം. നല്ലൊരു പ്രകാശനവും കിട്ടും. നീ വിചാരിച്ചാൽ അത് നടക്കും. എനിക്കുറപ്പുണ്ട് ഹരീ.........’

‘അപ്പോൾ മുരളിയേട്ടൻ തന്നെയാണല്ലേ ഇതെനിക്ക് അയച്ചത്? ഇതിൽനിന്ന് എങ്ങിനെയാണ് ഞാൻ ഒരു ക്രൈം ത്രില്ലറുണ്ടാക്കുക?’

മുരളീധരൻ ഒന്നും മനസ്സിലാകാതെ സോഡാക്കുപ്പി ലെൻസിനുള്ളിലൂടെ ആ എഴുത്തുകാരന്റെ മുഖത്തേക്ക് അന്തിച്ചുനോക്കി. എന്നിട്ട് തിടുക്കത്തിൽ ഡയറിക്കുറിപ്പെടുത്ത് നോബൽ സമ്മാനം ലഭിച്ച കൃതിയുടെ സ്നോപ്സിസ് വായിക്കുന്ന ഉദ്വേഗത്തോടെ ചെറിയ അക്ഷരങ്ങൾ ആവേശത്തോടെ വായിക്കാൻ തുടങ്ങി.

'കൊള്ളാം. നന്നായിട്ടുണ്ട്! ഈ മീറ്റർ പിടിച്ചങ്ങ് എഴുതിയാൽ മതി നല്ലൊരു ക്രൈം നോവൽ റെഡിയാകും! ഞാൻ പറഞ്ഞില്ലേ നിന്നെക്കൊണ്ടിത് പറ്റുമെന്ന്. ആദ്യത്തെ അധ്യായം എത്ര ഗംഭീരമാണെന്ന് നോക്കൂ......'

മുരളീധരൻ അത്ഭുതപരതന്ത്രനായി. അദ്ദേഹം ആകപ്പാടെ തെറ്റിദ്ധരിക്കപ്പെട്ടിരിക്കുന്നു. ഡയറിക്കുറിപ്പുകൾ താൻ എഴുതാൻ പോകുന്ന നോവലിന്റെ ആദ്യമധ്യായമാണെന്ന് പ്രസാധകൻ വിചാരിക്കുന്നു!

കാര്യങ്ങൾ പറഞ്ഞു മനസ്സിലാക്കിയപ്പോൾ പത്രാധിപർ കഷണ്ടികയറിയ തലയിൽ വിരലോടിച്ചു രണ്ടുനിമിഷം ചിന്താധീനനായി. ഉദ്വേഗത്തിന്റെയും അവിശ്വാസത്തിന്റെയും മഞ്ഞവരകൾ വീണ നെറ്റി. വരണ്ടുണങ്ങിയ ചുണ്ടുകളിലേക്ക് ഒരു പുഞ്ചിരി തിരിച്ചെത്തുന്നതും കാത്ത് ഹരി അക്ഷമനായി.

'ആരാണ് ഇതയച്ചതെന്ന് നമുക്ക് പിന്നീട് കണ്ടുപിടിക്കാം. പക്ഷേ താൻ ഇതുവച്ച് ഒരു നോവൽ എഴുതിത്തുടങ്ങിക്കോളൂ. ഇത് ഒരു കൊലപാതകത്തിന്റെ കഥയാണ്. അന്വേഷണങ്ങളുടെ ഓരോ ഘട്ടവും നോവലായി പരിണമിപ്പിക്കാൻ കഴിയും. ഒരുപക്ഷേ യഥാർത്ഥമായൊരു അന്വേഷണംവെച്ച് ആദ്യമായി നോവലെഴുതുന്ന എഴുത്തുകാരൻ എന്ന ഖ്യാതിയും തനിക്കു കിട്ടും!!'

പ്രതിഭകൊണ്ട് ഒരപ്രധാന പ്രസിദ്ധീകരണ സ്ഥാപനത്തിന്റെ പത്രങ്ങൾക്കിടയിൽ ഇരിക്കേണ്ടവനല്ല, മുരളിയേട്ടൻ എന്ന് പിന്നെയും ഹരി ഉറപ്പിച്ചു. എന്തിൽനിന്നും പോസിറ്റീവ് എനർജി കണ്ടെത്താൻ കഴിയുന്ന ഈ സിദ്ധിയാണ് ഏതു സാഹചര്യങ്ങളെയും പുഷ്പംപോലെ നേരിടാൻ അയാളെ പ്രാപ്തനാക്കുന്നത്. ഹരിക്കയാളോട് കടുത്ത ആരാധന തോന്നി.

'ഇത് പോലീസിന് കൈമാറേണ്ടിവരില്ലേ മുരളിയേട്ടാ. ഈ ഡയറിക്കുറിപ്പ് സത്യമാണെങ്കിൽ ഒരു കൊലയാളി എല്ലാവരിൽനിന്നും ക്രൂരമായ കൊലകൾ നടത്തി മറഞ്ഞിരിക്കുന്നുവെന്നല്ലേ അതിനർത്ഥം? അയാൾ മറ്റൊരു കൊലപാതകം ചെയ്യാനിപ്പോൾ ഒരുങ്ങിയിട്ടില്ലെന്ന് ആർക്കറിയാം? അതെങ്കിലും തടയാൻ ഇത് ഉപകരിക്കില്ലേ....?' ഹരി ചോ

ദിച്ചു.

'ശരിയാണ്. പക്ഷേ അതിനുമുമ്പ് ഈ ഡയറിക്കുറിപ്പിന്റെ ആധികാരികത നമുക്ക് കണ്ടുപിടിക്കേണ്ടിവരും. അല്ലെങ്കിൽ പലതിനും നീ തല വെച്ചുകൊടുക്കേണ്ടിവരും. ആലോചിച്ചിട്ട് മതി. എഴുത്ത് ഏതായാലും മുടക്കണ്ട....!'

ധൃതിയിൽ മരക്കോണികയറിപ്പോകുമ്പോൾ മുരളിയേട്ടൻ ഓർമ്മിപ്പിച്ചു. ആധികാരികത പരിശോധിക്കാനെന്നും പറഞ്ഞ് ഡയറിക്കുറിപ്പിന്റെ ഒറിജിനൽ അയാൾ സൂക്ഷിക്കുകയും ഒരു കോപ്പി ഹരിക്ക് തിരിച്ചുനൽകുകയും ചെയ്തു.

ഇരുട്ടിന്റെ മറവിൽ ഒരു കൊലപാതകി സ്വൈര്യമായി വിഹരിക്കുന്നു. മരണത്തെപോലും തണുപ്പിക്കുന്ന മാരക വിഷവുമായി ആൾക്കൂട്ടത്തിനുള്ളിലൂടെ കൈവീശി തീർത്തും അജ്ഞാതനായി അയാൾ നടക്കുന്നു. ഇനി അയാൾത്തന്നെയാകുമോ തനിക്കീ ഡയറിക്കുറിപ്പുകൾ അയച്ചുതന്നിട്ടുണ്ടാവുക? അങ്ങനെയെങ്കിൽ താനും അയാളും തമ്മിലെന്ത്?

ആലോചിക്കുന്തോറും ഒരുതരം ഭീതി ഹരിയുടെ മനസ്സിനെ ഗ്രസിക്കുവാൻ തുടങ്ങി.

പിന്നെ, ആലോചിച്ചപ്പോൾ സ്വയം ചിരിയുംവന്നു. സ്വന്തം ജീവിതകഥയെഴുതാനാണെങ്കിൽപോലും അയാൾ ഒരിക്കലും പരാജയപ്പെട്ട ഒരു എഴുത്തുകാരനെ തിരഞ്ഞെടുക്കുകയില്ല. അയാൾക്കാവശ്യമുള്ള തരത്തിലുള്ള എഴുത്തുകാരൻ നാട്ടിൽ സുലഭമായിരിക്കേ, കൊലപാതകി ഒരിക്കൽപോലും തന്നെപോലെയുള്ള ഒരാളെ തിരഞ്ഞെടുക്കില്ലെന്നുറപ്പാണ്!

പോലീസ് സ്റ്റേഷനുമുന്നിലൂടെ നടന്നപ്പോൾ ഹരിയുടെ കാലുകൾക്ക് ബലക്ഷയം അനുഭവപ്പെട്ടു. ആദ്യമായി ഒരു കുറ്റകൃത്യം ചെയ്യുന്നവന്റെ ത്രസിക്കുന്ന നെഞ്ചിടിപ്പോടെയാണ് അഞ്ചുമിനിട്ടുനീണ്ടുനിന്ന ആ യാത്ര ബാറിനുമുന്നിൽ അവസാനിച്ചത്. എന്നാൽ ബാറിലേക്ക് കയറുന്നതിനുമുമ്പേ ഒരു കാഴ്ച അയാളുടെ കണ്ണുകളിലുടക്കിനിന്നു. ഓവർബ്രിഡ്ജ് ഇറങ്ങിവരുന്ന ഒരു സുന്ദരിയായ പെൺകുട്ടിയിലായിരുന്നു അത്. കറുത്തൊരു തുകൽ ബാഗ് മാറിലൊതുക്കിപ്പിടിച്ച് ഒരു സ്വപ്നത്തിലെന്നപോലെ പതുക്കെ നടന്നുവരികയായിരുന്നു അവൾ.

ശിഖ.

ഒരിക്കൽക്കൂടി ഹരി നോക്കി. അതെ. തെറ്റിയിട്ടില്ല. മഞ്ഞ നിറത്തിലുള്ള ചുരിദാറും വെളുത്ത ലഗിൻസും. ഇരുപതുവയസ്സ് തികയാൻ ഇത്തിരി ദിവസങ്ങൾകൂടി ബാക്കിയുള്ള, സുന്ദരിയും സുശീലയും വിലാ

സവതിയുമായ പെൺകുട്ടി.അവളെത്തേടിയല്ലേ താനീ നഗരത്തിലേക്ക് ഒടുവിൽ ബസ്സുകയറിയത്? കഴിഞ്ഞ മൂന്നുമാസമായി പലയിടത്തും താൻ താമസിച്ചുകൊണ്ടിരിക്കുന്നത്, ഒരുനാൾ, ഇതുപോലെ അവളെ ഒരിക്കൽ എവിടെയെങ്കിലുംവെച്ചു കണ്ടുമുട്ടുമെന്ന പ്രതീക്ഷയിലായിരുന്നില്ലേ?

എവിടേക്കാണ് അവൾ പോകുന്നത്? ബാറിനു എതിർവശത്തെ നിരത്തിലേക്കിറങ്ങുമ്പോൾ ഹരികൃഷ്ണൻ ചിന്തിച്ചു. തിരക്കുകൂടിക്കൂടിവരുന്ന റോഡ് മുറിച്ചുകടന്നാൽ ഫുട്പാത്തിലൂടെ വേഗത്തിൽ ഓടി അവൾക്കരികിലേക്ക് എത്തിച്ചേരാൻ കഴിയുമെന്ന ധാരണയിൽ ഹരിയുടെ ചുവടുകൾക്ക് വേഗമേറി. എന്നാൽ അപരിചിതയായ ഒരു സുന്ദരി അയാളെ തടസ്സപ്പെടുത്തി മുന്നിൽവന്നു നിന്നു.

അതിസുന്ദരിയായ ആ സ്ത്രീ കടന്നുപോകുമ്പോൾ ആകർഷണീയമായൊരു ഗന്ധം അയാളുടെ നാസാരന്ധ്രങ്ങൾ പിടിച്ചെടുത്തു. യൂഡികോളാന്റെ ലെമൺ ഫ്ളേവർ കലർന്ന ആ ഗന്ധം അന്നുമുഴുവൻ അയാളുടെ ഓർമ്മയിൽ തങ്ങിനില്ക്കും. പക്ഷേ ആ സ്ത്രീ ആരാണെന്നറിയാൻ തിരിഞ്ഞുനോക്കുവാൻപോലും ഹരിക്കു സമയമുണ്ടായിരുന്നില്ല. ശിഖ ഫ്ളൈ ഓവറിലേക്ക് കാലെടുത്തുവെയ്ക്കുകയായിരുന്നു അപ്പോൾ.

ഹൃദയമിടിപ്പ് ക്രമീകരിച്ചു ഹരി മുന്നോട്ടു കുതിച്ചു.

3. സോജാ രാജകുമാരി

2020 ഫെബ്രുവരി 3, 9 pm

ക്രൈം ഇന്റലിജൻസ് ബ്യൂറോയിൽനിന്നും ലഭിച്ച അനൗദ്യോഗിക കത്ത് മേശപ്പുറത്തുവെച്ച് കാഹിം ഇബ്രാൻ എഴുന്നേറ്റു. കമ്പ്യൂട്ടറിനു മുമ്പിൽ ഏറെയിരുന്നു ക്ഷീണിച്ച കണ്ണുകൾ വേദനിക്കുന്നതുപോലെ തോന്നി.

ഔദ്യോഗിക ജീവിതത്തിൽനിന്നും അയാൾ വിരമിച്ചിട്ട് ഇന്നേക്ക് സുമാർ എട്ടുവർഷവും മൂന്നുമാസവുമാകുന്നു. ഭാര്യ ഫത്മയുടെയും ഏകമകൾ മെഹറിന്റെയും മരണത്തിനുശേഷം അയാൾ ഏകാന്തതകളിലൂടെയാണ് ശേഷിച്ച ജീവിതം നീന്തിത്തീർക്കുന്നത്. അതിനയാൾക്ക് കൂട്ട് ഷിവാസ് റീഗളിന്റെ കുളിർമയുള്ള ലഹരിക്കൈകൾ മാത്രം.

ഒരു നീണ്ട ഡയറിക്കുറിപ്പും കേസിന്റെ അന്വേഷണം ആവശ്യപ്പെട്ട ചെറുകത്തുമായിരുന്നു അത്. അയാൾക്കൊപ്പം ക്രൈംബ്രാഞ്ചിൽ ജോലി ചെയ്തിരുന്ന,ജീവിതത്തിലെ അയാളുടെ ലുബ്ധത മുഴുവൻ അക്ഷരങ്ങളിലും പിൻതുടരുന്ന സാം അലക്സ് എന്ന പോലീസ് മേധാവിയുടെ മനോഹരകൈയക്ഷരം.

ഡയറിക്കുറിപ്പ് അയാൾ നാലാവർത്തി വായിച്ചു. ആദ്യംമുതൽ അവസാനംവരെ മൂന്നുപ്രാവശ്യം. നാലാമത്തെ വായന പതിവുപോലെ അവരോഹണ ക്രമത്തിൽ. സ്വന്തം മരണദിവസത്തെ അല്പം കാല്പനികമായി വർണിച്ച കത്ത്. അതിനെ ഒറ്റവാക്കിൽ അങ്ങനെ വിലയിരുത്താം. കൊല്ലപ്പെട്ടയാൾത്തന്നെ എഴുതിയതാണോയെന്ന് വ്യക്തമല്ല. കാരണം, മുപ്പതുകളിലോ നാല്പതുകളിലോ എത്തിയ ഒരു സ്ത്രീ എഴുതിയതിനേക്കാൾ കൂടുതൽ മനോഹരമായ കൈപ്പട പ്രണയിച്ചു കൊതിതീരാത്ത പതിനെട്ടുകാരിക്കോ ഇരുപതുകാരിക്കോ ആണ് കൂടുതൽ ഇണങ്ങുക. ഇനിയത് ഒരു പുരുഷൻ എഴുതിയതുമാകാം. സ്ത്രീകളുടെ കൈപ്പട അനുകരിച്ച് ചില പുരുഷന്മാർ സ്ത്രീകളേക്കാൾ മനോഹരമായി എഴുതും.

ഒരു കേസന്വേഷണത്തിന്റെ ഭാഗമായാണ് ആ കൊറിയർ അയാൾ

ഒപ്പിട്ടുവാങ്ങിയത്. ജോലിയിൽനിന്ന് വൊളണ്ടിയർ റിട്ടയർമെന്റ് വാങ്ങിയെങ്കിലും ഇന്നും കേസുകൾ അയാളെ വിട്ടുപോകുന്നില്ല. ഡിപ്പാർട്ടുമെന്റുതന്നെ പലകേസുകൾക്കും അയാളെ ആശ്രയിക്കുന്നു.

ഇരുപതുവർഷത്തെ ഔദ്യോഗിക ജീവിതത്തിൽ അയാൾക്ക് മറ്റാരേക്കാളും വലിയ നേട്ടങ്ങൾ ഉണ്ടാക്കാൻ കഴിഞ്ഞിരുന്നു. ഏതു കേസും വളരെവേഗത്തിൽ കണ്ടെത്തുവാനും കുറ്റവാളികളെ അഴിക്കുള്ളിലാക്കാനും പ്രത്യേക മിടുക്കുണ്ട്. അതിന്റെ തെളിവുകളാണ് ഷോകേസിൽ കാണുന്ന മെഡലുകൾ. ഇപ്പോഴത്തെ അഭ്യന്തരമന്ത്രികൂടിയായ മുഖ്യമന്ത്രിയാകട്ടെ, പഠിക്കുന്ന കാലത്ത് അയാൾക്ക് വലിയ പ്രചോദനം നൽകിയ വാത്സല്യനിധിയായ സഖാവാകുന്നു.

എന്നാൽ ജീവിതം അയാൾ അന്വേഷിക്കുന്ന കേസുകൾ പോലെയായിരുന്നില്ല. അതയാളെ അക്ഷരാർത്ഥത്തിൽ ചില ഗർത്തങ്ങളിലേക്ക് തള്ളിവീഴ്ത്തി. ചില തീരുമാനങ്ങൾ അയാളെ വിധിയുടെ മുമ്പിൽ ക്രൂരമായി നിറുത്തി. ജീവിതത്തിൽ ഇപ്പോഴും ശരിയായിരുന്നോയെന്ന് തീർത്തും തിട്ടമില്ലാത്ത ഒരു കേസ് അയാളുടെ ഉറക്കം കെടുത്തുന്നു. അത് മരണംവരേയ്ക്കും തുടരുമെന്നായപ്പോഴാണ് ജോലിയിൽനിന്ന് രാജിവെച്ചത്.

പലരും അതിനെ ഒളിച്ചോട്ടമെന്ന് പരിസഹിച്ചു. ചിലപ്പോൾ ഒളിച്ചോട്ടവും ഒരു തന്ത്രമാണ് ജീവിതത്തിൽ. കടപുഴക്കാൻ മാത്രം ശക്തിയുള്ള പേമാരിയെ ചെറുക്കുന്നതും വിഡ്ഢിത്തംതന്നെ!

നാലു വർഷങ്ങൾക്ക് മുമ്പാണ് പതിനെട്ടുവയസ്സുപ്രായമുള്ള ഒരു ചെറുപ്പക്കാരൻ അയാളുടെ മുന്നിൽ വന്നു നില്ക്കുന്നത്. അവൻ ഒരു കൊലക്കേസ് പ്രതിയായിരുന്നു.

മധുബാലകൃഷ്ണൻ.

അച്ഛനും അമ്മയ്ക്കുമിടയിലെ വഴക്ക് തീർക്കാൻ ഒരുങ്ങിപ്പുറപ്പെട്ടവനായിരുന്നു മധു. അച്ഛൻ സ്ഥിരമദ്യപാനി. അമ്മ തൊഴിലുറപ്പ് തൊഴിലാളി. ചെറിയ ഒരു ചെറ്റപ്പുരയിലായിരുന്നു താമസം. പത്താംക്ലാസ് പഠനം പൂർത്തിയാക്കിയ അവനു പലരുടെയും കയ്യുംകാലും പിടിച്ചിട്ടാണ് തിരുവനന്തപുരത്ത് ഒരു ജോലി തരപ്പെട്ടത്. കടുത്തതായിരുന്നെങ്കിലും അച്ഛന്റെയും അമ്മയുടെയും പ്രാരാബ്ധമോർത്ത് മധു ജോലിയിൽ ഒരു വർഷം പിടിച്ചുനിന്നു. ആറ്റുനോറ്റു കിട്ടിയ ഒരാഴ്ചത്തെ ലീവിന് വീട്ടിലെത്തിയപ്പോൾ കണ്ടകാഴ്ച അവനെ ഭയപ്പെടുത്തുന്നതായിരുന്നു!

അമ്മയുടെ തലയടിച്ചുപൊട്ടിക്കാൻ പാകത്തിൽ നില്ക്കുന്ന കുടിയനായ അച്ഛൻ.

ആകെയുണ്ടായിരുന്ന സെക്യൂരിറ്റി ജോലികൂടി നഷ്ടമായതുമുതൽക്കാണ് മധുവിന്റെ അച്ഛൻ വാസു സ്ഥിരം മദ്യപാനിയായതത്രെ. ജോലി കഴിഞ്ഞ് തളർന്നു വീട്ടിലെത്തുന്ന ഭാര്യയെ അയാൾ ഓരോ തവണയും ഓരോ കാരണം കണ്ടെത്തി മർദിക്കുക പതിവായി. സ്ഥിരം പരിപാടിയായതിനാൽ അയൽവാസികൾപോലും ഇടപെടുകയില്ല. നാട്ടുകാർക്കുമെന്നതുപോലെത്തന്നെ അയൽവാസികൾക്കും വലിയ തലവേദനയാണ് അയാൾ.

'എടീ നീ വാതിൽ തൊറക്കുന്നുണ്ടോ? അതോ ഞാൻ ചവിട്ടിപ്പൊളിക്കണോ....!'

വാസു മുന്നോട്ടാഞ്ഞ് ഉച്ചത്തിൽ വിളിച്ചുചോദിച്ചു. മറുപടിയുണ്ടായില്ല. ലക്ഷ്മി ഭർത്താവിന്റെ നിലവിളി കേട്ടിരുന്നു. അരിശവും സങ്കടവും ദേഷ്യവും വന്ന് അവളുടെ കണ്ണുകൾ നിറഞ്ഞു. സഹായിച്ചില്ലെങ്കിലും വേണ്ടിയില്ല, ഉപദ്രവിക്കാതിരുന്നുകൂടെ? ആകെയുണ്ടായിരുന്ന മകൻ ദൂരസ്ഥലത്തേക്ക് ജോലിതേടിപ്പോയതുതന്നെ അച്ഛന്റെ സ്വഭാവദൂഷ്യംകൊണ്ടാണെന്ന് നാട്ടുകാർ പറയുന്നു. അതിൽ അവളുടെ മനസ്സ് നൊന്തു. അകലെ, വളരെ അകലേക്ക് പോകണമെന്ന് വിളിക്കുമ്പോഴെല്ലാം അവൻ പിറുപിറുക്കുന്നത് കേൾക്കുമ്പോൾ അവൾക്ക് ഭർത്താവിനെ കൊല്ലാനുള്ള ദേഷ്യമുണ്ടാകും.

അരിശപ്പെട്ട് വാതിൽ തുറന്നപ്പോൾ വാസു അടിക്കാൻ ഒരു മട്ടലുമായി ഓങ്ങിനില്ക്കുകയായിരുന്നു. അതിന്റെ മണ്ട തലയിൽകൊണ്ടതു മാത്രമേ ലക്ഷ്മിക്ക് ഓർമ്മയുണ്ടായിരുന്നുള്ളൂ. അതിനിടയിൽ അവൾ ഒരുനോക്കു മകന്റെ പരിഭ്രാന്തമായ മുഖം കണ്ടിരിക്കണം.

'അച്ഛാ, അച്ഛനെന്തു പണിയാ ഈ കാട്ടീത്. അമ്മയെ തല്ലികൊന്നോ....'

അരിശവും സങ്കടവുംകൊണ്ട് മധു ബാലകൃഷ്ണന് ചോദിക്കാതിരിക്കാനായില്ല. പിന്നെ എന്തു സംഭവിച്ചുവെന്ന് ആ പതിനെട്ടുകാരന് അറിഞ്ഞുകൂടാ. ആ മൂവന്തിനേരത്ത് വീട്ടിനുമുന്നിൽ സംഭവിച്ചതൊന്നും പിന്നീട് അയാളുടെ ഓർമ്മയിൽ ഇല്ല.

മഹസ്സർ തയ്യാറാക്കിയ പോലീസുകാരൻ തന്റെ ഭാവന ചിലയിടത്തെല്ലാം വൈകാരികമായി ഉപയോഗിച്ചിരുന്നെങ്കിലും മധുവിന്റെ ആക്രമണത്തെക്കുറിച്ച് സവിസ്തരംതന്നെ പ്രതിപാദിച്ചിരുന്നു. അയാൾ അച്ഛനെ ആക്രമിക്കുകയും ചവിട്ടുകയും അടിക്കുകയും ചെയ്തിരുന്നു. അയൽക്കാരനായ ശ്രീധരൻ എന്നൊരാളുടെ ദൃക്സാക്ഷിമൊഴിയുമുണ്ട്.

ചോദ്യം ചെയ്തിട്ടും മധു കുറ്റംസമ്മതിച്ചില്ല. അയാൾ അച്ഛനെ ഉപ

ദ്രവിച്ചിരുന്നുവെന്ന് സമ്മതിക്കുന്നു. പക്ഷേ അതായിരുന്നില്ല വാസുവിന്റെ മരണകാരണം. അയാളുടെ തലയിൽ മാരകമായ ഇടിയേറ്റിരുന്നു. അതുമൂലമാണ് മരിച്ചതെന്നായിരുന്നു പോസ്റ്റുമോർട്ടം റിപ്പോർട്ട്. എന്നാൽ ആ മുറിവ് ചുവരിൽ അതിശക്തമായി തലയിടിച്ചതിന്റേതുതന്നെയാകാമെന്നാണ് ഡോക്ടറുടെ വിധിയെഴുത്ത്!

ഒരേ ദിവസംതന്നെയാണ് മധുവിന് അച്ഛനെയും അമ്മയെയും നഷ്ടപ്പെട്ടത്. വാസുവിന്റെ അടിയായിരുന്നില്ല ലക്ഷ്മിയുടെ മരണകാരണവും. അവൾ വീണത് മേശയുടെ വിളുമ്പലിൽ തലയിടിച്ചാണ്. ശക്തിയായ ഇടിയിൽ തലപൊട്ടി രക്തം തലച്ചോറിലേക്ക് പ്രവഹിച്ചു. ആശുപത്രിയിലേക്കുള്ള യാത്രാമധ്യേ അവൾ മരണത്തിന് കീഴടങ്ങി.

അച്ഛനെ ആക്രമിച്ച മധു എവിടേക്കോ ഓടിപ്പോയിരുന്നു. പിന്നീട് ദിവസങ്ങൾ നീണ്ട തെരച്ചിലിനൊടുവിൽ, ഷൊർണൂറിലെ കാടുമൂടിക്കിടന്ന ഒരു ഗുഡ്സ് തീവണ്ടിമുറിയിൽനിന്നവനെ പിടികൂടി. അവനെക്കണ്ട മാത്രയിൽത്തന്നെ അവനിൽ ഒരു കൊലപാതകി ഒളിഞ്ഞിരിപ്പുണ്ടെന്ന് കാഹിമിന് തോന്നിയത് യാദൃശ്ചികമായിരുന്നില്ല. മനസ്സ് അതയാളോട് മന്ത്രിക്കുകയായിരുന്നു. എവിടെയും ഉറയ്ക്കാത്ത നോട്ടവും മഞ്ഞുമൂടിയ കണ്ണുകളുമായി അക്ഷോഭ്യനായുള്ള അയാളുടെ നില്പിൽത്തന്നെ അതു ഒളിഞ്ഞുകിടക്കുന്നു.

ചില കുറ്റവാളികളെ നിർണയിക്കുന്നത് അവരുടെ അനാഥമായ കുട്ടിക്കാലവും അതുളവാക്കുന്ന ഏകാന്തതകളും ദുരന്തങ്ങളുമാണ്. വളരെ ക്ലേശപ്പെട്ട് വളരുന്ന, പക ഉള്ളിൽ സൂക്ഷിക്കുന്ന കുട്ടികൾ പിന്നീട് കൊടിയ കുറ്റവാളികളായിമാറുന്ന ചരിത്രം കൊലപാതക കേസുകളിൽ ധാരാളമായുണ്ട്. പാരമ്പര്യമല്ല, ചില വ്യവസ്ഥിതികളാണ് ചിലരിൽ കുറ്റവാസന ഉണർത്തുന്നത്!

'ഞാനല്ല സാർ അച്ഛനെ കൊന്നത്! കൊല്ലാനുള്ള ദേഷ്യം എനിക്കുണ്ടായിരുന്നു. സമ്മതിക്കുന്നു. എങ്കിലും എനിക്ക് അച്ഛനെ ഒരിക്കലും കൊല്ലാനാവില്ല സാർ..........'

പലയാവർത്തി ചോദ്യം ചെയ്യാൻ മുന്നിലെത്തിയ കാഹിം ഇബ്രാനോട് മധു ആണയിട്ടു. അപ്പോഴെല്ലാം അവനെ വിശ്വസിക്കുവാൻ തന്നെയായിരുന്നു കാഹിം ഇബ്രാൻ ശ്രമിച്ചിരുന്നതും. എന്നാൽ എല്ലാ തെളിവുകളും അവനെതിരായിരുന്നു. സാക്ഷിമൊഴികളെല്ലാം അവൻ കൊലപാതകി മാത്രമല്ല, ഒരു നാട്യക്കാരനുമാണെന്നു ഉറപ്പിച്ചു.

അറുപത്തിനാലാമത്തെ ദിവസം നൽകിയ കുറ്റപത്രം അവന് ജാമ്യം നിഷേധിച്ചു. വിചാരണക്കൊടുവിൽ അവൻ ജീവപര്യന്തം തടവിന് ശി

ക്ഷിക്കപ്പെട്ട് കണ്ണൂർ സെൻട്രൽ ജയിലിലേക്ക് പോയി. അവനുവേണ്ടി വാദിക്കാനും ആരുമുണ്ടായിരുന്നില്ല. പ്രോസിക്ക്യൂഷൻ ഏർപ്പാടാക്കിയ വക്കീൽ പതിവുപോലെ അവനുവേണ്ടി വക്കാലത്തിൽ ഒപ്പിട്ടു. ദൈവത്തിനുപോലും ഇനിയവനെ രക്ഷിക്കാനാവില്ലെന്ന്, ഓദ്യോഗിക ജീവിതത്തിലെ നീണ്ട വിശകലനങ്ങൾക്കിടയിൽ കാഹിം തീർച്ചയാക്കി. നിയമത്തിന്റെയും നീതിയുടെയും വലിയ പരിമിതി. നീതി ഒരാളെ ശിക്ഷിക്കുന്നത് സാഹചര്യ തെളിവുകളുടെ അടിസ്ഥാനത്തിലാണ്. കോടതിയുടെ കണ്ണുകൾ എപ്പോഴും നഗ്നമല്ല.

സാങ്കേതികതയാണ് പലപ്പോഴും മനുഷ്യരുടെ വിധി നിർണയിക്കുന്നത്!

ആ കേസ് അതോടെ ചുവപ്പുനാടകളിൽ അവസാനിക്കേണ്ടതായിരുന്നു. പക്ഷേ അതു റിയോപ്പൺ ചെയ്തതു മധുതന്നെയായിരുന്നു. കാഹിമിന്റെ പ്രിയപ്പെട്ട ഭാര്യ ഫത്മയ്ക്കും മകൾ മെഹറിനും നേരെ നിറയൊഴിച്ചുകൊണ്ട്!

കാഹിം ഇബ്രാൻ ഓർമ്മകളിൽനിന്ന് പൊടുന്നനെ ഞെട്ടിയുണർന്നു. ഇപ്പോൾ ഏതുചിന്തകളും ആ നശിച്ച ദിവസത്തിന്റെ കൂരിരുളുകളിലേക്ക് നയിക്കുന്നു. അതോടെ മനസ്സ് കലങ്ങും. കണ്ണുകൾക്ക് മുമ്പിൽ മായക്കാഴ്ചകൾ നിറയും. ശരീരത്തിന്റെ ഓരോ കോശങ്ങളിൽനിന്നും വേദന പൊടിയും.

അയാളുടെ വിറയ്ക്കുന്ന കൈകൾ ഒരാശ്വാസത്തിനെന്നപോലെ വിശാലമായ സ്വീകരണമുറിയിലെ ഇടത്തെ വശത്തെ ഫ്രിഡ്ജിലേക്കും അതിൽ അടുക്കിവെച്ച ഷിവാസിന്റെ ബോട്ടിലിലേക്കും നീണ്ടുപോകുന്നു. രണ്ടു ഔൺസ് സാന്ദ്രമായ ദ്രാവകം ആമാശയത്തിലെ പലതരം ആസിഡുകളുമായി സമരസപ്പെട്ട് നേർക്കുന്നതുവരെ പിന്നീട് അയാൾ നിശ്ശബ്ദം കണ്ണടച്ചിരിക്കും. അയാൾക്ക് മുന്നിൽ അപ്പോൾ ഓർമ്മകളുടെ സംഗീതം അലയടിക്കും. ഇത്തരം നിമിഷങ്ങളിൽ അയാൾ കൂടുതൽ ഇഷ്ടപ്പെടുന്നത് സൈഗാളിന്റെ മാന്ത്രികതയൂറുന്ന, മാസ്മരികത നിറഞ്ഞ മധുരതരമായ ശബ്ദം കേൾക്കുവാനാണ്.

പതിവുപോലെ അയാളുടെ സിഡി പ്ലയറിൽനിന്ന് ആ ഇതിഹാസ ഗാനം പതുക്കെ ഉയരാൻ തുടങ്ങുകയായി

സോജാ..........രാജകുമാരി..........സോജാ............

ഗസലിനെ സ്നേഹിക്കുന്ന ഒരു പരമ്പരയിൽനിന്ന് വരുന്ന അയാൾക്ക് ഗസലുകളും സൂഫിസംഗീതവും ആത്മാവിനോളംതന്നെ പ്രാധാന്യമർഹിക്കുന്ന ഒന്നായിരുന്നു.

സൂഫി സംഗീതവും ഭംഗിന്റെ ലഹരിയും!

തന്റെ ദിവസങ്ങൾക്ക് വീണ്ടും തീപിടിക്കുവാൻ പോകുന്നുവെന്ന് ഒട്ടൊരു തമാശയോടെ അയാൾ ഓർത്തു. തനിച്ചു താമസിക്കുന്നതിന്റെ ലഹരികളിലേക്ക് ഔദ്യോഗിക ചിഹ്നങ്ങളുടെ അകമ്പടിയില്ലാതെ തിരക്കുവന്നു നിറയുന്ന ദിവസങ്ങൾ. അതിനെ കാഹിം എന്ന അന്വേഷകൻ എത്രയും ഇഷ്ടപ്പെടുന്നു.

ഒമ്പതു ദിവസം. അതിനിടയിൽ, നീ ആരായിരുന്നാലും, രാജകുമാരി, നിന്നെ ആ കാഞ്ചനക്കൂട്ടിൽ ഞാൻ പിടിച്ചിടും......!!

അയാൾ പ്രണയപരവശത്തോടെ മന്ത്രിച്ചു. ആ കൊലപാതകി തന്റെ വിഷാദത്തിന്റെ കൊടുംശൈത്യത്തിലേക്ക് വീണുപോയ ആത്മാവിനെ ഉണർത്തുന്നു. ഫത്മാ, നീ ഉണർത്തിയിരുന്നതുപോലെ. അത് നിന്റെ നേർത്തു മനോഹരമായ വിരൽത്തുമ്പുകൾപോലെ എന്റെ സിരകളിൽ വൈദ്യുത കമ്പനങ്ങളുണ്ടാക്കുന്നു. ഫത്മാ, നീയറിയുന്നുണ്ടോ, എന്റെ ഹൃദയം വീണ്ടും തരളിതമാകുന്നു. അവിടെ അജ്ഞാതയായ ആ കൊലപാതകി കാന്തിക പ്രഭ ചൊരിയുന്നു. സിരകളിൽ, രക്താണുക്കളിൽ ആസക്തിയുടെ കൊടുംവേനലുകൾ കുടഞ്ഞിടുന്നു............

കാഠിന്യംകൂടിയ ഇരുട്ടിന്റെ മറവിൽ മാരകമായ വിഷത്തിന്റെ കൂർത്ത നഖങ്ങളുമായി നിൽക്കുന്ന രക്തദാഹിയായ മാലാഖ!

സാം അലക്സിന് അയാൾ ഇതുവരെയും ഒരു മറുപടി നല്കിയിരുന്നില്ല. ആ കേസ് ഏറ്റെടുക്കേണ്ടിവരുമെന്നും തീർച്ചപ്പെടുത്തിയിരുന്നില്ല. എന്നാൽ ഈ രാത്രിയിൽ, സൈഗാളിന്റെ ആ മന്ത്രമധുരമായ പാട്ടിൽ ലയിച്ചിരിക്കവെ, സാം അലക്സിന്റെ ഫോണിലേക്ക് വിളിക്കുന്നതിനു പകരം, അയാൾ ഒരു മെസ്സേജ് അയച്ചു.

Sam, I am ready to take the challange. Please arrange a good team for the investigation. Don't forget to include Desiy Mathew to the team!

പിന്നെ അയാൾ കണ്ണടച്ച് മേശപ്പുറത്ത് ഇത്തിരിനേരം തലവെച്ചു കിടന്നു. രാത്രി, ഒരു കൊലപാതകിയുടെ നിയന്ത്രിതമായ കാലൊച്ചകൾ പോലെ നഗരത്തിലെ പരശ്ശതം മനുഷ്യരുടെ ജീവിതത്തിലേക്ക് അവർ പോലും അറിയാതെ ഊർന്നിറങ്ങുന്നത് അയാൾ മനസ്സിൽ വിഭാവന ചെയ്തു.

4. ഓറഞ്ചു ജ്യൂസ്

2020 ഫെബ്രുവരി 2, 3 pm

ആ തിരക്കേറിയ നിരത്തിലൂടെ എവിടെക്കെന്നില്ലാതെ നടക്കുമ്പോൾ വഴിയിൽ ഹരിയെ കണ്ടുമുട്ടേണ്ടിവരുമെന്ന് ഞാൻ സ്വപ്നത്തിൽപോലും വിചാരിച്ചിരുന്നില്ല. അയാൾ എങ്ങനെയാണ് എന്നെ കണ്ടെത്തിയതെന്നാവട്ടെ, ആശ്ചര്യം നിറയ്ക്കുകയും ചെയ്തു.

ഒരു വലിയ ഗർത്തത്തിന്റെ വക്കിൽ നില്ക്കുകയായിരുന്നു. ജീവിതം ഏതുനിമിഷവും ആ വാതകഗർത്തത്തിലേക്ക് വലിച്ചെറിയുമെന്ന് ഏതാണ്ട് ഉറപ്പായിക്കഴിഞ്ഞു. എന്നാൽ ഈ ചെറുപ്രായത്തിൽ അതിലേക്ക് എടുത്തുചാടാൻമാത്രം മനഃക്കരുത്തും മനഃസ്ഥൈര്യവും മനസ്സിനില്ല. അതിനാൽ, ആളുകൾക്കിടയിലൂടെ ഊളിയിട്ട് ഹരികൃഷ്ണന്റെ കൺവെട്ടത്തുനിന്ന് പുറത്തുകടക്കാൻ തീവ്രമായി ആഗ്രഹിച്ച് ഞാൻ ഇടതുവശത്തേക്ക് തിരിഞ്ഞു.

അയാൾ ഏറെ ക്ഷീണിതനും ഹതാശയനുമാണെന്ന് മനസ്സിലായി. ഒരു വർഷംമുമ്പ് വളരെയധികം പ്രസരിപ്പുള്ള, ചുറുചുറുക്കുള്ള, ആരും പെട്ടെന്നിഷ്ടപ്പെട്ടുപോകുന്ന ഒരു കാമുകനായിരുന്നു അയാൾ. എന്നാൽ പ്രണയനൈരാശ്യം എല്ലാ വിവേകികളല്ലാത്ത കാമുകന്മാരെയും വിഷാദത്തിന്റെ ചതിക്കുഴിയിൽ വീഴ്ത്തുന്നതുപോലെ അയാളെയും തറപറ്റിച്ചിരിക്കുന്നു. എന്നെത്തേടി ഒരിക്കൽ അയാൾ എത്തുമെന്ന് നേരത്തെ അറിയാമായിരുന്നു. നിഷേധിക്കപ്പെട്ട പ്രണയത്തിന് ഒരു തിരിച്ചടിയുണ്ടാകുക, സ്വാഭാവികമാണ്.

അയാളിലേക്ക് ഇനിയൊരു മടക്കമില്ല. അതു മനസ്സിലാക്കാത്തവനല്ല ഹരി. എന്നിട്ടും അയാൾ എന്തിനാണ് എന്റെ നിഴലുംതേടി ഒരുങ്ങിപ്പുറപ്പെട്ടിരിക്കുന്നത്?

ഓവർ ബ്രിഡ്ജ് ഇറങ്ങി എതിരെയുള്ള നിരത്തു മുറിച്ചു കടന്നാൽ നേരെ ചെന്നെത്തുക, അയാളുടെ മുന്നിലായിരിക്കുമെന്ന് കണക്കുകൂട്ടി. നേരിയ ഒരു വളവെടുത്താൻ ഹരിക്ക് നിഷ്പ്രയാസം മുന്നിലേക്ക് ചാടുവാൻ സാധിക്കും. മറ്റൊരു വഴിയിലേക്ക് അപ്രതീക്ഷിതമായി ഞാൻ തി

രിഞ്ഞു. ആ പ്രവൃത്തിയിൽനിന്ന് ഹരിയെ ഞാൻ തിരിച്ചറിഞ്ഞുവെന്ന സത്യം അയാൾ തിട്ടപ്പെടുത്തുകയും ചെയ്യും

ഹരിയിൽനിന്ന് എനിക്ക് ഓടി രക്ഷപ്പെടണമായിരുന്നു. ഹരിയിൽനിന്നല്ല, എല്ലാവരിൽനിന്നും. കഴിയുമെങ്കിൽ എന്നിൽനിന്നു തന്നെയും!

അതുകൊണ്ട് പോകുന്ന പോക്കിൽ ഓവർബ്രിഡ്ജിൽനിന്ന് താഴേക്ക് അറിയാതെ നോക്കിപ്പോയി. അവിടെ നിരത്തിലൂടെ വാഹനങ്ങൾ ചാകരകാലത്തെ മത്തികൾപോലെ തിളയ്ക്കുകയായിരുന്നു. കാലൊന്നുതെന്നിയാൽ, കൈയൊന്നയഞ്ഞാൽ ഒരു കളിപ്പാട്ടംപോലെ അവയിലേതെങ്കിലും ഒന്നിലേക്ക് ഞാൻ വീഴുമെന്നും അതെന്നെ തട്ടിത്തെറുപ്പിച്ചുകൊണ്ട് ചീറിപ്പായുമെന്നും പലകഷണങ്ങളാക്കി നുറുക്കി രക്തം പുരണ്ട് പലയിടത്തായി എന്നെ നിക്ഷേപിക്കുമെന്നും എനിക്ക് ബോധ്യമായി. അങ്ങനെ, എന്നെ അലട്ടിക്കൊണ്ടിരിക്കുന്ന പ്രശ്നങ്ങളിൽനിന്നും അത് തുറന്നിടുന്ന ഇരുണ്ടഭീതികളിൽനിന്നും ശാശ്വതമായൊരു പരിഹാരം തേടാമെന്നും ഒരുനിമിഷം ആലോചിച്ചുപോയി. രക്തത്തിൽ കുളിച്ച് പല മാംസമാറാപ്പുമായി നിരത്തിൽ അനാഥമായി കിടക്കുന്ന ചിത്രം എന്നെ നടുക്കി. ഒരു തണുപ്പ് സുഷുമ്നയിലേക്ക് കസേരുക്കളിലൂടെ ഇരച്ചുകയറുന്നത് ഞാനറിയുന്നു. സത്യത്തിൽ, ആ നിമിഷത്തിൽ ആരോ പിറകുവശത്തുനിന്ന് എന്നെ ഉന്തുന്നതുപോലെ എനിക്ക് അനുഭവപ്പെട്ടു. ഭാഗ്യമെന്ന് പറയാം. പിറകിൽ ആരുംതന്നെയുണ്ടായിരുന്നില്ല.തലതിരിഞ്ഞെത്തിയ ഒരു കാറ്റുപോലും.

ചലനങ്ങളെല്ലാം കൃത്യമായിരുന്നു. മനസ്സിൽ വിചാരിച്ചതുപോലെത്തന്നെ ഹരികൃഷ്ണൻ ഓടിയെത്തിയപ്പോഴേക്കും ഇടതുവശത്തെ ചെറിയ ഫുട്പാത്തിലൂടെ ഓടകൾ ചീഞ്ഞുനാറുന്ന വഴിയിലേക്ക് ഇറങ്ങാൻ എനിക്കു കഴിഞ്ഞു. ആ ഇടുങ്ങിയ വഴി മിഠായിത്തെരുവിലെ തിരക്കുകളിലേക്ക് തടസ്സങ്ങളില്ലാതെ എത്തിക്കും.അതിനിടയിൽ ഹരി പിറകിലൂടെ ഓടിവരുന്നുണ്ടോയെന്ന് ഒളികണ്ണെറിയാനും സാവകാശം കിട്ടും. അയാൾക്ക് ആൾക്കൂട്ടത്തിലെവിടെയോ എന്നെ നഷ്ടമായിട്ടുണ്ടെന്ന് ഉറപ്പായിരുന്നു. അതോടെ ആശ്വാസത്തിന്റേതായൊരു ഇളംതെന്നൽ മെല്ലിച്ച എന്റെ ശരീരത്തെ പുണർന്നു.

കൈത്തണ്ടയിലെയും നഗ്നമായ കഴുത്തിലെയും വിയർപ്പ് ദുപ്പട്ട കൊണ്ടമർത്തി ഞാൻ തുടച്ചു. വല്ലാതെ കിതയ്ക്കുന്നുണ്ടായിരുന്നു. നാലുമണിയുടെ സൂര്യന് പതിവിൽക്കൂടുതൽ ചൂടുണ്ട്. ചിരിക്കുന്ന സൂര്യന്റെ മുഖത്ത് തുറിച്ച കണ്ണുള്ള ഒരു പുരുഷൻ കൗശലപൂർവം ഇരയെ നോക്കുന്നതുപോലെ തോന്നിച്ചു.

ഇതിനിടയിലാണ് ആ മറയത്തരം സംഭവിച്ചത്! എനിക്ക് പോകേണ്ടത് എതിരെയുണ്ടായ വീതികൂടിയ വഴിയിലൂടെയായിരുന്നു. അത് നേരെ തെരുവിലേക്കും അവിടെനിന്ന് പഴയ ബസ് സ്റ്റാൻഡിലേക്കും അതുവഴി കടന്നുപോകുന്ന റെയിൽപ്പാളങ്ങളിലേക്കും കൊണ്ടെത്തിക്കും. മരിക്കണമെന്നുണ്ടെങ്കിൽ കൂടുതൽ സൗകര്യപ്രദമായൊരു വഴി റെയിൽവേ പാളങ്ങൾ തുറന്നിട്ടുതരികയും ചെയ്യും. എന്നിട്ടും എന്നെ വഞ്ചിച്ചുകൊണ്ട് കാലുകൾ വലതുവശത്തെ ഇടുങ്ങിയ വഴിയാണ് തേടിയത്. അതു നേരെ ചെല്ലുന്നത് എനിക്കപരിചിതമായൊരു സ്ഥലത്തേക്കായിരുന്നു. അതിന്റെ ആദ്യത്തിൽത്തന്നെ അധികമൊന്നും തിരക്കില്ലാത്ത ഒരു ഓറഞ്ചുജ്യൂസ് കടയുണ്ടായിരുന്നു. തെല്ലാശ്വസത്തോടെ ഞാൻ കടയിലേക്ക് കയറി ഇരുണ്ട ഒരു മൂലയിലെ മരക്കസേര തിരഞ്ഞു. ഒരു പഫ്സിനും ഓറഞ്ചുജ്യൂസിനും ഓഡർകൊടുത്ത് കസേരയിൽ കിടന്നിരുന്ന വനിതാമാസിക അലക്ഷ്യമായി എടുത്ത് വായിക്കാൻ തുടങ്ങി. കണ്ണുടക്കിയത് അടുത്തിടെ ഡൈവോഴ്സ് വാങ്ങി വലിയ വിവാദങ്ങൾ സൃഷ്ടിച്ച ഒരു നായിക നടിയുടെ ചിത്രത്തിലാണ്. അതിൽ അവൾ ചെയ്യുന്ന അടുത്ത സിനിമയ്ക്ക് ഒരു നേഴ്സറികുട്ടിയുടെ വേഷംധരിച്ച ചിത്രമുണ്ടായിരുന്നു.

വായനയ്ക്കിടയിൽ മുഖമുയർത്തിനോക്കിയപ്പോഴാണ് അബദ്ധം പിടികിട്ടിയത്. എല്ലാം വെറുതെയായി. മൗസ് ക്യാറ്റിന്റെ ചതിക്കുഴിയിൽ വീണിരിക്കുന്നു. എനിക്കു മുന്നിലെ കസേരയിൽ ഒരു സ്കൂൾകുട്ടിയെപോലെ ശാന്തനായി ഹരികൃഷ്ണൻ ഇരിക്കുന്നു.

'പ്ലീസ്, ഇനി ഓടാൻ ശ്രമിക്കരുത്. ഞാനിപ്പോൾത്തന്നെ ഗ്യാസ് ഔട്ടാ! എനിക്ക് ചിലത് ചോദിക്കാനുണ്ട്......'

ഹരിയുടെ കണ്ണുകളിൽ നിറയെ യാചനയായിരുന്നു. ഭൂമിയോളം ക്ഷമിച്ചു നിൽക്കുന്ന ഒരുവൻ. കഴിഞ്ഞ മുന്നൂറ്റി അറുപത്തിയേഴു ദിവസങ്ങൾ ഞാൻ ഹരിയെ കണ്ടിരുന്നില്ല. സ്വപ്നങ്ങളിലും ഭ്രാന്തമായ ഉന്മാദനിമിഷങ്ങളിലുമല്ലാതെ.

'ശരി, പറയൂ ഹരി, നിനക്ക് എന്താണ് അറിയേണ്ടത്?'

കുറേയേറെ ശ്രമങ്ങൾക്കൊടുവിൽ ഒരു കൊച്ചുകുട്ടിക്ക് മുന്നിൽ തോറ്റുകൊടുക്കുന്ന ഒരമ്മയെപോലെ ശബ്ദം അല്പം കടുപ്പിച്ച് ഞാൻ ഹരിയോട് ചോദിച്ചു. ആൾത്തിരക്ക് കുറഞ്ഞ ഒരു പഴഞ്ചൻ റസ്റ്റാറണ്ടായിരുന്നു അതെങ്കിലും ഭിത്തികളിലെല്ലാം ഫ്ളക്സിൽ തീർത്ത തിളക്കമുള്ള ചിത്രങ്ങളുണ്ടായിരുന്നു.

തൊട്ടടുത്ത ഷൂക്കടയിൽ വലിയ തിരക്കുണ്ടായിരുന്നു. റിബേറ്റ് സെ

യിൽ 40 - 60% എന്ന് അച്ചടിച്ച ബാനറിന് താഴെ ജീൻസും ടോപ്പുമണിഞ്ഞ പെൺകുട്ടികളായിരുന്നു അധികവും. ലെഗിൻസിട്ട തടിച്ചുകൊഴുത്ത സ്ത്രീകൾ സീരിയലിലെ കൊച്ചമ്മമാരുടെ നാടകീയമായ നടത്തത്തെ അനുകരിച്ച് സെയിൽസ് ബോയ്ക്കൊപ്പം കൊഞ്ചിക്കുഴഞ്ഞു നടക്കുന്നു.

'എനിക്ക് കുറച്ചധികം സംസാരിക്കണം!'

ആദ്യമായി കാമുകിയെ സൗകര്യത്തിൽക്കിട്ടിയ ഒരു സിനിമാകാമുകനെപോലെ വാശികലർത്തി ഹരികൃഷ്ണൻ പറഞ്ഞു. ഞാനും അതേ വാശിയിൽ ഹരിയെ തിരുത്തി.

'അത് പറ്റുമെന്ന് തോന്നുന്നില്ല. എനിക്കുടനെ പോകണം!'

ഹരിയുടെ തുടുത്ത മുഖത്തേക്ക് നിരാശയുടെ മഞ്ഞരാശി പടരുന്നത് ആസ്വദിച്ചു ഞാൻ ജ്യൂസ് ചുണ്ടോടു ചേർത്തു. പരിചയപ്പെട്ടതുമുതൽ ഞങ്ങൾ ഇങ്ങനെ ഓറഞ്ചു ജ്യൂസ് കുടിക്കുക പതിവായിരുന്നു. ആ വകയിൽ അയാളുടെ കീശകാലിയാക്കുന്നതിൽ ഞാനും തോറ്റുതരില്ലെന്ന നാട്യത്തോടെ ഉദാരനാകുന്നതിൽ ഹരിയും വിജയിച്ചുപോന്നു. എന്നാൽ ഓറഞ്ചു ജ്യൂസിൽനിന്നോ ആദ്യംതോന്നിയ പ്രണയത്തിൽ നിന്നോ ഇതുവരെ പുറത്തുകടക്കുവാൻ ഇരുവർക്കും കഴിഞ്ഞില്ല.

നാലോ അഞ്ചോ വർഷങ്ങൾ കോളേജിലും പാർക്കുകളിലും സിനിമാശാലകളിലും ലൈബ്രറി ഹാളുകളിലും വാകമരച്ചോട്ടിലും പൂത്തുതളിർത്ത പ്രണയം. പിന്നെ വിവാഹംകഴിഞ്ഞു ഒരു വർഷത്തെ കണ്ടുമുട്ടൽ. ആഹ്ലാദിക്കുകയല്ലാതെ മറ്റെന്തു ചെയ്യും?

'നിന്റെ നമ്പർ തരൂ. സൗകര്യം കിട്ടുമ്പോൾ ഞാൻ വിളിക്കാം......'

ഏറെനേരം ചിന്തിച്ച് ഹരി ഒരു പോംവഴി കണ്ടെത്തി.

'ഹരീ, അതൊന്നും ഇനി നടക്കാൻ പോകുന്നില്ല. ബി പ്രാക്ടിക്കൽ. എന്റെ ഭർത്താവിന് അതൊന്നും ഇഷ്ടമല്ല. ഹരിക്ക് ഇനി എന്നോട് എന്താണ് പറയാനുള്ളത്? നോക്കൂ, ആ ചാപ്റ്റർ നമ്മൾ നേരത്തെ ക്ലോസ് ചെയ്തു കഴിഞ്ഞു. എക്സ്ട്രാമെരിറ്റൽ ആക്റ്റിവിസത്തിൽ എനിക്കാവട്ടെ, തീരെ താൽപര്യം ഇല്ല!'

മുഖത്തടിക്കുന്നതിനേക്കാൾ കൂടുതൽ അപമാനഭാരത്തോടെ ഹരി കവിളുകൾ തടവി. ഒരല്പം ക്രൂരമായിപ്പോയെന്നറിയാം. ഹരിയേക്കാൾ തെറ്റുകാരി, ഞാനല്ലേയെന്ന് ഒരുപക്ഷേ നിങ്ങളും അല്പം കഴിഞ്ഞാൽ വിധിയെഴുതിയേക്കാം. പക്ഷേ ആ നിമിഷത്തിൽ ഹരികൃഷ്ണനെ വഴിയിൽനിന്ന് ഒഴിവാക്കേണ്ടത് ഒരാവശ്യമായിരുന്നു.

പ്രതീക്ഷിച്ചതുപോലെത്തന്നെയാണ് തുടർന്ന് സംഭവിച്ചത്. ഒരു ആ

ശയക്കുഴപ്പത്തിലേക്ക് ഹരി ചെന്നുവീണു. ആ നിമിഷം ഉപയോഗിക്കുകയെന്നതുമാത്രമായിരുന്നു എന്റെ മുന്നിലുണ്ടായിരുന്ന വഴി. പെട്ടെന്ന് ബില്ല് പേ ചെയ്ത് നിരത്തിലേക്ക് ഇറങ്ങി, മകളെ തനിച്ചാക്കി വീടുവിട്ടു പോന്ന ഒരമ്മയുടെ തിടുക്കം ഞാൻ കാലുകളിൽ സൂക്ഷിച്ചു. അല്പദൂരം നടന്നുകഴിഞ്ഞ് തിരിഞ്ഞു നോക്കിയ എന്റെ കണ്ണുകൾ കണ്ടെത്തിയത്, തെല്ലകലെ സ്തംഭിച്ച് നില്ക്കുന്ന ഹരിയെത്തന്നെ!.

ഈവിധം ഹരിയെ ജീവിതത്തിൽനിന്ന് പറിച്ചെറിയേണ്ടതുണ്ടായിരുന്നോ? ആളുകളെ വകഞ്ഞുമാറ്റി നടക്കുന്നതിനിടയിൽ ഞാൻ ചിന്തിച്ചു. വിവാഹശേഷം ഹരിയെ ഒരിടത്തുവെച്ചുപോലും കണ്ടുമുട്ടരുതേയെന്നായിരുന്നു പ്രാർത്ഥന. ഇപ്പോഴും അയാളെന്ന തണൽമരത്തിലേക്ക് ചായുന്ന മനസ്സിന്റെ ഒരു പാതിയെ എനിക്ക് ഭയമാണെന്നകാര്യം നിങ്ങളാരും അറിയാതിരിക്കട്ടെ! സത്യത്തിൽ ഹരിയുടെ സാമീപ്യം അറിയാതെ കൊതിച്ചുപോയ നിമിഷങ്ങളിൽത്തന്നെയാണ് അയാൾ മുന്നിൽവന്നു ചാടിയത്.

ജീവിതത്തിനും മരണത്തിനും ഇടയിലെ ദശാസന്ധിയിൽ അയാൾ ഒരു അവധൂതനായി കടന്നുവരുമെന്നുതന്നെ ഞാൻ പ്രതീക്ഷിച്ചു. എന്നാൽ ആ നിമിഷം എന്നിൽനിന്ന് അയാളെ എത്രയുംവേഗം ആട്ടിയോടിക്കുവാനാണ് ഞാൻ തിടുക്കം കാണിച്ചത്.

ഭയം എന്നെ എല്ലാറ്റിൽനിന്ന് ആ നനഞ്ഞ തുരങ്കത്തിലെ നനുത്ത ഇരുട്ടിലേക്ക് വലിച്ചുകൊണ്ടുപോകുന്നു. എന്നിട്ട് അസംഖ്യം മാംസദാഹികളായ എലികളായി രൂപാന്തരംമാറി എന്നെ കടിച്ചുകീറിക്കൊല്ലുന്നു!

ദൈവമേ, എന്റെ മരണം നേരത്തെ വിഭാവനം ചെയ്തതുപോലെ ത്തന്നെയായിരിക്കുമോ? ആരോരുമറിയാതെ, ഏതെങ്കിലും കുറ്റിക്കാട്ടിൽ ചേതനയറ്റ ഒരു ശരീരമായി, അല്ലെങ്കിൽ, പാളങ്ങളിൽ രക്തം കലർന്ന് വൃത്തികെട്ടൊരു കഥയിലെ നായികയായി മരിക്കേണ്ടിവരുമോ?

എവിടെയും മരണം കോർമ്പൻ പല്ലുകൾ പ്രദർശിപ്പിച്ച് ഭീതിപ്പെടുത്തി വാ തുറന്നിരിക്കുന്നു.

ഏറെക്കുറെ അതെനിക്ക് ബോധ്യമായിക്കഴിഞ്ഞു. വിവാഹശേഷം ഒരു കൂട്ടുബിസിനസ്സിനെന്നും പറഞ്ഞാണ് എനിക്കായി അപ്പൻ കരുതിവെച്ച പത്തുപവൻ അഭരണം എന്റെ ഭർത്താവ് മോഹനചന്ദ്രൻ ബാങ്കിൽ പണയംവയ്ക്കാനായി വാങ്ങിയത്. അറിയാവുന്ന ബാങ്ക് മാനേജരായിരുന്നതുകൊണ്ട് അധികം ബുദ്ധിമുട്ടില്ലാതെ ഉദ്ദേശിച്ച പണം ലഭിക്കുകയും ചെയ്തു.

കൂട്ടുബിസിനസ്സ് എന്താണെന്ന് ഇതുവരെ എനിക്ക് മനസ്സിലായിട്ടില്ല.

കുറച്ചു ദിവസംമുമ്പ് മോഹനചന്ദ്രൻ പണയംവെച്ച പണ്ടംമുഴുവൻ തിരികെ കൊണ്ടുവന്നു. തുറന്നു നോക്കിയപ്പോഴാണ് അമ്പരന്നുപോയത്, അവയൊന്നും എന്റെ ആഭരണങ്ങളല്ല. ഇതെന്തു മറിമായം! മറ്റാരുടേയോ പണ്ടങ്ങൾ. കാണാൻ ഭംഗിയും കൂടുതൽ തൂക്കവുമുണ്ടായിരുന്നു. ബാങ്കുകാർക്ക് തെറ്റുപറ്റിയെന്നു കരുതിയാണ് മോഹനചന്ദ്രനെപോലും അറിയിക്കാതെ പണ്ടങ്ങളുമായി ഇറങ്ങിയത്.

'നോക്കൂ കുട്ടി. ഇവിടെനിന്ന് പണ്ടങ്ങൾ മാറുകയില്ല. നിങ്ങളുടെ ഭർത്താവ് ഇവിടെ വച്ചത് ഇതുതന്നെയായിരുന്നു. ഇനി സംശയമുണ്ടെങ്കിൽ അദ്ദേഹത്തിന്റെ നമ്പർ ഇവിടെയുണ്ട്. നിങ്ങൾക്ക് ഒരു ക്ലാരിഫിക്കേഷൻ തരാം.'

കൊച്ചുക്ലാസിലെ അധ്യാപകനെപോലെ, മധ്യവയസ്സുപിന്നിട്ട ആ മാന്യൻ പറഞ്ഞു.

'വേണ്ട സാർ. എനിക്കിപ്പോൾ എല്ലാം ബോധ്യമാകുന്നു. നിങ്ങൾക്കല്ല, എനിക്കാണ് തെറ്റുപറ്റാനുള്ള സാധ്യത. സോറി. നിങ്ങളുടെ നല്ല സമയം പാഴാക്കിയതിന്. ഇതിന്റെ പേരിൽ സാറിനി ആരെയും വിളിക്കണ്ട....!'

ആശ്ചര്യത്തോടെ ആ മാന്യൻ എന്നെ നോക്കി ഫോണെടുക്കാൻ തരിച്ച കൈവിരലുകളെ സ്വയം ശാസിച്ചു. പിന്നെ ഒരു അവസാനവാക്കെന്നോണം പറഞ്ഞു.

'ഇപ്പോൾ എല്ലാം ക്ലിയറായല്ലോ അല്ലേ.......?'

'ഉവ്വ്...സാർ.........'

ബാങ്കിൽനിന്നിറങ്ങിയപ്പോൾ ഹൃദയം തിളച്ചവെള്ളത്തിലെ മുട്ടയുടെ പരുവത്തിലായി. അത് വെന്തലിഞ്ഞിരിക്കുന്നു. നിസ്സാരപ്രശ്നമാണെന്നു കരുതിയത് കൂടുതൽ സങ്കീർണമായിരിക്കുകയാണ്. അപ്പോൾപ്പിന്നെ എന്റെ യഥാർത്ഥ ആഭരണങ്ങൾ മോഹനചന്ദ്രൻ എന്തു ചെയ്തു? വിറ്റിട്ടുണ്ടാകുമോ? പകരം ഈ ആഭരണങ്ങൾ മോഹനചന്ദ്രന് എവിടെനിന്ന് കിട്ടി? ചോദ്യങ്ങൾ വേടൻ തൊടുത്തുവിട്ട അമ്പിനെപോലെ പലതായി, ആയിരങ്ങളായി, പതിനായിരങ്ങളായി, തിരിച്ചുവരുന്നു.

പുറത്തു കത്തുന്ന വെയിൽ. മംഗലാപുരത്തേക്ക് പോകുന്ന തീവണ്ടി കാതടപ്പിക്കുന്ന ശബ്ദത്തിൽ കടന്നുപോകുന്നു. ബാങ്കിൽനിന്നും ഫ്ളൈഓവറിലേക്കുള്ള രണ്ടു കിലോമീറ്റർ ദൂരവും നടക്കുകയായിരുന്നു. അതിനിടയിൽ മനുഷ്യർ തിക്കിത്തിരക്കിക്കൊണ്ട് കടന്നുപോയി. പലതരം മനുഷ്യർ. മനുഷ്യർ ആർത്തിപ്പണ്ടാരങ്ങൾ പോലെ ഭക്ഷണശാലകളിൽ കടിപിടികൂടുന്നു. മദ്യശാലയുടെ മുന്നിൽ അടക്കവും ഒതുക്കവു

മുള്ള കൊച്ചുകുട്ടികളെപോലെ വരിയൊപ്പിച്ച് നടക്കുന്നു. അതാ, ജീൻസും ടോപ്പുമണിഞ്ഞ കോളേജ് കുട്ടികൾ മൊബൈലിൽ തങ്ങളുടെ കൗമാരവും യൗവ്വനവും വാർദ്ധക്യവുമെല്ലാം ചർച്ചചെയ്ത് രസിക്കുന്നു. കനത്ത വെയിലിൽ ഒരുനേരത്തെ ഭക്ഷണം കുട്ടികൾക്കും അമ്മമാർക്കും അയച്ചുകൊടുക്കാനായി ബംഗാളി പയ്യന്മാർ വിയർത്ത് കുളിച്ച് കഠിനമായ ജോലി ചെയ്യുന്നു.

കബളിക്കപ്പെട്ടിരിക്കുന്നുവെന്നതിനേക്കാൾ ഭർത്താവ് നിരന്തരം എന്നെ ചതിക്കുകയായിരുന്നുവെന്ന ചിന്തയാണ് എന്നെ കൂടുതൽ വേദനിപ്പിച്ചത്.

കുറച്ചു ദിവസങ്ങളായി മോഹനചന്ദ്രനിലുണ്ടായ മാറ്റങ്ങൾ ഞാൻ ഓർത്തെടുക്കുന്നു. അയാൾ ആരെയോ ഭയപ്പെടുന്നതുപോലെയാണ് സംസാരിക്കുന്നത്. എന്നിൽനിന്ന് എന്തോ ഒളിക്കുവാനും ശ്രമിക്കുന്നു. ഇക്കാലമത്രയും എനിക്ക് മോഹനചന്ദ്രനിൽ സംശയിക്കത്തക്കതായി യാതൊന്നും കണ്ടെത്താൻ കഴിഞ്ഞില്ലെന്നത് അതിശയകരംതന്നെ!

നാലു ദിവസങ്ങളായി ഞാൻ മോഹനചന്ദ്രനെ കണ്ടിട്ടേയില്ല. അയാൾ വീട്ടിലേക്കുവന്നിരുന്നില്ല. ചിലപ്പോൾ ദൂരയാത്രയ്ക്ക് അയാൾ പോകാറുണ്ടായിരുന്നു. അങ്ങനെയാണെങ്കിൽ, ഞാൻ തിരിച്ചുചെല്ലുമ്പോൾ ഒരു സിഗരറ്റുമായി സല്ലപിച്ചിരിക്കുന്ന മോഹന ചന്ദ്രനെ കണ്ടുമുട്ടാം.

ചില കടകൾക്ക് മുന്നിൽ വലിയ തിരക്കുണ്ടായിരുന്നു. സൗജന്യ ഡാറ്റകൾ സ്വന്തമാക്കാൻ ആളുകൾ തിക്കുംതിരക്കും കൂട്ടുകയാണെന്ന് തോന്നുന്നു. ലോകത്തെ ഏറ്റവും വലിയ ടെലഫോൺ മുതലാളി പുതിയ ഓഫറുകൾ പ്രഖ്യാപിച്ചിട്ടുണ്ടാകും. അടുത്തുകണ്ട ഒരു ജ്യൂസുകടയിൽ കയറി ഒരു ഗ്ലാസ് വെള്ളം കുടിച്ചു. കാലുകൾ തൊണ്ടക്കുഴിയിൽനിന്നാണ് വെള്ളമൂറ്റുന്നതെന്നുതോന്നി. വീണ്ടും നടന്നു. ഞായറാഴ്ചയായതു കാരണം കുട്ടികൾ ട്യൂഷൻ ക്ലാസുകളിൽനിന്നും കൂട്ടമായി മടങ്ങിവരുന്നുണ്ടായിരുന്നു. അതിനിടയിൽ ബാഗ് സുരക്ഷിതമായി നെഞ്ചോട് ചേർത്തുവച്ചു. അതിനുള്ളിലെ പണ്ടങ്ങൾ ഒരുനാൾ എന്നെ ഒറ്റുകൊടുക്കുമെന്ന് തീർച്ചയാണ്. ജീവിച്ചിരിക്കുന്ന ഒരാളുടേതാണ് ആ സ്വർണാഭരണങ്ങളെന്ന് എനിക്ക് വിശ്വസിക്കാനേ കഴിയുന്നില്ല. കാരണം അതിന് പഴക്കമുണ്ടായിരുന്നു. ഒരു സ്ത്രീയെന്ന നിലയിൽ സ്വർണാഭരണങ്ങൾ പഴയതും പുതിയതുമാണെന്ന് തിരിച്ചറിയാൻ തട്ടാന്റെ സഹായം ആവശ്യമില്ല. കാലം ചരിത്രവിദ്യാർത്ഥികളേക്കാൾ സൂക്ഷ്മമായും കൃത്യമായും അതു രേഖപ്പെടുത്തിവയ്ക്കുന്നു.

കാര്യങ്ങൾ ഞാൻ ഊഹിച്ചതുപോലെയാണെങ്കിൽ, ആ പണ്ടങ്ങൾ

അറുപതുകഴിഞ്ഞ ഒരു സ്ത്രീയുടേതാവാനാണ് സാധ്യത. ഇരുപത്തിരണ്ടാമത്തെ വയസ്സിൽ ഒന്നുകിൽ ദാരുണമായ അന്ത്യം! അല്ലെങ്കിൽ കളവുകേസിലെ പ്രതിയായി ശേഷിച്ച ജിവിതംമുഴുവൻ അഴിക്കുള്ളിൽ. രണ്ടും ഒന്നുതന്നെ.

രണ്ടുമുറി വാടകവീടിന് അത്രയും ഭാരിച്ച പണ്ടങ്ങൾ സൂക്ഷിക്കുവാനുള്ള സുരക്ഷയില്ല. കഴിഞ്ഞ നാലഞ്ചുദിവസമായി അതു ചുമന്നായിരുന്നു എന്റെ യാത്രകൾ. നഗരത്തിലെ കൗശലക്കാരായ കള്ളന്മാർ ഇതറിയാതിരിക്കട്ടെ.

നടന്നും ബസ്സുകയറിയും ഒരുവിധം വാടകവീട്ടിലെത്തുമ്പോൾ ഭാരം വലിക്കുന്ന കഴുതയേക്കാൾ ക്ഷീണിതയായിരുന്നു. മോഹനചന്ദ്രൻ അപ്പോഴും വീട്ടിൽ വന്നിരുന്നില്ല. ഇനി അയാൾ ഇന്ന് വരികയുണ്ടാവില്ലേ?

ഇനിയെത്രനാൾ ഒന്നുമറിയാത്ത ഒരു പാവത്താനായി മോഹനചന്ദ്രന്റെ മുന്നിൽ വേഷംകെട്ടേണ്ടിവരുമെന്ന് നിശ്ചയമില്ല. ആ പണ്ടങ്ങൾ എന്റെ ഉറക്കം കെടുത്തുന്നു. എന്റെ അസ്ഥിത്വത്തെത്തന്നെ ചോദ്യം ചെയ്യുന്നു. അതിന്റെ ഉടമസ്ഥയാരാണ്? അവളുമായി മോഹനചന്ദ്രന് എന്താണ് ബന്ധം? ഇങ്ങനെ ചോദ്യങ്ങൾ ഒന്നിനുപിറകെ. കടന്നുവരുന്നു. മനസ്സ് കലുഷമാകുന്നു.

കതകു തുറന്നയുടനെ ബാഗ് പെട്ടിയിൽ ഭദ്രമായി പൂട്ടിവെച്ചു. അന്യന്റെ മുതൽ മറ്റുള്ളവർക്ക് വലിയ ഭാരമാണ്. അത് നഷ്ടപ്പെടുന്നതും അപഹരിക്കപ്പെടുന്നതും സൂക്ഷിപ്പുകാരന്റെ ഉറക്കം കെടുത്തും. നേരെ അടുക്കളയിൽ കയറി ഒരു ചായയിട്ടു. ചായ കുടിച്ചുതീർത്തില്ല, അതിനുമുമ്പേ നേരത്തെ കുടിച്ച പലതരം ജ്യൂസുകൾ കൂടിക്കലർന്ന് ആമാശയത്തിൽ കടൽചൊരുക്കുണ്ടാക്കി. അതിൽനിന്ന് പതുക്കെ മുക്തിപ്രാപിച്ചുവന്നപ്പോഴേക്കും പുറത്ത് മോഹനചന്ദ്രന്റെ ബുള്ളറ്റിന്റെ പടപടാസ്വരം കാതിൽ വീണു.

ഇന്നിനി ഞാനേതായാലും ഒരു വഴക്കിനില്ല.

5. മഗ്ദലന മറിയം

2013 ജനുവരി 30, 6 am
(ഡയറിക്കുറിപ്പ്)

ഇന്ന് ശോശാമ്മ ടീച്ചറുടെ ഓർമ്മപ്പെരുന്നാളാണെന്ന് എഴുന്നേൽക്കുമ്പോഴേ ഫാദർ ഓർമ്മിച്ചു. ഇടവകയിലെ എല്ലാവരുടെയും ചരമദിനം ഓർമ്മയുണ്ടായിരുന്നില്ല ഗബ്രിയേലച്ചന്. പക്ഷേ ശോശാമ്മ ടീച്ചറുടെ മരണം അത്രവേഗം മറക്കാൻ കഴിയില്ല. ഒരുപക്ഷേ സിവച്ചായനെക്കാളും ആ മരണം ഫാദറിനെയായിരിക്കും ഉലച്ചിട്ടുണ്ടാകുക. അന്ത്യകൂദാശ നടത്തുമ്പോൾ അയാളുടെ കണ്ണുകൾ രണ്ടും നിറഞ്ഞു തുളുമ്പിയിരുന്നു.

രാത്രിയിലാണ് ശോശാമ്മ മരണപ്പെട്ടത്. പ്രഷറിനും ഷുഗറിനും ഹൃദ്രോഗത്തിനുമുള്ള ഗുളികകൾ സ്ഥിരമായി കഴിക്കാറുണ്ടായിരുന്നു. രാത്രിയിൽ കിടപ്പുമുറിയിൽനിന്ന് നിലവിളി കേട്ടാണത്രെ വീട്ടിലുള്ളവർ ഓടിയെത്തിയത്. അപ്പോൾ കണ്ടകാഴ്ച ഭയാനകമായിരുന്നു.

ഉറങ്ങാനായി കിടക്കുകയായിരുന്ന ശോശാമ്മ നിലത്തേക്ക് വേച്ചുവീണിരിക്കുന്നു. വായിൽനിന്ന് രക്തവും നുരയുംപതയും വന്നിരുന്നു. അവരുടെ വെളുത്ത റൗക്കയിൽ ചോരയുടെ പലവിധ അടയാളങ്ങളുണ്ടായിരുന്നു. ജീവനുവേണ്ടി പിടയുകയായിരുന്നു അവർ. പെട്ടെന്നുതന്നെ ബന്ധുക്കൾ ആശുപത്രിയിലെത്തിച്ചെങ്കിലും അവർ സ്വർഗത്തിലേക്കുള്ള യാത്ര മുടക്കിയില്ല.

മരണത്തിന്റെ മാലാഖമാർ അവർക്കുവേണ്ടി വഴികളിൽ ഒലീവുപൂക്കൾ വിതറിയിരുന്നു.

ആ ദിവസം ഫാദർ ഓർക്കുന്നു. ദുഃഖത്തിന്റെ മഹാസാഗരം നീന്തിക്കയറിയവനെപ്പോലെ പരിക്ഷീണനായിരുന്നു അദ്ദേഹം. വ്യക്തിപരമായി ഫാദറിനെ ഉലച്ച മരണമായിരുന്നു അത്. ഇടവകയിലെ എല്ലാ സത്യവിശ്വാസികളെയുംപോലെ ഒരാൾ മാത്രമായിരുന്നിട്ടും തനിക്ക് പ്രിയപ്പെട്ട ആരോ ആണ് ശവപ്പെട്ടിയിൽ വിശുദ്ധപ്പെടുന്ന നിമിഷവും കാത്തു കിടക്കുന്നതെന്ന് തോന്നി.

അതിനാലാവും അവരുടെ ചരമദിനം അയാളുടെ മനസ്സ് ഇപ്പോഴും

ഓർത്തുവയ്ക്കുന്നത്.

ഫാദർ എഴുന്നേറ്റു. സേവിയർ കൊണ്ടുവച്ചിട്ടുപോയ ചായ വായനാറ്റത്തോടെത്തന്നെ പുരോഹിതൻ അകത്താക്കി. പ്രായം തന്നെ ഒരു കുഴിമടിയനാക്കിമാറ്റുന്നുണ്ടെന്ന് സ്വയം ശാസിച്ചു. ചായ കുടിച്ചുതീർത്ത് വാ കഴുകി വൃത്തിയാക്കി,അന്നത്തെ പത്രം നിവർത്തിയപ്പോൾ അതിനകത്തും ശോശാമ്മയുടെ ചിരിക്കുന്ന മുഖമുണ്ടായിരുന്നു. കുടുംബാംഗങ്ങൾ നൽകിയ ഒന്നാം ചരമദിന പരസ്യം. അന്നത്തെ സുവിശേഷത്തിൽ ശോശാമ്മയുടെ ആത്മാവിനെ ഓർമ്മിച്ചു. ദൈവസന്നിദ്ധിയിൽ അവർക്കായി ഒരു പൂവിടം ഒരുക്കണമേയെന്നും പ്രാർത്ഥിച്ചു. ഗബ്രിയേൽ ആ ഇടവകയിലെത്തിയിട്ട് പതിനാലു വർഷങ്ങൾ കടന്നുപോയിരുന്നു. അത്രയും കാലത്തെ ബന്ധവും ടീച്ചറുമായി ഫാദറിനുണ്ടായിരുന്നു.

ഊഷ്മളത നിറഞ്ഞ ബന്ധം. പുല്ലാഞ്ഞിമുറ്റം തറവാട്ടിലെ ഒരു നിത്യസന്ദർശകനുമായിരുന്നു ഫാദർ ഗബ്രിയേൽ.

മുടങ്ങാതെ പള്ളിയിൽവന്നിരുന്നു ശോശാമ്മ. ഫാദറിനെക്കണ്ടാൽ വിശേഷങ്ങൾ ചോദിച്ച് ഒത്തിരിനേരം സംസാരിച്ചുനിൽക്കുക പതിവായിരുന്നു. കുട്ടികളെയും പൂക്കളെയും ഏറെ സ്നേഹിച്ചിരുന്ന അവർക്ക് സൂര്യന് കീഴിലുള്ള എല്ലാ വിഷയങ്ങളെക്കുറിച്ചും ആധികാരികമായ അവഗാഹമുണ്ട്. ഇടവകയിലെ സകലർക്കും ടീച്ചറെ വലിയ കാര്യമായിരുന്നു.

കുടുംബജീവിതത്തിൽ അവർ പൊതുവെ സംതൃപ്തയായിരുന്നില്ല. ജീവിതം കരുപിടിപ്പിച്ച് വന്നപ്പോഴേക്കും മക്കളെല്ലാം വഴിത്തെറ്റിപോയ കുഞ്ഞാടുകളെപോലെയായി. മൂത്ത മകൻ ബെന്നിച്ചൻ ഒരു തികഞ്ഞ മദ്യപാനിയായി മാറിയിരുന്നു. തറവാടിനേറ്റ ശാപമാണ് അവനെന്നും അവർ വിശ്വസിച്ചു. അവനെ ഉപദേശിച്ച് നേരെയാക്കാൻ ടീച്ചർ പലപ്പോഴും സമീപിച്ചിരുന്നത് ഫാദറിനെത്തന്നെ.

സെമിത്തേരിയിൽ, ചടങ്ങിനുള്ള പ്രാർത്ഥനകൾ ചൊല്ലവെ ഫാദർ വെറുതെ ആ നല്ല നിമിഷങ്ങളെ ഓർമ്മിച്ചു. കറുത്ത മാർബിളിൽ പൊതിഞ്ഞ കല്ലറയിൽ അവരുടെ പേരുകൊത്തിവച്ചത് സ്വർണലിപികളിലായിരുന്നു. റെസ്റ്റ് ഇൻ പീസ്. പുലരിമഞ്ഞുണങ്ങാത്ത പൂക്കൾ കല്ലറയിൽ വെച്ചിരുന്നു. ബന്ധുക്കളെല്ലാവരും എത്തിയിരുന്നു. ഭാഗ്യമെന്നു പറയാം, ബെന്നിച്ചൻ അന്ന് മദ്യപിച്ചിരുന്നില്ല. മാത്രമല്ല, നല്ല വസ്ത്രങ്ങൾ ധരിക്കുകയും ചെയ്തു. ഒരു കൊച്ചുകുട്ടിയെ ശാസനകൾ നൽകി അമ്മ പക്വമതിയാക്കുന്നതുപോലെ അവന്റെ സുന്ദരിയും വിലാസവതിയുമായ ഭാര്യ ഗേളി തൊട്ടടുത്തുതന്നെയുണ്ടായിരുന്നു. പ്രാർത്ഥന കഴി

ഞ്ഞ് ഒപ്പീസ് ചൊല്ലി അവർ ഉടനെ പിരിഞ്ഞു. അതിനിടയിൽ ഫാദർ അവരിൽനിന്ന് ഒരാളെമാത്രം കണ്ടുപിടിക്കാൻ ഒരു വിഫലശ്രമം നടത്തി.

ആരെയും സംശയത്തിന്റെ നിഴലിൽ നിർത്താൻ ഫാദർ ആഗ്രഹിച്ചില്ല. അദ്ദേഹത്തിന് അതിനു കഴിയുകയുമില്ല. എല്ലാവരും സ്വാഭാവികമായിത്തന്നെയാണ് പെരുമാറിയത്.

ശോശാമ്മ ടീച്ചറുടേത് സ്വാഭാവികമായ മരണമായിരുന്നില്ല, അതൊരു കൊലപാതകമാണെന്ന് ഫാദർ ഗബ്രിയേൽ ഗണിച്ചു. വളരെ ആസൂത്രിതവും ബുദ്ധിപൂർവ്വവും കണിശവുമായി ആവിഷ്ക്കരിക്കപ്പെട്ട ഒരു കൊലപാതകം. എന്നാൽ അതാരും തിരിച്ചറിഞ്ഞില്ല. പറഞ്ഞാൽപോലും ആരും വിശ്വസിക്കുകയുമില്ല. തെളിവുകളും അവശേഷിച്ചിരിപ്പില്ല.

പിന്നെങ്ങനെ അതൊരു കൊലപാതകമെന്ന് ഉറപ്പിക്കും?

ഉറപ്പിക്കാം. വളരെ വൈകിയാണ് ഫാദർപോലും അത് കണ്ടെത്തിയത്. അത് നടത്തിയത് ഇടവകയിൽത്തന്നെയുള്ള ചെറുപ്പക്കാരിയായ ഒരു സ്ത്രീയാണെന്നും ഫാദറിന് ഉറപ്പായിരുന്നു.

മരണത്തിന്റെ വ്യാപാരിയായ ഒരു സ്ത്രീ!

മരണത്തിന്റെ ഏതാണ്ട് രണ്ടുദിവസം മുമ്പ് അവർ മരണത്തെക്കുറിച്ച് വാചാലയായത് ഫാദർ ഓർമ്മിച്ചു. സ്വന്തം മരണം അവർ ഭയപ്പെട്ടിരുന്നു. താൻ കൊല്ലപ്പെടാൻ പോകുന്നുവെന്നതിലേറെ, തന്നെ കൊല്ലാൻ കച്ചകെട്ടിയത് താനേറെ സ്നേഹിക്കുന്ന ഒരാളാണെന്നും അവർ തിരിച്ചറിഞ്ഞിട്ടുണ്ടാകണം. എന്നാൽ അതവർ മരണംവരെ ആരോടും തുറന്നു പറഞ്ഞില്ല. സ്വന്തം ഭർത്താവിനോടുപോലും. ഇതിനിടയിലായിരിക്കണം, മരണത്തിന്റെ ആഗസ്മികമായ സന്ദർശനം.

ശോശാമ്മക്ക് കാര്യമായ അസുഖങ്ങളൊന്നുമില്ലായിരുന്നുവെന്നല്ല അതിനർത്ഥം. അല്പം ഗൗരവത്തിലെടുക്കാവുന്ന അസുഖം അവരുടെ ഹൃദ്രോഗമായിരുന്നു. മിടിപ്പ് അല്പം കുറവായിരുന്നതിനാൽ അവർ ആസ്പിരിൻ ഗുളികകൾ സ്ഥിരമായി കുടിക്കാറുണ്ടായിരുന്നു. ആസ്പിരിൻ ഗുളികകൾ നമ്മുടെ രക്തത്തിന്റെ കട്ടികുറയ്ക്കും. രക്തം കട്ടിയായി ഉറയ്ക്കാനുള്ള സാധ്യത അത് 50% കുറയ്ക്കുന്നു. അത് തിരിച്ചറിയുന്ന ഒരാളായിരിക്കണം കൊലപാതകി. അവൾ മരണത്തിന്റെ മിനിട്ടുകളും സെക്കന്റുകളും കൃത്യമായി എണ്ണാൻ അറിയുന്ന ഒരുവളുമായിരുന്നിരിക്കണം. രക്തം ചർദ്ദിച്ചായിരുന്നു മരണം. സൈലന്റ് അറ്റാക്കാണെന്ന് ഡോക്ടർ വിധിയെഴുതിയതോടെ, നിശ്ശബ്ദയായ കൊലയാളിക്ക് പുതുജീവൻ തിരിച്ചുകിട്ടുകയും ചെയ്തു!

മെഡിക്കൽ ജേർണലുകളും റീഡേഴ്സ് ഡൈജെസ്റ്റും സ്ഥിരമായി പിന്തുടരാറുണ്ടായിരുന്ന ഗബ്രിയേലച്ചൻ ശോശാമ്മ മരിച്ചത് സയനൈഡ് ഉള്ളിൽച്ചെന്നാണെന്ന് അനുമാനിച്ചു. ഭക്ഷണത്തിലോ, ഗുളികകളിലോ സയനൈഡ് കലർത്തിയിട്ടുണ്ടാവുമെന്ന സംശയത്തിന് ബലം നൽകുന്നതായിരുന്നു അവരുടെ അവസാനത്തെ നിമിഷങ്ങൾ. പൊടുന്നനെയായിരുന്നു മരണം. ശരീരം വിറയ്ക്കുകയും ശ്വാസം മുട്ടുകയും ഒടുവിൽ ഹൃദയസ്തംഭനം വരികയും ചെയ്തു.

എന്നാൽ സാഹചര്യത്തെളിവുകൾ അതിന് എതിരായിരുന്നു. സയനൈഡ് എന്ന വിഷം സാധാരണഗതിയിൽ പൊതുവിപണികളിൽ വാങ്ങാൻ കിട്ടുന്ന ഒന്നല്ല. ഒരു സ്ത്രീക്ക് അത് എളുപ്പത്തിൽ സംഘടിപ്പിക്കുവാനും സാധ്യമല്ല. മറ്റൊന്ന് സയനൈഡ് എന്ന മാരകമായ വിഷം കൊടുത്ത് കൊല്ലാൻമാത്രം പുല്ലാഞ്ഞിമുറ്റത്ത് ഒരാളുണ്ടെന്നും സംശയിക്കുക വയ്യ. കാരണം പറയത്തക്ക കലഹങ്ങളൊന്നും നിലിനിന്നിരുന്ന ഒരു വീടായിരുന്നില്ല പുല്ലാഞ്ഞിമുറ്റം തറവാട്.

ഗബ്രിയേലച്ചൻ തനിക്കറിയാവുന്ന ഡോക്ടർമാരെയെല്ലാം വിളിച്ച് സോഡിയം സയനൈഡ് എന്ന രാസവസ്തുവിന്റെ അവിശ്വാസംകലർന്ന പ്രതിഭയെക്കുറിച്ച് സംസാരിച്ചു. സതീർത്ഥ്യനായ സുഹൃത്ത് തമാശയായി അച്ചനോട് ചോദിച്ചത്, ‘പട്ടം കിട്ടിയ അച്ചൻ ഇനി സയനൈഡിനെക്കുറിച്ച് മാസ്റ്റർ പട്ടത്തിന് ശ്രമിക്കയാണോയെന്നാണ്.’

തന്റെ അന്വേഷണത്തെക്കുറിച്ച് ആ പുരോഹിതൻ സുഹൃത്തുക്കളോട് സംസാരിക്കുക മാത്രമല്ല, ഡയറിയിൽ ഓരോ വിശദാംശങ്ങളും സൂക്ഷ്മമായി രേഖപ്പെടുത്തിവയ്ക്കുകയും ചെയ്തു.

ഒരു എഴുത്തുകാരൻ ആകണമെന്നായിരുന്നു കുട്ടിക്കാലത്ത് അച്ചന്റെ സ്വകാര്യമായ മോഹം. പഠിക്കുന്ന കാലത്ത് ഗബ്രിയേൽ നാലഞ്ചു കഥകളെഴുതുകയും രണ്ടെണ്ണം ചെറിയ മാസികയിൽ പ്രസിദ്ധീകരിച്ചുവരികയും ചെയ്തു. സത്യത്തിൽ കഥയെഴുത്തുതന്നെയാവണം അച്ചനെ സെമിനാരിയിലേക്ക് നയിച്ചതെന്നും പറയാം. പതിനെട്ടാമത്തെ വയസ്സിൽ, ആദ്യത്തെ കഥ പ്രസിദ്ധീകരിച്ച മാസികയിൽ ചെറിയ ഒരു ജോലി കിട്ടി ഗബ്രിയേലിന്. നിർധനരായ ഒരു കുടുംബത്തിലെ പ്രാരാബ്ധക്കാരനായ ആ കൊച്ചെഴുത്തുകാരന് ചെറിയതെങ്കിലും ആ ജോലി വലിയ ആശ്വാസമായിരുന്നു. ക്രിസ്ത്യൻ മാനേജുമെന്റിനായിരുന്നു അതിന്റെ പ്രസിദ്ധീകരണ ചുമതലയുണ്ടായിരുന്നത്. അവരൊത്തുള്ള സഹവാസം പിന്നീട് കൊച്ചു ഗബ്രിയേലിനെ ഉന്നതങ്ങളിലേക്ക് കൊണ്ടെത്തിച്ചു.

മരണത്തിന്റെ തലേദിവസം ശോശാമ്മ പറഞ്ഞ ഒരേയൊരു വാചകത്തിൽനിന്നാണ് ഫാദർ ഗബ്രിയേലിന് ആ സംശയം ഉണർന്നത്.

'എന്റെ മനസ്സിന് സ്വസ്ഥതയില്ലച്ചോ. മരണം വന്ന് മുട്ടിവിളിക്കുന്നതുപോലെ തോന്നുന്നു. ഇനി ഞാൻ മരിച്ചാൽ അതൊരു സ്വാഭാവികമായ മരണമാണെന്ന് അച്ചൻമാത്രം വിചാരിക്കരുത്.'

ഒരു തമാശ പറയുന്ന ലാഘവത്തോടെ, അബോധമായിട്ടായിരുന്നു ടീച്ചർ അത്രയും പറഞ്ഞത്.

'അതെന്താ ശോശാമ്മേ അങ്ങനെ? ആരെങ്കിലും ശോശാമ്മയെ വകവരുത്താൻ ശ്രമിക്കുന്നുണ്ടോ....?'

'അയ്യോ അതൊന്നുമല്ലച്ചോ. സ്വന്തം മരണത്തെക്കുറിച്ച് ആർക്കാണ് പ്രവചിക്കുവാൻ സാധിക്കുക? കർത്താവിനുപോലും അത് കഴിഞ്ഞില്ലല്ലോ...'

സ്വന്തം നഗ്നതകണ്ടുപിടിച്ച ഒരു പെൺകുട്ടിയെപോലെ ജാള്യതയോടെ അവർ വിഷയം മാറ്റുവാൻ ശ്രമിച്ചു. മുഖത്ത് ഒരു ചിരിവരുത്തി പെട്ടെന്ന് യാത്രപറഞ്ഞിറങ്ങുകയും ചെയ്തു. പക്ഷേ അത് സ്വന്തം മരണത്തിലേക്കുതന്നെയാണെന്ന് സ്വപ്നത്തിൽപോലും വിചാരിച്ചിരുന്നില്ല.

മരണദിവസം, പുല്ലാഞ്ഞിമുറ്റം തറവാട് സന്ദർശിച്ചപ്പോൾ അച്ചൻ ഒരു അപസർപ്പക നോവലിലെ നായകനെപോലെ പരിസരം മുഴുവൻ പഠിക്കുകയായിരുന്നു. അഗതാക്രിസ്റ്റിയുടെ സ്ഥിരം ഡിക്റ്ററ്റീവായ ഹെർകൂൾ പോയ്റോട്ടും ആർതർ കോനൻ ഡോയലിന്റെ ഷെർലക് ഹോംസും അദ്ദേഹത്തെ ആവേശിച്ചതുപോലെ തോന്നി. അസ്വാഭാവികമായി എന്തെങ്കിലും കാണാനാവുന്നുണ്ടോയെന്ന് ഫാദർ സൂക്ഷ്മമായി പരിശോധിച്ചു. ഹൃദയാഘാതം മൂലമായതിനാൽ ശോശാമ്മയുടെ ശവശരീരം പോസ്റ്റുമോർട്ടം ചെയ്തിരുന്നില്ല. ശവശരീരം കീറിമുറിക്കപ്പെടുന്നതു ഒരാളും ഇഷ്ടപ്പെടുന്നുമില്ല. ശവസംസ്കാരം നടത്തുവാൻ ആരെങ്കിലും തിടുക്കം കാണിക്കുന്നുണ്ടോയെന്നും അച്ചൻ ശ്രദ്ധിച്ചു. ഫോട്ടോയെടുപ്പും കുളിപ്പും എല്ലാം കഴിഞ്ഞിട്ടും അച്ചന് ഒരാളുടെയും അസ്വാഭാവിക നോട്ടം പോലും കണ്ടുപിടിക്കാൻ കഴിഞ്ഞില്ല. പ്രിയപ്പെട്ട ഒരാൾ മരിക്കുമ്പോൾ സ്വാഭാവികമായുണ്ടാകുന്ന ദുഃഖം തന്നെയായിരുന്നു എല്ലാവരുടെയും മുഖത്ത് ഇരമ്പിയിരുന്നത്.

എന്നാൽ അവിടെ, ആ അജ്ഞാതയായ കൊലയാളി ഒളിച്ചിരിപ്പുണ്ടെന്നത് ഫാദറിന് വ്യക്തമായി അറിയാമായിരുന്നു.

ഒരു വർഷത്തോളം തന്നെ അലട്ടിയ സംശയങ്ങൾ അസ്ഥാനത്തല്ലെന്ന് ഇന്നലെയാണ് അച്ചന് ബോധ്യപ്പെടുന്നത്. ശരിയായ ദിശയിൽ,

കൊലപാതകിയിലേക്ക് വിരൽചൂണ്ടുന്നുവെന്ന ഘട്ടം എത്തിയപ്പോൾ കൊലപാതകിതന്നെ അച്ചനെ തേടിയെത്തുകയായിരുന്നു. പക്ഷേ അത് മനസ്സിലാക്കാൻ പുരോഹിതൻ അല്പം വൈകിയെന്നുമാത്രം!

ഇന്നലെ

കൃത്യമായി പറഞ്ഞാൽ നാലിനും അഞ്ചിനും ഇടയിലെ ഏതോ ഒരു സമയത്ത് അർധമയക്കത്തിലേക്ക് വീണുപോയ ഒരു നിമിഷത്തിലായിരുന്നു അത്. അച്ചൻ കുമ്പസാരക്കൂട്ടിനുള്ളിലായിരുന്നു. അന്നു കുമ്പസാരത്തിനെത്തിയ ആറു സ്ത്രീകളിൽ ഒരാളായിരുന്നോ അവളെന്നുപോലും അച്ചനുറപ്പില്ല.

കയ്യിൽ വിഷക്കൂട്ടും ചുണ്ടിൽ വശീകരിക്കപ്പെടുന്ന പുഞ്ചിരിയുമായി ഒരുവൾ.

കുമ്പസാരക്കൂട്ടിൽ, ഗബ്രിയേലച്ചൻ ഒരു ധ്യാനാവസ്ഥയിലായിരിക്കും. കണ്ണടച്ചാണ് ഇരിക്കുക. പലപ്പോഴും കണ്ണുതുറന്നാലും അതിനുമുന്നിൽ ചിത്രങ്ങളൊന്നും പതിയുകയില്ല. ഉള്ളിൽ പ്രതിഭാധനനായ ഒരു എഴുത്തുകാരൻ ഉണ്ടായിരുന്നതിനാൽ കുമ്പസരിക്കുന്നവർ പറയുന്നതെല്ലാം വാക്കുകളായല്ല, പലപ്പോഴും ചിത്രങ്ങളായാണ് മനസ്സ് പകർത്തുക. ഒരു ചലച്ചിത്രത്തിലെ ദൃശ്യങ്ങൾപോലെ ഓരോ സംഭവത്തെയും ഫാദർ ഒരു ചരടിൽകോർത്തുവെയ്ക്കും. എന്നിട്ട് അവയ്ക്കിടയിലെ പാരസ്പര്യത്തെക്കുറിച്ചും പൊരുത്തക്കേടുകളെക്കുറിച്ചും സൂക്ഷ്മമായി നിരീക്ഷിക്കും.

ദുർഗ്രഹതകളുടെ മൂടൽമഞ്ഞു പതുക്കെ ഉരുകുന്ന അത്ഭുതം അപ്പോൾ കാണാം.

പലതരം ജീവിത സാഹചര്യങ്ങൾക്കിടയിൽ ചെയ്യുന്ന ചെറിയ ചെറിയ തെറ്റുകൾപോലും ഏറ്റുപറഞ്ഞു ജീവിതത്തിൽ സത്യസന്ധരാകാൻ ശ്രമിച്ചിരുന്നു ഇടവകയിലെ ഓരോ കുഞ്ഞാടും. മാനസാന്തരപ്പെട്ട് മാനസാന്തരപ്പെട്ട് തെറ്റുകളിൽനിന്ന് അകലെമാറി നടന്ന് ദൈവസന്നിധിയിലേക്കുള്ള യാത്ര സുഗമമാക്കുവാൻ ഓരോ സത്യവിശ്വാസിയും ശ്രമിക്കുന്നു. അതിനാൽ കുമ്പസാരക്കൂട്ടിൽ ഓരോ ദിവസവും കുറേയേറെ സമയം ചിലവഴിക്കേണ്ടിവന്നിരുന്നു ഗബ്രിയേലച്ചന്.

കുറിയ പാദങ്ങളോടെയുള്ള ഒരു സ്ത്രീയാണ് ആറാമതായി കുമ്പസാരത്തിന് വരുന്നതെന്ന് ഫാദർ മനസ്സിലാക്കിയിരുന്നു. കുഞ്ഞുകാലടികൾപോലെ നേർത്ത് മനോഹരമായ സ്വരം. അവൾ ചുരിദാറായിരിക്കും ധരിച്ചിട്ടുണ്ടാവുകയെന്നും ഫാദർ അനുമാനിക്കുകയുണ്ടായി. നല്ല സുഗന്ധതൈലത്തിന്റെ വാസനയുണ്ടായിരുന്നു. അതിനാൽ അതിസമ്പന്നമാ

യൊരു കുടുംബപാരമ്പര്യത്തിൽനിന്നാവും അവളുടെ വരവെന്നും തിട്ടപ്പെടുത്തി. കുമ്പസരിക്കാനെത്തുന്നവരുടെ, പ്രത്യേകിച്ച് സ്ത്രീകളുടെ പേരുവിവരങ്ങളൊന്നും എഴുതിവയ്ക്കുന്ന പതിവില്ല. നേരത്തെ സമയവും സന്ദർഭവും നിശ്ചയിച്ചിരുന്നുമില്ല.

'അച്ചോ, എനിക്ക് മനസ്സറിഞ്ഞൊന്ന് കുമ്പസരിക്കണം..!'

അവൾ, നനുത്ത വശീകരണശക്തിയുള്ളൊരു ശബ്ദത്തിൽ മൊഴിഞ്ഞു. ഏതോ വന്യമായൊരു സ്വപ്നത്തിലെന്നപോലെ മയക്കമുണരുകയായിരുന്നു ഫാദർ ഗബ്രിയേൽ.

സീനാപർവ്വതത്തിനു മുകളിൽ, ധ്യാനത്തിലാണ്ട ദൈവപുത്രന്റെയടുക്കലേക്ക് അവന്റെ അരുമശിഷ്യയും കൂട്ടുകാരിയുമായിരുന്ന മഗ്ദലന മറിയം കടന്നുവരുന്ന ഒരു ചിത്രമാണ് ഫാദർ ഗബ്രിയേലിന്റെ ഉള്ളിൽ നിറഞ്ഞത്.

കുമ്പസാരക്കൂട്ടിൽ, അർധബോധാവസ്ഥയിലിരുന്ന താൻ എത്രാമത്തെ സ്ത്രീയുടെ കുമ്പസാരമാണ് ശ്രവിക്കാൻ പോകുന്നതെന്ന് ഫാദറപ്പോൾ മറന്നു. മനസ്സിൽ എണ്ണം പിശകി. ആറാമത്തെയോ അതൊ ഏഴാമതായി വന്നവളോ? മാത്രമല്ല, താൻ ക്ഷീണിതനും ദുർബലനുമാണെന്നും തോന്നി ഫാദർ ഗബ്രിയേലിന്.

നാട്ടിൽ കുറ്റകൃത്യങ്ങൾ പെരുകിയിരിക്കുന്നു. കുടുംബത്തിനകത്ത് കൂടുതൽ അസ്വസ്ഥതകൾ കുമിഴ്ഞ്ഞുകൂടിയിരിക്കുന്നു. അക്രമവും അനീതിയും കുടുംബത്തിനകത്ത് മേഞ്ഞുനടക്കുന്നു. കുടുംബബന്ധങ്ങൾക്കിടയിൽ ദൃഢമായിരുന്ന സ്നേഹത്തിന്റെ തീവ്രത നഷ്ടപ്പെട്ടിരിക്കുന്നു. ദൈവവിശ്വാസം നഷ്ടപ്പെട്ട മനുഷ്യൻ പിശാചായി മാറുവാൻ ഒട്ടും മടിക്കുന്നില്ലെന്നും പുരോഹിതന് നല്ല ബോധ്യമുണ്ടായിരുന്നു. അതുകൊണ്ടല്ലേ, കുമ്പസരിക്കുന്നവരുടെ എണ്ണം ദിനംപ്രതി അധികരിക്കുന്നത്?

മനുഷ്യൻ ചെയ്യാനിടയുള്ള ചെറിയ ചെറിയ പാപങ്ങളെക്കുറിച്ചാണ് ലോകത്തിൽ ഇറങ്ങിയിട്ടുള്ള വേദഗ്രന്ഥങ്ങളെല്ലാം വാചാലമാകുന്നത്. എന്നാൽ ഇപ്പോൾ മനുഷ്യർ ചെയ്യുന്നതോ, വലിയ വലിയ പാപങ്ങളും.

മാസ്മരികമായൊരു ശബ്ദത്തിനുടമയാണ് അവളെന്ന് ഫാദർ തിരിച്ചറിഞ്ഞു. ഭാഷയിൽ അവഗാഹമുള്ള ഒരു സ്ത്രീ. എത്ര അനായാസതയോടെയാണ് അവൾ കഥകളും ഉപകഥകളും ഉണ്ടാക്കുന്നത്? രസകരമായ രീതിയിൽ, ചാരുതയോടെയായിരുന്നു സംസാരം. കുട്ടിക്കാലംമുതലാണ് അവൾ പറഞ്ഞുതുടങ്ങിയത്. ഏകാന്തതകളിൽ നീറിനീറി കഴിഞ്ഞ ഒരു പെൺകുട്ടിയുടെ ഹൃദയവ്യഥ ഭാവതീവ്രതയോടെ അവൾ അവതരിപ്പിച്ചു.

നനുത്ത സ്വരം. ഇത്തിരിമാത്രം അകലത്തിൽ, ചെറിയ ഒരു മരപ്പൊളിയുടെ ഇരുപുറവും നിന്നുകൊണ്ട് ഹൃദയതാളം കേൾക്കുന്ന ദൂരത്തിൽ. വല്ലാത്തൊരാകർഷണവലയത്തിനുള്ളിൽ അകപ്പെട്ടതുപോലെ ജീവിതത്തിലാദ്യമായി ഫാദറിന്റെ ഹൃദയം എന്തിനോവേണ്ടി കേണുകൊണ്ടിരുന്നു. സത്യത്തിൽ, അവളുടെ കുട്ടിക്കാലമല്ല, തന്റെതന്നെ കുട്ടിക്കാലത്തിലൂടെ ഒരു റബ്ബർ വളയവും ഉരുട്ടി ഊടുവഴികളിലൂടെ സഞ്ചരിക്കുകയാണ് താനെന്ന് അന്നേരം ഫാദർ ഗബ്രിയേലിനു തോന്നി.

നാട്ടിൽ അത്ര സുലഭമായിരുന്നില്ലെങ്കിലും ക്രിസ്തീയ, ആത്മീയ പുസ്തകങ്ങളുടെ ഓഡിയോബുക്ക് കേൾക്കുന്ന സ്വഭാവം ഫാദറിനുണ്ടായിരുന്നു. അപൂർവം ക്ലാസിക് കൃതികളുടെ ഇംഗ്ലീഷ് ഓഡിയോബുക്കുകൾ പുറത്തുവന്നിരുന്നു. അതുകേൾക്കുന്നതുപോലെ. അതും ഒരു കുമ്പസാരക്കൂട്ടിൽ ഇരുന്ന് കേൾക്കുന്ന, മറ്റൊരിടത്തെ ജീവിതംതന്നെയാണ് ആവിഷ്ക്കരിക്കുന്നത്. മഹാനായ ലിയോ ടോൾസ്റ്റോയിയുടെ അന്ന കരിനീന എന്ന നോവൽ, ഒരു പെൺകുട്ടി കുമ്പസാരക്കൂട്ടിനു മുന്നിൽ നിന്നു ഹൃദയഭാരത്തോടെപറയുന്നതാണെന്നും സങ്കൽപ്പിച്ചിരുന്നു ഫാദർ.

ഏതാണ്ട് അതിന് സമാനമായ അനുഭവം.

അതെ, അവൾക്ക് ഒരു മാലാഖയുടെ സ്വരം തന്നെയായിരുന്നു. മരണത്തിന്റെ മാലാഖ.

6. ദ നെയിം ഈസ് റോസ്

2013 ജനുവരി 30, 5 pm
(ഡയറിക്കുറിപ്പ്) തുടർച്ച.

ഇരുട്ടുംവെളിച്ചവും കൂടിക്കലർന്ന ഒരു പെൺകുട്ടിയുടെ ജീവിതത്തിലെ ഒരിക്കലും നികത്താനാകാത്ത ഏകാന്തതകൾ. ജീവിത്തതിലേക്ക് അപൂർവ്വമായി വെട്ടംവീഴ്ത്തുന്ന കൊച്ചുകൊച്ചു സന്തോഷങ്ങൾ. കൽപ്പടവുകളിൽ മഷിപ്പച്ചകൾ പൊട്ടിച്ച് ലാളിച്ചിരുന്ന ഒരു പെൺകുട്ടിയിൽനിന്ന് യൗവ്വനത്തിലേക്ക് കടന്നെത്തുന്ന ഒരു കൗമാരക്കാരിയുടെ ജീവിതത്തിലെ ആർക്കും നിർണയിക്കാനാകാത്ത വേദനകളുടെയും മുറിവുകളുടെയും അറിയാക്കയങ്ങൾ. അതിനിടയിൽ അവൾ ഒളിപ്പിച്ചുവെച്ച പാപത്തിന്റെ കറുത്ത മുത്തുകൾ. ആർത്തവരക്തത്തിന്റെ ചെറുപാടുകളിൽനിന്ന് അതിന്റെ വ്യാപ്തി വർദ്ധിച്ചുകൊണ്ടേയിരുന്നു. പാപം ഒടുവിൽ ഒരിക്കലും മെരുക്കാനാവാത്ത ഭീകരനായ കറുത്തൊരു നീരാളിയെപോലെ ലോകം മുഴുവൻ വ്യാപിക്കുന്നതുപോലെ ഫാദറിനുതോന്നി.

നനുത്ത സ്വരത്തിൽ അവൾ അപ്പോഴും സംസാരിച്ചുകൊണ്ടേയിരുന്നു.

തന്റെ തൊണ്ട വേദനപ്പെടുന്നതുപോലെ ഫാദറിന് അനുഭവപ്പെട്ടു. കന്നിമാസത്തിലെ പട്ടികളുടെ ലിംഗം വീർത്തുവരുന്നതുപോലെ ദുഷ്ക്കരമായിരുന്നു കഴുത്തിന്റെ വികാസം. തനിക്കപ്പുറമുള്ള ലോകം വളരെ ഇരുണ്ടുപോയതുപോലെ ഫാദർ ദീർഘമായി നിശ്വസിച്ചു. എന്നിട്ടും പഴയ മയക്കത്തിൽ പിടഞ്ഞുണരുവാൻ മനസ്സ് കൂട്ടാക്കാൻ മടിച്ചു. അയാർത്ഥമായൊരു സ്വപ്നത്തിന്റെ വിഭൂതിയിൽ ഫാദർ സ്വയം വീഴുകയായിരുന്നു.

വസ്ത്രം ഉലയുന്നതിന്റെയും ചൂടുപകരുന്ന നിശ്വാസങ്ങളുടെയും സ്വരങ്ങൾ കാതിൽ വീഴുന്നത് ഫാദർ അറിഞ്ഞു. അമ്പത്തിനാലുവയസ്സിൽ സ്ത്രീകളുടെ ഗന്ധവും തലോടലും അധികം അനുഭവിച്ചിട്ടില്ലാത്ത ശരീരം കൊതിയോടെ ആ സാമീപ്യത്തിനുവേണ്ടി ദാഹിക്കുന്നുണ്ടോ? ഫാദർ സംശയിച്ചു. കുമ്പസരിക്കാനെത്തിയ ഒരു സ്ത്രീയിലേക്ക് മനസ്സ്

അകാരണമായി ചായുന്നത് ആദ്യത്തെ അനുഭവം. സ്ത്രീകളുടെ വിയർപ്പിന്റെ ഗന്ധം ശ്വസിക്കാനെന്നവണ്ണം, ഫാദർ മൂക്ക് വിടർത്തുകയാണ് അപ്പോഴും ചെയ്തുകൊണ്ടിരുന്നത്. പാരീസിൽ പോയപ്പോൾ സുഗന്ധലേപന തെരുവുകളിൽ താൻ ശ്വസിച്ച അപൂർവ്വം സുഗന്ധങ്ങളെ ഓർമ്മിപ്പിക്കുന്ന യൂഡികോളാന്റെ അനന്യമായ രസലയമായിരുന്നു അതെന്ന് ഫാദറിന് തോന്നി.

വിഷത്തിന്റെ രാസക്കൂട്ടുകൾമാത്രമല്ല, സുഗന്ധത്തിന്റെ രസക്കൂട്ടുകൾ അറിയുന്നവളുമായിരിക്കണം ആ നീചയായ സ്ത്രീ.

'മകളെ, ദൈവത്തോട് പ്രാർത്ഥിക്കുക. ദൈവം നിന്നിൽ കരുണ ചൊരിയുമാറാകട്ടെ......ഹലേലൂയ........!!

ഫാദർ സ്വരം താഴ്ത്തി,കണ്ണുകളടച്ചുകൊണ്ടു അവളോട് പറഞ്ഞു.

'ഫാദർ, കുമ്പസാര രഹസ്യം ആരോടും പറയാൻ പാടില്ലെന്ന് എനിക്കറിയാത്തതല്ല. പക്ഷേ ആരെങ്കിലും അങ്ങനെചെയ്താൽ അതിനുള്ള ശിക്ഷ വീഞ്ഞുപോലെ മധുരിക്കുന്ന മരണം തന്നെയല്ലയോ...?'

ആ നനുത്ത സ്വരം ഫാദറിനോട് ചോദിച്ചു. പൊടുന്നനെ പ്രജ്ഞയുണർന്ന് ഫാദർ യാഥാർത്ഥ്യത്തിന്റെ പലതരം ചൂടുകളിലേക്ക് വീണുപോയി. അപ്പോഴേക്കും അവൾ തിരിഞ്ഞു നടന്നുകഴിഞ്ഞിരുന്നു. കുമ്പസാരക്കൂട്ടിൽനിന്ന് ഇറങ്ങിചെന്നപ്പോഴേക്കും സെന്റ് മേരീസ് പള്ളിക്കും അതിനപ്പുറത്തെ പൂന്തോട്ടത്തിലേക്കും അതിനെ രണ്ടായി പിരിക്കുന്ന ലൈബ്രറിക്കും ഇടയിൽ അവൾ അപ്രത്യക്ഷമായിരുന്നു. എങ്കിലും അവസാനത്തെ രംഗമെന്ന നിലയ്ക്ക്, ചുവന്ന ചുരിദാർ അണിഞ്ഞ, നീണ്ട ദുപ്പട്ട പിന്നിലേക്കിട്ട, കുറിയ പാദങ്ങളുള്ള ആ സ്ത്രീയുടെ വടിവൊത്ത ഉടൽ ഒരു മിന്നായംപോലെ ഫാദർ ദർശിക്കുകയുണ്ടായി. അത് യഥാർത്ഥ്യംതന്നെയാണോയെന്ന് ഇപ്പോഴും ഉറപ്പില്ലെന്നുമാത്രം!

അവൾ പറഞ്ഞ ഓരോ കാര്യങ്ങളും ഫാദർ മനസ്സിലിട്ട് ഒരാവർത്തികൂടി മോണിറ്റർ ചെയ്തു.യഥാർത്ഥത്തിൽ അവയിൽ പലതും ഫാദറിന് മനസ്സിലായില്ല. ശുദ്ധമായ ഭാഷയിൽ, എഴുതിക്കൊണ്ടുവന്നത് താളത്തിൽ വായിക്കുന്നതുപോലെയായിരുന്നു അവളുടെ സംസാരം. ഒരു എഴുത്തുകാരി വാക്കുകളുടെ അക്ഷരഗോപുരം തീർക്കുന്നതുപോലെ. അതിന് വൈയക്തികമായ തലമുണ്ടായിരുന്നു. എന്നാൽ ദാർശനികവും ഉദ്ധരണികളാൽ സമ്പന്നവുമായിരുന്നു അതെന്നും തോന്നി. മഹാനായൊരു എഴുത്തുകാരൻ സൃഷ്ടിച്ച പുസ്തകംപോലെ അതിന് ലാളിത്യഭംഗിയും ശില്പനഭംഗിയും അവകാശപ്പെടാമായിരുന്നു. അതിനിടയിൽ വേർതിരിച്ചറിയാൻ കഴിയാത്ത തരത്തിൽ ദൈവവചനങ്ങളെയും അവൾ സ

മർത്ഥമായി ഉപയോഗിച്ചു. നന്മതിന്മകളുടെ ഇഴകൾ കീറിപരിശോധിക്കുന്ന തരത്തിൽ സ്വന്തം ജീവിതത്തിൽനിന്നും അവൾ കണ്ടെത്തിയ സുവിശേഷങ്ങളായിരുന്നു അവയെന്ന് നിരൂപിക്കാം.

നന്മയുടെയും പാപങ്ങളുടെയും പുണ്യങ്ങളുടെയും ചതികളുടെയും ഇടുങ്ങിയ പാതകളിലൂടെ വെളിച്ചത്തിനുനേർക്ക് നടക്കുന്ന ഒരു പെൺകുട്ടിയുടെ നേർചിത്രമാണ് അതിന്റെ ആകെത്തുക.

ഫാദറിന് തന്റെ അസ്ഥികൾ പിളരുന്നപോലെ തോന്നി. ഹൃദയം അതിന്റെ അനേകം രക്തക്കുഴലുകളിൽനിന്നും മോചനം തേടി നിലത്തെ പൊടിമണ്ണിൽവീണു പിടയുന്നതുപോലെയുള്ള വേദനയും അനുഭവപ്പെട്ടു.

ബൈബിൾ വായിക്കുമ്പോൾപോലും ഇത്രയും പാപചിന്തകളും ഇരുണ്ട ബിംബങ്ങളും ഫാദറിന്റെ മനസ്സിലേക്ക് ഓടിയെത്തിയിരുന്നില്ല.

ഒരു കയ്യിൽ നന്മയുടെ വെളിച്ചവും മറുകയ്യിൽ തിന്മയുടെ വിഷംപുരണ്ട വാളും പിടിച്ച് നടക്കുന്ന ഒരു മാലാഖ.

വീഞ്ഞുപോലെ മധുരിക്കുന്ന മരണം.

ആ വാചകത്തിലെ ഭീഷണി ഫാദറിന്റെ നെഞ്ചിലാണ് തറച്ചത്. അതൊരു അമ്പുപോലെ വിറച്ചുകൊണ്ടാടുന്നു. അതിൽനിന്ന് ജീസസിന്റെ വാരിലെല്ലിലൂടെ കിനിയുന്ന രക്തംപോലെ നിണമൊഴുകുന്നുണ്ടെന്ന് തോന്നി. ളോഹയിൽ ചുവപ്പുനിറംപുരണ്ടിട്ടുണ്ടോയെന്ന് അദ്ദേഹം സംശയിക്കുകയും പിന്നീട് പരിശോധിക്കുകയും ചെയ്തു. രാത്രിയത്രയും ഗബ്രിയേലച്ചന് ഉറങ്ങാനായില്ല.

അല്പനേരം ഫാദർ ടെലിവിഷൻ കണ്ടു. അതിലുംനിറയെ കുറ്റകൃത്യങ്ങളും കൊലപാതകങ്ങളും അതിന്റെ ചർച്ചകളും മാത്രം. രാഷ്ട്രീയ പാർട്ടിക്കാർ ഭരിക്കുന്ന പാർട്ടിക്കാരനിൽ ഒരുവനെ കുത്തിമലർത്തിയിരിക്കുന്നു. തെരുവിൽ അറവുമാടിന്റേതുപോലെ പടർന്നുപിടിച്ചുകിടക്കുന്ന ആ മനുഷ്യന്റെ ചോരയുടെ കറകൾ. അതിന്റെ ന്യായീകരണങ്ങളും വിശദീകരണവുമായി ഒരു യുദ്ധക്കളംപോലെ ടെലിവിഷൻ നിറഞ്ഞപ്പോൾ ഫാദർ മടുപ്പോടെ മുഖംതിരിച്ചു.

അത്താഴത്തിനു മുന്നിലിരിക്കുമ്പോഴും ദുഷ്ചിന്തകൾ ഫാദറിനെ വേട്ടയാടി. കപ്യാർ സേവിയറിന് അറുപതിനു മുകളിൽ പ്രായമുണ്ടായിരുന്നു. കിഴവന് കണ്ണിത്തിരി കുറവാണ്. പോരാത്തതിന് ഫാദറിനെ ശുണ്ഠിപിടിപ്പിക്കാൻമാത്രം കളർ ബ്ലൈയിന്റ്നസ്സുമുണ്ട്. അതിനാൽ അയാൾക്ക് മുളകും മഞ്ഞളും തിരിച്ചറിയാനാകുന്നില്ല. ചിലപ്പോൾ അത്താഴത്തിന് മുളകിന്റെ അതിപ്രസരമായിരിക്കും. മറ്റുചിലപ്പോൾ മഞ്ഞളിന്റെയും. അതിനാൽ ഭക്ഷണത്തിൽ വിഷം കലർന്നാൽപോലും തന്റെ നാവിന് പെ

ട്ടെന്ന് കണ്ടുപിടിക്കാനാവില്ലെന്നോർത്ത് ഫാദർ വിവശനായി.

കോട്ടയത്തുനിന്ന് ഗബ്രിയേലച്ചൻ കോഴിക്കോട്ടേക്ക് വരുമ്പോഴേ പള്ളിയിൽ സേവിയർ ഉണ്ടായിരുന്നു. അന്നയാൾ ചെറുപ്പമായിരുന്നു. ഓടിച്ചാടിനടന്നു കാര്യങ്ങളെല്ലാം മുറപോലെ ചെയ്തിരുന്നു. ആരുടെയും പഴി കേൾപ്പിച്ചിരുന്നില്ല. അടുക്കളയിൽ പക്ഷേ, പണ്ടേ അയാളൊരു പരാജയമായിരുന്നു. അതിനാൽ വിശേഷ ദിവസങ്ങളിൽ ളോഹയൂരി ഫാദർതന്നെ അടുക്കളയിൽ കയറും. സമയംകിട്ടുമ്പോൾ പുല്ലാഞ്ഞിമുറ്റത്തേക്കിറങ്ങും. അതിന്റെ അടുക്കളയിൽ നിന്നുയരുന്ന ഗന്ധം ഫാദറിനെ മത്തുപിടിപ്പിച്ചിരുന്നു.

ഒറ്റുകൊടുക്കുന്നവർക്ക് മരണമാണ് ശിക്ഷ. അവൾ ഓർമ്മപ്പെടുത്തുന്നു. അവളുടെ സംസാരത്തിന് പലപ്പോഴും വ്യക്തതയുണ്ടായിരുന്നില്ല. വഴി നഷ്ടപ്പെട്ടുപോയ ഒരു കുട്ടി വഴിയന്വേഷിക്കുന്നതുപോലെയായിരുന്നു അതെന്ന് ഫാദർ നിരൂപിച്ചു. എന്നാൽ ഒന്നിനും വ്യക്തതയില്ലായിരുന്നെങ്കിലും അവളുടെ ഉത്തരങ്ങളിലേക്കെല്ലാം സുതാര്യമൊരു പാലം അവൾ മെനഞ്ഞിരുന്നു. ആ വഴി എല്ലാ ചോദ്യങ്ങളിലേക്കുമുള്ള ഉത്തരങ്ങളുടെ കുറുക്കുവഴികളുമാകുന്നു. ഉദാഹരണം. ശോശാമ്മ മരിച്ച ദിവസം അവരുടെ കട്ടിലത്തലയ്ക്കൽ ഒരു കറുത്ത ഡാലിയ പൂവ് ഉണ്ടായിരുന്നു. മരണദിവസം അങ്ങനെ ഒരു പൂവ് അവിടെക്കണ്ടകാര്യം ആരും ഓർമ്മിച്ചില്ല. ശോശാമ്മയുടെ മകൾ സൂസന്റെ മൂത്ത മകളായ ആൻ മേരിയാണ് ആ പുവു കണ്ടെത്തുന്നത്. സിവിച്ചായനാണ് ആ വിവരം നൽകിയത്.

'എന്തിനാണച്ചോ ഇപ്പോൾ അതെല്ലാം അന്വേഷിക്കുന്നത്?'

അയാൾ ചോദിച്ചു.

'ഓ ചെറിയ ഒരു കാര്യത്തിനാ. ഡാലിയ പൂക്കളെക്കുറിച്ച് ടീച്ചർ പള്ളിയിൽവെച്ച് സംസാരിച്ചാരുന്നു........'

ഫാദർ ഒഴുക്കൻമട്ടിൽ മറുപടി കൊടുത്തു. സിവിച്ചായന്റെ മനസ്സിലേക്ക് സംശയത്തിന്റെ ഒരു വിത്തെറിയുകയെന്നതിൽക്കവിഞ്ഞ് അതിനൊന്നും ചെയ്യാനായില്ല.

രഹസ്യം പുറത്തുപോയാൽ അവൾ തന്നെ വകവരുത്തുവാൻ മടിക്കില്ലെന്ന് ഫാദറിന് അറിയാമായിരുന്നു. എന്നാൽ ആ രഹസ്യം അത്രവേഗം പുറത്തുപോകില്ലെന്നും അവൾക്ക് നല്ല നിശ്ചയമുണ്ട്. കാരണം, രഹസ്യം പുറത്തുവിട്ടാൽ പറയുന്നവർത്തന്നെ അകത്താകും. കാര്യങ്ങളെ ബുദ്ധിമതിയായ കൊലയാളി അങ്ങനെയാണ് ഫ്രെയിം ചെയ്തുവച്ചിരിക്കുന്നത്. ഓരോരുത്തരുടെയും നീക്കം കൃത്യമായി മനസ്സിലാക്കാൻ

അവൾക്ക് പ്രാപ്തിയുമുണ്ടെന്നു സാരം.

ഒരു സ്ത്രീ വിചാരിച്ചാൽ തനിക്കെതിരെ എന്തുചെയ്യാനാകുമെന്ന ചിന്ത, ആദ്യം ഫാദറിനുണ്ടായിരുന്നു. പുല്ലാഞ്ഞിമുറ്റം തറവാട്ടിലെ ഒരംഗത്തിനെ ഇല്ലാതാക്കുന്നതുപോലെ അത്ര നിസ്സാരമോ, ലളിതമോ ആകില്ല അതെന്ന ചിന്ത ആത്മബലമേകി.

പക്ഷേ ഭയം തീർത്തും വിട്ടുപോയിരുന്നില്ല.

കാറ്റൊന്ന് മൂളിയാൽ, ജാലകവിരികൾ അസ്വാഭാവികമായൊന്നുയർന്നാൽ, അതിഭീകരമായൊരു ശബ്ദത്തിൽ ചീവീടുകൾ മൂളിയാൽ, രാപക്ഷികൾ രൗദ്രതപൂണ്ട് ഭ്രാന്തമായി ചിറകടിച്ചാൽ,വാതിൽ കാറ്റിൽ ശബ്ദമുയർത്തിയാൽ അച്ചൻ പേടിച്ചുവിറയ്ക്കാൻ തുടങ്ങുകയായി. ആ ഭയം തന്റെ ശരീരത്തിന്റെ ഏതവയവമാണ് സ്രവിപ്പിക്കുന്നതെന്നുപോലും ഫാദറിന് കണ്ടെത്താനായില്ല.ചിലപ്പോൾ അത് നട്ടെല്ലിലെ തണുപ്പാകുന്നു. ചിലപ്പോൾ അടിവയറ്റിലെ കാളലാകുന്നു. മറ്റുചിലപ്പോൾ ഹൃദയത്തിന്റെ ഭാരമാകുന്നു. തലയുടെ മന്ദിപ്പായും ചെവിയിലെ മൂളലായും കാൽപ്പാദങ്ങളിലെ വേദനയായും ചെന്നിയിലെ സൂചിക്കുത്തായും അതു നിറയുന്നു. അന്നേരം മനസ്സിന്റെ ശാന്തതയ്ക്ക് ബൈബിളിലെ വേദവാക്യങ്ങൾപോലും ഉപകാരപ്പെടുകയില്ല.

ഉച്ചയ്ക്ക് രണ്ടിനും മൂന്നിനും ഇടയിലുള്ള ഒരു മണിക്കൂർ സമയം ഫാദർ ലൈബ്രറിയിലാണ്. സെന്റ് പീറ്റേഴ്സ് പള്ളിയുടെ മുഖ്യ ആകർഷണം ആ ലൈബ്രറിതന്നെയായിരുന്നു. പതിനായിരത്തിൽപ്പരം ടൈറ്റിലുകളിലുള്ള വൈവിധ്യമാർന്ന പുസ്തകങ്ങൾ. വേദപുസ്തകങ്ങൾ മാത്രമല്ല, സാഹിത്യത്തിന്റെ എല്ലാമേഖലകളെയും സ്പർശിക്കുന്ന പുസ്തകങ്ങൾ. പലപ്പോഴും പലയിടത്തേക്കും ബിഷപ്പുമാർ ഫാദറിനെ ക്ഷണിക്കാറുണ്ടെങ്കിലും ലൈബ്രറി നൽകുന്ന പ്രലോഭനങ്ങളിൽനിന്ന് മുക്തനാകാൻ ഫാദറിന് കഴിയില്ല. ബൈബിളിന്റെ ആദ്യകാലത്തെ തർജ്ജമപോലും സൂക്ഷിച്ചിരുന്നു അതിൽ. 1921ൽ കലാപമുണ്ടായപ്പോൾ കലക്ടർ സർ തോമസ് മലബാറിലെ എല്ലാ പള്ളികളിലെയും കോളേജുകളിലെയും പുസ്തകങ്ങൾ സുരക്ഷാർത്ഥം ആ ലൈബ്രറിയിലേക്കാണ് മാറ്റിയത്.

വായനക്കിടയിൽ ഒരു സ്ത്രീരൂപം പാതിയിരുട്ടിൽ മിന്നിമറയുന്നതുപോലെ ഫാദറിന് തോന്നി. പുസ്തകങ്ങളുടെ ഓരോ റാക്കുകൾക്കുമിടയിൽ, അവ്യക്തമായ അവളുടെ മുഖം തെളിഞ്ഞു. വായിക്കുന്ന പുസ്തകം വിട്ടെഴുന്നേറ്റ് ഉദ്വേഗത്തോടെ ഫാദർ പുസ്തക റാക്കുകൾക്കിടയിലൂടെ നടക്കാൻ തുടങ്ങി. അപ്പോൾ ഫാദറിന്റെ നെഞ്ചകം പടപ്പെടക്കു

ന്നുണ്ടായിരുന്നു. അക്വേറിയത്തിൽനിന്നും തെറിച്ചുവീണ ഒരു മീനിനെ പോലെ. പക്ഷേ നിരാശയായിരുന്നു ഫലം. ലൈബ്രറിയിൽ മറ്റൊരാളെ കണ്ടെത്താനായില്ല. ചിലപ്പോൾ നീണ്ട വരാന്തയിലൂടെ ഒരാൾ ഓടിപ്പോകുന്നതിന്റെ ശബ്ദം ഫാദർ കേട്ടു. മറ്റു ചിലപ്പോൾ റാക്കുകൾക്കുള്ളിൽ പുസ്തകം തട്ടിമറിയുന്നതുപോലെയുള്ള ഒച്ചകൾ. അന്നേരങ്ങളിലെല്ലാം ഭാവന ഫാദറിനെ നിരന്തരം വഞ്ചിച്ചു.

ചില ബിംബങ്ങളാണ് ഫാദർ തുടർച്ചയായി കാണുന്നത്.

ഉലയുന്ന ചുവന്ന ശിരോവസ്ത്രങ്ങൾ

ക്രൗര്യമുറ്റിയ രണ്ടു വിടർന്ന കണ്ണുകൾ.

വിയർപ്പുപുരണ്ട നഗ്നമായ സ്ത്രീ കഴുത്ത്. വായുവിൽ ഉലയുന്ന താലിമാല. ചടുലമായ കാൽവെപ്പുകൾ.

ഒരു ഹോളിവുഡ് സിനിമയിലെ ത്രസിപ്പിക്കുന്ന രംഗങ്ങൾപോലെ.

പുസ്തകങ്ങൾ തരുന്ന ഇല്യൂഷനുകളാണ് അതെന്ന് അറിയാമായിരുന്നിട്ടും ഫാദർ മനസ്സിനെ തൃപ്തിപ്പെടുത്തുംവിധം പുറത്തിറങ്ങി പരിശോധിച്ചു. ആരുമില്ലെന്ന് ഉറപ്പുവരുത്തി. അച്ചൻപട്ടം കെട്ടിയതിനുശേഷം തന്റെ മനസ്സ് ഇത്രയും കലുഷമായിട്ടില്ലെന്ന് ഫാദർ ഓർത്തു. ളോഹയിലേക്ക് നൂണുകയറിയാൽ വിശുദ്ധമാക്കപ്പെട്ട ഒരു ശാന്തത ഫാദറിന്റെ ഹൃദയത്തെ ഗ്രസിക്കാറുണ്ടായിരുന്നു.

രാത്രിയിൽ വായിക്കാനുള്ള ഏകാഗ്രതകൂടി നഷ്ടമായി. രാത്രികളുടെ ഭ്രാന്തൻ ശബ്ദങ്ങൾ മനസ്സിനെ കലുഷമാക്കുന്നു. നട്ടെല്ലുകളിൽ മഞ്ഞുവീഴുന്ന അസ്വസ്ഥത. ഭയം ഒളിപ്പിച്ചുവച്ച ഇരുണ്ട ഇടനാഴികൾ ഫാദറിനെ എതിരേറ്റു. അവിടെ അചേതന വസ്തുക്കൾപോലും വിധിനാളിലെന്നപോലെ ഫാദറുമായി ഒരങ്കത്തിന് തയ്യാറെടുത്തപോലെ തോന്നിച്ചു.സ്വപ്നങ്ങൾ ഫാദറിനെ ഉറക്കത്തിൽനിന്ന് വർത്തമാനകാലത്തിന്റെ പേടിസ്വപ്നങ്ങളിലേക്ക് ബലമായി പിടിച്ചുയർത്തി. പുറത്ത് രാപക്ഷികൾ രക്തദാഹികളായ യക്ഷികളെപോലെ ചോരമണത്തു ഉന്മാദത്തോടെ നിലവിളിക്കുന്നു.

ഫാദറിനു തൊണ്ടവരണ്ടു. കൂജയിലെ വെള്ളംമുഴുവൻ കുടിച്ചാലും തീരാത്ത ദാഹം. ഫാദർ എഴുന്നേറ്റു കൂജയിരിക്കുന്ന ഭാഗത്തേക്ക് നടക്കുമ്പോഴാണ് വിചിത്രമായ ആ കാഴ്ച കാണുന്നത്.

മേശപ്പുറത്തെ ബൈബിൾ ആരോ തുറന്നുവെച്ചിരിക്കുന്നു!

രാത്രിയിലെ വായന കഴിഞ്ഞ് ആചാരപൂർവം അതു മടക്കിവച്ചത് ഓർത്തു. അപ്പോൾ അദ്ദേഹത്തെ ഞെട്ടിച്ചുകൊണ്ട് ഘടികാരത്തിൽ പതിനൊന്ന് മണിയടിച്ചു. ഡിജിറ്റൽ ക്ലോക്കുകൾ ഇന്ത്യൻ വിപണികൾ അട

ക്കിവാണിരുന്നുവെങ്കിലും സെന്റ് മേരീസ് പള്ളിയിലെ ചുവരുകളിൽ ഇപ്പോഴും തൂങ്ങുന്നത് ആ പഴഞ്ചൻ വിക്ടോറിയൻ ഘടികാരംതന്നെ.

മേശയ്ക്കരികിലേക്ക് നടക്കുന്ന കാലുകൾ വിറകൊള്ളുന്നുണ്ടായിരുന്നു. അവിടെ വിശുദ്ധയായ ഒരു മാലാഖയുടെ സാന്നിദ്ധ്യമുള്ളതുപോലെ സൂക്ഷ്മതയോടെയായിരുന്നു ഫാദറിന്റെ ചലനങ്ങൾ. ശ്വാസം ആഞ്ഞെടുത്ത്, നെഞ്ചുവിടർത്തി, ഏതുശബ്ദത്തിനും കാതോർത്ത് ഫാദറങ്ങനെ ചെന്നു. ഒമ്പത് വാട്ടിന്റെ എൽഇഡി ലൈറ്റിൽ ബൈബിളിന്റെ ഗ്രേസിപേപ്പർ തിളങ്ങി. തുറന്നുവച്ച ബൈബിളിൽനിന്ന് ദൈവവചനങ്ങൾ ഫാദറിന്റെ ക്ഷീണിതങ്ങളായ കണ്ണുകളിൽ ദിവ്യവെളിച്ചം വീശി.

ഫാദർ വിറയ്ക്കുന്ന ചുണ്ടുകളോടെ വായിച്ചു

പാപത്തിന്റെ ശമ്പളം മരണംതന്നെ.

ഹൃദയത്തിലൂടെ ഒരു കൊള്ളിയാൻ കടന്നുപോയതുപോലെ നെഞ്ചകം വേദനിച്ചു. ഇപ്പോൾ, ദൈവത്തിന്റെ ഹിതമെന്ന നിലയ്ക്ക് മരണത്തിന്റെ ഏതാനും വാരയ്ക്കടുത്ത് താൻ ചെന്നെത്തിയിരിക്കുന്നു. ആ നിശ്ശബ്ദയായ കൊലയാളി തനിക്ക് സമീപം തന്റെ ഒരിക്കൽപോലും ഉയരാത്ത കാൽചുവടുകളുമായി അദൃശ്യയായി നിലയുറപ്പിച്ചിരിക്കുന്നു.

ഭയം കട്ടപിടിച്ച രക്തംപോലെ സാന്ദ്രമായ ഭാരമല്ല, ഒന്നുമില്ലായ്മയുടെ ശൂന്യഗർത്തമാണ് മനസ്സിലുണ്ടാക്കുകയെന്ന് മരണത്തിന്റെ ഏതാനും നിമിഷങ്ങൾക്ക് മുമ്പ് ഫാദർ തിരിച്ചറിഞ്ഞു. താൻ മരിക്കപ്പെടാൻ, അല്ലെങ്കിൽ കൊല്ലപ്പെടാൻ പോകുകയാണെന്ന് ഫാദറിന് ഏറെക്കുറേ ബോധ്യപ്പെട്ടു. ആ സത്യം ഉൾക്കൊള്ളുവാൻ ബുദ്ധിമതിയായ മനസ്സിനെ പാകപ്പെടുത്തുകയല്ലാതെ മറ്റൊന്നും ചെയ്യാനില്ലെന്ന നിസ്സഹായതയും ഫാദറിനെ തളർത്തുന്നു.

ഫാദർ ചുറ്റും നോക്കി. യാതൊന്നും കണ്ടില്ല. എല്ലാം പതിവുപോലെത്തന്നെ. ചെറിയ കാറ്റിൽ ചലിച്ചുകൊണ്ടിരിക്കുന്ന പുതിയ ചുവന്ന ജാലകവിരികൾ. കാലപ്പഴക്കത്താൽ വേഗതകുറഞ്ഞുപോയ കാലുകളോടെ വട്ടം പൂർത്തിയാക്കാൻ ആയാസപ്പെടുന്ന റാലിഫാനിന്റെ ഭീമാകാരമായ നിഴലുകൾ. ബൈബിൾവെച്ച മേശയ്ക്ക് മുകളിലെ ക്രൂശിതരൂപത്തിന് താഴെ മങ്ങിയ പ്രകാശത്തിൽ എരിഞ്ഞുകൊണ്ടിരിക്കുന്ന മെഴുകുതിരി. എന്നിട്ടും കയത്തിലേക്കാണ്ടുപോകുന്നൊരുവന്റെ അവസാനമില്ലാത്ത ആധികൾ ഫാദറിനെ വിട്ടുപോകാൻ ഒരുക്കമല്ലായിരുന്നു.

കൊഴുത്തരക്തംപോലെ ഇരുട്ട് കുഴഞ്ഞുകിടക്കുന്ന നീണ്ട വരാന്തയിലേക്കിറങ്ങി. ദൂരെ ഇരുട്ടിൽ തലയുയർത്തിപ്പിടിച്ച് നിൽക്കുന്ന പള്ളിയുടെ കുരിശു നോക്കി ഫാദർ നെഞ്ചിൽ കുരിശടയാളം തീർത്തു. മൂന്നു

തവണ. സൂക്ഷ്മതയോടെ പരിശോധിച്ചിട്ടും അവിടെയൊന്നും ഒരാൾ വന്നുപോയതിന്റെ അടയാളം കാണുന്നില്ല. എട്ടുബാറ്ററി ടോർച്ചുവെട്ടത്തിൽ അസ്വാഭാവികമായ യാതൊന്നുമില്ല.

തിരികെ നടക്കുമ്പോൾ തനിക്കുള്ളിലെ എഴുത്തുകാരൻ നിർമ്മിച്ചെടുത്ത മായികലോകത്തുനിന്ന് പുറത്ത് കടക്കാനാവാത്ത ഒരു നിർഭാഗ്യവാനാണ് താനെന്ന് ഫാദറിന് തോന്നി. അത് മനസ്സിനെ ഒന്നു ലാഘവപ്പെടുത്തുകയും ചെയ്തു. എന്നാൽ അതൊരു നിമിഷം മാത്രമാണ് നീണ്ടുനിന്നത്. അപ്പോഴേക്കും ഫാദറിന്റെ ക്ഷീണിച്ച കണ്ണുകൾ ബൈബിളിനരികിൽ കിടക്കുന്ന ഒരു റോസാപ്പൂവിൽ ഉടക്കി.

ഫാദർതന്നെ നട്ടുവളർത്തുന്ന തോട്ടത്തിലെ റാസാപ്പൂവായിരുന്നു അത്. ഇറുത്തെടുത്തിട്ട് അധികനേരവും ആയിരുന്നില്ല. അതിന്റെ ചുവന്ന ഇതളുകളിൽ ഹിമകണങ്ങൾ തിളങ്ങുന്നു.

ഹൃദയത്തിൽ ഐസുവീണപോലെ ഫാദറിന് തളർച്ച തോന്നി. തന്റെ സംശയങ്ങൾ ബലപ്പെടുകയാണ്. ഫാദർ ഉറപ്പിച്ചു. വലിയ മഹാത്ഭുതങ്ങളൊന്നും സംഭവിച്ചില്ലായെങ്കിൽ തന്റെ അവസാനത്തെ രാത്രി ഇതുതന്നെ.

ആ റോസാപ്പൂവ് ഒരാൾ ആരുടെയും അനുവാദം കൂടാതെ ഇവിടെ വന്നുപോയതിന്റെ അടയാളമാണ്. പക്ഷേ അതസംഭവ്യവുമാണ്. ഫാദർ ഇത്രനേരവും ഉണർന്നിരിക്കുകയായിരുന്നു. കുറേനേരം വായിച്ചിരിക്കുകയും ഒരിത്തിരി നേരം ഉറങ്ങുകയും ചെയ്തു. ഇതിനിടയിൽ അനുവാദം കൂടാതെ എങ്ങനെയാണ് ഒരാൾ ഇതിനകത്തു കടക്കുന്നത്?.

ടീപോയിൽ കിടക്കാൻ നേരം കഴിക്കുന്നതിനുവേണ്ടി കൊണ്ടുവച്ച ആപ്പിൾ അതുപോലെത്തന്നെ കിടന്നിരുന്നു. അതിനരികിൽ ആപ്പിൾ ചെത്താനുപയോഗിക്കുന്ന കത്തിയും. അതിന്റെ വാഴ്ത്തല വെളിച്ചത്തിൽ തിളങ്ങുന്നു.

സയനൈഡ്!

ഓരോ മനുഷ്യനെ കൊല്ലുവാനും അവൾ ഉപയോഗിക്കുന്ന രാസവസ്തു. എന്നാൽ ഓരോ മനുഷ്യനെയും അവൾ പലരീതിയിലാണ് വകവരുത്തുന്നത്. ശോശാമ്മയ്ക്ക് ഗുളികരൂപത്തിലാണ് അവൾ സയനൈഡ് നൽകിയത്. മുപ്പതു നിമിഷത്തിനുള്ളിലായിരുന്നു മരണം. അതിനിടയിൽ അവർക്ക് ഒരു വാക്കുപോലും ഉച്ചരിക്കുവാൻ സാധിച്ചില്ല. ഇതെല്ലാം തനിക്കും ആ നിശ്ശബ്ദയായ കൊലയാളിക്കും മാത്രമേ അറിയുകയുള്ളൂ.

രഹസ്യത്തിന്റെ ഭാരം ഫാദറിന്റെ നെഞ്ചിൽ ഘനീഭവിച്ചു.

താൻ കൊല്ലപ്പെടുവാൻ പോകുന്നതും ഒരു രഹസ്യത്തിന്റെ ആത്മാവിനുവേണ്ടിത്തന്നെ.

ഫാദർ ഭീതികലർന്ന ലാളനയോടെ ആ റോസാപൂവിനെ നോക്കി. അതിന്റെ ഇതളുകളിൽ വെളിച്ചമേറ്റ് തിളങ്ങുന്ന ഹിമകണമല്ല, അതിമാരകമായ സയനൈഡാണെന്ന് തോന്നി. അതിനെ ലാളിക്കാനും ഉമ്മവയ്ക്കാനുമുള്ള ത്വരയെ സ്വയം അടക്കി. എന്നാൽ അടുത്ത നിമിഷം ഫാദർ കാണിച്ചത് തീർച്ചയായും വിവേകമില്ലായ്മയായിരുന്നു. മനുഷ്യന്റെ ഏറ്റവുംവലിയ ബലഹീനത അതുതന്നെ. അനൈച്ഛികം.

ഫാദർ ചെയ്തത് ഇതാണ്. തുറന്ന ബൈബിളിൽനിന്ന് ഒരിക്കൽകൂടി ആ ദൈവവചനം വായിച്ചു. വീണ്ടുംവീണ്ടും വായിക്കപ്പെടാൻമാത്രം മാസ്മരികമായൊരു തലം ആ വാക്യങ്ങൾക്കുണ്ടായിരുന്നു. അത് സമയത്തിനും സന്ദർഭത്തിനും യോചിച്ചവതന്നെ. എന്നാൽ അതിൽ എന്തോ ഒരർത്ഥം അന്തർലീനമായി കിടക്കുന്നു. അതെന്തെന്നറിയാനുള്ള ആകാംക്ഷയാണ് ഫാദറിനെ അടുത്ത താളിലേക്ക് നയിച്ചത്. തമ്മിലൊട്ടിപ്പിടിച്ചതുകൊണ്ട് ഈറനാക്കാൻ മനുഷ്യൻ നൂറ്റാണ്ടുകളായി ചെയ്തുപോരുന്ന ആ പ്രവൃത്തിതന്നെ ഫാദറും പിൻതുടർന്നു.

നാവുനീട്ടി ചൂണ്ടുവിരലിലേക്ക് ഉമിനീർ പകർന്നു!

ഉരുക്കിയ ഇരുമ്പയിരുപോലെ കനമേറിയ ഒന്ന് തന്റെ നാവിൽ പുരണ്ടതുമാത്രമേ ഫാദറിന് മനസ്സിലായുള്ളൂ.

ആദ്യം ഒരു മരവിപ്പായിരുന്നു. സിരകളിലെ ചോരയോട്ടം പതുക്കെ നിലച്ചുവരുന്നതുപോലെ. ദേഹം പതുക്കെ വിയർക്കാനും ഞരമ്പുകൾ വലിഞ്ഞുപൊട്ടാനും തുടങ്ങി. അത് മരണത്തിന്റേതുതന്നെയായിരുന്നു. വിഷാംശം ശരീരത്തിന്റെ വിവിധ ഭാഗങ്ങളിലേക്ക് ആജ്ഞകിട്ടിയ ഒരോട്ടക്കാരനേക്കാൾ വേഗത്തിൽ കുതിച്ചുപായുന്നത് ഫാദർ മനസ്സിലാക്കി. രക്തധമനികൾ ഒന്നൊന്നായി പൊട്ടിയൊഴുകുന്നതും ഒരു കടൽപോലെ ശരീരത്തിന്റെ ഈർപ്പത്തിലേക്ക് ലയിച്ചുചേരുന്നതും ഹൃദയം ബന്ധമറ്റ ഒരു പട്ടംകണക്കെ പതുക്കെ താഴേക്ക് വീഴുന്നതും എല്ലാം ഫാദർ അറിയുന്നുണ്ടായിരുന്നു.

ആകാശത്തിന്റെ ഇരുട്ടുമൂടിയ പലതരം വാതകങ്ങൾക്കൊപ്പം യാത്രചെയ്യുകയാണ് താനെന്ന് ഫാദർ ബോധപൂർവം ധരിച്ചു. അപ്പോഴും അദ്ദേഹത്തിന്റെ മനസ്സ് ഒരു ചോദ്യത്തിനുള്ള ഉത്തരം തേടിക്കൊണ്ടിരിക്കയായിരുന്നു. അതിനുവേണ്ടി മരവിച്ചുപോകുന്ന തലച്ചോറിനെ ശക്തിയായി ശ്വാസം ക്രമീകരിച്ച് ഫാദർ ഉണർത്തുവാൻ ശ്രമിച്ചു. എന്നിട്ട് അതിൽ ജീവിതത്തിൽ കണ്ടിട്ടുള്ള പല ചിത്രങ്ങളും നിറച്ചു. ഒടുവിൽ താൻ

രണ്ടിനും മൂന്നിനും ഇടയിലെ ഒരു മണിക്കൂർ സമയം തൊട്ടുംതലോടി യിട്ടുമുള്ള ഓരോ പുസ്തകവും ഓർമ്മയിലേക്ക് കൊണ്ടുവരുവാൻ ശ്ര മിച്ചു.

ജീവിതത്തിനും മരണത്തിനും ഇടയിലെ പലതരം ചോദ്യങ്ങൾക്കിട യിൽനിന്ന് ഒരുത്തരം ഫാദറിന് അപ്പോഴും ആവശ്യമുണ്ടായിരുന്നു. ത ന്റെ മരണം ഏതുതരത്തിലുള്ള മരണമാണെന്ന ചോദ്യം. അതിന് മര ണത്തിന്റെ അവസാനത്തെ നിമിഷത്തിൽ, ഒരു കവിൾ കട്ടചോരതുപ്പി ഫാദർ വരണ്ട ചുണ്ടുകൾ അവസാനമായി നനച്ച് ഉത്തരം കണ്ടെത്തി.

ദ നെയിം ഈസ് റോസ്......

7. വെഡ്ഡിംഗ് കാർഡ്

2020 ഫെബ്രുവരി 3, 9 am

പഴനിയർ അപ്പാർട്ടുമെന്റിലെ കുടുസ്സുമുറിയിലേക്ക് സൂര്യൻ കടന്നു വരുമ്പോൾ സമയം എട്ടുമണിയാകാൻ നാലു മിനിട്ടു ബാക്കിയുണ്ടായിരുന്നു. രാത്രി മോന്തിയ വിലകുറഞ്ഞ മദ്യത്തിന്റെ ലഹരി തീർത്തും വിട്ടുമാറിയിരുന്നില്ല. എന്നിരുന്നാലും എഴുന്നേറ്റ് പല്ലുതേക്കുവാനും അതു കഴിഞ്ഞ് കുളിക്കുവാനും ഒരു കട്ടൻചായ കുടിക്കുവാനും അതിനു പിറകെ ഒരു സിഗരറ്റ് ആവേശത്തോടെ പുകയ്ക്കാനും ആശിച്ച് ഒമ്പതുമണിവരെ അവിടെത്തന്നെ ഹരികഷ്ണൻ ചടഞ്ഞുകൂടി.

ഉണർന്നുകിടന്നപ്പോൾ ശിഖ മനസ്സിലേക്ക് ഓടിയെത്തി. അവൾ ഏതോ അപകടത്തിന് മുന്നിലാണെന്ന് ഹരിക്ക് നേരത്തെ ഊഹിക്കുവാൻ കഴിഞ്ഞിരുന്നു. അവളുടെ ഭർത്താവ് മോഹനചന്ദ്രൻ അത്രനല്ല പുള്ളിയല്ലെന്ന് തിരിച്ചറിഞ്ഞതു മുതൽ. സത്യത്തിൽ കോഴിക്കോടിലേക്കുള്ള യാത്രയിൽ അതും ഒരു നിമിത്തമാണ്. ഒരു ദിവസം ഉണർന്നതുതന്നെ ദുഃസ്വപ്നം കണ്ടുകൊണ്ടാണ്. ദൂരെയേതോ ഒരിടത്ത്, ഒരു ഇരുമ്പുകൂടിനകത്ത് അകപ്പെട്ടുപോയ ശിഖ. അവൾ തുരങ്കത്തിനകത്തെ കട്ടപിടിച്ച ഇരുട്ടിലായിരുന്നു. ചുറ്റും നോക്കി, ഒരു സഹായത്തിനെന്ന പോലെ നിലവിളിക്കുകയായിരുന്നു അവൾ. ഇടയ്ക്കിടെ അവൾ പറയുന്നുണ്ടായിരുന്നു.

ഹെൽപ് പ്ലീസ്....

അതിവിചിത്രമായൊരു സ്വപ്നമായിരുന്നില്ല അത്. കാരണം, വിവാഹത്തോടെത്തന്നെ അവൾ ഒരു കെണിയിൽ അകപ്പെട്ടുപോയിരുന്നു.

കുട്ടിക്കാലംതൊട്ടേ ഹരിക്ക് ശിഖയെ പരിചയമുണ്ട്. എങ്കിലും പ്ലസ്ടുവിന് ശിഖ പഠിക്കുമ്പോഴാണ് ഹരി അവളുമായി കൂടുതൽ അടുക്കുന്നത്. വീടിനരികിലെ ചെറിയ ട്യൂഷൻ സെന്ററിലേക്ക് അവൾ നിത്യവും വരാൻ തുടങ്ങിയത് ആ കാലത്തായിരുന്നു. പതിവായി കാണുന്നതുകൊണ്ടായിരിക്കാം അവർക്കിടയിൽ വലിയ അപരിചിതത്വം ഉണ്ടായിരുന്നില്ല. എങ്ങനെയൊക്കെയോ അവർ തമ്മിൽ അടുക്കുകയായിരുന്നു. തീർ

ച്ചയായും അതിന് കാരണമായത് കവിതതന്നെ.

ഒരുദിവസം അവൾ ഹരിയോട് ഒരു കവിത ആവശ്യപ്പെട്ടു.

സ്കൂൾ പിടിഎ കമ്മറ്റി ഒരു സോവനീർ ഇറക്കുന്നു. അതിലേക്കാണ് കവിത. അവളുടെ പേരിൽ കൊടുക്കാനാണ് കവിതയെന്നും അവൾ വ്യക്തമാക്കി. കഥകളായിരുന്നു യഥാർത്ഥത്തിൽ ഹരിയുടെ തട്ടകം. അപ്രശസ്തമായ പ്രസിദ്ധീകരണങ്ങളിൽ നാലഞ്ചു കഥകൾ അച്ചടിച്ചതിന്റെ ഗർവ് ഒരു എഴുത്തുകാരന്റെ ഗൗരവമുഖം ഹരിക്ക് നേരത്തെ സമ്മാനിച്ചിരുന്നു.

അന്നുരാത്രി കുത്തിയിരുന്ന് അയാൾ രണ്ടു കവിതകൾ ക്ലേശപ്പെട്ടു എഴുതുകയുണ്ടായി.

'കവിത നന്നായിട്ടുണ്ട്. നല്ല വരികൾ. പക്ഷേ ഞാൻ വിചാരിച്ചത് പാടാനൊക്കെ പറ്റുന്ന രീതിയിൽ ഉള്ള കവിതയായിരുന്നു. ഈ കവിത എഴുതിയത് ഒരു പെൺകുട്ടിയാണെന്ന് തോന്നില്ല!'

അസംതൃപ്തയായ ഒരു വായനക്കാരിയെപോലെ മുഖം വക്രിപ്പിച്ച് ശിഖ പറഞ്ഞു. ഒരു കവിതയുടെ ബിംബങ്ങൾത്തന്നെയായിരുന്നു അതിലൂടനീളം ഉപയോഗിച്ചിരുന്നത്. പക്ഷേ കാഴ്ചകൾക്ക് വ്യത്യസ്തതയുണ്ടാവാം. ഒരു സ്ത്രീപക്ഷ വായന ആ കവിതയ്ക്ക് സാധ്യമല്ലായിരിക്കാം. ബുദ്ധിമതിയായ ഒരു നിരൂപകയെപ്പോലെ അവൾ ഏത്രവേഗമാണ് അത് കണ്ടുപിടിച്ചിരിക്കുന്നത്!

'സാരമില്ല, ഞാൻ മറ്റൊന്ന് എഴുതാം.'

'വേണ്ട. ഇതുതന്നെ ശരിയാക്കാൻ പറ്റോന്ന് നോക്കട്ടെ...'

അവൾ ആ കവിത നാലായി മടക്കി പുസ്തകത്തിനുള്ളിൽ തിരുകി മനോഹരമായൊരു പുഞ്ചിരി സമ്മാനിച്ചു. കുറേക്കാലം ഹരിയുടെ മനസ്സിൽ ആ പുഞ്ചിരി തങ്ങിനിന്നു.

ആ കവിതയിൽ ഒളിപ്പിച്ചുവെച്ച പ്രണയത്തെ അവൾ തിരിച്ചറിഞ്ഞിരിക്കുമോയെന്ന് ഹരി സന്ദേഹപ്പെട്ടു. കലുങ്കിൽ, അവളും കൂട്ടുകാരികളും കടന്നുപോകുന്ന വഴിക്ക് സമീപം ഒരു കാമുകന്റെ വിഷാദഭാവത്തോടെ അയാൾ പോയിരുന്നു. കടന്നുപോകുമ്പോൾ പതിവുപോലെ അവൾ ചിരിക്കുവാൻ മടി കാണിച്ചില്ല. എന്നാൽ ഹരി പ്രതീക്ഷിക്കുന്നതിൻവണ്ണം പ്രേമാവേശത്തോടെയായിരുന്നില്ല അത്.

രണ്ടുമാസങ്ങൾക്കപ്പുറം ഒരു നിറഞ്ഞ സായാഹ്നത്തിൽ ചിരിക്കുന്ന മുഖവുമായി അവൾ വീണ്ടുംവന്നു. ഇത്തവണ കലുങ്കിൽവച്ചായിരുന്നില്ല, വഴിയരികിലെ പബ്ലിക് ലൈബ്രറിയുടെ വിശാലമായ മുറ്റത്ത് അധികാരത്തോടെ തലയുർത്തിനിൽക്കുന്ന വാകമരച്ചോട്ടിൽവെച്ച്. അതിനു കാ

ല്പനികമായൊരു പരിസരവും ഉണ്ടായിരുന്നു. തൊട്ടടുത്ത് ഒഴുകുന്ന പുഴ. ചിതറിക്കിടക്കുന്ന വാകപ്പൂക്കൾ. നിറഞ്ഞ ചിരിയോടെ അടിച്ചുകൊണ്ടിരിക്കുന്ന കാറ്റ്. എണ്ണമയമില്ലാത്ത അവളുടെ ചുരുണ്ടമുടി ഇടയ്ക്കിടെ ആ മനോഹരമായ മുഖത്തേക്ക് പാറിവീഴുന്നത് ശ്രദ്ധിച്ചുകൊണ്ട് അവൻ നിന്നു.

ബാഗുതുറന്ന് അവൾ സുവനീർ എടുത്തുനീട്ടി. അതിന്റെ ആദ്യഭാഗങ്ങളിൽത്തന്നെ മനോഹരമായ ഒരു ചിത്രത്തോടുകൂടി കവിത അച്ചടിച്ചുവന്നിരുന്നു. അരയാലിന്റെ പ്രണയം. തലക്കെട്ട് അതുതന്നെ. എന്നാൽ വാചകങ്ങൾ പലതും മാറ്റിയിരുന്നു. അത് മനോഹരമായൊരു കവിതയായിരുന്നു. പേജിന്റെ മുകളിൽ വിഷാദത്തോടെ നിൽക്കുന്ന അവളുടെ ചിത്രവും മുദ്രണം ചെയ്തിരിക്കുന്നു. ആ കവിത വായിച്ചപ്പോൾ താനെഴുതിയ കവിതയല്ല അതെന്ന് ഉറപ്പായി ഹരിക്ക്. ഒരു പെൺകുട്ടിക്കുമാത്രം എഴുതാൻ സാധിക്കുന്ന ബിംബങ്ങളാലും വാക്യങ്ങളാലും സമൃദ്ധം.

'കവിത നന്നായിട്ടുണ്ട്. പക്ഷേ ഇത് ഞാൻ തന്ന കവിതയല്ലല്ലോ..........'

നൈരാശ്യം ബാധിച്ച സ്വരത്തിൽ ഹരി പറഞ്ഞു.

'ആരുപറഞ്ഞു? ഹരി എഴുതിയ കവിതതന്നെ. ചില വാചകങ്ങൾ മാറ്റിയിട്ടുണ്ട്. പക്ഷേ ബിംബങ്ങളും കവിതയും അതുതന്നെ....!'

സോവനീർ തിരികെ വാങ്ങി ഭദ്രമായി ബാഗിൽവെച്ചശേഷം അവൾ പറഞ്ഞു. കാറ്റേറ്റുകൊണ്ട് അവൾക്കൊപ്പം ഹരി നടന്നു. റോഡ് അവസാനിക്കുന്നതിന് വലതുവശത്തെ പരിചയക്കാരന്റെ കടയിൽനിന്ന് ആദ്യമായി ഹരി ഒരു പെൺകുട്ടിക്ക് വാങ്ങികൊടുക്കുന്ന ആദ്യത്തെ ഓറഞ്ച് ജ്യൂസ് ഇടയ്ക്കിടെ നന്ദിപൂർവം നോക്കിക്കൊണ്ട് അവൾ സ്ട്രോയിലൂടെ കുട്ടികളെപോലെ ഉറിഞ്ചുവലിച്ച് കുടിക്കുന്നത് ചാരിതാർത്ഥ്യത്തോടെ ഹരി നോക്കിയിരുന്നു.

ആ കവിതയിലൂടെയായിരുന്നു അവരുടെ പ്രണയവും കാമനകളും മൊട്ടിട്ട് തളിർത്തത്. പ്രണയത്തിന്റെ പൂമരത്തിൽ അതു വള്ളിയായി ചുറ്റിപ്പിടിച്ചു തുടങ്ങിയിരുന്നു. അവൾക്ക് കവിതകളെയും കവികളെയും ഇഷ്ടമായിരുന്നു. കമലാദാസിന്റെ ഇംഗ്ലീഷ് കവിതകൾ അവൾ മാറോട് ചേർത്തുവെച്ചു. നീർമാതളത്തിന്റെ ചുവട്ടിൽ മഴയുംമഞ്ഞുംകൊണ്ട് അവൾ സ്വപ്നങ്ങൾ നെയ്തു.

അവൾ വളരുകയായിരുന്നു. കൗമാരത്തിന്റെ സ്പ്നങ്ങളിൽനിന്ന് യൗവ്വനത്തിന്റെ ഭ്രമാത്മകമായ ലോകത്തേക്ക്. പ്ലസ് ടു കഴിഞ്ഞ് നഗരത്തിലെ കോളേജിൽ അവൾക്ക് അഡ്മിഷൻ കിട്ടി. ബസിലൂടെ അവൾ ര

ണ്ടുതവണ ഹരിയുടെ മുന്നിലൂടെ യാത്രചെയ്തു. പിഎസ്സി പരീക്ഷകൾക്ക് മാറ്റിവെച്ച ഒരു വർഷം റദ്ദുചെയ്തു ഹരിയും എംഎക്ക് ചേർന്നു. നഗരത്തിലേക്കും അതു തുറന്നിടുന്ന അസംഖ്യം കള്ളത്തരത്തിലേക്കും നിറയൗവ്വനത്തിന്റെ വർണ്ണങ്ങളിലേക്കും അയാളും ധൈര്യപൂർവം നീന്തി. ഒരു പത്രസ്ഥാപത്തിൽ രണ്ടുമണിക്കൂർ പാർട്ട്ടൈം ജോലി കിട്ടിയത് വലിയ വഴിത്തിരിവായി. പ്രൂഫ് നോക്കുന്ന പണിയായതിനാൽ അതിനു ആത്മസംഘർഷങ്ങൾ ഇല്ലായിരുന്നു.

കോളജിലെത്തിയതോടെ പഴയതുപോലെ കൂടിക്കാഴ്ചയ്ക്ക് ശിഖയ്ക്ക് നേരംകിട്ടിയില്ല. ക്യാമ്പസിലേക്കാവട്ടെ, അന്യർക്ക് പ്രവേശനവും നിഷേധിച്ചിരുന്നു. ആഴ്ചയിലൊരിക്കൽ ഓറഞ്ചു ജ്യൂസ് കുടിക്കാനെന്ന മട്ടിൽ ഒരു മണിക്കൂർ സമയം അവൾ ഹരിക്ക് നല്കി. അതിൽ പാതിസമയവും അവൾ സംസാരിച്ചിരുന്നത് പുതിയ കവിതകളെക്കുറിച്ചും അതു തുറന്നിടുന്ന പുതിയ ആസ്വാദകവഴികളെക്കുറിച്ചുമായിരുന്നു. ഇതിനിടയിൽ ഹരിയുടെ കഥകൾ അവളും അവളുടെ കവിതകൾ അവനും പരസ്പരം വായിക്കുകയും അതിനെക്കുറിച്ച് ചർച്ച ചെയ്യുകയും തർക്കിക്കുകയും ചെയ്തുപോന്നു.

അല്ലാത്ത സമയമാകട്ടെ, സ്വതന്ത്രമായിരുന്നു സംസാരിക്കുവാൻ കുട്ടികൾ സ്വൈര്യം തന്നില്ല. സ്വസ്ഥമായിരുന്ന് സംസാരിക്കുവാൻ ഇത്തിരി നേരം ചോദിച്ചാൽ അവൾ കണ്ണുരുട്ടി ഒരു കാമുകനുള്ളിലെ ആത്മാർത്ഥയ്ക്കുനേരെ വിരൽചൂണ്ടുവാൻ ശ്രമിക്കും. അപ്പോൾ, അപ്പോൾമാത്രം ഹരി ഒരു പുരുഷനും അവൾ വെറുമൊരു സ്ത്രീയുമെന്നൊരു തോന്നൽ ഹരിക്കുള്ളിൽ നിറയും.

നിരന്തരമായ ഹരിയുടെ അഭ്യർത്ഥനയ്ക്ക് അവൾ ഒരിക്കൽ മാത്രം സമ്മതം മൂളുകയുണ്ടായി. ഒരു ദിവസം കോളേജ് ഒഴിവാക്കാമെന്നും ആവശ്യപ്പെടുന്ന എവിടേക്കും അല്പനേരത്തേക്ക് വരാമെന്നും അവൾ സമ്മതിച്ചു. അന്നേരമാണ് സ്വസ്ഥമായിരുന്ന് സംസാരിക്കാൻ ഒരാണിനും പെണ്ണിനും നഗരത്തിൽ മാന്യമായ സ്ഥലമില്ലെന്നവൻ മനസ്സിലാക്കുന്നത്.

ഓടകളും ഡ്രൈനേജുകളും നാറുന്ന നിരത്തുകൾക്കരികിൽ പഴകി ദ്രവിച്ച കെട്ടിടങ്ങളുമായിരുന്നു ചുറ്റുപാടുമുണ്ടായിരുന്നത്. എന്നാൽ വലിയ നിരത്തോരത്ത് കൂറ്റൻ കെട്ടിടങ്ങളും അതിനുമുന്നിൽ ഇരുണ്ട വസ്ത്രങ്ങൾ ധരിച്ച സെക്യൂരിറ്റികളുമുണ്ടായിരുന്നു. ഹോട്ടൽമുറികളിലേക്കെന്നല്ല, സുഹൃത്തുക്കളുടെ വീടുകളിലേക്കു വിളിച്ചാൽപോലും മാന്യതയെ അവൾ സംശയിക്കും. അവൾ വച്ചുനീട്ടിയ ഔദാര്യം ഏതാനും മണിക്കൂർ നേരത്തെ സിനിമാ സൗഹൃദയത്തിലേക്ക് ഹരിതന്നെ ചുരുക്കി.

തുറസ്സായ ഇടങ്ങൾ അവൾക്ക് അത്ര പന്തിയായി തോന്നിയിരുന്നില്ല. അതിനാൽ പൂന്തോട്ടങ്ങളും കടൽത്തീരങ്ങളും ഒഴിവാക്കിയവയുടെ കൂട്ടത്തിൽ ഉൾപ്പെട്ടിരുന്നു..

കാത്തിരുന്ന ആ ദിവസമെത്തുന്നു. ഒരു പെൺകുട്ടിയെ അടുത്തുകിട്ടിയാൽ അവളെ ദേഹത്തോടു ചാർത്തി ലാളിക്കുവാനുള്ള ത്വരയായിരിക്കും കൗമാരത്തിൽനിന്ന് യൗവ്വനത്തിലേക്ക് പിടഞ്ഞുണരുന്ന ഒരു ചെറുപ്പക്കാരനുണ്ടാകുക.അത്തരം ചാപല്യവികാരങ്ങൾ രാവിലെമുതൽത്തന്നെ ഹരിയെ ശല്യംചെയ്തു തുടങ്ങി

അവളെ കണ്ടുമുട്ടുന്നതിനുമുമ്പ് നൂറുകണക്കിന് തവണ ഹരി ആ രംഗം വിഭാവനം ചെയ്തുനോക്കി.

ആ ദിവസം ഏറെ സമയമെടുത്താണ് ഹരി ഒരുങ്ങിയത്. ഒരു സുഹൃത്ത് അവന്റെ ജ്യേഷ്ഠൻ സൗദിയിൽനിന്ന് വന്നപ്പോൾ സമ്മാനിച്ച വെളുത്ത നിറത്തിലുള്ള ടീ ഷർട്ടും ലീയുടെ ജീൻസും ധരിച്ചാണവൻ പുറപ്പെട്ടത്. ജീവിതം വഴിമുട്ടിയ അവസ്ഥയിലാണ് നീങ്ങുന്നതെങ്കിലും ഒരല്പം ആർഭാടമാകാമെന്നയാൾ വിചാരിച്ചു.

ഒമ്പതു മണിക്കുതന്നെ നഗരത്തിരക്കുകളിലേക്ക് ഹരി ഒരുങ്ങിപ്പുറപ്പെട്ടു. പിച്ചവെച്ച് തുടങ്ങാനേ പ്രായമായിരുന്നുള്ളുവെങ്കിലും സൂര്യന്റെ വെയിലിന് നല്ല കാഠിന്യം ഉണ്ടായിരുന്നു. സത്യത്തിൽ അവൾ എന്തിനു ഒരുങ്ങിയായിരിക്കും വരുന്നത്? ഹരി ആലോചിച്ചു. ഇനിയെങ്ങാനും തന്നെ വെയിലത്തു നിറുത്തി കളിപ്പിച്ച് ചിരിക്കാനായിരിക്കുമോ? അല്ല. അവൾ വരും. തീർച്ചയായും താൻ അവളോടുള്ള പ്രണയം ഇന്നു വെളിപ്പെടുത്തും.

എന്നാൽ ഹരി വിഭാവനം ചെയ്തപോലെയായിരുന്നില്ല ആ കൂടിക്കാഴ്ച.

ക്ലാസിലെത്താൻ നേരം വൈകിയ സ്കൂൾ കുട്ടിയെപോലെ അവൾ ബസ്സിറങ്ങി, ധൃതിയിൽ ഹരിയെയും വലിച്ച് അടുത്തുകണ്ട ഓട്ടോയിലേക്ക് പാഞ്ഞുകയറുകയായിരുന്നു. അവൾ നന്നായൊന്ന് ഒരുങ്ങുകയോ കവിളിൽ ഒരല്പം പൗഡർ പൂശുകയോ ചെയ്തിരുന്നില്ല. കണ്ണുകൾ നനഞ്ഞും കഴുത്തു വിയർത്തും കാണപ്പെട്ടു. ഇടയ്ക്കിടെ അവൾ കൈലേസുയർത്തി വിയർപ്പുകുമിളകൾ തുടച്ചുകൊണ്ടേയിരുന്നു. ഇടയ്ക്ക് നിർദോഷമായി പുഞ്ചിരിതൂകിയെന്നുവരുത്തി. ഉറപ്പ്. അവളുടെ മനസ്സിൽ പല സംഘർഷങ്ങളും നടക്കുന്ന ഘട്ടമായിരുന്നു അത്.

ആദ്യംകണ്ട സിനിമാശാലയുടെ മുന്നിൽത്തന്നെ ഓട്ടോ നിന്നു. അവിടെ ഒരു ഇംഗ്ലീഷ് പ്രണയചിത്രമാണ് കളിക്കുന്നത്. വലിയ തിരക്കു

ണ്ടായിരുന്നില്ല. ആകസ്മികമായൊരു യാദൃശ്ചികതപോലെ സിനിമ തുടങ്ങാനുള്ള സമയമാകുന്നതേയുണ്ടായിരുന്നുള്ളൂ. ടിക്കറ്റുകൾ മുഴുവൻ വിറ്റുതീരാത്തതിന്റെ നിരാശയിലിരിക്കുന്ന മുതലാളി നിറഞ്ഞ ചിരിയോടെയാണ് അവരെ സ്വീകരിച്ചത്.

ആദ്യമായി എസി മുറിയിൽ കയറിയാലെന്നപോലെ ഹാളിലെ തണുപ്പ് ആസ്വദിച്ചുകൊണ്ട് ശിഖ ആദ്യമായി ഹരിയോട് സംസാരിച്ചു.

'എന്താ, ഈ സിനിമതന്നെയല്ലേ കാണിക്കാമെന്ന് പറഞ്ഞത്?'

അവൾ പ്രതീക്ഷിച്ചപോലെ അതെയെന്ന് ഉത്തരമായി ഹരി ശിരസ്സിളക്കി. ഹാളിൽ പത്തിരുപതുപേർ ഉണ്ടായിരുന്നു. മധ്യവയസ്ക്കരും കോളേജ് വിദ്യാർത്ഥികളും. അവരാണിപ്പോൾ സിനിമയുടെ വിധി നിർണയിക്കുന്ന പ്രേക്ഷകർ. മുപ്പതിനും നാലപതിനുമിടിയിലുള്ളവർ കുടുംബ പ്രാരാബ്ദങ്ങളിൽ കുരുങ്ങി നഗരത്തിലൂടെ വലിയ ഭാരവും പേറി അലഞ്ഞുനടക്കുന്നു. നിഴലും വെളിച്ചവും കൂടിച്ചേർന്ന ഇടത്തേക്ക് ടോർച്ചടിച്ച് അധികൃതർ അവരെ അവരുടേതായ സീറ്റുകളിലെത്തിച്ചു.

'എന്താ നേരം വൈകിയതിന്റെ മൂഡോഫാണോ?'

സ്വന്തമായി ഇരിപ്പിടം കിട്ടിയതോടെ അവൾ വീട്ടിൽനിന്ന് ഇറങ്ങുമ്പോൾ പൊതിഞ്ഞെടുത്ത കായവറുത്തത് സ്വസ്ഥതയോടെ ഹരിക്ക് നേരെ നീട്ടി. തെല്ല് ശബ്ദമുയർത്തി അവളത് കൊറിച്ചുതുടങ്ങി. ആദ്യം തന്നെ സിനിമയിൽ ഒരു സംഘട്ടന രംഗമായിരുന്നു. ആരോ ഒരാളെ കുത്തി ഇരുളിലേക്ക് ഓടിമറയുന്നു. കുത്തേറ്റത് ഒരു സ്ത്രീക്കായിരുന്നു. അവളുടെ പിടച്ചിലുകൾ. ഞരക്കങ്ങൾ. നഗ്നമായ ശരീരത്തിലൂടെ ഒഴുകുന്ന കട്ടപിടിച്ച രക്തം. ഇരുട്ടിൽ വികൃതമാകുന്ന മുഖം. മരണത്തിന്റെ പൈശാശ്ചികത. പൊടുന്നനെ കാഴ്ചക്കാരുടെ മനസ്സുകളെ കീഴടക്കി അത് വെളിച്ചത്തിലേക്കും മരിക്കാൻ കിടക്കുന്ന സ്ത്രീയുടെ ഭൂതകാലത്തിലേക്കും തുറക്കപ്പെടുന്നു. ഏറിയ നേരവും അവൾ സിനിമയിൽ തന്നെയായിരുന്നു. കായവറുത്തത് തിന്നാൽ സ്വൈര്യമായ ഒരിടം കിട്ടിയെന്നതൊഴിച്ചാൽ മറ്റൊന്നും ആലോചിക്കാത്ത ഒരാളെപോലെ. ഇടയ്ക്കിടെ അവൾ ഹരിയെ നോക്കി ചിരിച്ചു. ഹരിക്കപ്പോൾ അവളുടെ കൈ പിടിക്കാതിരിക്കാൻ കഴിഞ്ഞില്ല. വിരലുകളിൽ ചേർത്തുപിടിച്ച് ഹരി ഒരു കൗമാരക്കാരന്റെ പിടയ്ക്കുന്ന ഹൃദയവുമായി കായ വറുത്തത് വായിലേക്ക് കൊണ്ടുപോയി.

ഭയന്നതുപോലെ അവൾ കൈ പിൻവലിച്ചില്ല. ഒരു മാടപ്രാവിന്റെ അടിഭാഗംപോലെ പൊള്ളുന്നുണ്ടായിരുന്നു അത്. ഞാൻ നിന്നെ എത്രമാത്രം സ്നേഹിക്കുന്നുണ്ടെന്ന് നിനക്കറിയാമോ......? ഈ നിമിഷത്തി

നുവേണ്ടി ഞാനെത്രമാത്രം കൊതിച്ചിട്ടുണ്ടെന്നും കാത്തിരുന്നിട്ടുണ്ടെന്നും നിനക്കറിയാമോ? കൈ മടിയൽ അമർത്തിവെച്ച് ഹരി അവളോട് പതുക്കെ ചോദിച്ചു.

'അതുകൊണ്ടല്ലേ, ഹരി വിളിച്ചപ്പോൾ ഞാൻ ഓടിവന്നത്!'

ചിരിച്ചുകൊണ്ട് അവൾ സ്ക്രീനിലേക്ക് മുഖം തിരിച്ചു. കരുണയില്ലാത്ത സിനിമയിലെ വില്ലൻകഥാപാത്രം അപ്പോൾ ഒരു പട്ടിയെ ക്രൂരമായി കൊല്ലുന്ന ദൃശ്യമായിരുന്നു സ്ക്രീനിൽ. കുത്തേറ്റപട്ടിയുടെ വായിലേക്ക് കൊടിലുകയറ്റി അതിന്റെ നാക്ക് ക്രൂരമായി പിഴുതെടുക്കുകയായിരുന്നു ആ നീചനായ മനുഷ്യൻ.

ഹാഫ് ടൈമിൽ ചായകുടിക്കാനായി പുറത്തിറങ്ങിയ സമയത്ത് ശിഖ വാനിറ്റി ബാഗു തുറന്ന് അതിൽനിന്നു ഒരു കവിത എടുത്ത് നീട്ടുന്ന ലാഘവത്തോടെ ഒരു കവർ ഹരിക്ക് നല്കി. അതൊരു കല്യാണക്കുറിയാണെന്ന് ഹരി നടുക്കത്തോടെ കണ്ടു. ആ നടുക്കം കൗതുകത്തോടെ നോക്കിനിന്ന് ആസ്വദിക്കുകയായിരുന്ന ശിഖയുടെ നിസ്സങ്കോചത്തോടെയുള്ള നിൽപ്പ് അയാളിൽ ആശ്ചര്യം വിതച്ചു.

'ഇതെന്റെ കല്യാണക്കുറിയാ. ഹരി സമയത്തുതന്നെ വരണം. കൂട്ടുകാരികൾക്ക് ഇത് നൽകാനാണ് എന്നെ പുറത്ത് വിട്ടത്. പെട്ടെന്നുള്ള തീരുമാനമായിരുന്നതിനാൽ ആരെയും അറിയിക്കാൻ സാധിച്ചില്ല. ഹരിയെപോലും!'

പാതിവഴിയിൽ സിനിമ ഉപേക്ഷിച്ച് അധികൃതരുടെ കരുണയോടെ അവർ ഇരുവരും പുറത്തിറങ്ങി. ജീവിതം അതിന്റെ മുഴുവൻ ക്ലേശങ്ങളെയും പ്രദർശിപ്പിച്ചുകൊണ്ടു നിരത്തിലൂടെ നീങ്ങുന്നു. സ്വപ്നലോകത്തുനിന്ന് പൊടുന്ന യാഥാർത്ഥ്യത്തിലേക്ക് വീണുപോയ ഒരുവനെപോലെ ഹരി അന്ധാളിച്ചു. ഇത്രയും ഒരു സസ്പെൻസ് ജീവിതത്തിലേക്ക് എറിഞ്ഞുതന്നിട്ട് അവൾ തനിയെ യാത്രപോകുകയാണെന്നോർത്തപ്പോൾ ഹരിക്ക് തീരാത്ത സങ്കടം തോന്നി.

'എന്നാലും എന്നോടെങ്കിലും നേരത്തെ നിനക്ക് പറയാമായിരുന്നു......!'

അയാൾ കളിപ്പാട്ടം വഴിയിൽനഷ്ടപ്പെട്ടുപോയ ഒരു കുട്ടിയുടെ പരിഭവത്തോടെ ശിഖയുടെ നേരെ നോക്കി.

'ഞാൻ ആലോചിച്ചതാണ് ഹരീ. ഞാനെടുത്ത തീരുമാനമല്ല. കുറച്ചു ദിവസങ്ങൾ ഹരി എന്നെ കണ്ടിരുന്നില്ല. ഹരി അത് ഓർക്കുന്നുണ്ടാവില്ല. ആ ദിവസങ്ങളിൽ ഞാൻ ആശുപത്രിയിലായിരുന്നു. തളർന്നുവീണ അച്ഛനെ നോക്കാൻ. ആ ദിവസങ്ങളിൽ ഹരി എന്റെയരികിൽ ഒടിയെത്തുമെന്ന് ഞാൻ പ്രതീക്ഷിച്ചു. ഹരിയെ കുറ്റപ്പെടുത്തുകയല്ല. അത്

ഹരിക്കറിയില്ലായിരുന്നല്ലോ. പക്ഷേ അന്നെനിക്ക് ഒരുകാര്യം മനസ്സിലായി. നമ്മൾ അത്രമാത്രം അടുത്തിട്ടേയുണ്ടായിരുന്നുള്ളൂ. പിരിഞ്ഞാലും അധികമൊന്നും സങ്കടപ്പെടാനില്ലാത്ത ഒരടുപ്പം. അത്രമാത്രം.'

മനസ്സിലെ ദുഃഖം കടിച്ചമർത്താനെന്നവണ്ണം അവൾ ഒരു നിമിഷം മുഖംതിരിച്ചു. പിന്നെ മറ്റെന്തോ ഓർക്കാൻ ശ്രമിച്ച് നനഞ്ഞ പടക്കത്തിന്റെ ദൈന്യത നിറഞ്ഞൊരു പുഞ്ചിരി സമ്മാനിച്ചു.

'ഇഷ്ടങ്ങൾക്കപ്പുറം മറ്റു ചിലതുകൂടിയുണ്ട് ഹരീ, ജീവിതത്തിൽ. ആ സൂര്യനെ കണ്ടോ. മോഹിച്ചാലും കിട്ടില്ല. അത് അതിന്റെ പാട്ടിനങ്ങു പോകും.'

'അച്ഛനുവേണ്ടിയുള്ള സാക്രിഫൈസാണോ ഇത്...?'

'അല്ലെന്നു പറയാം. അച്ഛനും അമ്മയും പിന്നെ ഹരിയും. ഒരാൾകൂടി ജീവിതത്തിലേക്ക് വരുന്നു. ഹരി നടന്നോളൂ. എനിക്ക് മറ്റൊരിടത്തേക്കാണ് പോകാനുള്ളത്......'

ചിരിയോടെ, ശിഖ യാത്രപറഞ്ഞുപോയി.ഒരു മഞ്ഞുതുള്ളി അലിഞ്ഞില്ലാതാകുന്നതുപോലെ, ബസ്സ് സ്റ്റാൻഡിലെ അസംഖ്യം മനുഷ്യരുടെ ഇടയിലേക്ക്, അവരുടെ അപരിചിതത്വങ്ങളിലേക്ക്, ആൾക്കൂട്ടത്തിന്റെ നൊമ്പരങ്ങളിലേക്ക്, തിരക്കുകളുടെ വന്യതയിലേക്ക് അവൾ അലിഞ്ഞുചേർന്നു.

പിന്നെ ശിഖയെ കാണുന്നത് ഇന്നലെയാണ്

അതിനിടയിൽ എത്ര കഠിനമായ സൂര്യദിനങ്ങൾ.

നിർദയമായ രാത്രികൾ.

ചുളിവുകൾ വീണ കിടക്കയിൽനിന്ന് ഹരികൃഷ്ണൻ അപ്പോഴും എഴുന്നേറ്റിരുന്നില്ല. സമയസൂചി ഒമ്പതിനും പത്തിനുമിടയിൽ. പുറത്തുനിന്ന് ജീവിതസമരങ്ങളുടെ നിലക്കാത്ത ശബ്ദങ്ങൾ. കുളിമുറിയിൽ കയറി തിരിച്ചുവന്ന് ഒരു ചായയിട്ടു മടങ്ങിയെത്തിയപ്പോഴേക്കും കതകിൽ ആരോ മുട്ടുന്ന ശബ്ദം കേട്ടു. രാവിലെ എന്നും തൊട്ടപ്പുറത്ത് താമസിക്കുന്ന പത്തുവയസ്സുകാരൻ പയ്യൻ പത്രംകൊണ്ടുതരാൻ വരാറുണ്ട്. അവനാവുമെന്ന് വിചാരിച്ചാണ് വാതിൽ തുറന്നത്.

പക്ഷേ അത്, അവന്റെ ഇളയ സഹോദരിയായ സുന്ദരിക്കുട്ടിപാർവ്വതിയായിരുന്നു. അവൾക്ക് ഏഴുവയസ്സുപ്രായമുണ്ടായിരുന്നു. പത്രത്തിന് പകരം അവൾ ഒരു കവറാണ് നീട്ടിയത്. കാക്കി നിറത്തിലുള്ള തടിച്ചൊരു കവർ.

'ഇതെവിടുന്ന് കിട്ടി..?'

ഹരി വാത്സല്യത്തോടെ അവളുടെ ചുമലിൽത്തട്ടി അന്വേഷിച്ചു.

'ഒരു ചേച്ചി കൊണ്ടുതന്നതാ. ദേ അവിടെ....'

കുഞ്ഞു ചൂണ്ടുവിരൽ ദിശചൂണ്ടിയ വഴിയേ ഹരിയുടെ ആർത്തിപിടിച്ച നോട്ടമെത്തിയെങ്കിലും അവിടെ ആരുമില്ലായിരുന്നു. ഇടവഴിക്കപ്പുറം ഇരമ്പുന്ന നഗരത്തിന്റെ കാഴ്ചകളാണ്. പതിവു കാഴ്ചകൾ.

കവറിൽ അഡ്രസ് എഴുതിയത് കറക്കായിരുന്നു. ഒരു വശത്തേക്ക് ചരിഞ്ഞുപോകുന്ന മനോഹരമായ കൈപ്പട!

കവർപൊട്ടിച്ച് കത്തു വായിക്കാൻ നോക്കിയപ്പോൾ, ഹരിയുടെ നെഞ്ചുപിളർന്നുപോയി. ഹൃദയത്തിൽ ഒരു വല്ലാത്ത ഭാരംവന്നു നിറഞ്ഞു.

മറ്റൊരു ഡയറിക്കുറിപ്പ്.

ഫാദർ ഗബ്രിയേലിന്റെ അവസാന നിമിഷങ്ങൾ.

8. മിസ്റ്ററി

2020 ഫെബ്രുവരി 5, 3 pm

രണ്ടാമത്തെ കത്ത് കാഹിം ഉദ്ദേശിച്ചതുപോലെത്തന്നെയായിരുന്നു. പക്ഷേ ഒരു വ്യത്യാസമുണ്ടായിരുന്നു. യഥാർത്ഥ സംഭവങ്ങൾ ഒരല്പം ഭാവന കലർത്തി വികൃതമാക്കിയിരിക്കുന്നു ഒന്നും രണ്ടും ഡയറിക്കുറിപ്പുകൾ. അതിൽത്തന്നെ രണ്ടാമത്തേതിൽ കുറേക്കൂടി വൈകാരിക അംശങ്ങൾ ചേർത്തിട്ടുണ്ട്. അത് കൊലപാതകിയുടെ മാനസികവ്യാപാരത്തെ സൂചിപ്പിക്കുന്നു. ആദ്യകൊലയിൽനിന്നൂറ്റിയെടുത്ത ഊർജ്ജമാണ് രണ്ടാമത്തെ കൊലയിൽ വൈകാരികമായും സ്ഥൈര്യമായും പ്രതിഫലിക്കുന്നത്. ഓരോ കൊലയും കൊലപാതകിയുടെ ആത്മവിശ്വാസം വർദ്ധിപ്പിക്കുകയാണ്. ഒരു സർഗപ്രക്രിയപോലെ അതവളെ/ അവനെ ഉന്മത്തനാക്കുകയും ചെയ്യുന്നു. എന്നുവച്ചാൽ യഥാർത്ഥത്തിൽ കൊല്ലപ്പെട്ടയാൾ എഴുതുന്ന ഡയറിക്കുറിപ്പുകളല്ല, അവയൊന്നുംതന്നെ.

മറ്റൊരാൾ റീ - ക്രിയേറ്റ് ചെയ്തതാണ്.

എന്നാൽ കൊലചെയ്യപ്പെട്ടയാൾ എഴുതുന്നതാണെന്ന് വരുത്തിത്തീർക്കുവാൻ കൊലപാതകി അതിൽ ചില കാര്യങ്ങൾ ചെയ്തിരിക്കുന്നു. അവയെല്ലാംതന്നെ പഴയ ഡയറിയിൽനിന്നും ചീന്തിയെഴുതപ്പെട്ടവയാണ്. എന്നുവച്ചാൽ, കൊലപാതകി ഇത്തരം ഒരു കത്തിനുവേണ്ടി കൊലചെയ്ത കാലയളവിൽത്തന്നെ ഡയറികൾ സൂക്ഷിക്കുന്നു. കൊലചെയ്യപ്പെട്ട കാലയളവിൽത്തന്നെയായിരിക്കണം അവ എഴുതപ്പെട്ടത്. അത് പരിശോധിക്കുവാൻ ആധികരികമായ ലബോറട്ടറി ആവശ്യമാണ്. എന്നാൽ അതിൽ കൊലപാതകത്തിന്റെ ഓരോ വിശദാംശങ്ങളും അവ്യക്തമായി, കൗശലപൂർവം, വൈദഗ്ധ്യത്തോടെ എഴുത്തുകാരി കോറിയിട്ടിരിക്കുന്നു.

കൊലപാതകിയിലേക്കുള്ള ചൂണ്ടുപലകയാണ് ആ ഡയറിക്കുറിപ്പുകൾ.

ആദ്യത്തേത് ഫസ്റ്റ് പേഴ്സണിലാണ് എഴുതിയിരിക്കുന്നത്. രണ്ടാമത്തേത് തേർഡ് പേഴ്സണിലും. ഇനിവരാനുള്ളത്, അങ്ങനെ ഒന്നുണ്ടെ

ങ്കിൽ, അത് ഫസ്റ്റ് പേഴ്സണിൽത്തന്നെയായിരിക്കുവാനുള്ള സാധ്യത വലുതാണ്. കാഹിം ഇബ്രാൻ എന്ന പോലീസുകാരന് അതു ഉറപ്പുണ്ട്. പക്ഷേ മൂന്നാമത്തെ കുറിപ്പിന് കാത്തിരിക്കുന്നതിൽ അർത്ഥമില്ല. അങ്ങനെ ഒന്ന് ഉണ്ടാവാം. ചിലപ്പോൾ ഇല്ലെന്നും വരാം. അന്വേഷണം വഴിമുട്ടിക്കാനുള്ള ശ്രമവും കൊലപാതകി നടത്താതിരിക്കില്ല.

ചിലപ്പോൾ ഈ കുറിപ്പുകൾതന്നെ അന്വേഷണത്തിന്റെ ഗതി തിരിച്ചുവിടാനായിരിക്കണം.

ആദ്യത്തെ കുറിപ്പ് കിട്ടിയതിനുശേഷം, അതായത് കാഹിം ഈ അന്വേഷണം ഏറ്റെടുത്തതിനുശേഷം കാര്യമായ പുരോഗതി കേസിനുണ്ടായിരുന്നു. അന്വേഷണ സംഘം വിപുലപ്പെടുത്തുകയും അതിന് പോലീസ് അധികാരികളിൽനിന്ന് അംഗീകാരം ലഭിക്കുകയും ചെയ്തു. സംഘത്തിൽ ഒരു സ്ത്രീയും രണ്ടു ജൂനിയർ ഉദ്യോഗസ്ഥരുമുണ്ടായിരുന്നു.

ഡെയ്സിയും സന്ദീപും പീറ്ററും അടങ്ങുന്ന ഒരു മൂന്നംഗസംഘം. ഇത്തവണ ടീം ലീഡർ സന്ദീപായിരുന്നു. കഴിഞ്ഞ രണ്ടുകേസുകളിലും ഡെയ്സിയായിരുന്നു ടീം ലീഡർ. ഡെയ്സി ഓഫർ സ്വീകരിക്കുമോയെന്നുതന്നെ കാഹിമിന് നിശ്ചയമുണ്ടായിരുന്നില്ല. ഡെയ്സിയും കാഹിമും ടീമും അന്വേഷണത്തിനെടുത്ത മൂന്നാമത്തെ കേസായിരുന്നു അത്. കഴിഞ്ഞ രണ്ടുകേസുകളും വലിയ വൈദഗ്ദ്ധ്യത്തോടെയാണ് സംഘം തെളിയിച്ചത്. അതിന് പോലീസ് സേനയിൽനിന്ന് അവർക്ക് അഭിനന്ദനങ്ങൾ ലഭിക്കുകയും ചെയ്തു.

ഒരു മർഡർ കേസായിരുന്നു ആദ്യം. നഗരത്തെ ഞെട്ടിച്ച ഒരു വ്യവസായിയുടെ കൊലപാതകം. സ്വന്തം കാറിനുള്ളിൽ ഒരു രാത്രി അയാൾ മരിച്ചനിലയിൽ കാണപ്പെടുന്നു. ആത്മഹത്യയെന്ന് വിധിയെഴുതിയ ആദ്യഅന്വേഷണം വഴിത്തിരിവിലെത്തിയത് അതൊരു കൊലപാതകമാണെന്ന ഒരു ബന്ധുവിന്റെ പരാതിയെത്തുടർന്നാണ്. വളരെ ആസൂത്രിതമായി ചെയ്ത ഒരു കൊലപാതകം.

കോഴിക്കോട് നഗത്തിൽവെച്ചുതന്നെയായിരുന്നു കൃത്യം.

കേസ് സിബിഐക്ക് വിടണമെന്ന ശക്തമായ പ്രഷർ വ്യാപാരി വ്യവസായി ലോകത്തുനിന്നുയർന്നു. ബന്ധുക്കളാകട്ടെ, അതിന് സെക്രട്ടറിയേറ്റു നടയിൽ നിരാഹാര സമരത്തിനിറങ്ങുകയും ചെയ്തു. കൊല്ലപ്പെട്ടവൻ മാന്യനും ചെറുപ്പക്കാരനുമായ വ്യവസായി. കേസ് ഹിസ്റ്ററി പഠിച്ചശേഷം കാഹിം കേസ് ഏറ്റെടുക്കുന്നു. ചിട്ടയായ അന്വേഷണങ്ങളിലൂടെ, ഡെയ്സിയുടെ നിരീക്ഷണങ്ങളായിരുന്നു കൊലപാതകിയിലേക്ക് എത്തിയത്. അവളുടെ നിരീക്ഷണങ്ങൾ പലതും സത്യവും കൃത്യ

വുമായിരിക്കും. കൊലപാതകികളുടെ മനസ്സിലൂടെയൊരു സഞ്ചാരം. പ്രത്യേകിച്ചും സ്ത്രീ മനസ്സുകളുടെ നിഗൂഢതകളിലേക്ക് ചെന്നുകയറാനുള്ള വലിയ സിദ്ധി ഡെയ്സി പ്രദർശിപ്പിക്കുന്നു. തികഞ്ഞ ഒരു ഉദ്യോഗസ്ഥ എന്ന നിലയിലല്ല, വളരെ നല്ല ഒരു സുഹൃത്ത് എന്ന നിലയിലാണ് കാഹിം ഡെയ്സിയെ പരിഗണിക്കുന്നത്. അവർ തമ്മിൽ മാനസികമായൊരു ഐക്യവും കെമിസ്ട്രിയും ഉണ്ടായിരുന്നു. എന്നാൽ ഇരുവരും പേഴ്സണൽ ലൈഫ് ഷെയർ ചെയ്തിരുന്നില്ല. കാഹിം അതൊട്ടും ഇഷ്ടപ്പെടുന്നില്ലെന്ന് ഡെയ്സിയും ഡെയ്സി അത് അറിയാൻ ആഗ്രഹിക്കുന്നില്ലെന്ന് കാഹിമും മനസ്സിലാക്കിയിരുന്നു.

ഡെയ്സിയുടെ ആദ്യനിരീക്ഷണംതന്നെ കൊലയാളി ഒരു സ്ത്രീയാണ് എന്നതായിരുന്നു. കൊലപാതകം നടന്ന ഇടത്തുനിന്ന് അതിന് ബലമേകുന്ന യാതൊന്നും തെളിവായി ലഭിച്ചില്ല. തലയുടെ പിന്നിൽ ഹാമർകൊണ്ടിടിച്ച തരത്തിലുള്ള മുറിവുണ്ടായിരുന്നു. വലിയ വേഗതയിൽ ഒരു മരത്തിൽ കൊണ്ടിടിച്ചതുപോലെയായിരുന്നു കാർ കിടന്നിരുന്നത്. ബോണറ്റ് പൂർണമായും തകർന്നുപോയിരുന്നു. എങ്കിലും അതൊരു ആക്സിഡന്റല്ല, ആത്മഹത്യയാണെന്നായിരുന്നു പോലീസിന്റെ ആദ്യനിഗമനം. കാർ മരത്തിലിടിച്ചപ്പോഴുണ്ടായതാവണം തലയ്ക്ക് പിന്നിലെ മുറിവെന്നും പോസ്റ്റുമോർട്ടം റിപ്പോർട്ടിലുണ്ടായിരുന്നു. എന്നാൽ ഇവിടെ ഡോക്ടർ ചെറിയ ഒരു സംശയം പ്രകടിപ്പിച്ചു. കാറിന്റെ വേഗതയും ഇടിയുടെ ശക്തിയും കൂട്ടിവെച്ചാൽ കിട്ടുന്നതിനേക്കാൾ ശക്തിയുണ്ട് മുറിവിന്

'ഇത് ഒരു കൊലപാതകമാണെങ്കിൽ, ആ കൊലപാതകി ഒരു സ്ത്രീയായിരിക്കും.'

ഡെയ്സി ആദ്യംതന്നെ അസന്ദിഗ്ദ്ധമായി പ്രഖ്യാപിച്ചു. അതിനു അവൾ ലോകതത്ത്വംപോലെ ഒരു കാരണവും നിരത്തി. പുരുഷനായിരുന്നു കൃത്യം ചെയ്തിരുന്നതെങ്കിൽ മുറിവിന് ഇത്രയും ആഴം ഉണ്ടാകുമായിരുന്നില്ല. മരിക്കണം എന്ന ഉദ്ദേശത്തോടെ ഒരു പുരുഷൻ കൊലപാതകം ചെയ്യുമ്പോൾ മരിക്കാൻ ആവശ്യമായ ഒരു പ്രഷറാണ് ഉപയോഗിക്കുക. ഒരു സ്ത്രീ അങ്ങനെയായിരിക്കില്ല. അവൾക്ക് കൊല്ലപ്പെടുന്നയാളിനോട് അടങ്ങാത്ത പകയുണ്ടായിരിക്കും. അത് അവളുടെ പ്രവൃത്തിയിലും കാണാൻ സാധിക്കും.

വൈകാരികമായാണ് അവൾ പ്രതികരിക്കുന്നത്.

ആ നിരീക്ഷണം കൃത്യമായിരുന്നു. നാലുമാസത്തിനുള്ളിൽ ആ കേസിൽ ഒരു സ്ത്രീയെയും അവളെ കൊലപാതകത്തിനു സഹായിച്ച പൂർ

വ്വ കാമുകനെയും പോലീസ് അറസ്റ്റുചെയ്തു. കൃത്യം നടന്നത് രാത്രിയിൽത്തന്നെ. അയാളെ കാറിനുള്ളിൽ കൊലപ്പെടുത്തിയതിനുശേഷം കാമുകന്റെ സഹായത്തോടെ അവൾ ഒരു കൃത്രിമ അപകടം പ്ലാൻ ചെയ്തു.

തങ്ങളുടെ വാദം സ്ഥിരീകരിക്കുന്ന തരത്തിലുള്ള തെളിവുകൾ ഹാജരാക്കാനും പോലീസ് സംഘത്തിനു കഴിഞ്ഞു. അവരെ സെഷൻസ് കോടതി ജീവപര്യന്തം കഠിനതടവിന് ശിക്ഷിച്ചു.

ഊർജ്ജസ്വലതയുള്ള ചിന്തകൾ. ചടുലമായ പ്രതികരണം. ആവശ്യമാത്രമായ സംസാരം. ഇതാണ് ഡെയ്സിയുടെ പ്രത്യേകത.

സ്ത്രീകൾ കുറ്റവാളികളായി വരുന്ന കേസിൽ, പുരുഷകേസരികളേക്കാൾ സാധ്യതയുള്ള കുറേ ഇടങ്ങൾ പരിശോധിക്കാം.

1. പുരുഷന്മാരേക്കാൾ കൂർമ്മ ബുദ്ധിയുള്ളവരായിരിക്കും സ്ത്രീകൊലപാതകികൾ.

2. കൃത്യത്തിനിടയ്ക്ക് അബദ്ധങ്ങൾ അവർക്ക് പിണയാനുള്ള സാധ്യത പുരുഷന്മാരെ അപേക്ഷിച്ച് 100 ൽ 2 ശതമാനം മാത്രമാണ് ഉണ്ടാവുക. എന്നുവച്ചാൽ അവർ നേരത്തെ പ്ലാൻ ചെയ്തായിരിക്കും കൃത്യം നിർവഹിക്കുക. അതിലാവട്ടെ, അവർ മുഴുവൻ ബുദ്ധിയും ശ്രദ്ധയും ഉപയോഗിക്കുകയും ചെയ്യും.

3. അവരുടെ കൊലപാതകങ്ങളിൽ വൈകാരികമായൊരു ഇടം എപ്പോഴും കണ്ടെത്താൻ കഴിയും. എന്നുവച്ചാൽ കൊലപാതകത്തിനുള്ള മോട്ടീവ് അവർ വൈകാരികമായാണ് സൃഷ്ടിച്ചെടുക്കുക. സീരിയൽ കില്ലിങ്ങിലാവട്ടെ, ഇത് ഇരകളെ തെരഞ്ഞെടുക്കുന്നതിൽ അവർ അപ്ലൈ ചെയ്യും.

മനോഹരമായ പോലീസ് ഗോൾഫ് ക്ലബ്ബിൽ, സയാഹ്നവെയിൽ ആയിരം തരംഗങ്ങളുയർത്തി പുറത്ത് പരന്നുകിടക്കുമ്പോൾ ഒരു ഹോളിവുഡ് സിനിമയിലെ നായികയെന്നോണം ചലനങ്ങളിൽ നാടകീയത വരുത്തി, ഡെയ്സി നഷ്ടപ്പെട്ടുപോയ ഊർജ്ജം തിരിച്ചുപിടിക്കുകയായിരുന്നു. പതിനഞ്ചുനാൾ മുമ്പ് താൻ കണ്ട പെൺകുട്ടിയാണ് അവളെന്ന് വിശ്വസിക്കാൻ കാഹിമിനായില്ല. അന്നവൾ വളരെയധികം ഗ്ലൂമിയായി, ജീവിതത്തോടുതന്നെ വിരക്തിതോന്നുന്ന ഒരുവളെപോലെയാണ് പ്രത്യക്ഷയായിരുന്നത്.

മനസ്സിനേറ്റ മുറിവുകളിൽനിന്നും ഒരു ഫീനിക്സ് പക്ഷിയെപോലെ പൊടുന്നനെയാണ് അവൾ ഉയിർത്തെഴുന്നേറ്റത്. എങ്കിലും കണ്ണുകളുടെ കോണുകളിൽ, സൂക്ഷിച്ചുനോക്കിയാൽ വിഷാദഭാവം അപ്പോഴും

കണ്ടെത്താനാകുമായിരുന്നു.

ഉറ്റബന്ധുക്കൾ എല്ലാവരും ഉറപ്പിച്ച ഒരു കല്യാണത്തിൽനിന്ന് പ്രതിശ്രുത വരൻ പ്രിൻസ് പെട്ടെന്ന് പിന്മാറിയപ്പോൾ അവൾ ആകെ തളർന്നുപോയി. മനസ്സമ്മതംപോലും കഴിഞ്ഞിരുന്നു. ഗോൾഫ് ക്ലബ്ബിലും പോലീസ് അക്കാദമിയിലും പബ്ബിലും സിനിമാശാലകളിലുംവരെ രണ്ടിണക്കുരുവികളെപോല അവർ പാറിപ്പറന്നുനടന്നു. ഐ എ എസ് ഓഫീസറായിരുന്ന പ്രിൻസ് പൊടുന്നനെ ഒരു ദിവസം കല്യാണത്തിൽനിന്ന് കാലുമാറി. അതിനുകാരണമറിഞ്ഞപ്പോഴാണ് അക്ഷരാർത്ഥത്തിൽ ഡെയ്സി അന്ധാളിച്ചുപോയത്. അതവളുടെ പിതൃത്വത്തെത്തന്നെ ചോദ്യം ചെയ്തു.

അതോടെ അവൾ ചിലകേസുകളിൽനിന്ന് വിട്ടുനിൽക്കാൻ ആഗ്രഹിച്ചു. വിഷാദത്തിന്റെ മൂകതയിൽനിന്നുണരാൻ അവൾക്ക് ചികിത്സയും സമയവും ആവശ്യമുണ്ടായി.

അതിനുശേഷം പോലീസ് ജീവിതം അവൾ വെറുത്തു. ഒരു മില്ലിനറുടെ മകളായ ഡെയ്സി പോലീസ് ജീവിതം തെരഞ്ഞെടുത്തതുതന്നെ ഒരു ത്രില്ലിനുവേണ്ടിയായിരുന്നു. ഒടുവിൽ ഒരു ലോങ് ലീവിന് അപേക്ഷ നൽകി പലരാജ്യങ്ങളിലൂടെയുള്ള സഞ്ചാരത്തിനായി അവൾ തയ്യാറാകുമ്പോഴാണ് കാഹിം അവളെ വീണ്ടും ഈ കേസിലേക്ക് പിടിച്ചുവലിച്ചത്.

'താങ്കളുടെ സേവനം പോലീസ് സേനയ്ക്ക് അത്യാവശ്യമായിരുന്നതിനാൽ അപേക്ഷ ഗ്രാന്റ് ചെയ്യാൻ ബുദ്ധിമുട്ടുണ്ട്....'

സാം അലക്സിന്റെ നിർബന്ധപ്രകാരം കാഹിം ഇബ്രാൻ ഡ്രാഫ്റ്റ് ചെയ്ത ലറ്ററായിരുന്നു താൻ സ്വീകരിച്ചതെന്ന് ഡെയ്സി അറിഞ്ഞില്ല. അവളെ തിരികെ ഡിപ്പാർട്ടുമെന്റിന്റെ വലിയ ചുമതലയിൽ ഇരുത്തേണ്ടത് അയാളുടെയും ആവശ്യമായിരുന്നു. ജീവിതത്തിലേക്കും അത് തുറന്നിടുന്ന അനേകമനേകം വെളിച്ചങ്ങളിലേക്കും അവളെ കൂട്ടിക്കൊണ്ടുവരികയെന്ന ദൗത്യം. അതിൽ പാതി താൻ വിജയിച്ചിരിക്കുന്നു. കീ കൊടുത്ത മരപ്പാവപോലെ ഇനിയവൾ കേസിലേക്കും അതിന്റെ ആന്തരിക ഘടനയിലേക്കും പതിയെ മടങ്ങിക്കോളും. നഷ്ടപ്പെട്ടുവെന്ന് കരുതിയ ഊർജ്ജവും അതുവഴി ജീവിതരസങ്ങളും അവൾ തിരികെ പിടിക്കട്ടെ!

കാഹിമിന് അവളെ ഇഷ്ടമായിരുന്നു. അവളുടെ സാമീപ്യത്തിൽ അയാളുടെ കഠിനമായിത്തീർന്ന മനസ്സ് അല്പം ലാഘവത്വം കൈവരിക്കുന്നു..

'നല്ല ചുറുചുറുക്കുള്ള ഡെയ്സിയെപോലുള്ള പെൺകുട്ടികൾ പോ

ലീസ് സേനയിൽ കുറവാണ്. ബുദ്ധിയുണ്ടെന്നതല്ല, അതെങ്ങനെ വിനിയോഗിക്കണമെന്ന് കൃത്യമായി അറിയാമെന്നതാണ് ഡെയ്സിയുടെ ഏറ്റവും വലിയ അഡ്വാന്റേജ്. തന്റേടം പ്രകൃതത്തിൽ മാത്രമല്ല, ആന്തരികമായും അവൾ കൊണ്ടുനടക്കുന്നു. അതിനാൽ അവൾ ഉയരങ്ങൾ കീഴടക്കുമെന്നതിൽ എനിക്ക് സംശയമേയില്ല....'

പോലീസ് മെഡലുകൾ വിതരണം ചെയ്യുന്ന പരിപാടി ഉദ്ഘാടനം ചെയ്തുകൊണ്ട് കാഹിം ഇബ്രാൻ ഡെയ്സിയെക്കുറിച്ച് പറഞ്ഞതങ്ങനെയാണ്.

'ഹൗ ആർ യു സാർ.....?' കേസിൽ ജോയിൻ ചെയ്യാൻ വന്നപ്പോൾ ചിരിച്ചുകൊണ്ട് ഡെയ്സി ചോദിച്ചു.

'ഐ ആം ഫൈൻ. വാട്ട് എബൗട്ട് യു....?'

ഫൈൻ സാർ...........

'ഓകെ, ഗറ്റ് റെഡി ടുഡേ. വി ഹാവ് നോ ടൈം.'

ഡയറിയിലെ കൊലപാതക പരമ്പരയുടെ സ്പോട്ട് കണ്ടുപിടിക്കുകയായിരുന്നു സംഘത്തിന്റെ ആദ്യ ദൗത്യം. കോഴിക്കോടും പരിസരവുമാണ് അതെന്ന് വ്യക്തമായിരുന്നു. പലയാവർത്തി വായിച്ചാണ് പരിസരം കോഴിക്കോടാണെന്ന് കാഹിം സ്ഥിരീകരിക്കുന്നത്. കേസിന് ഡയറിക്കുറിപ്പ് മാത്രം അടിസ്ഥാനമാക്കുന്നത് പരമ വിഡ്ഢിത്തമാണ്. പ്രത്യേകിച്ചും അതിന്റെ ആധികാരികതപോലും ഇല്ലാതിരുന്ന ഒരു ഘട്ടത്തിൽ. മൂന്നുകാര്യങ്ങൾ ആ ഡയറിക്കുറിപ്പുകളിൽനിന്ന് കാഹിം വായിച്ചെടുത്തു.

ഒന്ന് – ആ ഡയറിക്കുറിപ്പുകൾ കൊലപാതകിക്ക് എഴുതേണ്ട ഒരു സാഹചര്യം. അതായത് താൻ നടത്തിയ കൊലപാതകങ്ങൾ ഏതോ രീതിയിൽ കണ്ടെത്താൻ പോകുന്നുവെന്ന ഭയത്തിൽനിന്നാണ് അങ്ങനെ ഒരു കുറിപ്പുണ്ടാകുന്നത്. അല്ലെങ്കിൽ നേരത്തെ എഴുതിവെച്ച കുറിപ്പുകൾ വെളിച്ചം കാണിക്കുന്നത്.

രണ്ട് – പോലീസിന്റെ ഏതോ ഒരന്വേഷണം തന്നിലേക്ക് എത്തിച്ചേർന്നിട്ടുണ്ടെന്ന് കൊലപാതകി സംശയിക്കുന്നു. അപ്പോൾ കേസിനെ വഴി തിരിച്ചുവിടാൻ കൊലപാതകി കണ്ടെത്തിയ ഒരു രക്ഷാമാർഗ്ഗമാണ് ആ കുറിപ്പുകൾ.

മൂന്ന് – സാധാരണനിലയിൽ അരങ്ങേറിയ ഒരു കൊലപാതകത്തെ മഹത്വവൽക്കരിച്ച് താൻ ഒരു സീരീസ് കില്ലറാണെന്ന് സ്വയം സ്ഥാപിക്കുന്നതിലൂടെ, ഇനിയും രക്തം മരവിപ്പിക്കുന്ന തരത്തിലുള്ള കൊലപാതകങ്ങൾ ഉണ്ടാകുമെന്ന ഒരു സൂചന കൂടി നല്കുകയാണ് കൊലപാ

തകിയുടെ ലക്ഷ്യം.

കേസ് ഹിസ്റ്ററി പഠിച്ചതിനുശേഷം കാഹിം ഇബ്രാൻ ആവശ്യപ്പെട്ടതിനനുസൃതമായി മേശപ്പുറത്തെത്തിയ നൂറുകണക്കിന് കേസുകൾ പരിശോധിച്ചതിൽ സംശയം തോന്നിയ നാലണ്ണം കാഹിം എടുത്തുവെച്ചു. അവയെല്ലാം നടന്നത് കോഴിക്കോടും പരിസരത്തും ആയിരുന്നുവെന്നതുമാത്രമല്ല, അതിലെ പ്രതികളെന്നു സംശയിക്കുന്നവർ സ്ത്രീകളായിരുന്നുവെന്ന മാനദണ്ഡമാണ് കാഹിം പരിഗണിച്ചത്. ഒന്ന് ഒരു കൊലപാതക കേസായിരുന്നു. ഭർത്താവിനെ വിഷംകൊടുത്തു കൊലപ്പെടുത്തിയെന്നായിരുന്നു ക്രൈം പശ്ചാത്തലം. രണ്ടാമത്തേതും ഒരു മരണവുമായി ബന്ധപ്പെട്ട സംശയമായിരുന്നു. അയാൾ പക്ഷേ മരിച്ചത് വിഷം ഉള്ളിൽ ചെന്നായിരുന്നില്ല. തലയ്ക്ക് ക്ഷതമേറ്റിട്ടായിരുന്നു. മൂന്നാമത്തേതും നാലാമത്തേതും സ്വത്തുതട്ടിയെടുക്കുന്നതിന് വ്യാജ ഡോക്യുമെന്റുകൾ നിർമ്മിച്ചുവെന്ന നിർദോഷമെന്ന് തോന്നാവുന്ന കേസുകെട്ടുകൾ.

നിർഭാഗ്യവശാൽ താൻ അന്വേഷിക്കുന്ന കേസുകളുമായി അവയ്ക്കൊന്നും പുലബന്ധംപോലുമില്ലെന്ന് പ്രാഥമിക പരിശോധനയിൽത്തന്നെ അയാൾ കണ്ടെത്തി. എന്നാൽ അവയെല്ലാം കേസിന്റെ ആദ്യപടിയെന്ന തരത്തിൽ കൂർമ്മബുദ്ധിയുള്ള ആ പോലീസുകാരൻ സൂക്ഷിച്ചു.

സന്ദീപും ഡെയ്സിയും അന്വേഷിച്ച് കണ്ടെത്തിയ ചില രേഖകൾ കാഹിം പരിശോധനയ്ക്ക് വിധേയമാക്കുന്നുണ്ടായിരുന്നു. ആരോഗ്യപ്രവർത്തകയുടെ സാദാ വേഷം ധരിച്ചാണ് ഡെയ്സി ആ വീട്ടിലേക്ക് കയറിച്ചെന്നത്. ഒരു സ്ത്രീയും അവളുടെ ഭർത്താവും തനിച്ച് താമസിക്കുന്ന ആ വീട്ടിലെ കുടുംബനായിക ഒരു എജ്യൂക്കേഷൻ സെന്ററിലെ അറിയപ്പെടുന്ന ടീച്ചറായിരുന്നു. ഭാഗ്യത്തിന് അവിടെ അപ്പോൾ അവരുണ്ടായിരുന്നു. പലതും ചോദിക്കുന്ന കൂട്ടത്തിൽ ഡെയ്സി അവരോട് ചിലകാര്യങ്ങൾ ചോദിച്ചറിഞ്ഞു. അപ്പോൾ സംശയിക്കുന്ന തരത്തിൽ അവിടെ ഒരു മരണം നടന്നിട്ടുണ്ടെന്ന് അറിയാൻ സാധിച്ചു.

എന്നാൽ പലപ്പോഴും അവർ സംസാരിക്കുന്നതിന് വിമുഖത കാണിച്ചു. പൊതുവെ അധ്യാപികമാർ വീട്ടിലെത്തുന്ന അതിഥികളെ പലതും പഠിപ്പിക്കാൻ മുതിരാറുണ്ട്. അങ്ങനെ ചിലപ്പോൾ ചില സ്ത്രീകളുടെ ജോലിപോലും പോലീസുകാർ കണ്ടുപിടിക്കും. എന്നാൽ അവർ വലിയ അന്തർമുഖയായ ഒരു സ്ത്രീയായിരുന്നു. നിർഭാഗ്യമെന്ന് പറയട്ടെ, പോലീസുകാർക്ക് അത്തരം മനുഷ്യരെയായിരുന്നു ഭയം. അവരിൽ ഭീകരമായി പ്രതികരിക്കുന്ന ചില അപരവ്യക്തിത്വം കണ്ടുപിടിക്കാൻ സാ

ധിച്ചെന്നുവരാം.

മൂന്നു വീട്ടിലാണ് ഡെയ്സി അങ്ങനെ ചെന്നുകയറിയത്. മൂന്നുവീടും പരിസരങ്ങളിൽത്തന്നെയുള്ളവയായിരുന്നു. കാരണം അവിടെ പരിസരത്തെവിടെയോ ഉള്ള ശോശാമ്മയെന്ന ഒരു ടീച്ചർ ഏതാണ്ട് ഡയറിക്കുറിപ്പിൽ പറയുന്ന സമയത്ത് മരിച്ചതായി അറിയാൻ കഴിഞ്ഞു. അവർ കുഴഞ്ഞുവീണുതന്നെയായിരുന്നു മരിച്ചത്. എന്നാൽ അത് ഗുളിക കഴിച്ചതിനുശേഷമായിരുന്നില്ല. ഭക്ഷണം കഴിച്ചതിനു ശേഷമായിരുന്നു.

സ്വാഭാവിക മരണമായിരുന്നു. അത്തരം മരണമുള്ള നാലുകേസുകൾ വേറെയും ഉണ്ടായിരുന്നു. ആ വഴിക്ക് അന്വേഷം നീട്ടുന്നതിൽതെറ്റില്ലെന്ന് പറയുന്നതിനിടയിലാണ് സാം അലക്സ് രണ്ടാമതൊരു ഡയറിക്കുറിപ്പുമായി വരുന്നത്. അതോടെ, കേസിന്റെ വ്യാപ്തി വർദ്ധിക്കുന്നതായി തോന്നി കാഹിമിന്. അതുമാത്രമല്ല, ഇനിയും പിറകെ നടന്നിട്ടുള്ള കൊലപാതകങ്ങൾ ഉണ്ടാകുമെന്നും തീർച്ചയായി.

ഫാദർ ഗബ്രിയേലിന്റെ മരണത്തിൽ വിശ്വാസയോഗ്യമല്ലാത്തത് പലതുമുണ്ടായിരുന്നു. മരണംപോലും സംശയിക്കത്തക്കതല്ല. എന്നാൽ അദ്ദേഹം മരണപ്പെട്ടത് സയനൈഡ് ഉള്ളിൽചെന്നതാണോയെന്നുപോലും വ്യക്തമായിരുന്നില്ല. ഇവരുടെയൊന്നും പോസ്റ്റുമോർട്ടം നടക്കാതിരുന്നതിനാൽ അഞ്ചും എട്ടും വർഷങ്ങൾക്കുശേഷം ഡീകമ്പോസ് ചെയ്യപ്പെട്ട ബോഡിയിൽനിന്ന് തെളിവുകളൊന്നും കിട്ടില്ലെന്നത് ഏതാണ്ട് ഉറപ്പുള്ള കാര്യമാണ്. എങ്കിലും ബോഡി പുറത്തെടുത്ത് തെളിവുകൾ ശേഖരിക്കുകയും പോസ്റ്റുമോർട്ടം നടത്തുകയും ചെയ്യേണ്ടിയിരിക്കുന്നു. അതിനാവട്ടെ നൂറുകണക്കിന് സാങ്കേതിക തടസ്സങ്ങളും തരണം ചെയ്യണം.

'സർ, എനിക്ക് ഒരു സംശയം. ഈ ഡയറിക്കുറിപ്പുകൾ നമ്മെ കബളിപ്പിക്കാൻ ആരോ എഴുതിയതാണെന്നു തോന്നുന്നു. നോക്കൂ, ഇതിൽ ഒരു പുസ്തകത്തിന്റെ പരാമർശമുണ്ട്..!!'

ഡെയ്സി ആലോചനയിൽ നിന്നുണർന്നുകൊണ്ട് പറഞ്ഞു.

'ശരി. നോക്കട്ടെ..........'

കാഹിം ഇബ്രാൻ അതു ഒരിക്കൽക്കൂടി വായിച്ചുനോക്കി. ആദ്യവായനയിൽ തോന്നാത്ത പലതും രണ്ടാമത്തെ വായനയിൽ കിട്ടുന്നതായി തോന്നി. ഉദാഹരണം, ലൈബ്രറിയും പരിസരവും കൂടുതൽ മിഴിവോടെ അവതരിക്കുന്നു. ഫാദർ ഗബ്രിയേലിന്റെ മുറി ഒരു ഛായാചിത്രം പോലെ അതിൽ വർണിച്ചിരിക്കുന്നു. ഇങ്ങനെ പലനൂതനമായ ബിംബങ്ങളും അതിൽ കണ്ടെത്താൻ കഴിഞ്ഞു. ഒടുവിൽ ഒരു ചോദ്യം മനസ്സി

ൽ വിലങ്ങുകയും ചെയ്തു. മരിക്കുന്നതിനുമുമ്പേ ഫാദർ അവസാനമായി ഉച്ചരിക്കപ്പെട്ട പദം. അത് ഒരു പുസ്തകത്തിന്റെ പേരായിരുന്നോ...?

'അതെ. സാർ. വളരെ നല്ലൊരു പുസ്തകമാണ് അത്.' ഏറെ വായിക്കുന്ന ഡെയ്സി പറഞ്ഞു. 'വലിയ ഒരു എഴുത്തുകാരൻ എഴുതിയ നോവൽ. നോബൽ സമ്മാനം ലഭിക്കാതെ മരിച്ചുപോയ ആ എഴുത്തുകാരന്റെ ഏറ്റവും പ്രശസ്തമായ രചനയാണ് അത്. ദ നെയിം ഈസ് റോസ്..........'

കാഹീം ചിന്താധീനനായി. സംശയിക്കുന്നതുപോലെ കാര്യങ്ങൾ മറ്റൊരു രീതിയിലേക്കാണ് പോയിക്കൊണ്ടിരിക്കുന്നതെന്ന് അയാൾക്ക് മനസ്സിലായി.

'സർ സംശയിക്കുന്നതുപോലെ ഇതൊരു സൈക്കോ കില്ലർ തന്നെയായിരിക്കുമോയെന്ന് ആലോചിക്കേണ്ടതാണ്. രണ്ടുകൊലപാതകങ്ങളുടെ ചുരുളുകളാണ് നമുക്ക് കിട്ടിയത്. ഇനിയും കൊലപാതകങ്ങൾ ഉണ്ടായിരിക്കുമെന്നാ എനിക്ക് തോന്നുന്നത്'

'ശരിയാണ് സാർ. ഇനിയും കൊലകൾ നടന്നിട്ടുണ്ട്....'.

എന്തോ ഉറപ്പിന്മേൽ ഡെയ്സി പറഞ്ഞു.

'അങ്ങനെയും വരാം. ഏതായാലും വലിയ വൈദഗ്ധ്യത്തോടെയാണ് ഈ കൊലപാതകങ്ങളെല്ലാം ആസൂത്രണം ചെയ്തിരിക്കുന്നത്. അല്ലേ സാർ...?' സന്ദീപ് ചോദിച്ചു.

'ശരിയായിരിക്കാം. പക്ഷേ എല്ലാ കൊലകളും വളരെ ലളിതമായിരിക്കും. അതിനെ സങ്കീർണമാക്കുന്നത് കൊലപാതകികളാണ്. അവർ എപ്പോഴും നമ്മുടെ ചിന്തകളെ ഡൈവേർട്ട് ചെയ്യാൻ എന്തെങ്കിലും ചെയ്തുകൊണ്ടിരിക്കും.' കാഹിം അഭിപ്രായപ്പെട്ടു.

'പക്ഷേ ഇതെല്ലാം ഒരു സ്ത്രീയാണ് ചെയ്യുന്നതെന്ന് കരുതാൻ എനിക്കാവില്ല സാർ. ഒരു സ്ത്രീക്ക് ഇതെല്ലാം സാധ്യമാണോ..?'

ഡെയ്സി സംശയം പ്രകടിപ്പിച്ചു.

'വൈ നോട്ട്. ഓരോ കൊലപാതകത്തിനും അവൾ പലരുടെയും സഹായം തേടിയിട്ടുണ്ടാവാം. പക്ഷേ സഹായിച്ചവർപോലും അത് പിന്നീടാവും തിരിച്ചറിയുന്നതുപോലും. അപ്പോഴേക്കും അയാളെയും അവൾ ബുദ്ധിപൂർവം കുരുക്കിയിട്ടുണ്ടാകും....'

കാഹിം വാച്ചിലേക്കു നോക്കി. അതൊരു പതിവാണെന്ന് ഡെയ്സിക്കറിയാം. അയാളുടെ മകൾ മെഹർ മരിക്കുന്നതിനുമുമ്പ് സ്കൂൾ വിട്ടു വരുന്ന സമയമാണ് അയാൾ അന്വേഷിക്കുന്നത്. മകളും ഭാര്യയും മരിച്ചുപോയ കാര്യം ഇടയ്ക്ക് അയാളും വിസ്മരിക്കുന്നു. ലോസ്റ്റ്

മൈൻഡ്.

'ലെറ്റസ് ഡിസ്മിസ് ദ മീറ്റിംഗ്....'

ചിരിച്ചുകൊണ്ട് എല്ലാവരോടും യാത്രപറഞ്ഞ് കാഹിം പുറത്തേക്കിറങ്ങി. പുറത്ത് മഞ്ഞുവീഴാൻ തുടങ്ങിയിരുന്നു. ഇരുൾതിങ്ങിയ വനാന്തരങ്ങളിൽനിന്ന് ഒരു പട്ടി ഓരിയിടുന്ന അവ്യക്തമായ സ്വരം കാതിൽവന്നലച്ചു. ഏകാന്തമായ ജീവിതത്തിൽ ഇത്തരം ശബ്ദങ്ങൾ തന്നെ വേട്ടയാടാൻ തുടങ്ങാറുണ്ടല്ലോയെന്ന് കാർറിവേഴ്സെടുത്തപ്പോൾ കാഹിം ഓർമ്മിച്ചു.

രാത്രിയിൽ, പതിവുകോട്ടയ്ക്കായി ബാറിലേക്കുള്ള രണ്ടുകിലോമീറ്റർ ദൂരത്തിൽ, കാറോടിക്കുമ്പോൾ കാഹിം എന്തിനെന്നില്ലാതെ നഷ്ടപ്പെട്ട കുടുംബത്തെക്കുറിച്ച് വെറുതെ ഓർത്തുപോയി.

മാങ്കാവിൽനിന്ന് റൈറ്റെടുത്ത് സ്റ്റേഡിയും റോഡിന് തിരിയുമ്പോൾ പൊടുന്നനെയാണ് ഒരു പട്ടി കാറിനു കുറുകെ ചാടിയത്. കാഹിം പൊടുന്നനെ കാർ സഡൻബ്രേക്കിട്ടു. തിരിഞ്ഞുനോക്കിയപ്പോഴാണ് ശ്വാസം നേരെ വീണത്. ഒരു നിലവിളിയോടെ പട്ടി ടയറുകൾക്കിടയിൽനിന്ന് ഓടിപ്പോകുന്നത് ഒരു നോക്കുകണ്ടു. പക്ഷേ അതിന്റെ കാലുകൾ മുറിഞ്ഞ് ചോരയൊഴുകുന്നത് ആ മങ്ങിയ വെളിച്ചത്തിലും അയാൾ ശ്രദ്ധിച്ചു.

പൊടുന്നനെ, കാറ് തിരിച്ച് അയാൾ മറ്റൊരു വഴിയിലേക്ക് കടന്നു. അവിടെ അയാളെ കാത്തിരിക്കുന്നത് എന്താവും?

9. രാത്രിഭയങ്ങൾ

2020 ഫെബ്രുവരി 3, 9 pm

കണ്ണടച്ചു കിടന്നെങ്കിലും ശിഖയ്ക്ക് ഉറങ്ങാനേ കഴിയുന്നില്ല. പഴയ ചിത്രങ്ങൾ അങ്ങനെ മനസ്സിലേക്ക് ഓടിയെത്തുകയാണ്.

നിറയെ കാറ്റും വെളിച്ചവും നിറഞ്ഞ ഒരു ദിവസത്തിൽ, ആൾക്കൂട്ടത്തിനുമുന്നിൽവെച്ച് വിവാഹത്തിനുവേണ്ടി കഴുത്തുനീട്ടിനിൽക്കുന്ന രംഗമായിരുന്നു മുന്നിൽ. തന്റെ ജീവിതത്തിലെ ഏറ്റവും മനോഹരമായൊരു നിമിഷമാണ് അതെന്ന ചിന്ത ഒട്ടുമേ ഉണ്ടായിരുന്നില്ല. ആ വിവാഹം തനിക്കു സമ്മാനിക്കുവാൻ പോകുന്നത് പായൽ മൂടിയ കറുത്ത ദിനങ്ങളാണെന്ന് അവൾക്ക് ഉറപ്പുണ്ടായിരുന്നു.

അമ്പലത്തിൽവെച്ചു നടന്ന ചെറിയ ഒരു ചടങ്ങ്. എവിടെയോ കണ്ടുമറന്നമുഖംപോലെ പരിചിതനായിരുന്നു വരനായെത്തിയ മോഹനചന്ദ്രൻ. പെണ്ണുകാണാൻ വന്നപ്പോൾ തോന്നിയ നീരസവും അതു സൃഷ്ടിച്ച വേദനയും മാറിയെന്നതൊഴിച്ചാൽ മോഹനചന്ദ്രനോട് അവൾക്കുണ്ടായിരുന്ന മുൻധാരണകളൊന്നും മനസ്സിൽനിന്നു മായ്ക്കുവാൻ കഴിഞ്ഞില്ല. സ്നേഹത്തോടെയും സൗഹൃദയത്തോടെയും ആയിരുന്നു മോഹനചന്ദ്രന്റെ പെരുമാറ്റം. കാണാൻ ആറടിയുടെ ആനചന്തവുംകനത്തമേൽമീശയും വിരിഞ്ഞ നെഞ്ചളവുമുള്ള സുന്ദരപുരുഷൻ.

അവളെപ്പോലെത്തന്നെ മോഹനചന്ദ്രനും അധികം ബന്ധുക്കൾ ഉണ്ടായിരുന്നില്ല. വകയിൽ ഒരു അമ്മായിയും ഒരു സഹോദരനും അവന്റെ ഭാര്യയും പിന്നെ കുറേ സുഹൃത്തുക്കളും. ബന്ധുബലം അവസാനിക്കുന്നു. ശിഖയുടെ അമ്മ മാത്രമേ ചടങ്ങിനുണ്ടായിരുന്നുള്ളൂ.

അവസാന നിമിഷമാണ് ശിഖ വിവാഹത്തിന് സമ്മതം മൂളിയത്. അവൾക്ക് മോഹനചന്ദ്രനെ ഇഷ്ടമായിരുന്നില്ലെന്നല്ല, അയാളുടെ മട്ടും ഭാവവുംതീരെപിടിച്ചിരുന്നുമില്ല. തനിക്ക് ഇഷ്ടപ്പെട്ട പുരുഷനല്ല അതെന്ന് ആദ്യനോട്ടത്തിൽത്തന്നെ തിരിച്ചറിഞ്ഞിരുന്നു. തനിക്കൊപ്പം സഞ്ചരിക്കാൻ അയാൾക്കാവില്ല. അയാൾക്കൊപ്പം സഞ്ചരിക്കാൻ തനിക്കുമാകില്ല. അയാൾ ഒരു ഓട്ടക്കാരനെപോലെ അതിദൂരം മുന്നിലേക്ക് ഓടി

പ്പോകും. തനിക്ക് കിതച്ച്, ഒരാമയെപോലെ അണച്ചണച്ച് ജീവിക്കാനായിരിക്കും യോഗം.

ഹരിയെ അവൾക്കിഷ്ടമായിരുന്നു. മാതാപിതാക്കൾക്ക് അവൾ ഒറ്റ മകളായിരുന്നു. അവരുടെ കുന്നോളമുള്ള ആഗ്രഹങ്ങൾക്കെല്ലാം അവൾ മാത്രമായിരുന്നു ശരണം. അതിനാൽ അവളെക്കൊണ്ട് പലതും സ്വപ്നംകാണാൻ അവരാണ് നിർബന്ധിപ്പിച്ചിരുന്നത്.

മകളെ പഠിപ്പിച്ച് ഒരുദ്യോഗസ്ഥയാക്കാൻ ശിഖയുടെ അച്ഛൻ ഗോപാലൻ നായർ ആഗ്രഹിച്ചു. അതിനയാൾ ഊണും ഉറക്കവുമില്ലാതെ പ്രയത്നിക്കുകയും ചെയ്തു.സമ്പാദ്യമെല്ലാം വലിയൊരു സ്വപ്നത്തിനുമേൽ സ്വരുക്കൂട്ടിവച്ചു. എന്നാൽ പാതി ദൂരം പിന്നിടുംമുമ്പേ അയാളുടെ ജീവിതത്തിൽ ഒരു വലിയ ദുരന്തമുണ്ടായി.

പതിവുപോലെ ജോലികഴിഞ്ഞ് വീട്ടിലേക്ക് മടങ്ങുംവഴി അയാളെ ഒരു അജ്ഞാതവാഹനം ഇടിച്ചിടുകയായിരുന്നു. വണ്ടി നിറുത്താതെ ഓടിച്ചുപോയി. അരമണിക്കൂർ കഴിഞ്ഞുവന്ന മറ്റൊരു യാത്രക്കാരനാണ് ചോരവാർന്നൊഴുകുന്ന അയാളെആശുപത്രിയിലെത്തിച്ചത്. രക്തംകൂറേ വാർന്നുപോയെങ്കിലും ജീവൻ തിരിച്ചുകിട്ടി. നട്ടെല്ലിന് സാരമായ ക്ഷതം സംഭവിച്ചിരുന്നു.

എട്ടുമാസത്തെ ആശുപത്രിവാസത്തിൽ ശിഖയ്ക്ക് പലതും മനസ്സിലാക്കാനായി. ബന്ധുത്വം നമുക്ക് ഒരാപത്തുവരുന്നതുവരെയേയുള്ളൂ. അതുവരെ ചിരിച്ചും ലാളിച്ചും പരിസരങ്ങളിൽ എന്തിനും ഞങ്ങളുണ്ടെന്നതോന്നലുമായി അവരുണ്ടാകും. ആപത്തിൽപ്പെട്ടാൽ പെട്ടെന്ന് വന്നു മുഖം കാണിക്കും. സഹതാപവാക്കുകൾ പറയും. സഹായം എന്തെങ്കിലും ആവശ്യമുണ്ടെന്നുകണ്ടാൽ പതുക്കെ വലിഞ്ഞുപോകും. അച്ഛന്റെ രോഗക്കിടക്കയിൽ അവൾ തനിച്ചായിരുന്നു.

സഹായത്തിന് ആരുമില്ല. ആരോടെങ്കിലും സഹായം ആവശ്യപ്പെടുവാൻ ശിഖ ആഗ്രഹിച്ചതുമില്ല. ശിഖയ്ക്കുവേണ്ടി സമ്പാദിച്ച പണത്തിൽ നിന്ന് സ്വല്പാല്പം എടുത്ത് അച്ഛന്റെ ചികിത്സയ്ക്കായി ചിലവാക്കി. അതിനിടയിലേക്കായിരുന്നു അയാൾ വന്നത്. അച്ഛന്റെ ഒരകന്ന ബന്ധത്തിൽപ്പെട്ട സുരേഷ്. ഗൾഫിൽനിന്ന് ലീവിനെത്തിയതായിരുന്നു അയാൾ. സുരേഷ് കല്യാണം കഴിച്ചിരുന്നില്ല. കുട്ടിക്കാലത്തെപ്പോഴോ സുരേഷിനെ കണ്ടുപരിചയമുണ്ട് ശിഖയ്ക്ക്. അന്നവൻ ഒരു നാണംകുണുങ്ങിയായിരുന്നു. ഇപ്പോൾ തടിയൊക്കെവെച്ച് അയാൾ ഒത്ത ഒരു പുരുഷനായി മാറിയിരിക്കുന്നു.

സമയംകിട്ടുമ്പോഴെല്ലാം സുരേഷ് അച്ഛനെ കാണാൻ വന്നു. ചികി

ത്സയ്ക്കായി അയാൾ പണവും ചിലവാക്കി. എന്നെങ്കിലും കഴിയുമ്പോൾ തിരികെക്കൊടുത്താൽ മതിയെന്ന് അയാൾ ചിരിച്ചൊഴിഞ്ഞു. കേസിനു പോകണമെന്നും ഇടിച്ചിട്ട വാഹനത്തിന്റെ ഉടമയെ കണ്ടെത്തണമെന്നും അയാൾ ഇടയ്ക്കിടെ ഓർമ്മിപ്പിച്ചു.ഒരു രക്ഷകൻ ഉദിച്ചതുപോലെയായിരുന്നു അയാളുടെ പെരുമാറ്റം. സിനിമകളിലും കഥകളിലും മാത്രമേ അത്തരം ആളുകളെ ശിഖയ്ക്ക് പരിചയമുണ്ടായിരുന്നുള്ളു.അവരാവട്ടെ,ഏതെങ്കിലും തരത്തിൽ ചൂഷണത്തിനായി അവസരം കാത്തുനിൽക്കുന്നവരായിരുന്നു.

അച്ഛൻ സുഖംപ്രാപിച്ചു. എഴുന്നേറ്റ് നടക്കാൻ ഇനിയും ഒരു വർഷത്തോളം സമയമെടുക്കുമെന്ന് ഡോക്ടർ വിധിയെഴുതി. എങ്കിലും ഫിസിയോതെറാപ്പിവഴി അതിന്റെ ദൈർഘ്യം കുറയ്ക്കാനാവുമെന്ന പ്രത്യാശ നിലനിന്നിരുന്നു. അതോടെ, ഗോപാലൻ നായർ അസ്വസ്ഥനാകാൻ തുടങ്ങി. മകളുടെ കാര്യത്തിൽ ഒരു തീരുമാനത്തിലെത്തണം. അവളുടെ ഭാവി അയാൾക്ക് പ്രധാനമായിരുന്നു. സ്വന്തം ആയുസ്സിലുള്ള വിശ്വാസമാകട്ടെ കുറയുകയും ചെയ്തു.അങ്ങനെയാണ് ഒരു ദിവസം സുരേഷ് എത്തിയപ്പോൾ അയാൾ കാര്യങ്ങൾ അവനോട് തുറന്നു പറഞ്ഞത്.

'അമ്മാവൻ വിഷമിക്കണ്ട. ഞാൻ അതിനും ഒരു വഴി കണ്ടുപിടിച്ചിട്ടുണ്ട്. ഉടനെ അവളുടെ കാര്യത്തിലും നമുക്കൊരു തീരുമാനത്തിലെത്താം'

ചിരിച്ചുകൊണ്ടുതന്നെ സുരേഷ് മറുപടി പറഞ്ഞപ്പോൾ ശിഖയുടെ അച്ഛനു സമാധാനമായി.

പണ്ടുമുതലേ സുരേഷിനു അവളെ ഇഷ്ടമായിരുന്നു. എന്നാൽ അതു പ്രണയമായിരുന്നില്ല. ബന്ധങ്ങളെ അയാൾ എന്നും മാനിച്ചിരുന്നു. അതിനാൽ അവളോട് സംസാരിക്കുകയും കാശ് നിർബന്ധപൂർവം അവളെ ഏൽപ്പിക്കുകയും ചെയ്യുന്നതിൽ അയാൾ പിശുക്കുകാണിച്ചില്ല. ഒരു ദിവസം സുരേഷ് തന്റെ അരികിലേക്ക് വന്നപ്പോൾ അയാൾ മനസ്സ് തുറയ്ക്കാനാണ് വിമ്മിഷ്ടപ്പെടുന്നതെന്നോർത്ത് ശിഖയ്ക്ക് ചിരിവന്നു.

'അച്ഛൻ ചില കാര്യങ്ങൾ എന്നോട് സംസാരിച്ചു. ആശുപത്രിയിൽ നിന്ന് ഡിസ്ചാർജ് ചെയ്തിട്ട് സ്വസ്ഥമായി സംസാരിക്കാമെന്നാണ് വിചാരിച്ചത്. പക്ഷേ എനിക്ക് അധികം ലീവില്ലെന്നറിയാമല്ലോ. നാളെ അച്ഛനെ ഡിസ്ചാർജ്ജാക്കും......'

'കല്യാണക്കാര്യമാണോ.....?' ശിഖ തിരിച്ചു ചോദിച്ചു.

'അതെ. അതുതന്നെ. പെട്ടെന്ന് എടുക്കേണ്ട തീരുമാനമല്ലല്ലോ അത്.

എന്നാൽ ഇക്കാര്യത്തിൽ ശിഖ എനിക്ക് ഒരു ഉപകാരം ചെയ്യണം. കല്യാണത്തിന് സമ്മതമല്ലെന്ന് അച്ഛനോട് പറയരുത്. പ്ലീസ്.!'

'അതുപിന്നെ ഞാൻ........'

'അറിയാം. ഒരു കല്യാണത്തിന് ശിഖ ഒരുങ്ങിയിട്ടില്ല. അതിനെക്കുറിച്ച് ആലോചിച്ചിട്ടില്ല. ശിഖയെ നല്ലനിലയിൽ കെട്ടിച്ചുവിടണമെന്നുമാത്രമാണ് അച്ഛനുള്ളത്. നല്ലൊരു ബന്ധം വരുമ്പോൾ അതിന് സമ്മതിക്കുക. അതുമാത്രമാണ് ഞാൻ ഉദ്ദേശിക്കുന്നത്'

'ഞാൻ എതിരൊന്നും പറയില്ല.'

ഒടുവിൽ ശിഖ സമ്മതിച്ചു.

'ഒകെ. എനിക്ക് ഇപ്പോഴാ സമാധാനമായത്. ഞാൻ നാളെത്തന്നെ അവനോട് പറയാം. നിന്നെ വന്നു പെണ്ണുകാണാൻ. ഇപ്പോൾ വേണ്ട. രണ്ടു ദിവസം കഴിഞ്ഞു വീട്ടിൽവെച്ചു മതി'

ശിഖ അമ്പരന്നു. ഇതുവരെ വരൻ സുരേഷ് തന്നെയാണെന്നായിരുന്നു അവളുടെ ധാരണ.വലിയ താൽപര്യമൊന്നുമില്ലെങ്കിലും സുരേഷിനോട് സത്യം പറയാമെന്നായിരുന്നു വിചാരിച്ചിരുന്നത്.

'ആരോട്.....?'

അതു ചോദിക്കുമ്പോൾ അവളുടെ സ്വരം വിറച്ചിരുന്നു.

'മോഹനചന്ദ്രൻ എന്നാ പേര്. ശിഖയ്ക്ക് ഇഷ്ടപ്പെടും. എന്നെപോലെ ഇങ്ങനെ ഇരുണ്ടനിറമൊന്നുമല്ല,. നല്ല വെളുത്തിട്ടാണ്. നല്ല ഉയരോം തടിയും ഒക്കേണ്ട്. സുന്ദരൻ. ആശുപത്രിയിൽവെച്ച് നിന്നെ ഒരുവട്ടം കണ്ടിട്ടുണ്ടയാൾ. അങ്ങനെ വന്ന ആലോചനയാണ്. ശിഖയ്ക്ക് ഇഷ്ടപ്പെട്ടങ്കിൽ മാത്രമേ ഈ കല്യാണം നടക്കുള്ളൂ...'

തന്റെ റോൾ ഭംഗിയാക്കിയ ഒരു നടനെപോലെ സുരേഷ് ഒരു കൊട്ട തീ ശിഖയുടെ മനസ്സിലേക്കിട്ട് അപ്പോൾത്തന്നെ ദുബായിലേക്ക് പറന്നു. പിറ്റേദിവസം അച്ഛനെ ഡിസ്ചാർജു ചെയ്തു. രണ്ടു ദിവസം കഴിഞ്ഞ് സുരേഷ് ഏർപ്പാടാക്കിയ ഒരു കല്യാണബ്രോക്കറും മോഹനചന്ദ്രനും പെണ്ണുകാണൽ ചടങ്ങിനുമെത്തി.

ആകപ്പാടെ ഒരു ആശയകുഴപ്പത്തിൽ ചെന്നുചാടി ശിഖ. കയ്ച്ചിട്ടു ഇറക്കാനും മധുരിച്ചിട്ടു തുപ്പാനും വയ്യാത്ത അവസ്ഥ.എല്ലാം ലളിതമായിരിക്കുമെന്നാണ് അവൾ കരുതിയത്. ജീവിതംപോലെത്തന്നെ അതിലെ ഓരോ നിമിഷവും സങ്കീർണതകൾ നിറഞ്ഞതാണെന്ന് ബോധ്യമായി. ഓരോരുത്തരും മറ്റൊരുവന്റെ ജീവിതം എങ്ങനെ ലളിതമാക്കാമെന്നല്ല, സങ്കീർണ്ണമാക്കാമെന്നാണ് വിചാരിക്കുന്നത്. കല്യാണത്തിന് ഇഷ്ടമല്ലാതിരുന്ന ശിഖയെ ജീവിതത്തിന്റെ പരുക്കൻ മുഖങ്ങൾ കാണിച്ചാണ് അ

ച്ഛൻ നേരിട്ടത്.

'നീ എന്റെ അവസ്ഥ നോക്കൂ, മോളെ. ചോദിക്കുന്നതെന്തും വാങ്ങി ത്തരുമായിരുന്നില്ലേ ഞാൻ? നിന്റെ മുഖം ഒന്ന് കറുത്താൽ ആധിയായി രുന്നു ഈ അച്ഛന്. നിന്റെ സന്തോഷം അതായിരുന്നു എനിക്ക് വലുത്. അതെല്ലാം നമുക്ക് നഷ്ടമായി. ഇപ്പോൾ സങ്കടങ്ങളേയുള്ളൂ. അതിനിട യിൽ നീ ഇങ്ങനെ കരഞ്ഞു ഞങ്ങളെ കൂടുതൽ വെഷമിപ്പിക്കരുത്...'

'എന്നാലും അച്ഛാ, ഞാൻ ഒട്ടും അറിയാത്ത ഒരുവനെ. എനിക്ക് ഒട്ടും ഇഷ്ടല്യ. കാര്യങ്ങൾ എന്നും ഇങ്ങനെയായിരിക്കില്ല അച്ഛാ. കുറേക്കൂടി കഴിഞ്ഞാൽ നമുക്ക് നല്ല കാലം വരും....'

അവൾ ആത്മരക്ഷാർത്ഥം ചിലവാക്കുകളിൽ തൂങ്ങിപ്പിടിച്ചു.

'ഇനിയെന്നാമോളെ നമുക്ക് നല്ല കാലം! സന്തോഷൊക്കെ കഴി ഞ്ഞില്ലേ? ഈ കട്ടിലീന്ന് എണീക്കുംന്ന വിചാരം എനിക്കില്ല. എണീക്കു ന്നൊക്കെ ഡോക്ടർ സന്മനസ്സുകൊണ്ടു പറയുന്നതാണെന്ന് മനസ്സിലാ ക്കാനുള്ള ബുദ്ധിയൊക്കെ എനിക്കുണ്ട്. മോക്ക് ബുദ്ധിമുട്ടില്ല്യാച്ചാ ക ല്യാണത്തിന് സമ്മതിക്കണം. നിക്ക് അതേ പറ്യാനുള്ളു....'

അച്ചൻ നിസ്സഹായതയുടെ മൗനത്തിലേക്ക് വീണപ്പോൾ ശിഖ കര ഞ്ഞുകലങ്ങിയ കണ്ണുകളുമായി അടുക്കളയിലേക്ക് പിൻവാങ്ങി. അമ്മ യെയും അലട്ടുന്നുണ്ടായിരുന്നു നൂറുകൂട്ടം സങ്കടങ്ങൾ. ദാരിദ്ര്യത്തെ ആട്ടി യോടിക്കാൻ ശ്രമിക്കുമ്പോഴെല്ലാം അതു പൂർവ്വാധികം ശക്തിയോടെ തിരിച്ചുവരികയാണ്. അമ്മയ്ക്കു ആസ്മയുടെ അസുഖമുണ്ട്. അതിപ്പോൾ മൂർച്ഛിച്ചിരിക്കുന്നു. നെഞ്ചിൽവലിയ പെടപ്പാണ്. ആധികളൊന്നും താ ങ്ങാനാവുന്നില്ല. വെട്ടിയിട്ടവാഴപോലെ ഇടയ്ക്ക് അടുക്കളയിൽ വീണു പോകുന്നു. അച്ഛന്റെയും അമ്മയുടെയും ദുഃഖങ്ങൾക്കിടയിൽ സ്വയം ന ഷ്ടപ്പെടുന്നതുപോലെ തോന്നി അവൾക്ക്.

ഒടുവിൽ സമ്മർദ്ദങ്ങൾക്ക് വഴങ്ങി ശിഖ. രണ്ടുമുറി വീടിന്റെ അടുക്ക ളവശം പട്ടികളുടെയും പൂച്ചകളുടെയും വിഹാരകേന്ദ്രമായിരുന്നു. മോ ഹനചന്ദ്രനായി ഒരുക്കിയ വിരുന്നിന്റെ അവശിഷ്ടങ്ങൾ പങ്കുവയ്ക്കുന്ന തിനിടെ, അവർ യുദ്ധവൈരികളെപോലെ കടിപിടികൂടി. അമ്മയോട് ഇ നിയെന്ത് എന്ന ചോദ്യവുമായി നേരിടാൻ എന്തുകൊണ്ടോ അവൾക്ക് മനസ്സുവന്നില്ല. അച്ഛനോളംതന്നെ ആത്മവിശ്വാസവും ചങ്കുറപ്പും ഉള്ള വളായിരുന്നില്ല അമ്മ. അച്ഛൻ വീണതോടുകൂടി പരാജയം സ്വയം ഏറ്റു വാങ്ങി അവർ മൗനവ്രതമേറ്റു.

ഹരിയോട് അവൾക്ക് തോന്നിയ ഇഷ്ടം യാഥാർത്ഥ്യമായിരുന്നെങ്കിൽ എന്ന് അവൾ ആഗ്രഹിച്ചുപോയത് ആ ദിവസങ്ങളിലായിരുന്നു. അയാ

ളെ പ്രണയിക്കുവാൻമാത്രം ബുദ്ധിശൂന്യത അവൾക്കില്ലായിരുന്നു. ഇഷ്ടമായിരുന്നു. സമ്മതിക്കുന്നു. പക്ഷേ പ്രണയത്തിലേക്ക് ഇനിയും ഒരു കടൽ ദൂരമെങ്കിലുമില്ലേ?

മൂന്നുദിവസത്തെ ഉറക്കമില്ലാത്ത രാത്രികൾ അവളെ എങ്ങുമെത്തിച്ചില്ല. ദുരിതത്തിനുചുറ്റും വട്ടമിടുന്ന കഴുകനെപോലെ യാഥാർത്ഥ്യം പകയോടെ അവളെ നേരിട്ടു. അതു വെളിച്ചമായും ഇരുട്ടായും അവളെ പുണർന്നു. ശ്വാസം കിട്ടാതെ അവൾ പിടഞ്ഞു. നെഞ്ചിലെ തീ അണയ്ക്കാൻ ചുറ്റും വെള്ളമുണ്ടായിരുന്നില്ല. ആ തീ അവളെ സ്വയം പുൽകുകയായിരുന്നു. ഓരോ ഇഞ്ചും ക്രൂരമായി പൊള്ളിച്ചുതന്നെ അതവളെ കടന്നുപോയി.

അങ്ങനെയാണ് അവൾ നിറയെ കാറ്റും വെളിച്ചവും നിറഞ്ഞ ദിവസത്തേക്ക് ഉറക്കമുണർന്നത്. അവളെ വലിയ ഒരു കുരുക്കിലെത്തിച്ച് സുരേഷ് ദുബായിൽനിന്നും അപ്പോഴേക്കും ടഹറാനിലേക്ക് പറന്നുകഴിഞ്ഞിരുന്നു. അവിടെ ഒരു പെട്രോൾ കമ്പനിയിലായിരുന്നു അയാൾക്ക് ജോലി. ജീവിതത്തെത്തന്നെ തിരിച്ചുപിടിക്കുന്നതിനിടയിൽ ഒരു പെൺകുട്ടിക്കെവിടെ സ്ഥാനം? അവളുടെ വാട്സാപ്പ് മെസേജിനു അയാൾ ഉത്തരമിട്ടത് അതായിരുന്നു.

എല്ലാവരും സ്വന്തംഭാരം ഒഴിവാക്കി സ്വസ്ഥമായിരിക്കാൻ ആഗ്രഹിക്കുന്നു. ചലർക്ക് മരണത്തിലേക്ക് മടങ്ങുവാൻ പോലും മനഃസമാധാനം വേണമെന്നായിരിക്കുന്നു.

വിവാഹാനന്തരം,ആദ്യത്തെ രണ്ടുദിവസം ബന്ധുവീട്ടിലായിരുന്നു താമസം. മോഹനചന്ദ്രന്റെ വകയിലെ അനിയനും ഭാര്യയും ഒരു പെൺകുട്ടിയുമായിരുന്നു അവിടെ താമസം. മൂന്നാമത്തെ ദിവസം ഒരു വാടകവീടെടുത്തു അവർ മോഹനചന്ദ്രന്റെ ജോലിസ്ഥലമായ കോഴിക്കോട്ടേക്ക് യാത്രയായി.

ചെറുതായിരുന്നെങ്കിലും സ്വന്തം വീടിനേക്കാൾ മനോഹരമായിരുന്നു വാടകവീട്. ശിഖയ്ക്ക് കൂടുതൽ ഇഷ്ടപ്പെട്ടത് ആ വീടിന്റെ പരിസരമായിരുന്നു.റെയിൽവേ പാളത്തിനരികിലെ ഒരു കൊച്ചുഗൃഹം. അതിന്റെ ഉടമസ്ഥൻ സൈതാലിക്കയും കുടുംബവും തൊട്ടടുത്തുതന്നെയായിരുന്നു താമസം. അതുകൊണ്ട് മോഹന ചന്ദ്രനില്ലാത്ത സമയത്തെയും സുരക്ഷയ്ക്ക് പ്രശ്നമുണ്ടായിരുന്നില്ല..

മിക്ക സമയത്തും മോഹനചന്ദ്രൻ പുറത്തായിരുന്നു. മാസത്തിലൊരിക്കൽ ശിഖ വീട്ടിൽ പോകും. രണ്ടുദിവസം അവിടെ തങ്ങും. ആ വർഷത്തെ കർക്കിടത്തിൽ കട്ടിലിൽനിന്നു ഒരിക്കൽപോലും എഴുന്നേൽക്കാതെ

അച്ഛൻ മരിച്ചു. നാല്പതു ദിവസം കഴിഞ്ഞാണ് പിന്നീട് മോഹനചന്ദ്രൻ അവളെ കൊണ്ടുപോകാനായിവന്നത്. അപ്പോഴേക്കും അയാൾ ആകെ മാറിക്കഴിഞ്ഞിരുന്നു. അതുവരെ കണ്ട ആളെ ആയിരുന്നില്ല മോഹനചന്ദ്രൻ.

അയാൾ വലിയ കടക്കെണിയിൽപെട്ടിരിക്കയാണെന്നും തുടങ്ങിയ ബിസിനസ്സ് പൊട്ടിയെന്നും ആ വകയിൽ ഫൈനാൻസ് ചെയ്തവർക്ക് ഭീമമായ പണം കൊടുക്കാനുണ്ടെന്നും മോഹനചന്ദ്രൻ അവളോട് പറഞ്ഞു. സ്വയം വേദിനിച്ചിരിക്കുന്ന ആ സമയത്ത് മറ്റുള്ളവരുടെ വേദന കൂറേക്കൂടി നമ്മെ ആഴത്തിൽ സ്പർശിക്കും. യാതൊരു മടിയും കൂടാതെയാണ് തനിക്കായി അച്ഛൻ കരുതിവച്ചതെല്ലാം മോഹനചന്ദ്രന് ശിഖ ഊരിനല്കിയത്.കുറച്ചുമാസത്തേക്കുമാത്രമാണ് പണയം വെയ്ക്കുകയെന്നു മോഹനചന്ദ്രൻ അവളെ സമാധാനിപ്പിച്ചിരുന്നു..

അങ്ങനെ തിരികെ കിട്ടിയ പണ്ടങ്ങളാണ് ആ ബാഗിൽ കിടക്കുന്നത്. അതു താൻ നല്കിയതല്ല, മറിച്ച് മറ്റാരുടേതോ ആണെന്ന് അവൾക്കുറപ്പുണ്ട്.അതു ബാങ്കിൽനിന്നു മാറിയതല്ലെന്നും തീർച്ചയായി കഴിഞ്ഞു.അതിനർത്ഥമെന്താണ്? താൻ സംശയിക്കുന്നതുപോലെ അത് ഏതെങ്കിലും സ്ത്രീകളുടെതായിരിക്കില്ലേ? അങ്ങനെയെങ്കിൽ ആ സ്ത്രീയുമായി മോഹനചന്ദ്രന് എന്തെങ്കിലും രീതിയിലുള്ള അവിഹിത ബന്ധമുണ്ടായിരിക്കുമോ? അതല്ല, അത് മറ്റൊരാളുടേതാണെങ്കിൽ അതിന്റെ ഉടമയ്ക്ക് എന്താണ് സംഭവിച്ചിരിക്കുക? അവർ ജീവനോടെ ഇരിപ്പുണ്ടാവുമോ? ഇല്ലെങ്കിൽ, ആ സ്ത്രീയെ വകവരുത്തിയതിന്റെ ഉത്തരവാദിത്വം തനിക്കും മോഹനചന്ദ്രനും തലയിലേറ്റേണ്ടിവരുമോ? പോലീസ് അധികം താമസിയാതെ തങ്ങളെ അന്വേഷിച്ചുവരില്ലേ..?

വീണ്ടും അതേ ചോദ്യങ്ങൾ.

ഇതെല്ലാം ആലോചിച്ചുകിടക്കുമ്പോഴാണ് കതകിൽ മുട്ടുകൾ കേൾക്കുന്നതുപോലെ ശിഖയ്ക്ക് തോന്നിയത്. നേരത്തെപോലെ ഇതും അയൽവാസികളിലാരെങ്കിലും ആയിരിക്കുമെന്ന് അവൾക്ക് തോന്നി. നേരത്തെ കേട്ട ബുള്ളറ്റിന്റെ സ്വരംപോലും അജ്ഞാതമായിരുന്നു. വാതിൽ തുറന്നപ്പോൾ കണ്ടത് ഒരു ഉള്ളിക്കായി കറിക്കത്തിയുമായി നില്ക്കുന്ന സുഹറാത്തയെയാണ്. ഇത്തവണയും അവർ തന്നെയായിരിക്കുമോ?

വളരുന്തോറും രൗദ്രമായിക്കൊണ്ടിരിക്കുന്ന രാത്രിയിൽ, ഭയംതീണ്ടിയ കാലുകളുമായി ശിഖ വാതിലിനരികിലേക്ക് വീണ്ടും ചെന്നു.

10. നിഴലുകൾ

2014 ഫെബ്രുവരി 6, 5 am
(ഡയറിക്കുറിപ്പ്)

ഫാദർ ഗബ്രിയേലിന്റെ മരണം ദാരുണമായിരുന്നു. കുഴഞ്ഞുവീണാണ് അദ്ദേഹം മരിച്ചത്. മരിക്കുമ്പോഴാകട്ടെ, ആരും അടുത്തുണ്ടായിരുന്നില്ല. വെള്ളക്കുപ്പിയെടുക്കാൻ ഏന്തിയതായിരിക്കണം, തൊട്ടടുത്ത് വെള്ളകുപ്പി വീണുകിടക്കുകയും അതിലെ വെള്ളംമുഴുവൻ മൂത്രമൊഴിച്ച പോലെ ഫാദറിന്റെ ളോഹയെ അശുദ്ധമാക്കുകയും ചെയ്തിരുന്നു.

ചുവന്ന നിറമുള്ള നടപ്പുവിരിയിൽ തലയൽപ്പം ചെരിച്ചായിരുന്നു ഫാദർ കിടന്നിരുന്നത്. മുറി അകത്തുനിന്ന് കുറ്റിയിട്ടിരുന്നതിനാൽ ഫാദർ മരണസമയത്ത് നിലവിളിച്ചിരുന്നോയെന്നും അത് ആരെങ്കിലും കേട്ടിരുന്നോ എന്നുമുള്ള സംശയത്തിന് വലിയ സ്ഥാനമില്ല. പുലർച്ചയ്ക്ക് നാലുമണിക്കും നാലരയ്ക്കുമിടയിലുള്ള ഒരു ചായയുണ്ട്. അതിനുവേണ്ടി മാത്രം കപ്യാർ സേവിയർ നേരത്തെ ഉറങ്ങുകയും രാവിലെ അലാറം വെച്ച് ഉണരുകയും ചെയ്യും. ചായ ഉണ്ടാക്കിയപ്പോൾ പുറത്ത് ഫാദർ നടക്കുന്നതിന്റെയും പ്രാർത്ഥന അലസം ചൊല്ലുന്നതിന്റെയും ഇടയ്ക്ക് പഴയ ഭക്തിഗാനങ്ങൾ പാടുന്നതിന്റെയും ശബ്ദങ്ങൾ കേട്ടതായി സേവിയർ ഓർക്കുന്നു.

അതായത് അസ്വാഭാവികമായി യാതൊന്നും ആർക്കും തോന്നിയില്ല.

വൃത്തിയിൽ അച്ചൻ ഒരു ഒന്നൊന്നര ശ്രദ്ധാലുവാണ്. അതിനാൽ ചായക്കപ്പിൽ എന്തേലും പറ്റിക്കിടക്കുന്നത് അച്ചൻ സൂക്ഷ്മമായി പരിശോധിക്കും. പതിവുപോലെ അതിൽ യാതൊന്നുമില്ലെന്ന് ഉറപ്പുവരുത്തിയാണ് സേവിയർ ചെന്നത്. പക്ഷേ ഫാദറിന്റെ വാതിൽ അപ്പോഴും അടഞ്ഞുകിടക്കുന്നു. എന്നും ആ പരിചാരകൻ എഴുന്നേൽക്കുന്നതിനുമുമ്പേ ആ വലിയ വാതിൽ തുറന്നിടാറുണ്ടായിരുന്നു അച്ചൻ.

നാലഞ്ചുതവണ തട്ടിയിട്ടും വാതിൽ തുറക്കാതായപ്പോൾ സേവിയർ ഒരു കാര്യം ചെയ്തു. ചായക്കപ്പ് നിലത്തുവച്ചിട്ട് അടുക്കളയിൽപോയി ഒരു കസേരയുമായി വന്നു. അതിന്മേൽ കയറി ജനലിന്റെ മുകളിലെ കി

ളിവാതിൽ തുറന്നു. ഭാഗ്യത്തിന് സാക്ഷയിട്ടിരുന്നില്ല. പക്ഷേ പിന്നെ സേവിയർ ആ കസേരയിൽനിന്ന് പൊടുന്നനെ താഴേക്കു വീഴുകയായിരുന്നു. വീഴ്ചയിൽ അറുപതുപിന്നിട്ട ആ പരിചാരകന്റെ ഇടത്തെ ചന്തിക്കുഴ ഉളുക്കുകയും ചെയ്തു.

മുറിയിലെ കാഴ്ചയാണ് അയാളെ വീഴ്ത്തിയത്. ഫാദർ നിലത്ത് വീണുകിടക്കുന്നു. കട്ടിലിനോട് ചാരിയായിരുന്നു ഫാദറിന്റെ ബോഡി കണ്ടെത്തിയത്.

പതിവുപോലെ പുലർച്ചെ, പത്രം വായിക്കാൻ കവലയിലേക്കിറങ്ങിയവരാണ് ഞങ്ങളെ വിവരം അറിയിക്കുന്നത്. ഉടനെ പള്ളിയിലേക്കോടുകയായിരുന്നു. അപ്പോഴേക്കും നാലഞ്ചു ചെറുപ്പക്കാർ ഫാദറിന്റെ കിടപ്പുമുറിയുടെ വാതിലുകൾ ചവിട്ടിത്തുറന്നിരുന്നു. ഒരുകൂട്ടം ആളുകളും പള്ളിമുറ്റത്തുണ്ടായിരുന്നു.

അസ്വാഭാവിക മരണത്തിന്റെ ലാഞ്ചനകളൊന്നുംതന്നെ അച്ചന്റെ മരണത്തിൽ ഉണ്ടായിരുന്നില്ലെന്നായിരുന്നു പ്രാഥമിക വിലയിരുത്തൽ. നഗരത്തിലെ പ്രശസ്തനായ കാർഡിക് സർജനായിരുന്നു അച്ചനെ പരിശോധിക്കാനെത്തിയ ഡോക്ടർ ഐസക് ഈപ്പൻ. ഫാദർ അദ്ദേഹത്തിന്റെ ചികിത്സയിലുമായിരുന്നു. ഹൃദയസ്ഥംഭനമാണെന്ന് അദ്ദേഹം വിധിയെഴുതി.

സെന്റ് മേരിസ് പള്ളി സെമിത്തേരിയിൽത്തന്നെ അന്ത്യാഭിലാഷപ്രകാരം ഫാദർ ഗബ്രിയേലിനെ അടക്കം ചെയ്തു. ലൈബ്രറിയുടെ വടക്കുവശത്തെ ആദ്യത്തെ കല്ലറയിൽത്തന്നെ അടക്കണമെന്നായിരുന്നു ആ പുരോഹിതന്റെ ആഗ്രഹം. അദ്ദേഹം നട്ടുപിടിപ്പിച്ച പൂന്തോട്ടം അവിടെനിന്നാണ് തുടങ്ങുന്നത്. നാട്ടിൽനിന്നും കുറച്ചുമാത്രം ബന്ധുക്കളാണ് ചടങ്ങിനെത്തിയത്.

ഫാദറിന്റെ മരണത്തിൽ ആർക്കും സംശയം ഉണ്ടായിരുന്നില്ല. തനിക്കുമാത്രമായിരുന്നല്ലോ അങ്ങനെയൊന്നുണ്ടായിരുന്നത്. അതിന്റെ വിത്തുകൾ നെഞ്ചിലേക്കിട്ടുതന്നത് ഫാദറായിരുന്നു.

ശോശാമ്മയുടെ മരണത്തിൽ ഫാദറിന് എന്തോ സംശയം ഉണ്ടായിരുന്നു. സ്വന്തം ഭാര്യയായിരുന്നിട്ടുകൂടി എനിക്ക് അക്കാര്യത്തിൽ യാതൊന്നുമുണ്ടായിരുന്നില്ല. അല്ലെങ്കിൽത്തന്നെ അവളെ കൊല്ലാൻ ആരാണ് ശ്രമിക്കുന്നത്? നിർദോഷിയായ അവളെ കൊന്നിട്ട് ആർക്കെന്തു നേട്ടം?

താനാണ് ആദ്യം പോകുകയെന്ന് അവളെ ശുണ്ഠിപിടിപ്പിക്കാൻ ഞാൻ ഇടയ്ക്ക് പറയാറുണ്ടായിരുന്നു. നാലു വർഷത്തെ പ്രായം എനിക്കാണ് കൂടുതലെങ്കിലും രോഗാവസ്ഥ അവളുടെ തളർച്ചയെ പെരുപ്പിച്ചു.

ഹൃദ്രോഗം തിരിച്ചറിഞ്ഞതുമുതൽ ഒരുതരം വെപ്രാളം അവളെ പിടികൂടിയിരുന്നു. മരണത്തെക്കുറിച്ചായിരുന്നു പിന്നെ സംസാരം കൂടുതലും.

'ഇനി എനിക്ക് ഭാരം ചുമക്കാൻ വയ്യ ഇച്ചായാ. ഈ താക്കോൽക്കൂട്ടം ഞാൻ മരുമക്കളിലാരെയെങ്കിലും ഏൽപ്പിക്കും. എന്നിട്ട് സ്വസ്ഥമായിരുന്ന് എനിക്ക് കുറേ പ്രാർത്ഥിക്കണം!'

ശോശാമ്മ ഒരു ദിവസം പറഞ്ഞു. 'പ്രാർത്ഥിക്കാൻ താക്കോൽക്കൂട്ടം തടസ്സമാണോ ശോശാമ്മേ? ആരാ അങ്ങനെ പറഞ്ഞത്?'

'കളിയാക്കണ്ട. ഇനി ഇതിയാൻ കാര്യങ്ങൾ നോക്കിയാട്ടെ. കണ്ട വായനാശാലേടേം കർഷകസംഘത്തിന്റേം ഒക്കെ കണക്ക് നോക്കുന്നുണ്ടല്ലോ. വീട്ടിലെ കണക്കും ചെലവും നോക്കാൻ വയ്യ...!!'

'ഇതൊക്കെ എഴുതാൻ ഏതുപോഴന്മാർക്കും കഴിയും. പക്ഷേ കുടുംബം ഭരിക്കാൻ നീ തന്നെയാ നല്ലത്. ഒരു സ്കൂൾ മുഴുവൻ ഭരിച്ച ആളല്ലേ? ഏയിയോക്ക് വരെ പേടിയായിരുന്നെന്നാ ഞാൻ കേട്ടത്.....'

'ഇച്ചായന് എല്ലാം തമാശ. ഭാരം ചുമയ്ക്കാൻ ഞാനൊരാളുണ്ടല്ലോ....!!'

അതായിരുന്നു അവസാനത്തെ സംഭാഷണം. പിന്നെ ശോശാമ്മ തന്നോട് മിണ്ടിയിട്ടില്ല. സ്വപ്നത്തിലേക്കുപോലും അവൾ കടന്നുവരാറില്ല.

അവൾ നൽകിയ ശൂന്യത ചെറുതല്ലായിരുന്നു. അവളുണ്ടായിരുന്നപ്പോൾ വീട്ടിൽ നില്ക്കാൻ ഒരു മിനിട്ട് സമയമില്ലായിരുന്നു. എന്നാൽ ശോശാമ്മയുടെ മരണശേഷം സമയം അധികമാണ്. ഇപ്പോൾ വായനശാലയുടെയും കർഷക സംഘത്തിന്റെയും കണക്കുകൾ നോക്കുന്നത് മറ്റൊരാളാണ്. ഭാരമുള്ള ആ താക്കോൽക്കൂട്ടം മൂത്ത മകൻ ബെന്നിയുടെ കൈകളിൽ തൂങ്ങുന്നു. റോസ് എസ്റ്റേറ്റിന്റെയും മറ്റും കണക്കുകൾ അവനാണ് നോക്കുന്നത്. ഒട്ടും കാര്യപ്രാപ്തിയില്ലാത്ത മകൻ. അവനാകട്ടെ, ദിവസത്തിൽ പാതിയിലധികവും വെളിവില്ലാതെയാണ് നടക്കുന്നത്.

അച്ചൻ നേരത്തെ ഉന്നയിച്ച സംശയങ്ങൾ ബലപ്പെടുത്തുന്നു ആകസ്മികമായ ആ മരണം. അതൊരു സ്വാഭാവിക മരണമാണെന്ന് കരുതാൻ തനിക്കുമാത്രം സാധിക്കുന്നില്ല.

വെളുത്ത ഡാലിയാ പൂക്കൾ......

അതിനെക്കുറിച്ചായിരുന്നു ഫാദർ അന്വേഷിച്ചിരുന്നത്. ശോശാമ്മയുടെ മരണദിവസം പുല്ലാഞ്ഞിമുറ്റം തറവാട്ടിലെ മുറിയിൽനിന്ന് അങ്ങനെയൊരു പൂവ് ലഭിച്ചിരുന്നുവെന്ന് ഫാദർ എങ്ങനെ മനസ്സിലാക്കി? അങ്ങനെയാണെങ്കിൽത്തന്നെ അതിൽ അസ്വാഭാവികതയുണ്ടെന്നും അദ്ദേഹം എങ്ങനെ തിരിച്ചറിഞ്ഞു?

സത്യത്തിൽ അതൊരു വെളുത്ത ഡാലിയ പൂവായിരുന്നില്ല. കറുത്ത, പ്രകാശംകെട്ട, വാടിയ ഡാലിയ പൂവായിരുന്നു.

ബ്ലാക്ക് ഡാലിയ.

പുല്ലാഞ്ഞിമുറ്റം വീട്ടിൽ സൂസന്നയും കുട്ടികളും കിടക്കുന്ന ഇടുങ്ങിയ ആ മുറിയിൽനിന്നാണ് അതു കിട്ടിയത്. അറപ്പോടെ അരോ വലിച്ചെറിയപ്പെട്ട നിലയിലായിരുന്നു അത്. ഒരു കൗതുകത്തിനുവേണ്ടിയാണ് എടുത്തുനോക്കിയതുപോലും. അനൈച്ഛികത്വരയിൽ അത് മണക്കുകയും ചെയ്തു.

ഡാലിയയുടെ ഗന്ധം അതിനുണ്ടായിരുന്നില്ല.

സൂക്ഷ്മതയോടെ അതു അലമാരയിൽ എടുത്തുവയ്ക്കുവാൻ ഞാൻ മറന്നില്ല. കാരണം, വീട്ടിൽ അത്തരം ഒരു പൂവ് അപൂർവമായികാണുകയായിരുന്നു. ഫാദറിന്റെ പൂന്തോട്ടത്തിൽ നിറയെ വെളുത്ത ഡാലിയാ പൂക്കളാണുള്ളത്.

ദിവസങ്ങൾക്കുശേഷംആ പൂവ് തിരഞ്ഞെങ്കിലും അത് അലമാരയിലൊന്നും ഉണ്ടായിരുന്നില്ല. വീട്ടിലുണ്ടായിരുന്ന ആരും അത്തരം ഒരു പൂവ് കണ്ടിട്ടേയില്ലെന്നായിരുന്നു പറഞ്ഞത്. പിന്നീട് അതിനെക്കുറിച്ചോർക്കുന്നത് ഫാദർ ചോദിച്ചപ്പോഴാണ്. ഫാദറിനോട് പറയുമ്പോൾ അത് കറുത്ത ഡാലിയയാണെന്ന് പറയുവാൻ വിട്ടുപോയി. ഫാദറിന്റെ പൂന്തോട്ടത്തിൽനിന്ന് പറിച്ച വെളുത്ത ഡാലിയയാണെന്നായിരുന്നു ഫാദറിന്റെ ധാരണ. പിറ്റേന്നുതന്നെ ഫാദറിനെ തിരുത്തണമെന്ന് കരുതിയിരിക്കുമ്പോഴായിരുന്നു ഫാദറിന്റെ ദാരുണ അന്ത്യം.

ഒരു വർഷംമുമ്പത്തെ കാര്യമായതുകൊണ്ടു ധാരണപിശകായിരിക്കുമെന്നാണ് ആദ്യം കരുതിയത്. എന്നാൽ വീട്ടിലെത്തി എല്ലാം ഓർത്തെടുത്തപ്പോഴാണ് ഉറപ്പിച്ചത്, സംശയമില്ല, കറുത്ത ഡാലിയ തന്നെ.

രാത്രി കിടന്നിട്ട് തീരെ ഉറക്കം വന്നില്ല. പലതലം ചിന്തകൾ പലയിടത്തേക്കും വലിച്ചുകൊണ്ടുപോകുന്നു. ഇരുട്ടു മലയിറങ്ങിയെത്തിയിരുന്നു. നേരത്തെ രാത്രിയാകുന്ന തോന്നലുളവാക്കി മാനം മൂടിക്കെട്ടിനിന്നു. മലയടിവാരത്തിൽനിന്നും തണുപ്പും ഇരച്ചെത്താൻ തുടങ്ങി. പതിവുള്ള രാത്രിയാത്രകളൊക്കെ, ശോശാമ്മയുടെ മരണശേഷം പാടെ നിർത്തിയതിനാൽ ജീവിതം ആകെപ്പാടെ ശൂന്യമായെന്ന ഒരു തോന്നലുണ്ടായി. പിറ്റേന്ന് രാവിലെ ഉണർന്നപ്പോൾ ചിലകാര്യങ്ങൾ മനസ്സിൽ തീരുമാനിച്ചുറപ്പിച്ചു. നെഞ്ചിനകത്തെ കനം ആരുടെയെങ്കിലും മുമ്പിൽ തുറന്നുവയ്ക്കണം. അത് പറയാൻ തനിക്ക് നല്ല സുഹൃത്തുക്കളില്ല. മാത്രമല്ല, പറയുന്ന കാര്യങ്ങൾ വിശ്വാസയോഗ്യമാണെങ്കിൽ, ശോശാമ്മയേയും ഫാദ

റിനേയും കൊലപ്പെടുത്തിയ കൊലപാതകി തന്നെയും വകവരുത്തുമെന്നൊരു ഭയവും മനസ്സിലുണ്ടായിരുന്നു.

നേരം വെളുത്തയുടനെ, നേരെ കോഴിക്കോട് പോലീസ് ഹെഡ്ക്വാർട്ടേഴ്സിലേക്കാണ് പോയത്. റിട്ടയേർഡ് അധ്യാപകനായതിനാൽ പോലീസുകാർ സൗമ്യത്തോടെ പെരുമാറി. അബിൻ എന്നു പേരുള്ള, പഴയ ശിഷ്യനായ ഒരു പോലീസുകാരൻ അവിടെ ജോലിയിലുണ്ട്. അവനെയൊന്നുകാണണം. അലുമിനി സംഗമം ഉദ്ഘാടനം ചെയ്യാനെത്തിയ അവസരത്തിൽ അബിൻ വളരെ സ്നേഹമായാണ് പെരുമാറിയത്. എന്താവശ്യത്തിനും വിളിക്കാൻ അന്നു നമ്പരും നല്കിയിരുന്നു.

നിർഭാഗ്യകരമെന്നു പറയാം, അന്നവൻ ലീവായിരുന്നു. ചിലപ്പോൾ ക്വാർട്ടേഴ്സിലുണ്ടാകുമെന്ന് കരുണയുള്ള ഒരുപോലീസുകാരൻ അറിയിച്ചപ്പോൾ നേരിയ പ്രതീക്ഷയിൽ വടക്കോട്ടിറങ്ങി നടന്നു. നാലു കിലോമീറ്ററിനിപ്പുറം, നിരന്നുകിടക്കുന്ന, മഞ്ഞപെയിന്റടിച്ച കെട്ടിടങ്ങളുടെ സമുച്ചയത്തിൽ നാലാമത്തെ ബ്ലോക്കിലെ പത്തു എ അപ്പാർട്ടുമെന്റിലെ ബെല്ലടിച്ചപ്പോൾ ഒരു സ്ത്രീവന്നു വാതിൽ തുറന്നു.

മെല്ലിച്ച ഒരു സ്ത്രീ. അത് അബിന്റെ ഭാര്യയാണെന്ന് ചുവരിൽ തൂക്കിയിട്ട കുടുംബ ഫോട്ടോവ്യക്തമാക്കുന്നു.

'അബിനെ ഒന്ന് വിളിക്കാമോ.?'

'അയ്യോ അബിയേട്ടൻ ഇവിടില്ലല്ലോ. ഒരു കൂട്ടുകാരനെ കാണാൻ എറണാകുളത്തിനുപോയതാണ്.ഞാൻ ചായ എടുക്കട്ടെ......'

'വേണ്ട. ഇന്നിനി വരവുണ്ടാവില്ല, അല്ലേ..?'

'വൈകുന്നേരം എത്തുന്നാ പറഞ്ഞേ. വിളിക്കുമ്പോ എന്തേലും പറയണോ.. ?'.

ഒരു നിമിഷം ആലോചിച്ച് ഞാൻ ഉത്തരം നല്കി.

'വേണ്ട. ഞാൻ പിന്നെവന്ന് കണ്ടോളാം'

അവൾ കുറിച്ചുതന്ന മൊബൈൽ നമ്പരും കീശയിലിട്ടാണ് മടങ്ങിയത്. വൈകുന്നേരം എന്നു പറയുമ്പോൾ ആറുമണിക്കപ്പുറം പോകില്ലെന്ന് കണക്കുകൂട്ടി. നഗരത്തിൽ വന്ന സ്ഥിതിക്ക് ചില കാര്യങ്ങൾ കൂടി ചെയ്യാമെന്ന് നേരത്തെ തീരുമാനിച്ചിരുന്നു. അരമണിക്കൂർ യാത്ര ചെയ്താൽ അനിയത്തി റോസമ്മയുടെ വീട്ടിലെത്താം. ഉച്ചഭക്ഷണം അവിടെയാകാം. തിരിച്ചുവരുമ്പോൾ ഒരിക്കൽക്കൂടി അബിനെ അന്വേഷിക്കാം. ഇത്തവണ നഗരത്തിലെത്തി ഫോൺചെയ്ത് അന്വേഷിച്ചാലും വീട്ടിലുണ്ടോയെന്ന് അറിയാൻ സാധിക്കും.

എന്നാൽ ആ ദിവസം വശപെശകിന്റെ ദിനമായിരുന്നു.അബിന്റെ ഭാ

ര്യ സൗമ്യതയോടെ അബിനെത്താൻ രാത്രിയാകുമെന്നറിയിച്ചു.ഒരു കൂട്ടുകാരന്റെ ബൈക്കിൽ നാട്ടിൽനിന്നു പുറപ്പെട്ടിട്ടേയുള്ളൂ. വീട്ടിലേക്കാവശ്യമായ കുറച്ച് പച്ചക്കറിയും പഴങ്ങളും പൊതിഞ്ഞെടുത്തു. ബെന്നി നഗരത്തിലെവിടെയെങ്കിലും കാണുമെന്ന ഭയമുണ്ടായിരുന്നു. മിക്കവാറും കൂട്ടുകാരൊത്ത് അവൻ ബാറിലായിരിക്കും. അവന്റെ മദ്യപാനം കൂടുന്നുണ്ട്. ശോശാമ്മയെ അല്പമെങ്കിലും അവന് പേടിയുണ്ടായിരുന്നു. ചൂരൽത്തുമ്പിലെ ഭയത്തിൽ എനിക്ക് പണ്ടേ വിശ്വാസമുണ്ടായിരുന്നില്ല.

രണ്ടു ബസ് മാറിക്കയറി പുല്ലാഞ്ഞിമുറ്റത്തെത്തിയപ്പോൾ അന്ധാളിച്ചുപോയി. അവിടെ കാത്തിരിക്കുന്നു മഹാത്ഭുതം! എല്ലാവരും സിറ്റിംഗ് റൂമിൽത്തന്നെ വലിയൊരു ചർച്ച കഴിഞ്ഞമട്ടിൽ ഇരിക്കുന്നു. എന്തായിരുന്നു ചർച്ചയെന്നറിയാൻ ആകാംക്ഷയുണ്ടായി. എന്നാൽ അവർ എന്നെ കാണാഞ്ഞ് വിഷമിച്ചിരിക്കുകയായിരുന്നത്രെ!

'അപ്പച്ചനിത് എന്തിന്റെ കേടാ? എവിടേക്കാ പോയിരുന്നത് ആരോടും പറയാതെ..?' ബെന്നിയാണ് ചോദിച്ചത്. സുന്ദരക്കുട്ടപ്പനായി അവൻ ഇരിക്കുന്നതു കണ്ടപ്പോൾ അത്ഭുതം തോന്നി. ആരോ വിളിച്ചിരുത്തിയതുപോലുണ്ടായിരുന്നു അവൻ.

'ഓ. അതാണോ. റോസമ്മയുടെ വീടുവരെയൊന്നുപോയി. കൂട്ടത്തിൽ ഒരു സുഹൃത്തിനേം കാണാനുണ്ടാരുന്നു''

'എന്നിട്ടാണോ ഇവിടെ ഞങ്ങൾ തീ തിന്നുന്നത്.......!'

അതു റോബിനായിരുന്നു. ഏറ്റവും ഇളയ മകൻ. അമ്മച്ചിയുടെയും അപ്പന്റെയും കാര്യത്തിൽ അവനിപ്പോഴും കുട്ടിത്തം മാറിയിട്ടില്ല. അമേരിക്കയിൽനിന്ന് ഇരുപതു ദിവസത്തെ ലീവിനെത്തിയ അവന് അമ്മച്ചിയുടെ മരണശേഷം വലിയ ആധിയാണ്.

'എന്നാത്തിന്? ഞാൻ പുറത്ത് പോകുന്നത് ആദ്യമല്ലല്ലോ. പിന്നെ നിങ്ങൾ ഒക്കെ ഇവിടെയുള്ള സ്ഥിതിക്ക് ഞാനൊരു കാര്യം പറയാം. നിങ്ങടെ അമ്മച്ചിയുടെ മരണത്തില് ഗബ്രിയേലച്ചന് ചെല സംശയങ്ങള് ഉണ്ടാരുന്നു!'

'അച്ചനോ. അതെന്നാത്തിനാ? എന്തോന്ന് സംശയം? അമ്മച്ചി മരിച്ചിട്ട് ഒന്നൊന്നര കൊല്ലായില്ലേ? ഇപ്പഴാണോ സംശയം..?'

സണ്ണി, ബെന്നിക്കും റോബിനുംഇടയ്ക്കുള്ളവൻ. അവൻ ബോംബെയിൽ ഒരു സ്ഥാപനത്തിൽ ജോലി ചെയ്യുന്നു. രണ്ടുമാസം കൂടുമ്പോൾ ഒരാഴ്ച വീട്ടിൽ വന്നു നിൽക്കും. കല്യാണം കഴിഞ്ഞിട്ട് നാലുവർഷമായെങ്കിലും അവർക്കു കുട്ടികളില്ല. അവന്റെ ഭാര്യ ആൻസിക്കും അവിടെ ചെറിയൊരു ജോലിയുണ്ട്.

'ഓ. അതെന്നിക്കറിഞ്ഞൂടാ. അച്ചൻ പറഞ്ഞാരുന്നു..!'

'ഇതന്വേഷിക്കാനാണോ അപ്പച്ചൻ തെരക്കിട്ടിപ്പോൾ പുറത്തുപോയത്?' ബെന്നി അല്പം പരിഹാസച്ചുവയോടെ ചോദിച്ചു.

'അല്ല മോനെ. റോസമ്മേം കുട്ടികളേം കാണാനാ. ഞാനിനി നിങ്ങളോട് പറയാതെ പുറത്തുപോകുന്നില്ല, പോരെ......!'

കൃത്രിമമായൊരു ഗൗരവം മുഖത്തണിഞ്ഞുകൊണ്ട് ഞാൻ സംസാരത്തിനു വിരാമമിട്ടു. മീറ്റിംഗ് കഴിഞ്ഞ സെനറ്റംഗങ്ങളെപോലെ പരസ്പരം നോക്കി എല്ലാവരും പിരിഞ്ഞുപോയി. പുല്ലാഞ്ഞിമുറ്റം കുടുംബത്തിൽ അപ്പോൾ നാലു സ്ത്രീകളുണ്ടായിരുന്നു. ഗ്രേളിയും ആൻസിയും സൂസനും മേരിയും. അവരുടെ ഭർത്താക്കന്മാരായ മൂന്നു പുരുഷന്മാരും ഉണ്ടായിരുന്നു. ഇതിൽ ശോശാമ്മയെകൊല്ലാൻമാത്രം ക്രൂരതയുള്ള ആരെങ്കിലുമുണ്ടോ?

ഇതുവരെയുണ്ടായിരുന്ന സംശയങ്ങളെല്ലാം പെട്ടെന്ന് പമ്പകടന്നതുപോലെയാണ് തോന്നിയത്. മനസ്സിലുള്ളത് മറ്റുള്ളവരോട് പങ്കുവയ്ക്കുമ്പോൾ എന്തൊരാശ്വാസമാണ് നാളെ ഇനി അബിൻ വിളിച്ചാൽ എന്തുത്തരം പറയണമെന്ന് എനിക്ക് നല്ല ബോധ്യമുണ്ടായിരുന്നു. നഗരത്തിൽ വന്നപ്പോൾ ചുമ്മാ ഒന്നു കാണാമെന്ന് കരുതി. കൂട്ടുകാരനെ കണ്ടിട്ടെന്തായി? എന്തിനായിരുന്നു യാത്ര.

പക്ഷേ കിടന്നിട്ട് രാത്രി ഉറക്കം വരുന്നില്ല. പുറത്ത് നല്ല മഞ്ഞുണ്ടായിരുന്നു. വാതിലടയ്ക്കാൻ നേരം ഒരു നിഴൽ അവിടെ അനങ്ങുന്നതായി തോന്നി. അത് വെറും തോന്നലാണെന്ന് പിന്നീട് നിരീക്കുകയും ചെയ്തു. ഭയം നമ്മുടെ കണ്ണുകളിൽ മാറാല കെട്ടും. അതിനുള്ളിൽ പിന്നെ ഇരുണ്ട നിഴലുകൾ സൃഷ്ടിക്കും. കുറേക്കഴിയുമ്പോൾ അതിന് ചലിക്കുവാനുള്ള കഴിവും നൽകും. ഒരാളെ ഭ്രാന്തനാക്കാനുള്ളതെല്ലാം രാത്രിയുടെ കൈവശമുണ്ട്.

ലോകത്തെയും മനുഷ്യരെയും കുറിച്ച് ഒരു പൊതുതത്ത്വം കണ്ടെത്തിയപോലെ എന്റെ മനസ്സ് ഉന്മാദംകൊണ്ടു. കുരിശുവരച്ചാണ് കിടന്നത്. രാത്രിയിൽ, പേടിസ്വപ്നങ്ങൾ എതിരേൽക്കുമെന്ന് കരുതിയെങ്കിലും ശാന്തമായ ഉറക്കമായിരുന്നു.

എഴുന്നേറ്റപ്പോൾ മനസ്സ് കുറേക്കൂടി സ്വച്ഛമായിത്തോന്നി. കൂടതൽ കരുത്താർജ്ജിച്ചപോലെയും. കഴിഞ്ഞ രാത്രിയുണ്ടായ ഒരു വിഭ്രമത്തിൽ നിന്ന് പൂർണമായും മോചിതനായതുപോലെ. കുളിമുറിയിൽപോയി പതിവുപോലെ ബ്രഷെടുത്ത് പല്ലുതേയ്ക്കാനായി പേസ്റ്റു തിരഞ്ഞു. വീട്ടിൽ ഞാൻ ഡാബറിന്റെ ആയുർവേദ പേസ്റ്റാണ് ഉപയോഗിക്കുന്നത്. പതിനെട്ടു രൂപ വിലയുള്ള ആ സാമ്പിൾ പായ്ക്കറ്റ് തീരുന്ന മുറയ്ക്ക് ഞാൻ വാങ്ങിവയ്ക്കുമായിരുന്നു. പേസ്റ്റു പക്ഷേ തിരഞ്ഞിട്ട് കണ്ടത്താ

നായില്ല. അതു തീരാറായിട്ടില്ലെന്ന് എനിക്കുറപ്പുണ്ടായിരുന്നു. ഭാഗ്യത്തിന്, കഴിഞ്ഞ ദിവസം തിരിച്ചുവരുമ്പോൾപുതിയതൊന്ന് വാങ്ങിയിരുന്നു.

ബ്രഷിൽ പേസ്റ്റെടുത്ത് ഞാൻ കുളിമുറിയിലേക്ക് കയറി. മൂത്രശങ്ക തോന്നിയപ്പോൾ വീണ്ടും മൂത്രമൊഴിച്ചു. പിന്നെ ടൂത്ത് ബ്രെഷ് വായിലിട്ട് നന്നായൊന്ന് പതപ്പിച്ചെടുത്തു. പക്ഷേ എന്താണെന്നറിയില്ല. ഒരു മരവിപ്പ് ശരീരത്തിലാകമാനം പെട്ടെന്ന് പടർന്നുകയറുകയായിരുന്നു. തൊണ്ടക്കുഴിയിൽ ആരോ കൂർത്ത നഖം ആഴ്ത്തുന്നതുപോലെ വേദനയും. രക്തം പൊടുന്നനെ കട്ടയായതുപോലെ. പെട്ടെന്ന് ആരോ കുളിമുറിയുടെ വാതിൽ വലിച്ചടച്ചു. അതിന്റെ ഒരിത്തരി വെട്ടത്തിൽ, ആ സ്ത്രീയുടെ മുഖം എനിക്ക് കാണാനായി.

അതെ, അവൾ അതീവ സുന്ദരിയായി കാണപ്പെട്ടു. മരണത്തിന്റെ മാലാഖയെപോലെത്തന്നെ. ചുവന്ന ചുരിദാറായിരുന്നു ധരിച്ചിരുന്നത്. ദുപ്പട്ട ശിരസ്സിനുമുകളിലൂടെ ഇട്ടതുകാരണം മുഖം വ്യക്തമായിരുന്നില്ല. എങ്കിലും ചെവിയിലെ ആ നീണ്ട ആഭരണം എനിക്ക് നല്ലവണ്ണം പരിചയമുള്ളതുതന്നെ. വീട്ടിൽ അതിഥിയായെത്തിയ ആ കൊലപാതകി ആരായിരിക്കും! ഒരു നിമിഷം ആലോചിക്കാൻ തുടങ്ങിയ എന്റെ തലച്ചോറിലേക്ക് കറുത്ത ഇരുട്ട് രക്തംപോലെ കുതിച്ചുയർന്നു.

ആ ദാഹമായിരുന്നു മാരണം. അതിൽനിന്നാണ് മരണകാരണം എന്തെന്ന് ഞാൻ ഗണിച്ചറിഞ്ഞത്. വിഷംതീണ്ടിയ എലിയുടെ അതേ അവസ്ഥ. അത് വെള്ളത്തിനായി ശിരസ്സുമാന്തിപ്പൊളിക്കും. എവിടേക്കെന്നില്ലാതെ ഓടിക്കൊണ്ടിരിക്കും. ഒടുവിൽ ചോരത്തുപ്പി അത് നുണഞ്ഞിറക്കി ദാഹംമാറ്റി മരണത്തിന് ദയനീയമായി കീഴടങ്ങും.

ഞാൻ വെള്ളം തിരയുകയായിരുന്നു. ബക്കറ്റിലെ വെള്ളം ആരോ വറ്റിച്ചതുപോലെ കിടക്കുന്നു. പാട്ടയിലും ഒരുതുള്ളി വെള്ളമില്ല. പൈപ്പിൽനിന്ന് വെള്ളമെടുത്ത് കുടിക്കാനുള്ള സാവകാശമുണ്ടായിരുന്നില്ല. അതിനാൽ ഞാൻ കമോഡിലേക്ക് മുഖംതാഴ്ത്തി. രണ്ടുംകയ്യും ഉപയോഗിച്ച് ആ വൃത്തികെട്ട വെള്ളം വായിലേക്കെടുക്കുവാൻ തുനിഞ്ഞു. അമോണിയയുടെ ഗന്ധംമൂക്കിലേക്ക് അടിച്ചു കയറി. പക്ഷേ കൈകൾ പാതിവഴിയിൽ നിശ്ചലമായി, കമോഡിൽ മുഖമടച്ച് വീണ് ഒന്നോ രണ്ടോ നിമിഷം ഞരങ്ങി, മരണമെന്ന നിതാന്തമൗനത്തിലേക്ക് ഞാൻ ആണ്ടാണ്ടുപോയി. ഒരു ഇരുണ്ട കടലിലേക്ക് ഇറങ്ങിപ്പോകുന്നതുപോലെ. എനിക്കുമുന്നിൽ അഴിയാക്കുരുക്കുകൾ നിറഞ്ഞ ഇരുട്ടിന്റെ ലോകം പതുക്കെ വെളിവായി വന്നു.

11. ഉംബർട്ടോ എക്കോ

2020 ഫെബ്രുവരി 06, 10 am

മൂന്നാമത്തെ, ആ ഡയറിക്കുറിപ്പ് ആരുടേതാണെന്ന് നോക്കാൻ പോലും കഴിയുന്ന പരുവത്തിലായിരുന്നില്ല ഹരികൃഷ്ണൻ. പത്തുവയസ്സിനു താഴെയുള്ള ഒരു പെൺകുട്ടിയാണ് അതയാളെ ഏൽപ്പിച്ചത്. ആദ്യം അവൾ ഭിക്ഷ യാചിക്കുവാൻ വന്നതാകുമെന്നു കരുതി അയാൾ പോക്കറ്റിലേക്ക് കൈപായിക്കുകയായിരുന്നു. മുഷിഞ്ഞ വേഷമായിരുന്നു അവൾ ധരിച്ചത്. കീറിയ ഒരു ചുരിദാർ. അത് അവളുടെ പ്രായത്തിനും മീതെ ലൂസായിക്കിടക്കുന്നു. പീളയൊട്ടിയ കണ്ണുകൾ. ജടപിടിച്ചപോലെയുള്ള മുടി. അവൾ നീട്ടിയ കാർഡ് വാങ്ങാൻപോലും അയാൾ മടിച്ചു. അതിൽ എഴുതിയിരിക്കുന്നത് വായിക്കാനുള്ള സമയം തനിക്കില്ല. അയാളോർമ്മിച്ചു. അതെന്തെങ്കിലുമാകട്ടെ. പത്തുരൂപ നൽകി അവളെ ഒഴിവാക്കാനാണ് അയാൾ അന്നേരം ശ്രമിച്ചത്.

പണം വാങ്ങിയിട്ടും അവൾ പക്ഷേ പോയില്ല. കവർ അയാൾക്ക് നീട്ടി. ക്രിസ്മസ് ഗ്രീറ്റിങ്ങുപോലെ അല്പം വലുതായിരുന്നു അത്. അതിൽ തന്റെ പേരെഴുതിയിരിക്കുന്നത് അയാൾ ശ്രദ്ധിച്ചു. ആ ഒരു കൗതുകത്തിനുശേഷമാണ് കൈനീട്ടി അതയാൾ സ്വീകരിക്കുന്നത്. പതിവുപോലെയുള്ള ഡയറിക്കുറിപ്പുതന്നെ. മറ്റൊരാളുടെ മരണം. അതിന്റെ വൈകാരിക ചിത്രീകരണം. മരണപ്പെടുന്ന ആളുകൾ എല്ലാംതന്നെ മരണത്തെ തീവ്രമായി അനുഭവിക്കുന്നവരാണ്. അതല്ല അത്ഭുതം. അതവർ തീവ്രമായി തന്നെ വർണിക്കുകയും ചെയ്യുന്നു.

സത്യത്തിൽ ആരാണ് ഇവയെല്ലാം തനിക്ക് അയക്കുന്നത്? മുരളീധരൻ എന്നുപേരുള്ള ആ പീറ പ്രസിദ്ധീകരണാലയത്തിലെ എഡിറ്റർ തന്നെയായിരിക്കുമോ? അയാൾക്ക് തന്നെ ഭ്രാന്തനായിക്കാണുവാൻ എന്താണ് ഇത്ര തിടുക്കം? അങ്ങനെ ആലോചിച്ചുകൊണ്ടിരിക്കെ, അയാൾക്ക് പെൺകുട്ടിയെ ഓർമ്മവരികയും അയാൾ തിരിഞ്ഞുനോക്കുകയും ചെയ്തു. അവൾ അപ്രത്യക്ഷയായികഴിഞ്ഞിരുന്നു. അവളെ ആരാണ് തന്നിലേക്ക് അയച്ചിരിക്കുന്നത്? സ്വയം ഒരു അപസർപ്പക കഥയിൽ അ

കപ്പെട്ടുപോയ ഒരു എഴുത്തുകാരന്റെ പരിതാപകരമായ ഒരവസ്ഥയാണ് ഇതെന്ന് അയാൾക്ക് വൈകാതെ മനസ്സിലായി.

സത്യത്തിൽ, എഴുത്ത് എന്ന സാഹസകൃത്യത്തിന് അയാൾ മുതിർന്നിരുന്നു. ആദ്യത്തെ ഡയറിക്കുറിപ്പ് ആദ്യമധ്യായമാക്കി അയാൾ നോവൽ ഗംഭീരമായി ആരംഭിക്കുകയും ചെയ്തു. രണ്ടാമത്തെ അധ്യായം തന്റെ അനുഭവമായി എഴുതി. എന്നാൽ പിന്നീട് അയാൾക്ക് നോവലിനെ മുന്നോട്ട് നയിക്കുവാൻ കഴിഞ്ഞില്ല. എഴുത്തിനെ ഉന്തിക്കൊണ്ടുപോകാനുള്ള എഴുത്തുവിദ്യകളൊന്നും ഹരിക്ക് വശമില്ല. നോവലുകളും കഥകളും വായിച്ചുള്ള അറിവേ അയാൾക്കുള്ളൂ. പുതിയ കാലത്ത് ആളുകൾ പുതിയ രീതിയിൽ എഴുതാൻ പലതും കോഴ്സായിത്തന്നെ പഠിക്കുന്നുണ്ടെന്നും മീറ്ററുപിടിച്ചാണ് എഴുതുന്നതെന്നും അയാൾ മനസ്സിലാക്കിയിരുന്നു. എല്ലാത്തിനും ഒരേ ഭാഷ. ഒരേ ടോണർ. പാട്ടു റിയാലിറ്റിഷോ ആയി മാറിയതുപോലെ എഴുത്തും സിനിമാറ്റിക്കായി മാറിക്കൊണ്ടിരിക്കുകയാണ്. ഒരു ബ്രഹ്മാണ്ഡ ചിത്രത്തിന് തിരക്കഥ എഴുതിയ വിദ്വാൻ പറയുന്നത്, അയാൾ എഴുത്തിനെ ദൃശ്യമാക്കാനാണ് ശ്രമിക്കുന്നതെന്നാണ്. ദോഷം പറയരുതല്ലോ, മറ്റൊരു ഭാഷയിലെഴുതുന്ന അയാളുടെ പുസ്തകങ്ങൾക്ക് വിപണിയിൽ തീപിടിച്ച വിലയാണ്.

ഇതുവരെ എഴുത്ത് ഹരിയെ ഉന്തിക്കൊണ്ടുപോകുകയായിരുന്നു. അനുഭവങ്ങളാണ് അയാളുടെ എഴുത്തുവഴികളെ നിർണയിച്ചിരുന്നത്. അനുഭവങ്ങൾ അയാളുടെ പേനയിൽ മഷിമാത്രമല്ല, ഊർജ്ജവും നിറയ്ക്കുന്നു. എന്നാൽ ഒരു കുറ്റാന്വേഷണ നോവലിനെ സംബന്ധിച്ചിടത്തോളം അനുഭവങ്ങളല്ല, സംഭവങ്ങളാണ് അതിനെ നിർണയിക്കുന്നതും മുന്നോട്ടു നയിക്കുന്നതും. നേരത്തേതിന്റെ വിപരീത പ്രവർത്തനമാണ് അത്.

എഴുത്തുമുടങ്ങിയതിന്റെ നിരാശയിൽ മുറിവിട്ടിറങ്ങിപ്പോന്നതായിരുന്നില്ല അയാൾ. അയാൾക്ക് എഴുതാൻ ഒരു മുറിത്തന്നെ വേണമെന്നില്ല. മനസ്സിൽ കഥയുണ്ടെങ്കിൽ അയാൾ എവിടെവെച്ചും അതെഴുതിത്തീർക്കും.മുരളീധരന്റെ ഓഫീസിൽ അയാളെത്തിയിരുന്നില്ല. വിളിച്ചപ്പോൾ ഏതോ ഒരു പ്രവാസകവി നൽകിയ രണ്ടുപെഗ്ഗിന്റെ പുറത്തിരുന്ന് അയാളുടെ നിലവാരമില്ലാത്ത പാട്ടുകൾ കേൾക്കുകയാണെന്ന് അയാൾ മെസ്സേജ് ചെയ്തു. റെയിൽവേ സ്റ്റേഷനരികിൽ, സുഹൃത്തിന്റെ താവളത്തിൽത്തന്നെയാണ് കവിതാസഭ. ഹരി പാളയത്തേക്കുള്ള ബസ്സുപിടിച്ചു.

ശിഖയുടെ വീടും ആ വഴിക്കാണെന്ന് യാത്രാമധ്യേ ഹരി ചിന്തിച്ചു. റെയിൽവേ സ്റ്റേഷനരികിലുള്ള ഏതോ വാടകവീട്ടിലാണ് അവളിപ്പോൾ

താമസം. അതിൽക്കൂടുതലൊന്നും ഹരിക്ക് അറിയുകയില്ല.

ബസ്സ് മുക്കിയും മൂളിയുമാണ് ഓടിക്കൊണ്ടിരുന്നത്. അവിഹിതഗർഭം പേറുന്ന ഒരു പെൺകുട്ടിയുടെ വേവലാതികളെല്ലാം അതു പ്രകടമാക്കുന്നു. പലതും ഓർത്തു വെളിയിലേക്ക് ഹരി തലയിട്ടു. പുതിയതായി ഇറങ്ങുന്ന സിനിമകളുടെ കൂറ്റൻ ഫ്ളക്സ് ബോർഡുകൾ നഗരമാകെ കീഴടക്കിയിരിക്കുന്നു. വിശന്നൊട്ടിയ മനുഷ്യൻ ഉടയാടകളിട്ടുനിൽക്കുന്നതുപോലെ നഗരത്തിന് അതു വികൃതമായ ഒരു ഭാവം നൽകുന്നു.

തനിക്കുമാത്രം ഈ കത്തുകൾ ലഭിക്കുന്നതെന്തുകൊണ്ട്..?

ഒരു സ്ത്രീയും തന്നെ അന്വേഷിച്ച് ക്വാർട്ടേഴ്സിലെത്തിയിരിക്കുന്നു. ആരായിരിക്കും അവൾ? അതു ചിലപ്പോൾ ശിഖയായിരിക്കുമോ? നേരത്തെ നഗരത്തിൽവെച്ചു കണ്ടപ്പോൾ അവളുടെ നമ്പർ മേടിക്കാത്തത് വലിയ അബദ്ധമായിപ്പോയി.

മുരളിയുടെ ലൊക്കേഷൻ മാപ്പ് കിട്ടിയപ്പോൾ സ്ഥലം കണ്ടുപിടിക്കാൻ എളുപ്പമായി. റെയിൽവേ പാളത്തിനു എതിർവശം, ടയർകമ്പനിക്ക് ചാരിയുള്ള ചെറിയ ഒരു ഒറ്റമുറിവീടായിരുന്നു അത്. ചെറിയ ഒരടുക്കളയും ഒരു മൂത്രപുരയും. ഇത്തരം കവികളുമായുള്ള സൗഹൃദമാണ് മുരളീധരനെ പ്രസാധക വ്യവസായത്തിലെത്തിച്ചത്. അമ്പതുവയസ്സിനുള്ളിൽ ചെയ്യാനുള്ളതെല്ലാം അയാൾ മലയാള സാഹിത്യത്തിനുവേണ്ടി ചെയ്തിരുന്നു. പക്ഷേ സാഹിത്യം അയാളെ ഒരു മൂലയിലേക്ക് പിടിച്ചുതള്ളി. പിടിച്ചുനിൽക്കാതായപ്പോൾ അയാളും സുഹൃത്തും തുടങ്ങിവെച്ച പ്രസാധക സംഘം പൂട്ടി. ഇപ്പോൾ അതുപോലെ പച്ചപിടിച്ചു നിൽക്കാതെ തളർന്നു കിടക്കുന്ന ഒരു രാഷ്ട്രീയക്കാരന്റെ പ്രസാധകസംഘത്തിലെ പബ്ലീഷിംഗ് മാനേജരാണ് മുരളീധരൻ. മലയാളത്തിലെ മിക്ക എഴുത്തുകാരുടെയും സൗഹൃദം അയാളിപ്പോഴും തുടരുന്നുവെന്നതുമാത്രമാണ് അത്ഭുതം.

കവി രണ്ടുപെഗ്ഗിൽത്തന്നെ ഫ്ളാറ്റായിത്തീർന്നിരുന്നു. ആവനാഴിയിലെ അമ്പുകൾ കഴിഞ്ഞ ഒരു യോദ്ധാവിനെപോലെ ചുമർചാരി അയാൾ ഉറക്കം പിടിച്ചു. ഞെട്ടിയുണരുമ്പോൾ കിടിലൻ കവിതകളിലെ വരികൾ ചൊല്ലി ജീവിച്ചിരിക്കുന്നുവെന്ന് അടയാളപ്പെടുത്തി.

മൂന്നാമത്തെ ഡയറിക്കുറിപ്പ് അതുകൊണ്ട് ഹരിയല്ല, മുരളീധരനാണ് ആദ്യം വായിച്ചത്.

വായന കഴിഞ്ഞ് അഞ്ചു മിനിട്ട് അയാൾ ചിന്താധീനനായി. ഹരി അതു വായിച്ചുതീരുന്നതുവരെയ്ക്കും നിശ്ശബ്ദനായി ഇരുന്നു. ഇടയ്ക്ക് നട്സ് എടുത്തു കൊറിച്ചും ഗൾഫുകാരൻ കൊണ്ടുവന്ന സ്ത്രീകളുടെ മു

ലഞ്ഞെട്ടുകളെ ഓർമ്മിപ്പിക്കുന്ന ഒലീവുകായകൾ കടിച്ചും അവശേഷിക്കുന്ന ദ്രാവകം വായിലേക്ക് കമിഴ്ത്തിയും ഇടയ്ക്കിടെ കാറിത്തുപ്പിയും കവിയെപോലെ മുരളീധരനും സാന്നിദ്ധ്യം അറിയിച്ചുകൊണ്ടിരുന്നു.

'ഇതിപ്പോൾ ആകപ്പാടെ സങ്കീർണമാവുകയാണല്ലോ. ഈ കത്ത് എവിടെനിന്നാണ് കിട്ടിയത്?'

പത്രാധിപർ ആരാഞ്ഞു.

'തെരുവിൽവെച്ച്. ഒരു പെൺകുട്ടിയാണ് തന്നത്.'

'അപ്പോൾ തന്റെ കൂടെ ആ കൊലയാളിയുണ്ട്. എന്തായിരിക്കും അയാളുടെ ഉദ്ദേശ്യം?'

'അയാൾ എന്നിലൂടെ സമൂഹത്തിനോട് എന്തോ പറയാൻ ആഗ്രഹിക്കുന്നു. എ മെസ്സേജ്ടു ദ വിക്കഡ് സൊസൈറ്റി. മറഞ്ഞിരിക്കുന്ന എന്തോ രഹസ്യം ഒരുപക്ഷേ അയാൾക്ക് സമൂഹത്തോടു വിളിച്ചു പറയണമെന്നുണ്ടാവും...' ഒരു ക്രൈംത്രില്ലർ മൂവിയിലെ നായകന്റെ മുഖഭാവങ്ങൾ കടമെടുത്ത് ഹരികൃഷ്ണൻ നാടകീയമായി മറുപടി നൽകി.

'അതാവുമെന്ന് ഞാൻ വിചാരിക്കുന്നില്ല. അയാൾ ഒരു കൊലപാതകം കൂടി നടത്താൻ ഉദ്ദേശിക്കുന്നുണ്ടാവണം. അതിലേക്കുള്ള ഒരു ചൂണ്ടുപലകയാണ് ഈ കത്തുകൾ. ഒരു വെല്ലുവിളി. ഒരു തരം ഗെയിം. ചില കൊലപാതകികൾ അങ്ങനെയുള്ളവരാണ്. എ സീരിയൽ സൈക്കോ കില്ലർ. ഇവിടെ ഈ കൊലപാതകിയും ഒരു സൈക്കോപാത്തായിരിക്കണം...'

'എനിക്കങ്ങനെ തോന്നുന്നില്ല.' ഹരി തന്റെയുള്ളിലെ വിയോജിപ്പ് രേഖപ്പെടുത്തി.

'അതെന്താണ് ഹരീ? ഈ മൂന്ന് ഡയറിക്കുറിപ്പ് എഴുതിയതിൽനിന്ന് നിനക്ക് എന്തെങ്കിലും കാര്യങ്ങൾ മനസ്സിലാക്കാൻ കഴിഞ്ഞോ...?'

'ഉവ്വ്. ചില കാര്യങ്ങൾ.'

'എന്താത്?'

'അയാൾ ഒരു സർഗാത്മക സാഹിത്യകാരനാണെന്ന്. എന്നെപോലെ എഴുതിപ്പരാജയപ്പെട്ട വെറുമൊരു എഴുത്തുകാരൻ. ദോഷം പറയരുതല്ലോ. നല്ല ഭാഷ. മരണത്തെ ഉപാസിക്കുന്ന ഏതോ എഴുത്തുകാരനായിരിക്കണം..ഹ ഹ ഹ...'

'ഹരീ, നീ തമാശ കളയ്. ഞാൻ സീരിയസായാണ് സംസാരിക്കുന്നുത്!'

'ഞാനും അങ്ങനെത്തന്നെ.'

'നിനക്കെന്താ അതിന് തെളിവായി കിട്ടിയത്..?'

ഹരി ഊർജ്ജസ്വലതയോടെ നിവർന്നിരുന്നു.

'നോക്കൂ, കൊല നടന്നിടത്ത് ചില പൂക്കൾ കൊലപാതകി ഒരടയാളമായി വയ്ക്കുന്നു. ആദ്യത്തെ കൊലപാതകം നടക്കുമ്പോൾ കിട്ടിയത്. കറുത്ത ഡാലിയാ പൂവ്. രണ്ടാമത്തേത് ചുവന്ന റോസാപ്പൂവ്..'

'മൂന്നാമത്തേത്...?'

'അത് അടുത്ത കൊലപാതക വിവരണത്തിലുണ്ടാകും. തീർച്ച.'

'നോ. അതെല്ലാം അയാൾ കേസ് വഴിതിരിച്ചുവിടുന്നതിന് ചെയ്യുന്നതായിരിക്കും. എനിക്കതാണ് തോന്നുന്നത്..!.'

'നോക്കൂ. ബ്ലാക്ക് ഡാലിയ എന്നത് ഒരു പ്രശസ്ത നോവലിന്റെ പേരാണ്. 2006 ൽ പ്രസിദ്ധീകരിക്കപ്പെട്ട ഈ നോവൽ ജനുവരി 15, 1947 - ൽ കാലിഫോർണിയയിലെ ഒരൊഴിഞ്ഞ കോണിൽ കൊല്ലപ്പെട്ട നിലയിൽ കണ്ടെത്തിയ അതിസുന്ദരിയായ ഒരു സ്ത്രീയുടെ കഥ പറയുന്നു. കൊല്ലപ്പെട്ട സ്ത്രീയുടെ ജഡത്തിനരികിൽനിന്ന് കൊലപാതകിയിലേക്കുള്ള ഒരു സൂചന അതിനരികിൽ വെച്ച കറുത്ത ഡാലിയ പൂവായിരുന്നു. മരണവും ഉന്മാദവും കൂടിക്കലർന്ന ഒരു സ്ത്രീയുടെ നിഗൂഢമായ മനസ്സിലേക്കുള്ള യാത്രയാണ് ജെയിംസ് എല്ലോറി രചിച്ച ഈ നോവൽ. കാലിഫോർണിയയിൽ യഥാർത്ഥത്തിൽ നടന്ന ഒരു കൊലപാതകമാണ് ഈ നോവലിനാധാരം.'

'ചുവന്ന റോസ്........?'

'ഉംബർട്ടോ എക്കോയെന്ന പ്രശസ്തനായ ജർമ്മൻ സാഹിത്യകാരന്റെ കൃതിയാണ് അത്. പോസ്റ്റ് മോഡേൺ എഴുത്തിന് നിരൂപകർ പലപ്പോഴും ചൂണ്ടിക്കാണിക്കുന്ന കൃതികൂടിയാണ് ഇത്. നമ്മുടെ ഖാസാക്കുപോലെ ഒന്ന്. അതിന്റെ പേര് ദ നെയിം ഓഫ് റോസ് എന്നാണ് അതിൽ പലരും കൊല്ലപ്പെടുന്നതുപോലെയായിരുന്നു ഫാദർ ഗബ്രിയേലിന്റെ മരണം. മാത്രമല്ല, അതിന്റെ കഥാപശ്ചാത്തലംതന്നെ പുരാതനമായൊരു ലൈബ്രറിയും പള്ളിയുമാണ്.'

ഒരു കവിൾ മദ്യം നുകർന്ന്, ഹരികൃഷ്ണൻ തുടർന്നു.

'പതിനേഴാം നൂറ്റാണ്ടിൽ നടന്ന ഒരു സംഭവത്തെ ആസ്പദമാക്കി ഒരു പള്ളിയിൽ അരങ്ങേറുന്ന കൊലപാതക പരമ്പരയുടെ കഥയാണ് നോവൽ പറയുന്നത്. ഫാദർ ഗബ്രിയേൽ മരണമടയുന്നത്, ബൈബിളിന്റെ സൈഡിൽ പുരട്ടിയിരിക്കുന്ന അതിമാരകമായ സയനൈഡ് വായിൽ ച്ചെന്നാണ്. ആ നോവലിലെ ലൈബ്രേറിയൻ ആ അപൂർവ്വ പുസ്തകത്തെ അന്വേഷിച്ചവരെ വകവരുത്തുന്ന രീതിയിൽത്തന്നെ.'

'ഇതൊക്കെ നീ എങ്ങനെയാണ് കണ്ടെത്തിയത്?'

മുരളീധരൻ ആശ്ചര്യത്തോടെ ചേദിച്ചു.

'അതാണ് ഞാൻ പറഞ്ഞത്, കൊലപാതകി എന്നെപോലെ ഒരു പുസ്തകപ്പുഴുവാണെന്ന്...'

ഹരി പ്രസാധകനെ നോക്കി ചിരിച്ചു.

'എങ്കിൽ പിന്നെ നീ ഇതൊക്കെവെച്ച് നോവൽ എഴുത്ത് തുടങ്ങാത്തതെന്താണ്...........?

'അവിടെയാണ് പ്രശ്നം മുരളീ. അത് എഴുതാൻ പറ്റുമെന്ന് തോന്നുന്നില്ല. ക്രൈം നോവലെഴുതാൻ ചടുലമായ ഒരു ഭാഷവേണം. മരിച്ചവന്റെ ഭാഷയിൽ അതെഴുതാനാവില്ല.'

'അതിന് ഒരു വഴിയുണ്ട്. നീ ഒരു ഗുരുവിനെ മനസ്സിൽ ധ്യാനിച്ച് അങ്ങ് എഴുതിയാൽ മതി. അഗതാക്രിസ്റ്റിയേയോ ആർതർ കോനൻ ഡെയറിനെയോ, ജെയിംസ് ഹാർഡ്‌ലി ചേസിനെയോഅല്ലെങ്കിൽ നമ്മുടെ സ്വന്തം കോട്ടയം പുഷ്പനാഥ് സാറിനെയോ വെച്ച്. ഇത്രയും വലിയ നിരീക്ഷണങ്ങൾ നടത്തിയില്ലേ.........പിന്നെ വേണമെങ്കിൽ ഞാൻ ഒരു മാർഗം പറഞ്ഞുതരാം.'

'എന്താത്.?'

'ഈയിടെ അടുത്ത് ക്രൈംത്രില്ലറെഴുതി വലിയ പേരെടുത്ത ഒരു പുള്ളിയുണ്ട്. അദ്ദേഹം മരിച്ച ഒരു വലിയ ഡിക്ടറ്റീവ് നോവലിസ്റ്റിന്റെ കുഴിമാടത്തിൽ പേനയും പുസ്തകവും വെച്ചാണത്രേ എഴുത്തു തുടങ്ങിയത്. പിന്നെ തിരിഞ്ഞുനോക്കേണ്ടി വന്നിട്ടില്ല. നീയും അങ്ങനെ വല്ല പൊടിക്കൈകളും ചെയ്യ്.....'

'സത്യമോ......?'

'ഉം. ഇവിടെ കോഴിക്കോട് മറ്റൊരു എഴുത്തുകാരനുണ്ട്. നീ അദ്ദേഹത്തെ ഗുരുവാക്ക്. പിന്നെ നിനക്ക് അദ്ദേഹത്തിന്റെ ഭാഷയിൽ എഴുതാൻ പറ്റും!..'

മദ്യം തലയ്ക്ക് പിടിച്ചവനെപോലെയാണ് മുരളി സംസാരിച്ചത്. മദ്യം തലയ്ക്കുപിടിച്ചാൽ ചിലർ അങ്ങനെയാണ്. പറയാൻ അറപ്പുതോന്നിക്കുന്നതെല്ലാം ധൈര്യമായി പറയാനുള്ള ലൈസൻസാണ് മദ്യപാനമെന്നു കരുതും. വൃത്തിയുള്ള വസ്ത്രം അഴിച്ചുമാറ്റുന്നതുപോലെ മനുഷ്യൻ മുഖത്തണിഞ്ഞിരിക്കുന്ന മാന്യതയുടെ അതിരുകളെ മദ്യം മായ്ചുകളയുന്നു. ഒരു പച്ചയായ മനുഷ്യൻ ജനിക്കുന്നു.

എഴുന്നേറ്റപ്പോൾ അയാൾ വേയ്ക്കുന്നുണ്ടായിരുന്നു. കെട്ടിറങ്ങുന്നതുവരെ അവിടെ ഇരിക്കാൻ അയാൾക്ക് സമയമില്ല. അതിനാൽ പ്രസാധകനെ താമസസ്ഥലത്ത് ഒരു ഓട്ടോയിൽ കൊണ്ടാക്കേണ്ടത് ഹരിയു

ടെ ബാധ്യതയായി. തിരിച്ച് ബസ് സ്റ്റാൻഡിലേക്ക് നടക്കുമ്പോഴാണ് എതിരെ കടന്നുപോകുന്ന ഓട്ടോയിൽ ശിഖയെ അയാൾ യാതൃശ്ചികമായി കണ്ടെത്തിയത്. ശിഖ ഹരിയെയും കണ്ടു. സ്വയമറിയാതെയായിരിക്കണം, അവൾ ഒരു തവണമാത്രം ഓട്ടോയിൽനിന്ന് തലവെളിയിലിട്ട് നോക്കുകയും ചെയ്തു.

പിറകെ വന്ന ഓട്ടോ കൈകാണിച്ചു നിറുത്തി ഹരി അതിൽ കയറി. ഇത്തവണ അവൾ വഴുതിപ്പോകാതിരിക്കാനുള്ള എല്ലാ മുൻകരുതലുകളെയുംകുറിച്ച് ബോധവാനായിരുന്നു അയാൾ. വീട്ടിലേക്കുള്ള വഴിയാണ് അവളെന്ന് സ്പഷ്ടമായിരുന്നു. റെയിൽവേ പാളത്തിനോടു ചാരി ഓട്ടോ നിറുത്തി അവൾ ഇറങ്ങി. പിന്നെ റോഡ് മുറിച്ചുകടന്ന് ഒരു കടയിലേക്ക് കയറി എന്തോ സാധനം വാങ്ങിച്ചു. പിന്നീട് അവൾ തെക്കുവശത്തേക്ക് ധൃതിയിൽ നടന്നു. ഹരിയുടെ ഹൃദയം അകാരണമായി ത്രസിക്കുവാൻ തുടങ്ങി. ഒരു രഹസ്യപോലീസുകാരൻ കൊലപാതകിയുടെ പിറകെ പോകുന്ന ഉദ്വേഗത്തോടെ, ഓരോ അടിയും സൂക്ഷ്മതയോടെ വെച്ച് ഹരി ഒരു നിഴലെന്നോണം അവളെ പിൻതുടർന്നു.

12. ബ്ലാക്ക് ജാസ്മിൻ

2020 ഫെബ്രുവരി 07, 5 pm

സെന്റ് മേരീസ് ചർച്ചിന്റെ അകത്തേക്ക് പ്രവേശിച്ചപ്പോൾത്തന്നെ ഒരു നിഗൂഢത അതിനെ പുണർന്നു കിടക്കുന്നത് ആ പോലീസ് ഓഫീസർക്ക് മനസ്സിലായി. പുരാതനമായ കൊത്തുപണികൾ. കൂറ്റൻ തൂണുകൾ. വലിയ നാഴികമണികൾ. വിക്ടോറിയൻ രീതിയിൽ പണികഴിപ്പിച്ച പള്ളിയുടെ അങ്കണം വിശാലമായിരുന്നു. നടപ്പാത ചുവന്ന അറേബ്യൻ കാർപ്പറ്റിനാൽ സമ്പന്നം. പ്രാചീനമായൊരു സുഗന്ധം അതിനകത്ത് നിറഞ്ഞുകിടക്കുന്നു. കൊളോണിയൽ തച്ചുശാസ്ത്രമായിരുന്നു അതു നിർമ്മിക്കുവാൻ ഉപയോഗിച്ചത്.

ഏതോ ഒരു കഥയ്ക്ക് വേണ്ടി പുരാതനമായ ചിത്രകാരന്മാർ നൂറുകണക്കിന് ദിവസങ്ങളെടുത്ത് വരച്ചുവെച്ച ഒരു ചിത്രത്തിനുള്ളിലേക്ക് പ്രവേശിച്ചതുപോലെ ഒരനുഭൂതി കാഹിമിനെ പുണർന്നു. കഥകളെയും ചിത്രങ്ങളെയും മാത്രമല്ല, നല്ല സംഗീതവും ആസ്വദിക്കാൻ കഴിവുണ്ടായിരുന്നു കൂർമ്മബുദ്ധിയുള്ള ആ പോലീസ് ഉദ്യോഗസ്ഥന്.

ഇരുട്ടും നിഴലുകളും കൂടിക്കലർന്നൊരു അന്തരീക്ഷമാണ് അകത്തെ പള്ളിക്ക്. നീണ്ട ഹാൾ ചെന്നെത്തുന്നത് അൾത്താരയ്ക്ക് മുമ്പിലാണ്. അവിടെ കത്തിച്ചുവെച്ച മെഴുകുതിരികൾക്ക് മുമ്പിൽ നൂറ്റാണ്ടുകളായി കുരിശിൽ കിടക്കുന്ന യേശുദേവന്റെ ഡിയാനാർഡോ ഡാവിഞ്ചി രൂപകൽപ്പന ചെയ്ത ചിത്രത്തിന്റെ മെഴുകുരൂപം.

ആ പള്ളിക്കും പരിസരങ്ങൾക്കും ഒരു ഇതിഹാസത്തിന്റെ ചരിത്രസ്മൃതയുണ്ടെന്ന് കാഹിമിന് തോന്നി. വിഖ്യാതമായ ഉമ്പർട്ടോ എക്കോയുടെ നോവലിലെ ആ വിശാലമായ പള്ളിയങ്കണത്തിലേക്ക് കയറിയതുപോലെ കാഹിമിനെ ഒരു ഊർജ്ജം ഗ്രസിച്ചു. പോസിറ്റീവ് എനർജി. അതിലെ കഥാപാത്രമായ ഫാദർ വില്യംസിന്റെ ബുദ്ധികൂർമ്മതയും നിരീക്ഷണസ്വഭാവവും പ്രതിഭയൊന്നും അവകാശപ്പെടാനില്ലാത്ത ഒരാളാണ് താനെന്ന ബോധം അയാളെ തീർത്തും ഗ്രസിച്ചിരുന്നു.

ഡെയ്സിയും പീറ്ററും അയാൾക്കൊപ്പമുണ്ടായിരുന്നു. സന്ദീപ് കാ

റിൽത്തന്നെ ഇരുന്നതേയുള്ളൂ. കാഹിം ഫാദറിനെ നേരത്തെ വിവരമറിയിച്ചിട്ടാണ് വന്നത്. അതിനാൽ അയാളെ സ്വീകരിക്കാൻ ഫാദർ ഡൊമിനിക്ക് നറുപുഞ്ചിരിയുമായി കാത്തുനിന്നു. വളരെ ഉയരമുള്ള, ചെറിയ കഷണ്ടിയുള്ള, എന്നാൽ ഒരു കുട്ടിയുടെ ഓമനത്വം മുഖത്തണിഞ്ഞ ഫാദർ ഡൊമിനിക്ക്. കാണുന്നമാത്രയിൽ, ആരും അയാളെ പെട്ടെന്ന് ഇഷ്ടപ്പെടുന്നതിൽ അത്ഭുതമില്ല.

ഒഫീഷ്യൽ വിസിറ്റായതിനാൽ പ്രൊസീജർ അനുസരിച്ചാണ് അന്വേഷണ സംഘം അവിടെ എത്തിയത്. കാഹിം കാഷ്വൽ വേഷത്തിലായിരുന്നു. ടീ ഷർട്ടും നീല ജീൻസും റെയിബാൻ കൂളിംഗ് ഗ്ലാസും. യൂഡികോളാന്റെ ഗന്ധം അയാളെ ചൂഴ്ന്നുനിന്നു. സന്ദീപ് മാത്രമാണ് യൂണിഫോമിലുണ്ടായിരുന്നത്. അതായിരിക്കണം അയാൾ പള്ളിക്കകത്തേക്ക് കയറുവാൻ മടിച്ചതും.

ഗബ്രിയേലച്ചനെ ഫാദർ ഡൊമിനിക്കിന് അറിഞ്ഞുകൂടാ. അങ്ങനെ ഒരാൾ അവിടെ ജോലിചെയ്തതായും അറിവില്ലായിരുന്നു. കാഹിം സംശയിച്ചതുപോലെത്തന്നെ വ്യാജ പേരുകൾ നൽകിയാണ് കൊലപാതകി ഓരോ ഡയറിക്കുറിപ്പും തയ്യാറാക്കിയത്. പഴയ റിക്കോർഡുകൾ പരിശോധിച്ചതിൽനിന്ന് അങ്ങനെ ഒരു ഫാദർ അവിടെ ജോലിചെയ്തതായും അറിവില്ല. പിന്നെ ഊഹാപോഹങ്ങളുടെയും സാഹചര്യത്തെളിവുകളുടെയും ബലത്തിൽ ഒരു കാര്യം കാഹിം കണ്ടെത്തി. ഗബ്രിയേലച്ചന് സമാനമായൊരു ഫാദർ ആ പള്ളിയിൽ ജോലിയെടുത്തിട്ടുണ്ടെന്നും രണ്ടുവർഷത്തിനുശേഷം അദ്ദേഹം സമാനമായിത്തന്നെ മരിച്ചിട്ടുണ്ടെന്നുമായിരുന്നു അത്. അവിടെ ആ പള്ളിയുടെ സെമിത്തേരിയിൽത്തന്നെയാണ് ഫാദറിനെ അടക്കം ചെയ്തിരിക്കുന്നത്.

പള്ളിയോടു ചാരി അല്പം ചുറ്റിവേണമായിരുന്നു സെമിത്തേരിയിൽ എത്താൻ. സായാഹ്നമായതിനാൽ അവിടെ പ്രകാശം ഉണ്ടായിരുന്നു. അതിനുചുറ്റും പള്ളിവക രണ്ടേക്കറോളം സ്ഥലം പരന്നു കിടക്കുന്നു. അതിനപ്പുറം അല്പം അകലെയായി വീടുകൾ കാണാം. ആ വീടുകളിലൊന്നിൽ മനുഷ്യരെ നടുക്കുന്ന ആ കൊലപാതകിയുണ്ടാകുമെന്ന് വെറുതെ കാഹിമിന് തോന്നി.

സെമിത്തേരിക്ക് രണ്ടുഭാഗമുണ്ടായിരുന്നു. വലിയ അലങ്കരിച്ച കല്ലറകളും അല്ലാത്തവയും. പള്ളിയുടെ വടക്കുവശത്തായിരുന്നു ഫാദർ ഫ്രാൻസിസ് (നമ്മുടെ ഗബ്രിയേൽ) അച്ചന്റെ കല്ലറ. കല്ലറയ്ക്കുമേൽ നാലു ദിവസം പഴക്കമുള്ള പൂക്കൾ ആരോ വെച്ചിരുന്നു. അത് ഒരുപക്ഷേ അടുത്തുള്ള ആരെങ്കിലും വെച്ചതാവാം. അല്ലെങ്കിൽ അച്ചനെ സ്

നേഹിക്കുന്ന മറ്റാരെങ്കിലും.

അച്ചന്റെ മരണശേഷം സേവിയർ അവിടെ ജോലിചെയ്തിരുന്നില്ല. അയാൾ കപ്യാരുപണിതന്നെ ഉപേക്ഷിച്ച് ആ നാട്ടിൽനിന്നും ഓടിപ്പോകുകയാണുണ്ടായത്. പിന്നീട് നാലുവർഷം കഴിഞ്ഞ് അയാൾ മരിച്ചെന്ന് പത്രത്തിലൂടെയാണ് നാട്ടുകാരും വീട്ടുകാരും മനസ്സിലാക്കിയത്. പറയത്തക്ക ബന്ധുക്കൾ അയാൾക്കും ഉണ്ടായിരുന്നില്ല. വകയിലുള്ള ഒരു സ്ത്രീക്ക് അയാളെക്കുറിച്ച് കാര്യമായൊന്നുംതന്നെ അറിയുകയില്ല.

ഗബ്രിയേലച്ചൻ വളർത്തിയുണ്ടാക്കിയ പൂന്തോട്ടവും പരിതാപകരമായ അവസ്ഥയിലായിരുന്നു. അതിൽ പറയക്കത്ത ചെടികളൊന്നും അവശേഷിച്ചിരുന്നില്ല. വംശമറ്റുകൊണ്ടിരിക്കുന്ന തുലീപ്, ഡാഫോഡിൽ, പോപ്പി, ബ്ലൂബെൽ, സ്നോഡ്രോപ്സ്, ചൈനാ റോസ്, ചെറി ഫ്ളവർ, വൈറ്റ് ലില്ലിപ്പൂക്കൾ, ഡെയ്സിപ്പൂക്കൾ ഒന്നുംതന്നെ ഉണ്ടായിരുന്നില്ല. ചില സവിശേഷമായ പൂക്കളും വംശമറ്റുകൊണ്ടിരിക്കുന്ന നാട്ടുചെടികളും മറ്റുംമാത്രം. ഫാദർ ഡൊമിനിക്ക് അത് പഴയതുപോലെ സൂക്ഷിക്കുവാൻ ശ്രമിക്കുന്നുണ്ടെങ്കിലും ചെടികൾ ആരൊക്കെയോ നശിപ്പിക്കുന്നുവെന്ന് അയാൾ പരാതി പറയുന്നു.

ശോശാമ്മയുടെയും സിവിച്ചായന്റെയും ഇനി വരാനുള്ള മരിച്ചവരുടെയും ശവങ്ങൾ ആ സെമിത്തേരിയിൽത്തന്നെയാകും അടക്കം ചെയ്തിട്ടുണ്ടാവുകയെന്ന് കാഹിമിന് ഉറപ്പായിരുന്നു. അതായത് കൊലപാതകങ്ങളുടെ ഇടമാണ് ആ പള്ളിയും അതിന്റെ പരിസരവും ആ സെമിത്തേരിയും. അതിനു ചുറ്റമുള്ള അമ്പതോളം വീടുകളിൽ ഒന്നിൽ ആ കൊലപാതകി എല്ലാം സൂക്ഷ്മമായി നിരീക്ഷിച്ചും ശ്രദ്ധിച്ചും അടുത്ത കുറ്റകൃത്യത്തിന് രൂപരേഖകൾ തയ്യാറാക്കിയും ഇരിക്കുന്നു.

ഒരു സൈക്കോപാത്ത്.

ചോരയോട് അറപ്പും വെറുപ്പുമില്ലാത്ത, സർഗാത്മകമായി ഒരോ കൊലപാതകവും വ്യതിരിക്തമായി ആവിഷ്ക്കരിക്കുന്ന, അതിൽ ഒരണ തെറ്റുപറ്റാതെ സൂക്ഷിക്കുന്ന ആ കൊലപാതകി, സമൂഹത്തിന് എന്തു സന്ദേശമാണ് നൽകുന്നത്? താൻ ചെയ്യുന്ന കൊലകളിലൂടെ ചെകുത്താൻ ഇന്നും ജീവിച്ചിരിപ്പുണ്ടെന്ന സന്ദേശമോ? അതോ, ദൈവം മരിച്ചുപോയെന്ന വലിയ ദുരന്തമോ?

എവിടെയോ നീതിയുടെ, സ്നേഹത്തിന്റെ, സാന്ത്വനത്തിന്റെ ഒരു കൈസ്പർശം തങ്ങളെ ആശ്വസിപ്പിക്കാനും തലോടാനുമുണ്ടെന്ന പ്രതീക്ഷയെ, തകിടംമറിച്ചുകൊണ്ട് നീതിയെ നിഷേധിക്കുന്ന ആ കൊലപാതകി ചെകുത്താന്റെ സന്ദേശങ്ങളല്ലെങ്കിൽ പിന്നെയാരുടെ സന്ദേശ

ങ്ങളാണ് സമൂഹത്തിന് നൽകുന്നത്?

സത്യത്തിനും നീതിക്കും ഇടയിൽ ഒരു നിഴൽ വന്നു നിൽക്കുന്ന നിമിഷത്തെ കാഹിം എന്നും വെറുത്തിരുന്നു. തന്റെ ഭാര്യയും മകനും കൊല്ലപ്പെടുമ്പോഴും അത്തരം ഒരു നിഴൽ അയാൾ മുന്നിൽ കണ്ടിരുന്നു.

ആ സെമിത്തേരിയിൽ ശോശാമ്മയുടെയും സിവിച്ചായന്റെയും കല്ലറകൾ അവർ കണ്ടെത്തി. അടുത്തടുത്തായിരുന്നു അത്. സമാനമായ രീതിയിൽത്തന്നെയായിരുന്നു അവരുടെ മരണം. രണ്ടുപേരും ഭക്ഷണം കഴിച്ചതിനുശേഷം കുഴഞ്ഞുവീണാണ് മരിച്ചത്. കാലഗണനയ്ക്ക് ചെറിയ മാറ്റമുണ്ടായിരുന്നു.

അവിടെ കാഹിമിനെ അതിശയിപ്പിച്ചത് ലൈബ്രറിതന്നെയായിരുന്നു. എംജി യൂണിവേഴ്സിറ്റി കോളേജിലാണ് അയാൾ പഠിച്ചതെങ്കിലും, കേരളത്തിലെ ഒട്ടുമുക്കാലും ലൈബ്രറികൾ ഔദ്യോഗികമായിത്തന്നെ സന്ദർശിച്ചിട്ടുണ്ടെങ്കിലും അത്തരം വിശാലമായ ലൈബ്രറിയും പുസ്തകങ്ങളും കാഹിം മറ്റെവിടെയും കണ്ടിട്ടില്ലായിരുന്നു.

കൊളോണിയൽ കാലത്തെ ഏറ്റവും വിശേഷപ്പെട്ട ലൈബ്രറികളിലെ അമൂല്യമായ പല പുസ്തകങ്ങളും അവിടെയുണ്ടായിരുന്നു. മലയാളം പുസ്തകങ്ങളേക്കാൾ കൂടുതൽ ഇംഗ്ലീഷും മറ്റുഭാഷകളിലെയും പുസ്തകങ്ങൾ. ആയിരത്തിയെണ്ണൂറ്റി അമ്പത്തഞ്ചിൽ മലബാർ കലക്ടറായിരുന്ന വാലന്റൈൻ കനോലി സായ്പ് അതിദാരുണമായി കൊല്ലപ്പെടുമ്പോൾ അദ്ദേഹത്തിന്റെ ശേഖരത്തിലുണ്ടായിരുന്നപുസ്തകങ്ങളിൽ മുക്കാലം ആ പള്ളിയിലെ ലൈബ്രറിയിലേക്കാണ് പിൽക്കാലത്ത് മലബാർ കലാപസമയത്ത് മാറ്റിയിരുന്നത്. അതിനാൽ അതിനുള്ളിലെ വിശേഷപ്പെട്ട പുസ്തകങ്ങൾ പഠിക്കുവാൻ വിദേശത്തുനിന്നുപോലും വിദ്യാർത്ഥികൾ എത്തുന്നുണ്ടെന്നു സന്ദർശക ലഡ്ജറുകൾ പറയുന്നു

അവിടെയുള്ള ഓരോ പുസ്തകവും തൊട്ടുതലോടി നടന്നപ്പോൾ കാഹിം മനസ്സിൽ ഒന്നോർത്തു. ആ കൊലപാതകിയുടെ ഏറ്റവും വലിയ സാന്നിദ്ധ്യം ഈ ലൈബ്രറിയിലും പുസ്തങ്ങളിലുമാണ് ഉണ്ടായിട്ടുണ്ടാവുക. പുസ്തകത്തിന്റെ ഓരോ വിളുമ്പിലും അവൾ സയനൈഡ് തേച്ചുപിടിപ്പിച്ചിരിക്കും. പേജുകൾ മറിക്കാൻ സ്വാഭാവികമായി ചൂണ്ടുവിരൽ നാവിൽ നനയ്ക്കുമ്പോൾ സയനൈഡ് ഉമിനീരിൽ കലരും. അങ്ങനെ താൻ എന്തുകൊണ്ടാണ് തളർന്നുവീഴുന്നതെന്നും മരിക്കുന്നതെന്നുമറിയാതെ ഒരോരുത്തരം അവരുടെ ജീവിതത്തിന് വിരാമമിടുന്നു.

ദൈന്യമായ മരണങ്ങൾ.

അത്തരം ധാരാളം നോവലുകൾ ജീവിതത്തിൽ കാഹിം വായിച്ചുത

ള്ളിയിട്ടുണ്ട്. അഗതാ ക്രിസ്റ്റിയുടെയും ജെയിംസ് ഹാർഡ്‌ലി ചേഴ്സിന്റെയും ഡാൻ ബ്രൗണിന്റെയും പ്യാട്രിക് സെന്നിന്റെയും നമ്മുടെ കോട്ടയം പുഷ്പനാഥിന്റെയും നൂറുകണക്കിനുള്ള അപസർപ്പക കഥകൾ. ഒരുപക്ഷേ അത്തരം നോവലുകൾതന്നെയാകണം കുറ്റവാസനയെ അയാളുടെ ഉള്ളിലും ഉണർത്തിയിട്ടുണ്ടാകുക. കുറ്റവാസനയിൽനിന്നാണ് ഒരാൾ അത് കണ്ടുപിടിക്കുന്നവനിലേക്കും വലിയ നിരീക്ഷണങ്ങളിലേക്കും ഉയരുക. തനിക്കുള്ളിലും വലിയൊരു കുറ്റവാളി ജീവിച്ചിരിക്കുന്നു. ആക്രമവാസനയുണ്ട്. കൊലപാതകിയെ കണ്ടെത്തിയാൽ അയാളെ ഞൊടിയിടയിൽ കാലപുരിയിലേക്ക് അയക്കുവാൻ തനിക്കുള്ളിലെ ജീവനും മുറവിളികൂട്ടാറുണ്ട്. അതൊരു ലഹരിയാണ്.

വായനപോലെ മരണമെന്ന ലഹരി.

കാഹിം ദീർഘനിശ്വാസമുതിർത്തു. പാരിജാതപ്പൂക്കളുടെ ഗന്ധം അപ്പോൾ അയാളുടെ മൂക്കു തുളച്ചു. കാറ്റിൽ ഇഴയുന്ന മുടിച്ചുരുളുകൾ അയാളുടെ കണ്ണുകളുടെ മുന്നിൽ മായക്കാഴ്ചയൊരുക്കി വിഭ്രമിപ്പിച്ചു. ആ ലൈബ്രറിയും അതിനുള്ളിലെ പതിനായിരക്കണക്കിന് പുസ്തകങ്ങളും അത് വഹിക്കുന്ന ലക്ഷക്കണക്കിന് കഥാപാത്രങ്ങളും പ്രാചീന ഗന്ധങ്ങളും തന്നോട് എന്തോ പറയാൻ ശ്രമിക്കുന്നുണ്ടോ?

അതീന്ദ്രീയമായൊരു ലോകത്ത് അകപ്പെട്ടതുപോലെ കാഹിമിന് തോന്നി. എല്ലാവരും അവിടെ നിന്നുപോയിരുന്നു. അയാളും ലക്ഷക്കണക്കിന് പുസ്തകങ്ങളും മാത്രമേ അവിടെയുണ്ടായിരുന്നുള്ളൂ. തിരികെ നടക്കുമ്പോൾ, റാക്കിൽനിന്ന് തെന്നി ഒരു പുസ്തകം അയാളുടെ മുന്നിലേക്ക് വീണു. ചെറിയ കട്ടികുറഞ്ഞ ആ പുസ്തകം അയാൾ പതുക്കെ കുനിഞ്ഞെടുത്തു. അത് അയാളിൽ ആശ്വാസം കൊള്ളിച്ചു. വൈക്കം മുഹമ്മദ് ബഷീറിന്റെ നീലവെളിച്ചം! ആയിരത്തി തൊള്ളായിരത്തി അറുപത്തെട്ടിലെ ഒരു പതിപ്പായിരുന്നു അത്. ബൈൻഡ് ചെയ്ത് നല്ല രീതിയിലാണ് അതു സൂക്ഷിക്കപ്പെട്ടിരുന്നത്.

'ഞങ്ങൾക്ക് ഇനിയും ഇവിടെ വരേണ്ടിവരും. വളരെ റിസ്ക് പിടിച്ച അന്വേഷണത്തിലാണ് ഞങ്ങൾ. ഇവിടെ ഞങ്ങൾ വന്ന വിവരം ആരും അറിയണ്ട. മാത്രമല്ല, ഞങ്ങൾക്ക് ഫാദറിന്റെ സഹായം ഇനിയും വേണ്ടിവരും.'

ഫാദർ ഡൊമിനിക്കിനുമുമ്പിൽ ഒരു സ്കൂൾ കുട്ടിയെപോലെ വിനയാന്വിതനായി കാഹിം.

'തീർച്ചയായും. അന്വേഷണത്തിന്റെ ഭാഗമായി എന്തിനും ഞാൻ സഹകരിക്കാം. മറിച്ച് വിശ്വാസികളുടെ ധാർമികത കാത്തു സൂക്ഷിക്കു

വാൻ താങ്കളും എന്നെ സഹായിക്കണം!'

ചിരിച്ചുകൊണ്ട് ഫാദർ ഡൊമിനിക് പറഞ്ഞു.

പള്ളിനിൽക്കുന്ന കുന്നിറങ്ങി ജീപ്പ് താഴെ മെയിൻറോഡിലേക്കിറങ്ങിയപ്പോഴാണ് അയാൾക്ക് നേരാംവണ്ണം ശ്വസിക്കുവാൻ കഴിഞ്ഞത്. പൊടിയും മാറാലകളും പ്രാചീനതയുടെ അടരുകളും എല്ലാം അയാളെ മറ്റൊരു ലോകത്തേക്ക് കൊണ്ടുപോയിരുന്നു. വല്ലാത്തൊരു വീർപ്പുമുട്ടൽ. തന്റേതല്ലാത്ത ഒരു കാലത്തു ചെന്നുപെട്ടതുപോലെയായിരുന്നു ആ അനുഭവം. പ്രകൃതിയുടെ കാറ്റേറ്റു മുഖം തിരിച്ചപ്പോഴാണ് ജീവവായു നേരാംവണ്ണം ശ്വാസകോശങ്ങളിൽ വീഴുന്നതെന്ന് തോന്നി.

അയാളുടെ കട്ടിയേറിയ ലീയുടെ ജീൻസിന്റെ പോക്കറ്റിൽ അപ്പോൾ ഒരു ചെറിയ പുസ്തകം വിശ്രമിച്ചിരുന്നു. വിശാലമായൊരു ലൈബ്രറിയിൽനിന്ന് ഇത്തിരിയിടത്ത് അത് ഞെരുങ്ങിയമർന്നിരുന്നു. എവിടെ ചെന്നാലും പ്രത്യേകിച്ച് പുസ്തകങ്ങൾ കണ്ടാൽ അയാളുടെ അബോധമനസ്സ് അയാളെക്കൊണ്ട് വൃത്തികെട്ടൊരു കാര്യം ചെയ്യിക്കും. അതയാൾ അടിച്ചുമാറ്റും.

ക്ലെപ്റ്റോമാനിയ!

ഒരാഴ്ചയ്ക്കുള്ളിൽ ഫോറൻസ്ക് ടെസ്റ്റ് റിസൾട്ട് എത്തിയിരുന്നു. കാഹിം ഊഹിച്ചതുപോലെത്തന്നെ അത് വ്യാജമായ എഴുത്തായിരുന്നു. ഡയറികൾ പക്ഷേ അതാതു കാലത്തേതു തന്നെ. മഷിപ്പേനകൊണ്ടായിരുന്നു അവ എഴുതിയിരുന്നത്. എന്നാൽ മഷി പുതിയതാണ്. ഒരു മാസംമുമ്പുമാത്രം എഴുതപ്പെട്ടവയെന്നർത്ഥം. അവയിൽ പലതരം വിരലടയാളങ്ങൾ പതിഞ്ഞതിനാൽ അത് ആരുടേതാണെന്ന് സ്പഷ്ടമായി കണ്ടെത്താൻ സാധിച്ചിരുന്നില്ല. എന്നാൽ അതിൽ രണ്ടു സ്ത്രീകളുടെ വിരലടയാളങ്ങൾ അവർക്ക് ഐഡന്റിഫൈ ചെയ്യാൻ സാധിച്ചു.

എങ്കിലും ആ കത്തുകൾത്തന്നെയായിരുന്നു അന്വേഷണ സംഘത്തിന്റെ അപ്പോഴത്തെ ചൂണ്ടുപലക. അത് ആരെഴുതിയതാണെന്ന് കണ്ടെത്തേണ്ടിയിരിക്കുന്നു. കൊലപാതകിത്തന്നെയാണോ അതെന്നാണ് അറിയേണ്ടത്. അല്ലെങ്കിൽ കൊലയിൽ ബന്ധപ്പെട്ടിട്ടുള്ള മറ്റാരങ്കിലും എഴുതിയതാകണം. അങ്ങനെയാണെങ്കിൽ അടുത്ത ഇര ആ കുറിപ്പുകൾ എഴുതിക്കൊണ്ടിരിക്കുന്ന ആൾത്തന്നെയാകാനും മതി!

ഒരു സിഗരറ്റ് പുകച്ച് പോലീസ് ഗോൾഫ് ക്ലബിൽ ചിന്താധീനനായി ഇരിക്കുമ്പോൾ ഒരു കപ്പ് ചായയുമായി ഡെയ്സി അയാൾക്കരികിലെത്തി. അവൾ ഇടുന്ന ചായക്ക് സ്വാദ് ഇത്തിരി കൂടുതലാണെന്ന് അതു ചുണ്ടോടടുപ്പിച്ചപ്പോൾ കാഹിമിന് പിന്നെയും ബോധ്യമായി.

ഫത്മയുടെ ഓർമ്മ ആ ചായകൾക്കുണ്ടായിരുന്നു. സിഗരറ്റുവലിച്ച് ചവച്ചുപോയ ചുണ്ടുകൾക്ക് അല്പം കടുപ്പം കൂടിയ ചായ.

'സാർ, മൂന്നാമത്തെ ഡയറിക്കുറിപ്പ് ശ്രദ്ധിച്ചുവോ? അതിൽ കൊലപാതകത്തിന് സൂചന നൽകുന്ന പൂക്കളൊന്നും കൊലപാതകി വെച്ചിട്ടില്ല.'

ഡെയ്സി പറഞ്ഞു.

'ശരിയാണ്. അതറിയണമെങ്കിൽ അടുത്ത ഡയറിക്കുറിപ്പുവരെ നമുക്ക് കാത്തിരിക്കേണ്ടിവരും. ഡെയ്സിക്ക് ഊഹിക്കാൻ കഴിയുമോ, അത് ഏത് പൂവായിരിക്കുമെന്ന്.'

'സംശയമെന്ത്, അത് വെളുത്ത ലില്ലിപ്പൂക്കളായിരിക്കും...'

അല്പം മാറിനിന്ന പീറ്ററാണ് ഉത്തരം പറഞ്ഞത്.

'ഞാനങ്ങനെ വിശ്വസിക്കുന്നില്ല സാർ. ഡയറിക്കുറിപ്പ് വായിച്ചപ്പോൾ തന്നെ എനിക്ക് അതു പിടികിട്ടി. വെളുത്ത ലില്ലിയാവാൻ യാതൊരു സാധ്യതയുമില്ല. പകരം മറ്റൊരു പൂവായിരിക്കും അത്...'

സംസാരത്തിനിടയിൽ അവൾ നാടകീയമായി തിരിഞ്ഞു. എന്നിട്ട് ഒരു മാന്ത്രികയുടെ കൈചലനങ്ങളോടെ അതുവരെ അപ്പുറത്തെ ഒരു മേശയിൽ സൂക്ഷിച്ചിരുന്ന പൊതിയെടുത്ത് കാഹിമിന് നേരെ നീട്ടി പുഞ്ചിരിച്ചു.

'ഇതഴിച്ചുനോക്കൂ, സാർ. ഇതിലുണ്ട് സാറ് അന്വേഷിക്കുന്ന ഉത്തരം!'

ആ ദിവസം കൊറിയറിൽവന്ന ഒരു പൊതിയായിരുന്നു അത്. ആമസോൺ വഴി ഓൺലൈൻ ബുക്കിങ്ങിലൂടെ ലഭിച്ച ഒരു കൊറിയർ. അത് ഒരു പുസ്തകമായിരുന്നു.

'ഡയറിവായിച്ച അന്നുതന്നെ ഞാൻ ഇത് ബുക്കു ചെയ്തു. ഇന്നാണ് മെയിലിൽ എത്തിയത്'

പൊതി അഴിക്കുന്നതിൽ ഉദ്വേഗം വർധിപ്പിക്കാനായി ഡെയ്സി പറഞ്ഞു. എന്നാൽ യാതൊരു തിടുക്കവും കാണിക്കാതെയാണ് കാഹിം റാപ്പർ അഴിച്ചത്. അതിനുള്ളിലെ ആ പൊള്ളിക്കുന്ന ഉത്തരം അയാൾക്കും അറിയാമായിരുന്നു.

'ബ്ലാക്ക് ജാസ്മിൻ!'

1981 ഇറങ്ങിയ, നിഷ്ക്കളങ്കയായ ദ്വീപുനിവാസിയായ ഒരു പെൺകുട്ടിയുടെ മരണത്തിന്റെയും അതിന്റെ അന്വേഷണത്തിന്റെയും കഥ പറയുന്ന ഒരു പുസ്തകമായിരുന്നു അത്. ഒരു സ്ത്രീയുടെ പുഞ്ചിരിക്കുന്ന മുഖത്തിനുകുറുകെയായിരുന്നു ആ ബ്ലാക്ക് ജാസ്മിൻ കിടന്നിരുന്നത്. നോവലിന്റെ പേര് രക്താക്ഷരങ്ങളിൽത്തന്നെ കുറിക്കപ്പെട്ടിരിക്കുന്നു!

'ഡെയ്സിക്ക് ഇതെങ്ങനെ ഊഹിക്കുവാൻ കഴിഞ്ഞു?'

കാഹിം ആകാംക്ഷയടക്കാനാവാതെ ചോദിച്ചു.

'സാറ് ഇത് നേരത്തെ ഊഹിച്ചിരുന്നുവെന്ന് എനിക്കറിയാം. ആ വഴി തന്നെയാണ് ഞാനും ചിന്തിച്ചത്.'

ഡെയ്സി അങ്ങനെ പറഞ്ഞെങ്കിലും കാഹിം അതു ഊഹിച്ചിരുന്നില്ല. എന്നാൽ അയാളുടെ ജീൻസിന്റെ പോക്കറ്റിൽ കിടന്ന പുസ്തകത്തിന്റെ പുറം ചട്ട മറ്റൊരു തരത്തിലുള്ളതായിരുന്നെങ്കിലും ആ പുസ്തകത്തിന്റെ പേരും ബ്ലാക്ക് ജാസ്മിൻ എന്നുതന്നെയായിരുന്നു! അതെഴുതിയതാവട്ടെ, ടോബി നീൽ എന്ന എഴുത്തുകാരനും!

13. അജ്ഞാത ജഡം

2020 ഫെബ്രുവരി 06, 4 pm

നോക്കൂ, ഒരു സന്നിഗ്ദ്ധ ഘട്ടത്തിൽ ഞാൻ അകപ്പെട്ടിരിക്കുന്നു. നഗരത്തിൽനിന്ന് റെയിൽവേ സ്റ്റേഷന്റെ ഭാഗത്തേക്ക് തിരിഞ്ഞപ്പോഴാണ് ഹരി എന്റെ പിറകെ ഒരു ഓട്ടോയിൽ പിന്തുടരുന്നുണ്ടെന്ന് ഞാൻ കണ്ടെത്തിയത്. നിരത്തിൽ തിരക്ക് കൂടുതലായിരുന്നതിനാൽ അയാളുടെ ഓട്ടോയ്ക്ക് മുന്നിലെത്താൻ പ്രയാസമാണെന്ന കണക്കുകൂട്ടൽ ഒരാശ്വാസമായി തോന്നിയെങ്കിലും ഏതുനിമിഷവും ഹരി മുന്നിൽ ചാടിവീഴുമെന്ന് ഉറപ്പായി കഴിഞ്ഞിരുന്നു.

എന്നത്തേയുംപോലെ അന്നും പരിക്ഷീണയായിരിക്കുന്നു ഞാൻ. ഒരു പകൽമുഴുവൻ നഗരത്തിലൂടെ മോഹനചന്ദ്രനെ അന്വേഷിച്ചു അലഞ്ഞതിന്റെ പാടുകൾ നെറ്റിയിലെയും കക്ഷത്തെയും വിയർപ്പു കുമിളകൾതന്നെ നിങ്ങളോട് വിളിച്ചു പറയും. നഗരം മുഴുവൻ ഞാൻ ഒരു തെരുവുപട്ടിയെപോലെ ചുറ്റുകയായിരുന്നു. അയാൾ പോകാറുണ്ടായിരുന്ന വഴികൾ. അയാൾ ചെന്നിരിക്കാറുള്ള കടകൾ. അയാൾ ഭക്ഷണം കഴിക്കാറുണ്ടായിരുന്ന ഹോട്ടലുകൾ. സുഹൃത്തുക്കളുമൊന്നിച്ച് അയാൾ ഇരിക്കാറുണ്ടായിരുന്ന ആൽത്തറകളും വായനാശാലകളും. അയാൾ നേരം കളയാനായി ഉപയോഗിക്കാറുണ്ടായിരുന്ന, ആഭാസന്മാർ നടത്തുന്ന ചീട്ടുകളി കേന്ദ്രങ്ങൾ. അയാളുടെ വൃത്തികെട്ട കൂട്ടുകാരുടെ ഇരുണ്ട താവളങ്ങൾ. അയാൾ സിനിമകാണാൻ ചെന്നിരുന്ന ഇടങ്ങൾ. അങ്ങനെ പലയിടങ്ങളിലും പോയിനോക്കി. എവിടെയും മോഹനചന്ദ്രനെ കാണാൻ സാധിച്ചില്ലെന്നുമാത്രമല്ല, അയാളെക്കുറിച്ച് ഒരു വാർത്തയും അറിയാനും കഴിഞ്ഞില്ല. ചിലർ എന്നെ പരിഹാസത്തോടെയാണ് നോക്കിയത്. നഗരത്തിൽ അലഞ്ഞുതിരിയുന്ന മൂന്നാംകിട സ്ത്രീകളിലൊരുവളായി ചിലരെങ്കിലും എന്നെ കണ്ടിരിക്കണം. അതെല്ലാം സഹിക്കാമായിരുന്നു. പക്ഷേ മോഹനചന്ദൻ? അയാളെ പരിചയമുള്ള ഒരേയൊരു കൂട്ടുകാരൻ പറഞ്ഞത് കഴിഞ്ഞ ഒരാഴ്ചയായി മോഹനചന്ദ്രൻ ഈ നഗരത്തിലേ ഇല്ലെന്നാണ്.

അതായത് ഫെബ്രുവരി 01 മുതൽ അയാളെ ആരും കണ്ടിട്ടില്ല. അയാൾ ഈ നഗരത്തിലില്ല. അയാൾ ആരെയോ ഭയന്ന് എവിടെക്കോ ഓടിപ്പോയിരിക്കുന്നു.

എന്നാൽ ഞാനത് തൽക്കാലം വിശ്വസിക്കുന്നില്ല. അതിനു എനിക്ക് ചില കാര്യങ്ങൾ കൂട്ടിനുണ്ട്.നഗരം വിട്ടുപോകുവാൻ അയാൾക്ക് കഴിയില്ല. ഈ നഗരത്തിന്റെ ശ്വാസമാണ് അയാളുടെ ജീവവായു. ഇവിടം വിട്ടുപോകുന്നത് പറയുന്നതുപോലും അയാൾ ഇഷ്ടപ്പെടുന്നില്ല. സഹിക്കുന്നില്ല. ഒരുപക്ഷേ എന്നെ ഉപേക്ഷിച്ചുപോകാൻപോലും അയാൾ സന്നദ്ധനായേക്കാം. എന്നാൽ നഗരത്തെ ഉപേക്ഷിക്കുവാൻ അയാൾക്കൊരിക്കലും സാധിക്കില്ല.

പിന്നെ അയാൾ എവിടെപോയി?

ആ ചോദ്യം എന്നെ കുഴക്കും. നിസ്സഹായയാക്കും. എന്റെ ഹൃദയമിടിപ്പുകൂട്ടും. ഭ്രാന്തിന്റെ വക്കിലെത്തിക്കും. ആരോടും പറയാതെ ഞാൻ മൗനത്തിന്റെ അഴിയാക്കുരുക്കിലേക്ക് ഒഴിഞ്ഞുപോകും. എവിടെയാണ് അയാൾ? എന്തിനാണ് അയാൾ എല്ലാവരിൽനിന്നും മറഞ്ഞിരിക്കുന്നത്? എന്താണയാൾ ഭയക്കുന്നത്? നഗരത്തിലേക്ക് ഒരു പാവം പെൺകുട്ടിയെ വലിച്ചെറിഞ്ഞിട്ട് വെറുമൊരു ഭീരുവിനെപോലെ അയാൾക്ക് എങ്ങനെ ഒളിച്ചിരിക്കുവാൻ കഴിയുന്നു? ഏതു ഇരുണ്ട മാളത്തിലേക്കാണ് അയാൾ ഓടിപ്പോയിരിക്കുന്നത്?

പല ചേദ്യങ്ങൾ. അവ ഈർച്ചവാളിനേക്കാൾ മൂർച്ചയോടെ ഹൃദയത്തെ കീറിമുറിക്കുന്നു. അതെന്നെ പലതായി വിഭജിക്കുന്നു. എന്റെ ചോരയോട്ടത്തെ വരവിപ്പിക്കുന്നു. അതെന്റെ ഹൃദയത്തെ ഒരു കണ്ണാടിയെ ഉടച്ചതുപോലെ പലപല കഷ്ണങ്ങളാക്കുന്നു. എല്ലാ പ്രതീക്ഷകളും അതോടെ അവസാനിക്കുന്നു. ശൂന്യതയുടെ ഗർത്തം എന്നെവന്നു മൂടുന്നു. എനിക്കുടൻ കരച്ചിൽവരുന്നു. ഞാൻ കരയുന്നു. ബാല്യകാലത്ത് കരഞ്ഞതുപോലെ. ഉച്ചത്തിൽ നിലവിളിച്ചുകൊണ്ട്. നാലു ചുവരുകളിൽ എന്റെ കരച്ചിൽ മുഴങ്ങിക്കേൾക്കും.

എന്നാൽ ഞാൻ എപ്പോഴും അത്തരം ചിന്തകളുടെ വിഷാദഭാരത്തിൽ ഒലിച്ചുപോകില്ല. പെട്ടെന്ന് ചിന്തകളെ ഉണർത്തും. അയാൾ നഗരത്തിലെവിടെയോ ഒളിച്ചിരിപ്പുണ്ടെന്ന് സ്വയം വിശ്വസിക്കും. ഇരുട്ടുവീണ ഒരു മുറിയിൽ പേടിസ്വപ്നംകണ്ടു ഭയന്നതുപോലെ അയാൾ ഇരിക്കുന്നു. അയാൾക്ക് സമീപം ആരുമില്ല. ആരൊക്കെയോ കെട്ടിയിട്ട കയറുകൾ അയാളുടെ ശരീരത്തിൽ വരണ്ടു കിടക്കുന്നു. അയാൾക്ക് അനങ്ങാൻ കഴിയുന്നില്ല. ബന്ധിക്കപ്പെട്ടിരിക്കുന്നു. വായ് മൂടിക്കെട്ടിയിരിക്കുന്നു. തീ

്രവവാദികളെപോലെ കണ്ണുകൾ മാത്രം ചുറ്റി അയാൾ ഒരു രക്ഷാമാർഗം തിരഞ്ഞുകൊണ്ടിരിക്കുകയാണ്.

എവിടെയാണ് അയാൾ? ഇരുണ്ട ആ തുരങ്കം എവിടെയാണ്? അത് കണ്ടത്തേണ്ടത് ഇനി എന്റെമാത്രം ബാധ്യതയാണ്. അങ്ങനെ കുളിക്കുകയോ ദേഹശുദ്ധിവരുത്തുകയോ ചെയ്യാതെ, ബാഗുമെടുത്ത് ഞാൻ നഗരത്തിരക്കുകളിലേക്കിറങ്ങുകയായി. ഒഴിഞ്ഞ നിരത്തുകളിലൂടെ വിയർപ്പുചാലുകൾ തുടച്ചുകൊണ്ട് പലഭാഗത്തേക്കും തലചെരിച്ചുനോക്കിയുള്ള മടുപ്പിക്കുന്ന നടത്തം. നേരം ഇരുട്ടുന്നതുവരെ അതു നീളുന്നു. മോഹനചന്ദ്രൻ ഇല്ലാത്ത വീട്ടിലേക്ക് കയറിച്ചെല്ലുവാൻ എനിക്ക് ഭയമാകുന്നു. അതിനുള്ളിൽ നിറഞ്ഞിരിക്കുന്ന കട്ടപിടിച്ച ഇരുട്ട് എന്നെ വിഴുങ്ങാനെന്നവണ്ണം വാപിളർന്നിരിക്കുന്നു. അതിനുള്ളിലെ ഏകാന്തതയിൽ എനിക്ക് ശ്വാസം മുട്ടുന്നു.

ബാങ്കിൽപോയി തിരിച്ചുവന്ന രാത്രി, ഞാൻ തനിച്ചാണ് ആ വീട്ടിൽ കഴിച്ചുകൂട്ടിയത്. ഓരോ നിമിഷവും അയാൾ കടന്നുവരുന്ന നിമിഷത്തെ ഭയന്നുകൊണ്ട്. ഇടയ്ക്ക് ബുള്ളറ്റിന്റെ സ്വരം കേട്ട് ഞാൻ ഉറക്കം ഞെട്ടുമായിരുന്നു. രാത്രിയുടെ ചിറകടികൾ. നിശാപക്ഷികളുടെ രോദനങ്ങൾ. ഗതികിട്ടാതലയുന്ന പട്ടികളുടെ ഭ്രാന്തമായ ഓരിയിടൽ. ആകെ ശബ്ദമുഖരിതമായ ഒരു രാത്രി എന്റെ ജീവിതത്തിൽ വേറെ ഉണ്ടായിട്ടേയില്ല. പാതിയുറക്കത്തിലും പേടിസ്വപ്നങ്ങളിലും നീന്തി ഒരുവിധം നേരം വെളുപ്പിച്ചു.

ഉറക്കമെഴുന്നേറ്റ ഉടനെ ഞാൻ മോഹനചന്ദ്രന്റെ സാധനങ്ങൾ പരിശോധിക്കുന്നു. വീട്ടിൽ ഒരു ദിവസം മുഴുവൻ ഉണ്ടായിരുന്നിട്ടും അവിടെനിന്നും ചില കാര്യങ്ങൾ അപ്രത്യക്ഷമായ വിവരം ഞാൻ അറിയുന്നില്ല. മോഹനചന്ദ്രന്റെ രേഖകളിൽ പലതും അപ്രത്യക്ഷമായിരുന്നു. ആധാർ കാർഡ്. എസ് എസ് എൽ സി ബുക്ക്. പാൻ കാർഡ്. ബാങ്ക് അകൗണ്ട് ബുക്ക്. അതിന്റെ പകർപ്പുകൾ. അയാള സംബന്ധിക്കുന്ന ഒഫീഷ്യൽ രേഖകളും ഇരുപതുമിനിട്ടുനേരം മിനക്കെട്ട് തിരഞ്ഞിട്ടും എനിക്ക് കണ്ടെത്താനാകുന്നില്ല. അത്ഭുതത്താൽ എന്റെ കണ്ണ് വിടരുന്നു. വേദനയാൽ ഹൃദയം നുറുങ്ങുന്നു. വിഷാദത്താൽ ഞാൻ ഇത്തിരിനേരം കിതച്ചിരിക്കുന്നു. തൊണ്ട വരളുന്നു. ചതിക്കപ്പെട്ട ഒരാളെപോലെ ഞാൻ ഹതാശയയാകുന്നു. രണ്ടു പാന്റുകൾ. രണ്ടു ഷർട്ടുകൾ. ഇതെല്ലാം ഒരു ബാഗിലടുക്കിയാണ് മോഹനചന്ദ്രൻ പോയതെന്ന് വിശ്വസിക്കാൻ എനിക്ക് പ്രയാസമായിരുന്നു.

ഞാൻ ബാങ്കിൽ പോയ സമയത്ത് മോഹനചന്ദ്രൻ വീട്ടിൽ മടങ്ങി

യെത്തിയിരുന്നുവെന്നും സാധനങ്ങൾ അവിടെനിന്നും മാറ്റിയതാണെന്നും ഞാൻഊഹിച്ചു. താൻ സത്യം മനസ്സിലാക്കിയെന്നറിഞ്ഞ് അയാൾ എവിടേക്കെങ്കിലും രക്ഷപ്പെട്ടിട്ടുണ്ടാകുമെന്നാണ് വിചാരിച്ചത്. എന്നാൽ പഴയ പെട്ടി തുറന്നപ്പോൾ അയാളുടെ കൈവശമുണ്ടായിരുന്ന പണം അതിൽ ഉണ്ടായിരുന്നു.

ഇരുപതിനായിരം രൂപ.

അതിനർത്ഥമെന്താണ്? അയാൾ തിരിച്ചുവരുമെന്നുതന്നെ. അയാൾക്ക് അത്യാവശ്യം എവിടെയോ പേകേണ്ട ആവശ്യമുണ്ടായിരിക്കും. അതു കഴിഞ്ഞാൽ അയാൾ തിരിച്ചെത്തും. രണ്ട് ദിവസം ആ ആശ്വാസത്തിലാണ് കഴിഞ്ഞത്. എന്നാൽ ഓരോ നിമിഷവും അത് തെറ്റായ നിഗമനമാണെന്ന് മനസ്സ് മന്ത്രിക്കുന്നു. പലവുരു കബളിക്കപ്പെട്ട ഒരു വിഡ്ഢിമാത്രമാണ് ഞാനെന്ന് ഹൃദയം എന്നോട് വാഗ്വോദത്തിനെത്തുന്നു. ഞാൻ വീണ്ടും വിഷാദത്തിന്റെ ഇരുണ്ട വലയത്തിനുള്ളിൽ വീണുപോകുന്നു.

മോഹനചന്ദ്രന്റെ സെൽഫോണിലേക്ക് പോകുന്ന കാളുകൾ പാതിവഴിയിൽ നിലച്ചു. കഴിഞ്ഞ നാലു ദിവസവും അത് അങ്ങനെത്തന്നെയായിരുന്നു. നാലു ബീപിനപ്പുറം നെറ്റുവർക്കുകവറേജിൽനിന്ന് വിടുതൽ നേടിയെന്ന അറിയിപ്പുമായി സ്ത്രീ ശബ്ദം കാതിൽ വീശുന്നു. ഞാനറിയാതെ അയാൾ എന്നിൽനിന്ന് യാത്ര പുറപ്പെട്ടിരിക്കയാണെന്ന് പിന്നെയും മനസ്സിനു സ്വിരീകരിക്കാനാകാത്തതായിരുന്നു അത്ഭുതം.

മോഹനചന്ദ്രന് എന്തോ അപകടം പിണഞ്ഞിട്ടുണ്ടെന്ന് വിശ്വസിക്കാനായിരുന്നു കൂടുതൽ സാധ്യത. ബാങ്കിൽനിന്നും ഞാൻ രഹസ്യം അറിഞ്ഞത് മോഹനചന്ദ്രൻ മനസ്സിലാക്കിയിട്ടുണ്ടാവണം. അതോടെ വലിയൊരു രഹസ്യത്തിലേക്കുള്ള വാതിൽ അവിചാരിതമായി തുറക്കപ്പെട്ടുവെന്ന് അയാൾ വിശ്വസിച്ചു. ആ രഹസ്യം കുടത്തിലെ ഭൂതം കണക്കെ വലുതായി വരുന്നതിനുമുമ്പേ ജീവനും കൊണ്ട് അയാൾ ഓടിയതായിരിക്കണം!

ഓരോ രഹസ്യവും വലിയ കെണികൾ പണിയുന്നു. ആ കെണിയിൽ അകപ്പെട്ടുപോയാൽ മരണമല്ലാതെ പിന്നെ ഒരു രക്ഷാ മാർഗമില്ല. മരിക്കാൻ ഭയമായിരുന്നതിനാൽ അയാൾ ഓടിപ്പോയി. ഓട്ടത്തിനിടയിൽ അയാൾ മരണത്തിന്റെ കയങ്ങളിലേക്ക് വീണുകാണുമോയെന്നുമാത്രമേ ഇനി തീർച്ചയാക്കാനുള്ളു.

നിർഭാഗ്യവതിയായ ഒരു ഭാര്യയെക്കുറിച്ച് ആ ഭർത്താവ് ചിന്തിച്ചിരിക്കാൻ ഇടയില്ല. അവൾ ഏതുനിമിഷവും പോലീസിന്റെ കൈകളിൽ

അകപ്പെടുമെന്ന് അയാൾക്കറിയാം. പക്ഷേ അവളെ രക്ഷിക്കാൻ ഇനി അയാൾക്കെന്നല്ല, ദൈവത്തിനുപോലുമാകില്ല.

അതൊരു വലിയ ഗർത്തമാണ്. നഗരത്തിലെ മാലിന്യങ്ങളെ ആവാഹിക്കുന്ന വലിയ വാതകഗർത്തം. അതിനുള്ളിലേക്ക് മനുഷ്യർ വലിച്ചെറിയപ്പെട്ടുകൊണ്ടേയിരിക്കുന്നു. ആ ഗർത്തത്തിലേക്ക് വെറുതെ വഴി അന്വേഷിക്കുക മാത്രമാണ് ഞാൻ ചെയ്തുകൊണ്ടിരിക്കുന്നത്.

രാത്രിയാകുന്നു. രാപ്പക്ഷികൾ അതുവരെ തീറ്റയ്ക്ക് മാത്രം ഉപയോഗിച്ചിരുന്ന തേറ്റകൾ നിലവിളിക്കാനായി മാത്രം തുറക്കുന്നു. നായ്ക്കൾ ഉറക്കമില്ലാത്ത രാത്രികളെ ഓർമ്മിപ്പിച്ചുകൊണ്ട് ഓരിയിട്ടുകൊണ്ടിരിക്കുന്നു. ആകാശത്തിന്റെ ഉറവ പൊട്ടുന്നു. അത് മഴയായി, ഇടിയായി പേമാരിയായി വൃത്തിഹീനമായ നഗരത്തെ കൂടുതൽ മലിനപ്പെടുത്താനായിമാത്രംതാഴേക്ക് പതിച്ചുകൊണ്ടിരിക്കുന്നു.

പഴയ മോന്തായത്തിൽനിന്ന് മഴ അഴുക്കിനെ താഴേക്കുറ്റിക്കുന്നു. പലയിടത്തും തുളകൾ വീണിരിക്കുന്നു. അടുത്ത തവണ കണ്ടപ്പോൾ വീട് കെട്ടിമേയാൽ വാടക കൂട്ടുന്ന കാര്യം പറഞ്ഞിട്ടേയുള്ളൂ വിട്ടുടമസ്ഥൻ സൈതാലിക്ക.

മോഹനചന്ദ്രന്റെ തിരോധാരണത്തിനുത്തരവാദികൾ ആരാണ്? ആരെയാണ് എന്റെ ഭർത്താവ് ഭയപ്പെടുന്നത്? എന്തുകൊണ്ടാണ് തന്നെ സംബന്ധിക്കുന്ന രഹസ്യങ്ങളൊന്നുംതന്നെ രാത്രിയുടനീളം രതിയിൽ ഏൽപ്പെടുകയും കൊച്ചുവർത്തമാനങ്ങൾ പറയുകയും ചെയ്യുന്ന സ്ത്രീയോട് അയാൾ പങ്കുവെയ്ക്കാതിരുന്നത്?

ചോദ്യങ്ങൾ ആയിരം കൈകളുള്ള രാപക്ഷിയായി എന്റെ നഗ്നമായ കഴുത്തിൽ നഖങ്ങളാഴ്ത്തുന്നു. അതിന്റെ കൂർത്ത കൊക്കുകളിൽ രക്തംപുരണ്ട മാംസകഷ്ണങ്ങൾ നിറയുന്നു. ഉറങ്ങാനായി കിടന്ന ഞാൻ വീണ്ടും എഴുന്നേൽക്കുകയാണ്. നൂറുകണക്കിന് കടലാസുകൾ എന്റെ മുന്നിൽ നിറയുന്നു. പലതരം രസീതുകൾ. പറ്റുചീട്ടുകൾ. നികുതിയുടെയും കരമടച്ചതിന്റെയും ഉപേക്ഷിക്കാനാവാത്ത കടലാസുകൾ. ഭാവിയിലേക്ക് സൂക്ഷിക്കപ്പെടുന്ന രേഖകൾ. തിരഞ്ഞു ഉപേക്ഷിച്ച സാധനങ്ങൾ വീണ്ടും പരിശോധിക്കുന്നു. പറ്റുകണക്കുകളെഴുതാൻ ഉപയോഗിക്കുന്ന ഡയറിയിലെ ഓരോ പേജും സൂക്ഷ്മമമായി മറിച്ചുനോക്കുന്നു. പിന്നെ നിരാശതയിൽ അവയെല്ലാം കൂട്ടിവെച്ച് അതിനുമീതെ കിടന്നു തലചായ്ക്കാൻ തത്രപ്പെടുന്നു.

അടുത്ത ദിവസം, അതായത് ഈ ദിവസം, ഞാൻ ഉറക്കമുണർന്നത് നടുക്കുന്ന ഒരു വാർത്തയിലേക്കായിരുന്നു. അതൊരു വാട്സ്അപ്പ് മേ

സാജായിരുന്നു. പലതരം ഗ്രൂപ്പുകൾക്കിടയിൽനിന്ന് വൈറലാകപ്പെട്ട് തെറിച്ചുവന്ന വാട്സ്അപ്പ് സന്ദേശം.

റെയിൽവേ പാളത്തിൽ അജ്ഞാത ജഡം.

മനസ്സ് പിടഞ്ഞു. അതെന്നെ ശാസിക്കുവാനെത്തി. അജ്ഞാതൻ മോഹനചന്ദ്രൻ തന്നെയെന്ന് മനസ്സ് വിധിയെഴുതി. ചിത്രം വ്യക്തമായിരുന്നില്ല. ചിന്നിചിതറിയ ശരീരം. മഞ്ഞയും നീലയും പച്ചയും ഏതെന്ന് തിരിച്ചറിയാത്ത വസ്ത്രങ്ങൾ. നീണ്ട ശരീരം. ചുറ്റും ആളുകൾ കൂടി നില്ക്കുന്നു. കുളിക്കാൻ കുളിമുറിയിലേക്ക് കയറിയ ഞാൻ തിരിച്ചിറങ്ങുന്നു. തല തുവർത്തുന്നു. വേഷം മാറുന്നു. വസ്ത്രങ്ങൾ ശരീരത്തിൽ ശരിയാംവണ്ണം കിടക്കുന്നില്ലേയെന്ന് ഉറപ്പുവരുത്തുന്നു. പിന്നെ വാതിൽപ്പൂട്ടിയിറങ്ങുന്നു. തിരിച്ചുവരുമ്പോഴേക്കും കള്ളന്മാർ വീട്ടിലുള്ള സ്വർണാഭരണങ്ങളും പണവും അപഹരിക്കുമോയെന്ന് ഭയന്ന് നിരത്തിലേക്കിറങ്ങുന്നു.

തെരുവ് എന്നത്തേയും പോലെ എന്നെ വാരിപ്പുണരുന്നു. മനുഷ്യരുടെ വിയർപ്പും ചൂടും എന്നെ പൊതിയുന്നു. മനുഷ്യർ വീട്ടിൽ ഇരിക്കപ്പൊറുതിയില്ലാതെ നഗരത്തിലൂടെ അലയുകയാണോയെന്ന് ഞാൻ സംശയിക്കുന്നു.

വലിയ ജനക്കൂട്ടത്തെയാണ് ആദ്യംകണ്ടത് ഇത്രയും നേരത്തെ വിവരമറിഞ്ഞ് ആളുകൾ എത്തിയത് എന്നിൽ അത്ഭുതം പരത്തി. ആ വാട്സ്അപ്പ് സന്ദേശം ലഭിക്കുന്ന അവസാനത്തെ വ്യക്തിയായിരിക്കണം ഞാൻ. എന്നെപോലെ പക്ഷേ അതിൽ അധികം സ്ത്രീകളുണ്ടായിരുന്നില്ല. മധ്യവയസ്കരായിരുന്നു കൂടുതൽ. ജനങ്ങൾ ഒഴിഞ്ഞുപോയാൽ കടിച്ചുകീറാൻ ഒരു മനുഷ്യജഡം കിട്ടുമെന്ന പ്രതീക്ഷയിൽ തെരുവുപട്ടികളും ഇത്തിരി മാറി സ്ഥാനം പിടിച്ചു. മനുഷ്യമാംസത്തിന്റെ രുചിയോർത്തായിരിക്കണം, ആ വൃത്തികെട്ട മൃഗങ്ങളുടെ വെളിയിലേക്കിട്ട നാക്കിൽ രസനീർപോലെ എന്തോ തിളങ്ങുന്നുണ്ടായിരുന്നു.

ചിലർ സെൽഫി പിടിക്കുന്ന തിരക്കിലാണ്. ജോലി ചെയ്തുകൊണ്ടിരിക്കുന്ന അവരുടെ ഗൾഫിലെ സുഹൃത്തുക്കൾക്ക് അവർ അതയച്ചുകൊടുക്കുന്നു. ചിലർ ലൈവ് പിടിച്ചു. എന്നാൽ പോലീസുകാർ അവരെ ഇടയ്ക്കിടെ മാറ്റി. അവർ ഇൻക്വസ്റ്റ് നടത്തുകയായിരുന്നു. പൊടുന്നനെ ഒരു വലിയ ജീപ്പ് ബ്രേക്കിട്ടു ഞരങ്ങി. അതിൽനിന്ന് സാം അലക്സ് എന്ന ഉന്നത ഉദ്യോഗസ്ഥൻ ഇറങ്ങുന്നത് ഞാൻ കണ്ടു. സായാഹ്ന പത്രങ്ങളിൽ അയാൾ ഇടയ്ക്കിടെ പ്രത്യക്ഷപ്പെടാറുണ്ടായിരുന്നു. നഗരത്തിന്റെ ക്രമസമാധാനത്തിനു പ്രത്യേക പാക്കേജു കൊണ്ടുവരു

മെന്നു അദ്ദേഹം ഇടയ്ക്കിടെ പത്രസമ്മേളനം നടത്തി പറയുന്ന തോർത്തു.അയാളില്ലാതെ കോഴിക്കോട് ടാഗോർ ഹാളിൽ പുസ്തക പ്ര കാശനങ്ങളോ സാംസ്കാരിക പരിപാടികളോ നടക്കാറുണ്ടായിരുന്നില്ല. അതിനാൽ അയാളുടെ മുഖം എല്ലാവരുടെ ഓർമ്മകളിലും പതിഞ്ഞി രുന്നു. മാത്രമല്ല, അയാൾക്ക് മലയാള സിനിമയിലെ ഒരു ഹാസ്യനടന്റെ ചലനങ്ങളുമുണ്ടായിരുന്നു.

അങ്ങനെ ഒരു വശത്തേക്ക് മാറി ഒരു അവസരത്തിനായി കാത്തിരി ക്കുമ്പോഴാണ് ഇന്നൊന്നുമറിയാതെ അല്പം അകലെ ഹരി ഒരു ഓട്ടോ യിൽ വന്നിറങ്ങുന്നത് കാണുന്നത്. ഹരിയെന്താണിവിടെയെന്ന ചോദ്യം ഉടനെ വന്നു. എന്നാൽ അയാൾ ശവം കാണാനെത്തിയതായിരുന്നില്ല. എതിർ ദിശയിലേക്ക് നൂറുവാര നടന്ന് അയാൾ ഒരു ഇടിഞ്ഞുപൊളി ഞ്ഞ, ജീർണിച്ച കെട്ടിടത്തിലേക്ക് കയറിപ്പോകുന്നതാണ് കണ്ടത്.

അരമണിക്കൂർ നേരത്തെ കാത്തിരിപ്പിനുശേഷം ഒരു കുളിർതെന്നൽ എന്നെ തലോടി. ആ ജഡം മോഹനചന്ദ്രന്റേതല്ല, മറ്റേതോ നിർഭാഗ്യവ തിയായ ഒരു സ്ത്രീയുടെ സ്നേഹസമ്പന്നനായ ഭർത്താവിന്റേതായി രുന്നു. ആ സ്ത്രീകരഞ്ഞുകൊണ്ടാണ് ഒരു പോലീസുകാരനോടൊപ്പം തന്റെ പ്രിയപ്പെട്ടവനെ കാണാനെത്തിയത്. പിന്നീട് അലമുറയിട്ട് അ വൾ ആ ശരീരത്തിലേക്കുവീണ് ബോധരഹിതയായി. ജീവിതത്തിൽ ഒ രു നിമിഷം വഴിതെറ്റിനടന്നതിന്റെ ഫലമായിരുന്നു അയാളുടെ ആത്മ ഹത്യ.ഇൻക്വസ്റ്റിനെ അവളുടെ നിലവിളിഅരമണിക്കൂർ തടസ്സപ്പെടു ത്തിയെങ്കിലും ആരൊക്കെയോ അവരെ പിടിച്ചുമാറ്റി. ബോഡി ആശുപ ത്രിയിലേക്ക് കൊണ്ടുപോകുമ്പോൾ കാഷ്വലായി ആ വഴി ഞാൻ ന ടന്നു. പിൽക്കാലത്ത്, പിടിക്കപ്പെട്ടാൽ അതൊരു തെളിവാണെന്ന് നേര ത്തെ അറിയുന്നതുകൊണ്ട് ആരുടെയും ക്യാമറയിൽ പെടാതിരിക്കാൻ സൂക്ഷ്മതയോടെയാണ്നടന്നത്. ഇക്കാലത്ത് മറ്റുള്ളവരുടെ കയ്യിലെ സി നിമയിലെ വെറും കഥാപാത്രമാണ് ഓരോ മനുഷ്യനും. നമ്മൾ നടക്കു ന്നതും ചിരിക്കുന്നതും മാത്രമല്ല, വേദനയോടെ വിഹ്വലയാകുന്നതും അ വർ ക്യാമറയിൽ പിടിച്ചു രസിക്കുന്നു. മനുഷ്യരെല്ലാവരും സർക്കസ് കൂ ടാരത്തിലെ ആ വെറും കോമാളിയായി മാറിക്കൊണ്ടിരിക്കുകയാണ്

ചരിത്രം നമ്മൾ ചെയ്യാനിരിക്കുന്ന കുറ്റകൃത്യങ്ങളുടെ തെളിവിലേ ക്കായി അങ്ങനെയൊരു വിചാരമില്ലാത്ത കാലത്തുതന്നെ തെളിവുകൾ ശേഖരിച്ചു സൂക്ഷിക്കുന്നു.

അരമണിക്കൂർ നഗരത്തിൽ ചുറ്റിയടിച്ചു. മോഹനചന്ദ്രൻ ഇടയ്ക്ക് പോകാറുണ്ടെന്ന് പറയപ്പെടുന്ന പാർലറിന്റെ പരിസരത്ത് അല്പനേരം

ഞാൻ ചുറ്റിപ്പറ്റിനിന്നു. വളരെ മനോഹരമായി ഡക്കറേഷൻ ചെയ്ത ലൈഡീസ് ബ്യൂട്ടിപാർലറായിരുന്നു അത്. പരിചിതരായ ആരെയും അവിടെയും കണ്ടെത്തിയില്ല. തിരികെ വരുമ്പോൾ വെയിൽ താണിരുന്നു. ഓരോ ദിവസം കഴിയുന്തോറും നിരാശയായി വീട്ടിലേക്ക് മടങ്ങുന്ന അവസരത്തിലാണ് ഞാൻ എന്തുമാത്രം ആ മനുഷ്യനെ സ്നേഹിക്കുകയും വിശ്വസിക്കുകയും ചെയ്തിരുന്നുവെന്ന് എനിക്കുതന്നെ ബോധ്യപ്പെടുന്നത്.

സമ്മതിക്കുന്നു. ആദ്യമെനിക്ക് അയാളോട് വെറുപ്പായിരുന്നു. ജീവിതത്തിന്റെ ഗതി തിരിച്ചുവിട്ടവരിൽ പ്രധാനിയായി ഞാൻ അയാളെത്തന്നെ കണ്ടു. രതിയിലുള്ള അയാളുടെ താൽപര്യത്തെപോലും ശപിച്ചു. അയാളുടെ ആസക്തികൾക്ക് ഒരു അറവുമാടിനെപോലെയായിരുന്നു വഴങ്ങിയിരുന്നത്. പിന്നെപിന്നെ ശരീരം എന്നെ ചതിക്കുന്നുണ്ടോയെന്ന് ഞാൻ സംശയിച്ചു. അയാളുടെ തലോടലുകൾക്ക്, സമ്മർദ്ദങ്ങൾക്ക്, പിടിവലികൾക്ക്, സ്പർശങ്ങൾക്ക് ശരീരം പെട്ടെന്ന് വഴങ്ങുവാൻ തുടങ്ങി. മനസ്സിന്റെ കാർക്കശ്യത്തിന് ശരീരത്തെ ഒരിക്കലും കിട്ടുകയില്ല. പതുക്കെയാണെങ്കിലും ആ രണ്ടുമുറി വീട്ടിലെ ഏകാന്തതയിലേക്ക് അയാൾ കടന്നെത്തുന്ന നിമിഷങ്ങളെ ഞാൻ കാത്തിരിക്കാൻ തുടങ്ങി. നിസ്സഹായതയിൽനിന്ന് കരകയറുവാനാണ് അയാൾ നീന്തിക്കൊണ്ടിരിക്കുന്നതെന്ന ധാരണ എപ്പോഴോ എന്നെ പിടികൂടി. അത് ശരിയാണെന്ന് തോന്നിയിട്ടുണ്ട്. ഭൂതകാലത്തിന്റെ നിഴലുകൾ വേട്ടയാടുന്നത് ഭയന്ന ഒരാളായിരുന്നു മോഹനചന്ദ്രൻ.

അയാൾ ആരെയോ പേടിക്കുന്നുണ്ടായിരുന്നു. നാലു ചുവരുകളെപോലും ഒറ്റുകാരെന്ന ഭയത്താലായിരുന്നു അയാൾ സംസാരംപോലും നിയന്ത്രിച്ചിരുന്നത്. ഒന്നിനും നിയതമായ ഒരുത്തരമില്ലായിരുന്നു. പ്രഹേളികകളെ സ്വയം സൃഷ്ടിക്കുന്ന കവികളെപോലെ അയാൾ സംസാരിച്ചു. ഇല്ലെന്ന് അയാൾ തീർത്തുപറഞ്ഞില്ല. ഉണ്ടെന്ന് പറയാൻ അയാൾ ഭയക്കുകയും ചെയ്തു.

വിട്ടിലേക്കുള്ള വഴിയിലേക്ക് തിരിഞ്ഞപ്പോൾ ഇടതുകണ്ണാൽ ഹരി ഓട്ടോ ഇറങ്ങുന്നത് ഞാൻ കണ്ടു. അതു മറ്റൊരു മാരണമായിരുന്നു. തന്നെ ചൂഴ്ന്നു നില്ക്കുന്ന രഹസ്യത്തിലേക്ക് ഒരു താക്കോൽ തേടിയാണ് ഒരപസർപ്പകനെപോലെ അയാൾ നടക്കുന്നത്. ഇണങ്ങിയ ഒരിടം ഇവിടെയുണ്ടെന്ന് അവൻ വിശ്വസിക്കുന്നുണ്ടായിരിക്കാം.

തെല്ലുദൂരം നടന്നപ്പോൾ ഹരി അടുത്തേക്കെത്താൻ ഓടാൻ തുടങ്ങുകയാണെന്ന് എനിക്ക് ബോധ്യമായി. പെട്ടെന്നാണ് വീട്ടുടമസ്ഥൻസൈ

താലിക്കയെ കാണുന്നത്.ആശ്വാസത്തിന്റെ കുളിർത്തെന്നൽ. അയാൾ എന്നെ സ്നേഹത്തോടെ മോളെയെന്നാണ് വിളിക്കുക. ചില ദിവസങ്ങളിൽ, ചായക്കടയിൽബാക്കി വരുന്ന പഴംപൊരിയും വടയും മടക്കി ഒരു കടലാസിൽ പൊതിഞ്ഞെടുത്ത് ഒരു വിശേഷ സമ്മാനമെന്ന മട്ടിൽ എനിക്ക് തരാറുണ്ടായിരുന്ന മൂപ്പർ സ്നേഹസമ്പന്നനായിരുന്നു.എന്റെ ഖജനാവിൽ പടച്ചോന്റെത്രയും സ്നേഹമുണ്ടു മോളെയെന്ന് അയാൾ ഇടയ്ക്ക് തമാശ പറയും.

'സൈതാലിക്കാ, നിക്കൊരു സഹായം വേണം....' ശബ്ദം താഴ്ത്തി കുശലാന്വേഷണം നടത്തുന്നതുപോലെ ഞാൻ പറഞ്ഞു.

'ഞ്ഞി പറ മോളെ, എന്തത്തു സഹായാ ഞമ്മള് ചെയ്യേണ്ട്യേത്......?'

'ന്റെ പിന്നിലൊരുത്തൻ ഒരോന്നും പറഞ്ഞ് വരണോണ്ട്. സിറ്റീന്ന് പിറകെ കൂട്യേതാ. ഒന്ന് ഒഴിവാക്കിത്തരണം സൈതാലിക്കാ........'

'ഇതാപ്പോ നന്നായേ. ഇത്രേള്ളോ? കുട്ടി ചെന്നാട്ടെ. അത് ഞമ്മളേറ്റ്.....'

തലകുലുക്കി ചിരിച്ചുകൊണ്ട് സൈതാലിക്ക മുന്നോട്ട് നടന്നപ്പോൾ പിന്നിലേക്ക് നോക്കില്ലെന്നുറച്ച് ഞാൻ മുന്നോട്ട് കുതിച്ചു. എന്നിട്ടും നാലു വാര പിന്നിട്ടപ്പോൾ എനിക്ക് പിന്നിലേക്ക് നോക്കാതിരിക്കാനായില്ല. ആ കാഴ്ച ആരെയും ചിരിപ്പിക്കുന്നതൊന്നുമായിരുന്നില്ല. എന്നിട്ടും അത് ജീവിതരസങ്ങൾ ചുണ്ടുകളിലേക്ക് കൊണ്ടുവന്നു.

മനസ്സുനിറഞ്ഞു ചിരിക്കാനാകുന്നതും ഇക്കാവത്ത് ഒരു ഭാഗ്യം തന്നെ!

സോഷ്യൽ പോലീസിങ്ങിന് വിധേയനായ ചെറുപ്പക്കാരനെപോലെ ആൾക്കൂട്ടത്തിനുമുന്നിൽ വിയർത്ത് നിൽക്കുകയായിരുന്നു ഹരി. അതെന്നിൽ അപ്പോൾ അനുകമ്പയുളവാക്കാത്ത ഒരു കാഴ്ചയായി മാറിയതെന്തുകൊണ്ടെന്ന് ഞാൻ പിൽക്കാലത്ത് ചിന്തിച്ചിട്ടുണ്ട്. ഹരിയെ ആ തരത്തിൽ ദ്രോഹിക്കണമെന്ന് എനിക്കില്ലായിരുന്നു. എന്നാൽ എന്നിൽനിന്നും അവനെഒഴിവാക്കേണ്ടത് എന്റെ ആവശ്യമായിത്തീർന്നിരുന്നു.

ഷവറിന് താഴെ അരമണിക്കൂർ സമയം ഞാൻ നിന്നു.ശരീരം തണുക്കുന്തോറും മനസ്സ് ശാന്തമായി.ഒരു പകൽകൂടി ഒരു ചിതപോലെ എരിഞ്ഞടങ്ങിയിരിക്കുന്നു. ഒരു രാത്രിയുടെ ദൂരംകൂടി മുന്നിലെത്തിയിരിക്കുന്നു. ഇരുട്ട് കുളിമുറിയുടെ കിളിവാതിലിലൂടെ കട്ടിയേറിയ കോടപോലെ ഒലിച്ചിറങ്ങുന്നത് നിർഭയയായി ഞാൻ നോക്കിനിന്നു.

ഉച്ചയ്ക്ക് നന്നായി ഭക്ഷണം കഴിച്ചതിനാൽ രാത്രി സലാഡ് മതിയെന്ന് നേരത്തെ തീരുമാനിച്ചു. ഫ്രിഡ്ജിൽ മുട്ടയിരുപ്പുണ്ട്. രണ്ടു ബ്രഡ്ഡും

മുട്ടയും സാലഡും. രാത്രിയിൽ ചിലപ്പോൾ വൈകിവരുന്ന അവസരങ്ങളിൽ ഭക്ഷണമൊന്നും ഉണ്ടാക്കേണ്ടെന്ന് മോഹനചന്ദ്രൻ നേരത്തെ വിളിച്ചുപറയുമായിരുന്നു. വരുമ്പോൾ മൊരിഞ്ഞ കോഴിയും പെറോട്ടയും അയാൾ കരുതും. ഒരുമിച്ചിരുന്ന് ഭക്ഷണം കഴിക്കുന്ന രംഗങ്ങൾ വെറുതെയെന്നോണം മനസ്സിലേക്ക് തള്ളിയെത്തി. ഭക്ഷണം കഴിഞ്ഞ് പാത്രങ്ങൾ കഴുകിവയ്ക്കുമ്പോഴാണ് കാളിംഗ് ബെൽ ശബ്ദിച്ചത്. മോഹനചന്ദ്രൻ പോയതിനുശേഷം ഭയംകൊണ്ട് അതിലേക്കുള്ള ലൈൻ വിച്ഛേദിച്ചിരുന്നതാണല്ലോയെന്ന് തെല്ലമ്പരപ്പോടെ ഞാനോർത്തു. മോഹനചന്ദ്രൻ തന്നെയാണ് ആ സൂത്രം പഠിപ്പിച്ചുതന്നത്. മറ്റുള്ളവർ വന്ന് ബെല്ലടിച്ച് ശല്യപ്പെടുത്താതിരിക്കാനുള്ള വിദ്യ.

അതിനാൽ മോഹനചന്ദ്രൻ എത്തിയെന്നൊരു അബദ്ധധാരണയും അതുളവാക്കുന്ന ഒരു സന്തോഷവും എന്റെയുള്ളിൽ നിറഞ്ഞു. ആർക്കും പിരിച്ചുവെച്ച വൈദ്യുത കമ്പികൾ അല്പം ശ്രദ്ധയോടെ യോജിപ്പിക്കാൻ കഴിയുമായിരുന്നു. പക്ഷേ ആ വിദ്യ അറിയാവുന്നയാൾ മോഹനചന്ദ്രനല്ലെങ്കിൽ പിന്നെ മറ്റാര്?

സമയം പത്തുമണികഴിഞ്ഞിരുന്നു. മനുഷ്യരെല്ലാം ജോലികഴിഞ്ഞ ആഹ്ലാദത്തിൽ ടിവിക്ക് മുന്നിൽ അടയിരുക്കാൻ തുടങ്ങുന്ന സമയം. സ്ത്രീകളാവട്ടെ, കിടക്കാനുള്ള ചിട്ടവട്ടങ്ങൾ തുടങ്ങുന്ന നേരവും. വാതിലിന്റെ കൊളുത്ത് നീക്കിയപ്പോൾ ഭയമൊന്നും എനിക്ക് തോന്നിയില്ല. തൊട്ടപ്പുറത്ത് സൈതാലിക്കയും കുടുംബവുമാണ് താമസം. സൈതാലിക്കയുടെ നീട്ടിവിളി അടുക്കളയിൽ എനിക്ക് കേൾക്കാം. എന്തിനും അയാളെ എതു അസമയത്തും വിളിക്കാം. സ്വന്തം അച്ഛനേക്കാൾ അയാളെ വിശ്വസിക്കാം. മറ്റൊരാൾ ഈ വാതിലിനു മുന്നിൽ വരുന്നത് അപകടം പിടിച്ച പണിയായിരിക്കും. ആദ്യത്തെ ഇടി സൈതാലിക്കയുടെ പന്ത്രണ്ടുവർഷം കഴുക്കോൽപിടിച്ച തഴമ്പുവീണ കൈയ്യിൽനിന്നു തന്നെയാവും വീഴുക. കുറേക്കാലം തോണിപ്പണിയെടുത്ത സൈതാലിക്ക അടുത്തകാലത്താണ് ചായക്കട തുടങ്ങിയത്. അതിന്റെ തഴമ്പു ഇപ്പോഴും കൈകളിൽ അവശേഷിക്കുന്നു.

എന്നാൽ പുറത്ത് മോഹനചന്ദ്രനല്ലായിരുന്നു. വാതിൽ തുറന്നയുടനെ ഞാനത് തിരിച്ചറിഞ്ഞു. അപകടം മണക്കുകയും ചെയ്തു. പക്ഷേ എന്തുചെയ്യാം. കുഴിയിലേക്ക് കാലെടുത്ത് വച്ചശേഷം അതിനെക്കുറിച്ച് ആലോചിച്ചിട്ട് യാതൊരു പ്രയോജനവുമില്ല. അയാൾക്ക് മോഹനചന്ദ്രനോളം ഉയരമുണ്ടായിരുന്നില്ല. അയാളോളം തടിയുമില്ലായിരുന്നു. കരുത്തും മോഹചന്ദ്രനെ അപേക്ഷിച്ച് കുറവായിരുന്നു. അയാളുമായുള്ള

മൽപിടുത്തത്തിൽ ഒരുകാര്യം എനിക്ക് ബോധ്യമായി, ശണ്ഠകൂടുമ്പോൾ മോഹനചന്ദ്രന് എന്നെപ്രതി കരുണയുണ്ടായിരുന്നുവെന്ന്. കരുത്തിൽ അയാൾ എനിക്ക് തോറ്റുതരാറുണ്ടായിരുന്നിരിക്കണം. ആഗതൻ യാതൊരു കരുണയും ഇരയോട് കാണിച്ചില്ല. കൈവിരലുകളും മുഖവും എനിക്ക് നന്നായി വേദനിക്കുന്നു. വാതിൽ തുറന്നയുടനെ, അയാൾ കാത്തുനിന്നപോലെ എന്നെ പിടിച്ച് അകത്തേക്ക് പതുക്കെ തള്ളിയശേഷം കുറ്റികൾ ഇട്ടു. എന്നിട്ടേ വായിൽപൊത്തിയ കൈകൾ പതുക്കെ സ്വതന്ത്രമാക്കിയുള്ളു. നിലവിളിക്കാനാഞ്ഞ എന്നെ പെട്ടെന്നുതന്നെ അയാൾ ചൂണ്ടുവിരൽ ഉയർത്തി നിശ്ശബ്ദയാക്കി. മുറിയിലെ തീക്ഷ്ണ വെളിച്ചത്തിൽ ആ മുഖം ഒരു മിന്നൽപ്പിണർപോലെ ഞാൻ കണ്ടു.

അത് മറ്റാരുമായിരുന്നില്ല.

ഹരി തന്നെയായിരുന്നു.

14. സയനൈഡ്

2020 ഫെബ്രുവരി 07, 9 pm

ഒരാഴ്ചമുമ്പ് വീട്ടിൽനിന്ന് ഒരു കള്ളനെപോലെ താൻ ഓടിപ്പോന്നത് ഇതിനായിരുന്നോയെന്ന് മോഹനചന്ദ്രൻ ആലോചിച്ചു. അയാൾക്ക് ഒരെത്തും പിടിയും കിട്ടുന്നില്ല. തന്റെ മുന്നിലെ കനത്ത ഇരുട്ടിലേക്ക് നോക്കി അയാൾ ഹതാശയനായി. താനിപ്പോൾ എവിടെയാണെന്നുപോലും അറിഞ്ഞുകൂടാ. എന്നാൽ ഏതാനും നിമിഷങ്ങൾക്കുള്ളിൽ താൻ കൊലചെയ്യപ്പെടുമെന്ന് അയാൾക്കിപ്പോൾ ഏറെക്കുറെ ബോധ്യമുണ്ട്.

അതെ, ജെന്നിഫർ തന്നെ കൊല്ലും.

ഇരുട്ടുവീണ തുരങ്കംപോലെ തോന്നിക്കുന്ന ഏതോ ഒരു സ്ഥലം. അവിടെ അയാൾ ബന്ധനസ്ഥനാണ്. വിളിച്ചുകൂവിയാൽപോലും ഒരാളും തിരിഞ്ഞുനോക്കാത്ത വിജനമായ ഒരിടം.

ദൈവത്തിനുപോലും തന്നെ ഇവിടെനിന്ന് രക്ഷിക്കുവാൻസാധിക്കുമോ? സംശയമാണ്

എല്ലാം തുറന്നു പറഞ്ഞു ശിഖയോട് നേരത്തെ മാപ്പുചോദിക്കേണ്ടതായിരുന്നു. പാവം അവളെ ഈ കുരുക്കിലേക്ക് വലിച്ചിഴക്കേണ്ടിയിരുന്നില്ല. അയാൾക്ക് കുറ്റബോധം തോന്നി. ഒരുപക്ഷേ അവളുടെ ശാപംതന്നെയായിരിക്കും തനിക്കിങ്ങനെ ഒരു വിധിയുണ്ടാവാനുള്ള കാരണം.

എല്ലാറ്റിനും ഉത്തരവാദി അവളായിരുന്നു. ജെന്നിയെന്ന, ജെന്നിഫർ

നഗരത്തിലെ ഒരു ബ്യൂട്ടിപാർലറിൽവെച്ചാണ് മോഹനചന്ദ്രൻ അവളെ കാണുന്നതും പരിചയപ്പെടുന്നതും. കാണാൻ സുന്ദരി. വയസ്സ് ഇരുപത്തിയാറ് പ്ലസ് ടു ഓർ മൈനസ് ടു. ഊർജ്ജസ്വസുറ്റ പ്രകൃതം. ആരും ഓമനത്വത്തോടെ തഴുകാൻ കൊതിക്കുന്ന സ്ത്രീത്വമുള്ള മുഖം. സർവോപരി സ്മാർട്ട് ആന്റ് ബോൾഡ്.

സ്ത്രീകൾ മോഹനചന്ദ്രനെ എന്നും മോഹിപ്പിച്ചിട്ടുണ്ട്. പക്ഷേ ജെന്നി അയാളുടെ ജീവിതത്തിലേക്ക് ആ രീതിയിലല്ല കടന്നുവന്നത്.

അവൾ ഒരു മഞ്ഞുകണംപോലെയായിരുന്നു.

മോഹനചന്ദ്രനോളംതന്നെ പ്രായമുണ്ടായിരുന്നു ജെന്നിക്ക്. അവൾ

വിവാഹിതയും ഒരു കുഞ്ഞിന്റെ മാതാവുമായിരുന്നെങ്കിലും കാണുന്ന ആർക്കും അവളെ അങ്ങനെ സങ്കൽപ്പിക്കുവാൻ കഴിയുകയില്ല. ചില സ്ത്രീകൾ അങ്ങനെയാണ്. അവരെ മറ്റുള്ളവരുടെ ഭാര്യയായോ കുഞ്ഞുങ്ങളുടെ അമ്മയായോ കാണാനേ സാധിക്കില്ല. അവരെന്നും ലോകത്തിന്റെ സുന്ദരികളാണ്. ജെന്നി അക്കൂട്ടത്തിൽപ്പെട്ട സ്ത്രീയായിരുന്നു.ഇൻട്രാവർട്ടായ ഒരു പെൺകുട്ടിയാണെന്ന് ആദ്യനോട്ടത്തിൽ തോന്നാം. ബുദ്ധിയും കൗശലവുമാണ് അവളുടെ സൗന്ദര്യത്തിന്റെ ഘടകങ്ങളെന്ന് ഏതൊരാളും പെട്ടന്ന് തിരിച്ചറിയും.

കാഷ്വലായ പരിചയത്തിനപ്പുറം മോഹനചന്ദ്രൻ ജെന്നിയെ അറിയുന്നത് വസന്തത്തിലെ ഒരു ഉത്സവദിനമായിരുന്നു. മൈസൂരിലേക്ക് രാധയും ഭർത്താവ് സഹദേവനും യാത്രപോയ ദിവസം. ജെന്നിയുടെ കാറിലായിരുന്നു യാത്ര. യാതൃശ്ചികമായാണ് മോഹനചന്ദ്രൻ ആ യാത്രയിലേക്ക് എത്തിപ്പെടുന്നത്!

ജെന്നിയായിരുന്നത്രെ മോഹനചന്ദ്രനെക്കൂടി യാത്രയിൽ പങ്കാളിയാക്കാമെന്ന നിർദേശം മുന്നോട്ടുവെച്ചത്. അതിന് അവൾക്ക് ഒരു കാരണം ഉണ്ടായിരുന്നു. ഡ്രൈവിംഗ് ഇഷ്ടമാണെങ്കിലും അത്രയും ദൂരം തനിച്ച് ഡ്രൈവ് ചെയ്യാൻ അവൾക്ക് ധൈര്യമില്ല. മോഹനചന്ദ്രൻ നല്ലൊരു ഡ്രൈവർകൂടിയാണല്ലോ.പോരാത്തതിനു അവരുടെ കൂട്ടുകാരനും.

രണ്ടു കാര്യങ്ങൾകൊണ്ടാണ് മോഹനചന്ദ്രൻ ആ ദൗത്യം ഏറ്റെടുക്കുന്നത്. ഒന്ന് അയാൾക്ക് യാത്രകൾ വലിയ ഇഷ്ടമാണ്. പോരാത്തതിന് വിലകൂടിയ ഒരു കാറ് ഒരു ദിവസം മുഴുവൻ സ്വതന്ത്രമായി ഓടിക്കുവാൻലഭിക്കും. ഡ്രൈവിംഗ് പഠിച്ചതിനുശേഷം നല്ലൊരു വണ്ടിയോടിക്കാൻ ഇതുവരെ മോഹനചന്ദ്രന് സാധിച്ചിരുന്നില്ല.

ഡ്രൈവർമാർക്കിടയിലെ വിവേചനം പലപ്പോഴും അയാളെകൊണ്ടെത്തിച്ചിരുന്നത് പഴഞ്ചൻ അംബാസിഡർ കാറിന്റെ മുന്നിലേക്കായിരുന്നു. അതിന്റെ പഴഞ്ചൻ സ്റ്റിയറിംഗും ദൃഢതകൂടിയ ക്ലച്ചും ബ്രേക്കുമെല്ലാം കാണുമ്പോൾ മോഹനചന്ദ്രന് കലിവരും. ദിവസവും അയാൾ ടാക്സിയോടിക്കുന്ന അവറാച്ചൻ മുതലാളിയുടെ വണ്ടി ആഴ്ചയിലൊരിക്കൽ വർക്കുഷോപ്പിൽപോയില്ലെങ്കിൽ കെറുവിക്കും. ആ വണ്ടി പകൽ പൊറിഞ്ചുവും രാത്രിയിൽ മോഹനചന്ദ്രനുമാണ് ഓടിക്കുന്നത്. ആ തുച്ഛമായ വരുമാനംകൊണ്ടാണ് അയാൾ നഗരത്തിൽ ഒരുവിധം കഴിഞ്ഞുകൂട്ടുന്നത്.

ഒരു സുഹൃത്തിന്റെ സഹായത്തോടെയാണ് മോഹനചന്ദ്രൻ ഡ്രൈവിംഗ് പഠിക്കുന്നത്. സ്കൂളിൽ പോകുന്ന കാലംതൊട്ടേ ഡ്രൈവിംഗി

നോട് അയാൾക്ക് വല്ലാത്തൊരു പാഷനുണ്ടായിരുന്നു. കാസർകോട്ടെ കുന്നുകൾ കയറുന്ന ബസുകളും ഹയൽപിൻ വളവുകൾ കയറുന്ന കാറുകളും കയറ്റമിറങ്ങുന്ന ബൈക്കുകളുമെല്ലാം കുട്ടിക്കാലംതൊട്ടേ അയാളുടെ തലച്ചോറിൽ ഉന്മാദത്തിന്റെതായൊരു ചിത്രം വരച്ചു.അതുകൊണ്ട് കഷ്ടിച്ച് പത്താംക്ലാസ് കഴിഞ്ഞുകിട്ടിയതോടെ അയാൾ വീടിനടുത്ത ഒരു വർക്കുഷോപ്പിൽ പണിക്ക് പോകാൻ തുടങ്ങി.

അവിടെനിന്നാണ് വണ്ടിയോടിക്കാൻ പഠിക്കുന്നത്.

നഗരത്തിലെത്തിയാൽ എവിടെയെങ്കിലും ഒരു ജോലിയിൽ കയറാമെന്നതായിരുന്നു പ്രതീക്ഷ. എന്നാൽ അതു എളുപ്പമായിരുന്നില്ല. അച്ഛന്റെ വകയിൽപ്പെട്ട ഒരനിയൻ നഗരത്തിലുണ്ടായിരുന്നു. അവന്റെകൂടെ കുറച്ചുദിവസം കൂടി. അവന് ശല്യമായിത്തുടങ്ങിയെന്ന് തിരിച്ചറിഞ്ഞപ്പോൾ രണ്ടുംകല്പിച്ചു നഗരത്തിന്റെ രാത്രിയോട്ടങ്ങളിലേക്ക് സ്റ്റിയറിംഗ് പിടിക്കുന്ന ജോലിയേറ്റെടുത്തു.

അവറാച്ചൻ മുതലാളിക്ക് നാലു അംബാസഡറുണ്ടായിരുന്നു. അവയെല്ലാം നന്നാക്കാനായി ഒരു വർക്കുഷോപ്പും. എന്നാൽ രാത്രിയോട്ടങ്ങൾക്കായി ഒരേയൊരു വണ്ടിമാത്രമേ അവറാച്ചൻ മുതലാളി വിട്ടുകൊടുത്തുള്ളു. അത് മോഹനചന്ദ്രനുവേണ്ടിയായിരുന്നു.

നഗരം ഉണരാൻ രാത്രി പത്തുമണികഴിയും. പലതരം ഉറക്കങ്ങളുണ്ട് നഗരത്തിന്. അതുപോലെ ഉണരലുകളും. വേശ്യകളും വഴിവാണിഭക്കാരും കള്ളന്മാരും കൊലപാതകികളും ജാരന്മാരുമെല്ലാം ഉണരുന്ന സമയമായിരുന്നു മോഹനചന്ദ്രന്റെയും നല്ലസമയം. അയാളും രാത്രിയാണ് കുളിച്ചിറങ്ങുന്നത്. ദൈവത്തോട് പ്രാർത്ഥിക്കുന്നത്. നെറ്റിയിൽ ചന്ദനം തൊടുന്നത്.

രാത്രികളുടെ ഊടുവഴികൾ കണ്ടെത്തുന്നതുവരെ ജോലി ദുഷ്ക്കരമായിരുന്നു മോഹനചന്ദ്രന്. എങ്കിലും ഒരുമാസം കഴിഞ്ഞപ്പോൾ അത്യാവശ്യം ജീവിക്കാനുള്ള വകയും അവറാച്ചൻ മുതലാളിയെ സന്തോഷിപ്പിക്കാൻ ഇത്തിരികാശും ബാക്കിവെയ്ക്കാൻ അയാൾക്ക്കഴിഞ്ഞു. അതിനിടയ്ക്ക് വന്നുപെടുന്ന മാരണങ്ങളുമുണ്ടായിരുന്നു. അത് രാത്രിനഗരത്തിന്റെ സന്തതികളായ വേശ്യകളിൽനിന്നും അവരുടെ കൂട്ടിക്കൊടുപ്പുകാരിൽനിന്നുമായിരുന്നു.

വസന്തത്തിലെ ഏറ്റവും മനോഹരമായൊരു ദിവസമായിരുന്നു അത്. ധാരാളം കാറ്റും വെളിച്ചവും നിറഞ്ഞ അന്തരീക്ഷം. നഗരാതിർത്തി വിടുന്നതുവരെ ജെന്നിതന്നെ വണ്ടിയോടിച്ചു. കവിളിലേക്ക് വീഴുന്ന മുടിയിഴകളെ മാടിയൊതുക്കി അവൾ വണ്ടിയോടിക്കുന്നതുകാണാൻ വലി

യ ചന്തമുണ്ട്. രാധയും സഹദേവനും സൗകര്യാർത്ഥം പിറകിലെ സീറ്റിൽകൂടി. മധ്യവയസ്സിലെത്തിയിട്ടും അവർക്കിടയിലെ പ്രണയം അവസാനിച്ചിട്ടില്ല. അനഃപത്യദുഃഖം അവരുടെയുള്ളിലെ പ്രണയത്തെ പുറത്തേക്കെടുക്കുന്നു.അവർ പലര്സപരം സ്നേഹിച്ചുകൊണ്ടേയിരിക്കുന്നു.

'ധൃതിവയ്ക്കാതെ, നഗരം വിട്ടാൽപ്പിന്നെ മുഴുവൻ മോഹൻ ഓട്ടിക്കോ. ഞാൻ ദേ ആ സൈഡിൽ മാറിയിരുന്നോളാം. എന്താ പോരെ.....'

കൊഞ്ചിക്കുഴഞ്ഞുമറിയുന്ന ഒരു ശബ്ദത്തിൽ ജെന്നി പറഞ്ഞു. പതിവുസ്ത്രീകളുടെ മട്ടായിരുന്നില്ല അത്. അതിന് വല്ലാത്തൊരു വശ്യതയുണ്ടായിരുന്നു; ഇമ്പവും.

നഗരാതിർത്തി കഴിഞ്ഞു. കാഴ്ചകൾക്ക് പതുക്കെ മാറ്റംവന്നു. റോഡുകളുടെ വീതി കുറയുകയും വാഹനങ്ങളുടെ എണ്ണം കൂടുകയും ചെയ്തു. നിരത്തിനിരുവശത്തും വലിയ കെട്ടിടങ്ങൾ പ്രത്യക്ഷമായിത്തുടങ്ങി. കൂടുതലും ഗോഡൗൺ കെട്ടിടങ്ങൾ. ചെറിയ ചെറിയ വീടുകൾ. അതിനിടയിൽ ഒന്നോ രണ്ടോ മരങ്ങൾ. നരച്ച ആകാശം. കുറുത്ത മനുഷ്യർ. പവർ സ്റ്റിയറിംഗായതിനാൽ ആദ്യമെല്ലാം ഒരു തപ്പലുണ്ടായിരുന്നു മോഹനചന്ദ്രന്. എഡ്ജിലേക്ക് വണ്ടിപാളിയപ്പോഴൊക്കെ ശാസനകളുമായി ജെന്നിയുടെ നോട്ടമെത്തി. ഇടയ്ക്ക് ജെന്നി സ്റ്റിയറിംഗ് സ്റ്റെഡിയാക്കാനുള്ള ടിപ്സ് അവനു നൽകി. അന്നേരമെല്ലാം അവളുടെ ദേഹത്തുനിന്ന് പ്രവഹിക്കുന്ന പരിമളം അവനെ ഉന്മത്തനാക്കി. വിദേശനിർമ്മിതമായ ആ സുഗന്ധങ്ങൾക്ക് മനുഷ്യനെ വല്ലാതെ കൊതിപ്പിക്കുന്ന ആകർഷണത്വമുണ്ടായിരുന്നു.മോഹനചന്ദ്രൻ വണ്ടിയോടിച്ചപ്പോൾ അവൾ മൊബൈലിൽ പാട്ടുകേൾക്കുകയും ഇടയ്ക്ക് പുറത്തെ കാഴ്ചകൾ നോക്കി രസിക്കുകയും ചെയ്തു.

രാത്രി, മൈസൂരിലെ ഒരു ഇടത്തരം ഹോട്ടലിൽ മുറിയെടുത്തു. മൂന്നുപേർക്കും ഒറ്റമുറിയാണ് എടുത്തത്. മോഹനചന്ദ്രൻ കാറിൽത്തന്നെ കിടക്കാമെന്ന് നേരത്തെ തീരുമാനിച്ചിരുന്നു.

'മോഹൻ എനിക്കൊരു ഉപകാരം ചെയ്യുമോ?' ഊണുകഴിഞ്ഞുള്ള അരമണിക്കൂർ വിശ്രമത്തിനിടയിൽ ജെന്നി അയാൾക്കരികിലെത്തി.

'എന്തുപകാരം?' അയാൾ ചോദിച്ചു.

'ഇതാ, ആ സ്റ്റോറിൽപോയി ഇതൊന്നുവാങ്ങിക്കൊണ്ടുതരാമോ? ഇത് പൊട്ടാസ്യം സയനൈഡാണ് പോന്നപ്പോൾ ജ്വല്ലറിക്കാരൻ തിലോത്തമൻ ഏൽപ്പിച്ചതാ. ദാ നോക്കൂ, ജ്വല്ലറിയുടെ കാർഡും ലൈറ്റർപാഡിലെ കത്തുമുണ്ട്.

ജെന്നിയുടെ ചോദ്യത്തിൽത്തന്നെ എന്തോ അസ്വാഭാവികത അയാൾ

മണത്തു. എന്നാൽ അവൾ പറഞ്ഞതെല്ലാം ഉണ്ടായിരുന്നു കവറിൽ. കുറച്ചധികം രൂപയും.

'ഇതിന് ഇത്രേം വെലയുണ്ടോ.......?'

'ഇല്ല. ഇതിന്റെ പാതി മോഹനനുള്ളതാണ്. തീർന്നില്ല. മറ്റൊരു സമ്മാനംകൂടി ഞാൻ മോഹന് തരുന്നുണ്ട്.ഒരു കൊതിപ്പിക്കുന്ന സമ്മാനം. കടക്കാരൻ എന്തേലും ചോദിച്ചാൽ എന്താ വേണ്ടതെന്നുവെച്ചാൽ ചെയ്യണം. അത് മോഹന്റെ മിടുക്കുപോലിരിക്കും!'

ഭാഗ്യത്തിന്, കടയിൽ നല്ല തിരിക്കുണ്ടായിരുന്നു. കടക്കാരൻ ഒരേയൊരു ചോദ്യമേ അയാളോട് ചോദിച്ചുള്ളൂ. ആർക്കാണ് ഇത്? അതിന് മറുപടിയായി അയാൾക്ക് ജെന്നിയെയും അവൾ ചാരിനിൽക്കുന്ന ആ വിലപിടിച്ച കാറിനെയും ചൂണ്ടിക്കാണിക്കുകയേ വേണ്ടിവന്നുള്ളൂ.

കുറച്ചധികം രൂപ കയ്യിൽവന്നതിലേറെ ഇനി കൈവരാൻ പോകുന്ന നല്ല നിമിഷങ്ങളെക്കുറിച്ചായിരുന്നു മോഹനചന്ദ്രൻ സ്വപ്നം കണ്ടത്.അയാൾ അതുവരെ ഒരു സ്ത്രീയെ അറിഞ്ഞിരുന്നില്ല. അറിയാനുള്ള അവസരങ്ങൾ പലവട്ടം ഒത്തുവന്നിരുന്നെങ്കിലും രാത്രിനഗരത്തിന്റെ ഉടമസ്ഥകളിൽനിന്നും തന്ത്രപൂർവം വഴുതിമാറുകയായിരുന്നു അയാൾ. എങ്കിലും അയാളെ വഴിത്തെറ്റിക്കുവാൻ മാത്രം അടുത്തിടെ നഗരത്തിൽ പ്രത്യക്ഷയായ ഒരു പത്തൊമ്പതുകാരി ഇടയ്ക്കിടെ പ്രലോഭനങ്ങളെറിഞ്ഞ് അയാൾക്കൊപ്പം കൂടിയിരുന്നു.

അവരിൽനിന്നൊക്കെ വ്യത്യസ്തയായിരുന്നു ജെന്നി. അവൾ വിദ്യാസമ്പന്നയും ബുദ്ധിമതിയുമായ ഒരു സ്ത്രീയാണ്. അവളെ പ്രാപിക്കാൻ എല്ലാ പുരുഷന്മാർക്കും വലിയ കൊതിയാണ്.മാത്രമല്ല,ബുദ്ധിയുള്ളവരെ വലിയ ഇഷ്ടമാണ് മോഹനചന്ദ്രന്. ഏതോ കോളെജിലെ അധ്യാപികയാണെന്നും കേൾക്കുന്നു. നന്നായി അണിഞ്ഞൊരുങ്ങുന്ന, തന്റെ സൗന്ദര്യത്തേക്കുറിച്ച് തികഞ്ഞ ബോധ്യമുള്ള ഒരു സ്ത്രീ. അവരുടെ ക്ഷണം ദൈവദാസനുപോലും നിരസിക്കാനാകുമെന്ന് മോഹനചന്ദ്രൻ ആ നേരം വിശ്വസിച്ചില്ല.

പിന്നീടുള്ള ഓരോ നിമിഷവും മോഹനചന്ദ്രന്റെ മനസ്സിൽപരൽമീനിനെപോലെ അവൾ നീന്തിത്തുടിച്ചു.അയാളുടെ മൃദുലമായ മാനസികഭിത്തികളിൽ അവൾ ചിറകിട്ടടിച്ചു.തരളിതചിത്തനായി അയാൾ ജെന്നിയെ ഓർത്തുകിടന്നു. അവളുടെ നിറഞ്ഞ മാറിടവും ഒട്ടിയ വെളുത്ത നഗ്നമായ വയറും അയാൾ കൊതിക്കണ്ണുകളോടെ നോക്കി. ഡ്രൈവ് ചെയ്യുന്നതിനിടയിൽ അവൾ അയാളെനോക്കി വശ്യമായി ചിരിച്ചു. ഇടയ്ക്ക് രാധയുടെയും സഹദേവന്റെയും കണ്ണുവെട്ടിച്ച് അയാളെ ഇക്കിളി

പ്പെടുത്തി. പുരുഷന്റെ സുതാര്യമായ ഇടങ്ങൾ അവൾക്ക് കൃത്യമായി അറിയാമായിരുന്നു.സംസാരത്തിൽ തന്ത്രപൂർവ്വം അഗമ്യഗമനകഥകൾ അവൾനിറച്ചു. ഒരു ചെറുപ്പക്കാരന്റെ സിരകളിൽ ആസക്തിയുടെ വേനൽ സൃഷ്ടിക്കാനുള്ള അയത്നലളിതമായ സിദ്ധി അവൾക്കുണ്ടായിരുന്നു.

സുൽത്താന്റെ കോട്ട കണ്ടതിനുശേഷം അവർ നേരെ പോയത് വൃന്ദാവനത്തിലേക്കായിരുന്നു. തിരക്കിൽ, തടാകത്തോടുചാരി കടന്നുപോകുന്ന ഇടുങ്ങിയ വഴികളിലൂടെ നടക്കുമ്പോൾ ജെന്നിയുടെ വിരലുകൾ അയാളുടെ കരുത്തുറ്റ കൈകൾക്കുള്ളിൽ അമർന്നു.ശരീരങ്ങൾതമ്മിലുള്ള ഉരുമ്മലുകളും ചുംബനങ്ങളും അവർ ഇരുവരും ഒരുപോലെ ആസ്വദിച്ചു. ഇരുവരും ചേർന്നുനിന്നാണ്, ഇരുട്ടിൽ മഴനൃത്തംകാണാൻ കാത്തുനിന്നതും. വലിയ ആൾക്കൂട്ടവും ഇരുട്ടും. അതിനേക്കാൾ കാല്പനികമായൊരു നിമിഷം ഇനി ജീവിതത്തിലില്ലെന്നു അയാൾക്ക് തോന്നി. അവളുടെ നിതംബത്തിൽ പതുക്കെ ശരീരം ഉരസിയാണ് അയാൾ നിന്നത്. അയാളുടെ നിശ്വാസങ്ങൾ അവളുടെ നഗ്നമായ കഴുത്തിൽ വീഴാൻ പാകത്തിൽ.അന്നേരം അവളുടെ പകുതിഭാരവും അയാളുടെ ചുമൽ താങ്ങിനിറുത്തി.

ഇരുട്ടിൽ സംഗീതത്തിനൊത്ത് നൃത്തം ചെയ്യുന്ന മഴനാരുകളെനോക്കി നിൽക്കേ, രാത്രിയിൽ പരസ്പരം ഇറുകെപുണർന്ന് കിടക്കുന്ന രണ്ട് നഗ്നശരീരങ്ങളെ മനസ്സിൽക്കണ്ട് മോഹനചന്ദ്രൻ പുളകിതനായി. ജെന്നിയുടെ ക്ലീവേജിന്റെ നഗ്നസൗന്ദര്യത്തിൽ അയാളുടെ കൊതിപുരണ്ട കണ്ണുകൾ മേഞ്ഞുനടന്നു.

കാറിൽ കിടന്നു ഇതെല്ലാം ഓർത്തപ്പോഴേക്കും അയാളുടെ ശരീരം ഒരുപൂവുപോലെ ഉണർന്നു.ചിലപ്പോൾ അങ്ങനെയാണ് എത്രസുന്ദരിയായാലും അടുത്തിരുന്നാൽപോലും ചത്ത കുതിരയെപോലെശരീരംഉണരുകയില്ല. എന്നാൽ ചിലരുടെ ഒരുനോട്ടംമാത്രം മതി പുരുഷൻ വിജ്രംഭിതനാകാൻ. നഗ്നമായ ഒരു സ്ത്രീയുടലിനു ഉണർത്താൻ കഴിഞ്ഞില്ലെന്നുവരാം. എന്നാൽ ചിലപ്പോഴാകട്ടെ, വസ്ത്രത്തിൽനിന്നു സ്വതന്ത്രയാവുന്ന വിജ്രംഭിച്ച മുലഞെട്ടുകൾക്ക് അതിനു സാധിക്കും.മോഹനചന്ദ്രൻ കാറിനുള്ളിലെ ശീതീകരിണിയുടെ തണുവിലേക്ക് ഉറക്കത്തെ ഉണർവ്വുകളാക്കി കാത്തിരുന്നു. പാർക്കിംഗ് ലോട്ടിലെ സെക്യൂരിറ്റിക്കാരൻ ഉറക്കം പിടിച്ചുതുടങ്ങിയിരുന്നു. ഹോട്ടലിന്റെ പിന്നാമ്പുറത്തെ വാതിലിനു ചാരിയാണ് കാറിട്ടിരുന്നത്. അവിടെനിന്ന് സെക്യൂരിറ്റിക്ക് കാഴ്ച തുറന്നു കിട്ടുമായിരുന്നില്ല.

അയാൾ കാത്തിരുന്നു. പുറത്ത് രാത്രി, മരവിക്കുന്ന തണുപ്പിൽ പുതച്ചുറങ്ങാൻ തുടങ്ങിയിരുന്നു.നേരിയ കാറ്റുവീശുന്നുണ്ടായിരുന്നു. അല്പം കഴിഞ്ഞപ്പോൾ സുതാര്യമായൊരു നൈറ്റിമാത്രം ഉടുത്ത ജെന്നി, കാറ്റിൽ പാറിവീഴുന്ന മുടിയിഴകളെ മാടിയൊതുക്കി കടന്നുവരുന്നത് കാണായി. മോഹനചന്ദ്രൻ അത് വീർപ്പടക്കി നോക്കി നിന്നു. ഏതോ സിനിമയുടെ തിരശ്ശീലയിൽനിന്ന് ഇറങ്ങിവരുന്ന സുന്ദരിയെപോലുണ്ടായിരുന്നു ആ മങ്ങിയ ഇരുട്ടിൽ അവൾ. സിൽക്കുപോലെ നേർത്ത മുടിയിഴകൾ. സ്ത്രീയുടലിന്റെ നിമ്നോന്നതകൾ വെളിവാക്കുന്ന ശാന്തമായ കാറ്റ്. അവൾ സാവധാനം ആ ചുമന്ന പനനീർപുഷ്പം പോലെ കിടന്നിരുന്ന കാറിനെ പതുക്കെ സമീപിക്കുകയായിരുന്നു അപ്പോൾ.

15. ബ്ലാക്ക് ലോട്ടസ്

2020 ഫെബ്രുവരി 07, 6 pm

'കാത്തിരുന്ന് മുഷിഞ്ഞോ? അവിടെ വലിയ പൂരമാ. രാധയും കൃഷ്ണനും രതിലീലകൾ ആടിത്തിമർക്കുവാ..........'

കാറിലേക്ക് കയറുന്നതിനിടയിൽ ജെന്നി വശ്യമായി ചിരിച്ചു. അവളുടെ കണ്ണുകൾ അപ്പോൾ നീലത്തടാകംപോലെ തിളങ്ങി. അധരങ്ങൾ നേരിയ വെട്ടത്തിലും ത്രസിച്ചു. മോഹനചന്ദ്രൻ വിവശനായി.തൊണ്ടവറ്റി വരണ്ടു. ശരീരം ചെറുതായി വിറയ്ക്കുകയും ചെയ്തു. ജീവിതത്തിൽ ഇതുപോലെയുള്ള ഒരു സന്ദർഭത്തെ സ്വപ്നംകാണാൻപോലും അശക്തനായിരുന്നു അയാൾ. പാർക്കിംഗ് ലോട്ടിലെ എൽഇടി ലൈറ്റിൽനിന്ന് ചിതറിവീഴുന്ന പ്രകാശത്തിൽ ജെന്നി അതീവ സുന്ദരിയായി. അയഞ്ഞുകിടന്നിരുന്ന ചുവന്ന ഗൗണിനുള്ളിൽ ഒരു മദാലസയെപോലുണ്ടായിരുന്നു അവൾ. നീലഞരമ്പുകൾ പിടയുന്ന നഗ്നമായ കഴുത്ത്. ലിപ്സ്റ്റിക്കിട്ട് ചുവപ്പിച്ചെടുത്ത തടിച്ച അധരങ്ങൾ. നിറംമങ്ങാത്ത ദന്തനിരകൾ. കാമോദ്ദീപകമായ നിറകുംഭങ്ങൾ. മൃദുവായ മേനിയിൽ സ്പർശിക്കവെ, വൈദ്യുത്പ്രവാഹമേറ്റപോലെ അയാൾ പിടഞ്ഞുണർന്നു. അവളിൽനിന്നും ആസക്തിയുടെ തിരികൾ കത്തിക്കുന്ന ഗന്ധമുയർന്നിരുന്നു. യൂഡികോളാൻ. അയാൾ അവളുടെ മൃദുമേനിയിലേക്കമർന്നു. ആയിരം തരംഗങ്ങളുയർത്തി ഒരു കടൽ തന്നിലേക്ക് പ്രവേശിച്ചതുപോലെ അയാൾക്ക് തോന്നി. കൂമ്പിയ മുലഞെട്ടുകൾ അയാളുടെ കൈവിരലുകളിലൂടെ തെന്നിനീങ്ങവെ, ആസക്തിയുടെ ഒരു തടാകം വറ്റിക്കാനുള്ള ദാഹം അയാളുടെ സിരകളിൽ ഉയർന്നു. എന്നാൽ ആദ്യത്തെ പത്തുനിമിഷത്തെ ആവേശം പൊടുന്നനെയാണ് വറ്റിവരണ്ടുപോയത്. അയാൾ പൊടുന്നനെ ഒരു മരവിപ്പിലേക്ക് വീഴുകയായിരുന്നു.അതു ബാരോമീറ്ററിൽ പനിയിറങ്ങുന്നതുപോലെയായിരുന്നു. അയാളുടെ ലൈംഗീകാസക്തി ശൈത്യമുറഞ്ഞതുപോലെ പെട്ടെന്ന് തണുത്തു. ഹിമപാളിക്കുമേലെ കിടക്കുന്നതുപോലെ അയാൾക്ക് മരവിപ്പു തോന്നി. അപ്പോഴേക്കും എന്തോ ശബ്ദംകേട്ടായിരിക്കണം സെക്യൂരിറ്റി ഉറക്കത്തിൽനി

ന്ന് ഉണരുകയും അയാളുടെ കൈയിലുള്ള ലാത്തികൊണ്ട് ഏതോ വണ്ടിയുടെ ബോഡിയിൽ അടിക്കുകയും അത് ഏറുകിട്ടിയ ഒരു പട്ടിയെപോലെ മോങ്ങാൻ തുടങ്ങുകയും ചെയ്തു. ശബ്ദംകേട്ട് ജെന്നി പൊടുന്നനെ ഉണർന്നു. അവൾ അഴിഞ്ഞുലഞ്ഞ വസ്ത്രങ്ങൾപോലും നേരയാക്കാതെ, വണ്ടിയിൽനിന്ന് പുറത്തിറങ്ങി വേഗത്തിൽ ഓടിപ്പോയി.

എല്ലാം ഒരു സ്വപ്നക്കാഴ്ചപോലെ അയഥാർത്ഥമായാണ് അയാൾക്ക് അനുഭവപ്പെട്ടത്.

സത്യത്തിൽ അവളെ താൻ പുണർന്നുവോ? എങ്കിൽ എന്തുകൊണ്ടാണ് താൻ ഉണരാതെ പോയത്? ശരീരത്തിൽ അവളുടെ നനുത്ത തൊലിയിലെ വിയർപ്പും യൂഡികോളാന്റെ സുഗന്ധവും അവശേഷിച്ചിരുന്നു. സ്വപ്നത്തിലെ രതിരംഗംപോലെ പെട്ടെന്നാണ് എല്ലാം അവസാനിച്ചത്.പിറ്റേന്ന് അങ്ങനെയൊന്നുണ്ടായതായി ജെന്നിയും നടിച്ചില്ല. അവൾ കാഷ്വലായാണ് അയാളോട് ഇടപെട്ടത്. യാത്രയിലുടനീളം അവൾ ചിരിച്ചും സംസാരിച്ചും കാണപ്പെട്ടു. ഇടയ്ക്ക് പിന്നിലുള്ള 'യുവമിഥുന'ങ്ങളെ കണക്കിനു കളിയാക്കാനും അവൾ മറന്നില്ല.

കാറിൽ താൻ ഉറങ്ങിപ്പോയെന്നും ഇടയ്ക്ക് കണ്ട സ്വപ്നംമാത്രമാണ് അതെന്നും മോഹനചന്ദ്രൻ മനസ്സിനെ വിശ്വസിപ്പിക്കാൻ ശ്രമിച്ചു.എങ്കിലും അതങ്ങനെവിഴുങ്ങാൻ ചില തെളിവുകൾ സമ്മതിക്കുന്നില്ല.ബ്ലീച്ചു ചെയ്തു ഭംഗിപ്പെടുത്തിയ സിൽക്കുപോലെ നേർത്ത മുടിയിഴകൾ കാറിൽനിന്ന് അയാൾക്കു കിട്ടി. പിൻസീറ്റിന്റെ വലത്തേ അറ്റത്തു അവളുടെ ചെമന്ന ലിഫ്റ്റിക്കിന്റെ അടർന്നുപോയ ഛായവും അയാൾ കണ്ടുപിടിച്ചു.

യാത്രയ്ക്കുശേഷം കുറേക്കാലം മോഹനചന്ദ്രൻ ജെന്നിയെ പിന്നെകണ്ടിരുന്നില്ല. ചിലപ്പോൾ നഗരത്തിൽവെച്ച് ഒന്നോ രണ്ടോ തവണഒരു മിന്നായംപോലെ അവളെ കണ്ടു. അങ്ങനെയിരിക്കെ, ഒരു ദിവസം അവൾ ബ്യൂട്ടിപാർലറിലേക്ക് വരുവാനായി മോഹനചന്ദ്രനെ വിളിപ്പിച്ചു. അത്യാവശ്യമായി കാണണമെന്ന് പറഞ്ഞു.

'നോക്കൂ, എനിക്ക് അത്യാവശ്യമായി മോഹനന്റെ സഹായം വേണം. ഇന്നലെ രാത്രിയിൽ എനിക്ക് ഒരാക്സിഡന്റുണ്ടായി. ഒരു കിഴവൻ കാറിനു മുന്നിലേക്ക് വീഴുകയായിരുന്നു'

അയാൾ ചെല്ലുമ്പോൾ അവൾ ആകെ പരവശപ്പെട്ട് നില്ക്കുകയായിരുന്നു. കഴിഞ്ഞ രാത്രി വീട്ടിലേക്ക് മടങ്ങുന്നവഴിയാണ് എതിരെ വന്ന ബൈക്കുകാരൻ വെട്ടിച്ചപ്പോൾ പെട്ടെന്ന് കാർ നിയന്ത്രണംവിട്ട് ഒരു മനുഷ്യനെ ഇടിച്ചു തെറുപ്പിച്ചത്. പേടിച്ചിട്ട് ജെന്നി വാഹനം നിർത്താതെ

ഓടിച്ചുപോകുകയായിരുന്നു. എന്നാൽ സിസിടിവിയിൽ വാഹനം പതിഞ്ഞിട്ടുണ്ടാകുമെന്നും അവർ കേസുമായി പോയാൽ അധികം വൈകാതെ താൻ പിടിയിലാകുമെന്നും ജെന്നി ചിന്തിച്ചു. മാത്രമല്ല, രാത്രികാലത്തെ യാത്രകൾ പലതും അവൾ നടത്തുന്നത് ഭർത്താവിന്റെ അറിവോടെയോ സമ്മതത്തോടെയോ അല്ല. കേസാകാതെ എങ്ങനെയെങ്കിലും അതിൽനിന്നൂരണം. അതിന് മോഹനചന്ദ്രന്റെ സഹായം വേണം. പണം എത്രവേണമെങ്കിലും അവൾ ചിലവാക്കാം.

ജെന്നി പറഞ്ഞതനുസരിച്ച് മോഹനചന്ദ്രൻ നഗരത്തിൽ പരിക്കുപറ്റിയവരെക്കുറിച്ച് അന്വേഷിച്ചു. നഗരത്തിലെ ഒരു ഹോസ്പിറ്റലിൽ അയാളെ അഡ്മിറ്റാക്കിയിട്ടുണ്ടെന്നും പരിക്ക് സാരമുള്ളതാണെന്നും അധികം വൈകാതെ കണ്ടെത്തി. ഭാഗ്യത്തിന് മോഹനചന്ദ്രന് പരിചയമുള്ള ഒരാളുണ്ടായിരുന്നു ആശുപത്രിയിൽ. പഠിക്കുന്ന കാലത്തുണ്ടായിരുന്ന ഒരു സുഹൃത്തിന്റെ ബന്ധുവായിരുന്നു ഗൾഫിൽനിന്ന് ലീവിനെത്തിയ സുരേഷ്. സുരേഷ് വഴിയാണ് സഹായിയായി നിന്നിരുന്ന അയാളുടെ മകൾ ശിഖയെ ആദ്യമായി കാണുന്നതും പരിചയപ്പെടുന്നതും.

ആശുപത്രി ചെലവുകൾ മോഹനചന്ദ്രൻ വഴി ജെന്നി എത്തിച്ചുകൊണ്ടിരുന്നു. സുരേഷ് വഴി അത് കൃത്യമായി ശിഖയുടെ കൈകളിലെത്തി. കേസിനുപോകാതിരിക്കാനുള്ള വഴികളെല്ലാം മോഹനചന്ദ്രൻ സൂക്ഷ്മമായി പരിശോധിക്കുകയും അപ്പപ്പോൾ അടയ്ക്കുകയും ചെയ്തു. സുരേഷു വഴി ശിഖയിലേക്ക് ഒരു നൂൽപ്പാത അയാൾ നിർമ്മിച്ചു. എല്ലാ കാര്യങ്ങളും അയാൾ ജെന്നിയെ സമയാസമയം അറിയിച്ചുകൊണ്ടിരുന്നു.

'നിനക്ക് അവളെ കല്യാണം കഴിച്ചൂടെ? ആ വഴി പോയാൽ പിന്നെ കേസു കൊടുക്കുന്നതിൽനിന്ന് നമുക്ക് അവരെ തടയാൻ കഴിയും. നിനക്കാണെങ്കിൽ ഒരു കല്യാണവും തരപ്പെടും. ശിഖ സുന്ദരിയാണ്...'

ജെന്നി അഭിപ്രായപ്പെട്ടു.

'അയ്യോ എനിക്കിപ്പോൾ ഒരു കല്യാണത്തിനൊന്നും സമയമില്ല. അവളെ തീറ്റിപോറ്റാനും കഴിയില്ല. അമ്മയ്ക്ക് നല്ല സുഖമില്ല. ഒരു ഓപ്പറേഷൻ വേണമെന്നാ പറയുന്നത്. അതിനുള്ള പണം കണ്ടെത്താനുള്ള നെട്ടോട്ടത്തിലാണ് ഞാൻ...'

മോഹനചന്ദ്രൻ പെട്ടെന്നു പറഞ്ഞു.

'അതിനെന്താ? എത്രപണം വേണമെങ്കിലും ഞാൻ തരാമല്ലോ. അമ്മയുടെ ഓപ്പറേഷനും നടത്താം. കല്യാണത്തിന് പക്ഷേ മോഹൻ സമ്മതിക്കണം.!!'

നാലു ദിവസം ഉറക്കമില്ലാതെ ആലോചിച്ചതിനുശേഷമാണ് മോഹനചന്ദ്രൻ ഒടുവിൽസമ്മതം മൂളിയത്.അത്രയും പണമുണ്ടാക്കാൻ ചുരു

ങ്ങിയത് പത്തുവർഷമെങ്കിലും താൻ അധ്വാനിക്കേണ്ടിവരുമെന്ന് അയാൾകണക്കുകൂട്ടി.ജീവിതത്തിൽ വല്ലപ്പോഴും തെളിയുന്ന രക്ഷാവാതിലാണ് മുന്നിലുള്ളതെന്നും അയാൾക്കുറപ്പായി. അങ്ങനെയാണ് കല്യാണത്തിന് സമ്മതമറിയിക്കുന്നത്. കാര്യങ്ങളെല്ലാം വിചാരിച്ചതിനേക്കാൾ ഭംഗിയായി നടന്നു. ആർക്കും ഒരു സംശയവും തോന്നിയില്ല.. ആദ്യരാത്രിയിലാണ് താൻ ഒരു പാവം പെൺകുട്ടിയെയാണ് വഞ്ചിക്കുന്നതെന്ന കുറ്റബോധം മോഹനചന്ദ്രനിൽ പൊട്ടിമുളച്ചത്. ഗ്രാമത്തിൽ വളർന്ന, അതിന്റെ വിശുദ്ധി മനസ്സിൽ അണിഞ്ഞ ഒരു പാവം പെൺകുട്ടി. ആദ്യരാത്രിയിൽത്തന്നെ കാര്യങ്ങളെല്ലാം അവളോട് തുറന്നുപറയാൻ ആഗ്രഹിച്ചെങ്കിലും അതു വിചാരിക്കുന്നതിനേക്കാൾ സങ്കീർണമാണെന്ന് അയാൾക്കു തോന്നി. എന്നാൽ ജെന്നി ആ ചിന്ത മുളയിലേ നുള്ളിക്കളഞ്ഞു.

'സ്ത്രീകളുടെ മനസ്സ് നിനക്കറിയില്ല മോഹനാ.എല്ലാം അവളറിഞ്ഞാൽ നീ മാത്രമല്ല, ഞാനും കുരുങ്ങും. അതു മറക്കണ്ട....'

ജെന്നിയുടെ കണ്ണുകളിൽ ക്രൂരമായൊരാനന്ദം അന്നാണ് മോഹനചന്ദ്രന് ആദ്യമായി ദർശിക്കുന്നത്. പിന്നീട് അവളെക്കാണുമ്പോഴെല്ലാം ഒരുൾഭയം അയാളെ ഗ്രസിച്ചു. കാണുന്നതിനേക്കാൾ, അറിയുന്നതിനേക്കാൾ, ദുർഗ്രഹത നിറഞ്ഞ വ്യക്തിത്വമാണ് അവളെന്നും അവളിൽ ഒരപരയുണ്ടെന്നും അയാൾക്ക് തോന്നി.

പുരുഷന്മാരേക്കാൾ പതിന്മടങ്ങു ശക്തിയുള്ള ഒരു അപര സ്ത്രീ!

അയാളുടെ കല്യാണത്തിനും അമ്മയുടെ ഓപ്പറേഷനുമായി നല്ലൊരു സംഖ്യ ജെന്നി ചിലവഴിച്ചു. എന്നാൽ അതെല്ലാം മോഹനചന്ദ്രൻപോലും അറിയാതെയാണ് അവൾ തിരിച്ചെടുത്തത്.

ഒരു ദിവസം ജെന്നി വന്നത് കുറച്ച് സ്വർണാഭരണങ്ങളുമായിട്ടായിരുന്നു. അതു നാലു ലക്ഷം രൂപയ്ക്ക് ബാങ്കിൽ പണയം വെയ്ക്കണം. എന്നാൽ അത് ശിഖ അറിയാൻ പാടില്ല. ശിഖയുടെ ആഭരണങ്ങൾ പണയത്തിനായി വാങ്ങി കുറച്ചുകാലത്തിന് ജെന്നിക്ക് നൽകണം. ഒരു മാസത്തിനുള്ളിൽ ആഭരണങ്ങൾ ബാങ്കിൽനിന്ന് തിരിച്ചെടുക്കുമ്പോൾ ശിഖയുടെ പണ്ടങ്ങൾ ജെന്നി തിരിച്ചുനല്കും.

ജെന്നി തന്നെ കുരുക്കുകയാണെന്ന് മോഹനചന്ദ്രന് പതിയെ മനസ്സിലായിത്തുടങ്ങി. ശിഖയുമായി അയാൾ കൂടുതൽ അടുക്കുന്നതും കൊഞ്ചിക്കുഴയുന്നതുമൊന്നും ജെന്നിക്ക് പിടിച്ചിരുന്നില്ല. ബിസിനസ്സിനെന്ന് കള്ളം പറഞ്ഞപ്പോൾത്തന്നെ ശിഖ പണ്ടങ്ങൾ തരാൻ തയ്യാറായി. അത് നേരെ ജെന്നി കൊണ്ടുപോകുകയും ചെയ്തു. പത്തുപവനായിരുന്നു ശിഖയുടെ ആഭരണങ്ങൾ. എന്നാൽ ഇരുപതോളം പവനുണ്ടായിരു

ന്നു ജെന്നി പണയംവെയ്ക്കാൻതന്ന ആഭരണങ്ങൾ. പണയപ്പണം നൽകിയ ഉടൻതന്നെ അതിൽനിന്ന് ഒരു ലക്ഷം മോഹനചന്ദ്രന് അവൾ പാരിതോഷികമായി നൽകി.

അതോടെ ജെന്നിയെ കാണുമ്പോഴെല്ലാം ഒരുൾഭയം മോഹനചന്ദ്രനെ വിടാതെ പിടികൂടി. അതുമൂലം പലപ്പോഴും ശിഖയുമായി അയാൾക്ക് കൂടുതൽ ഇണങ്ങുവാൻപോലും കഴിഞ്ഞില്ല. ഇരുവർക്കുമിടയിൽ രഹസ്യങ്ങളുടെ വലിയ ഗർത്തങ്ങൾ പതുക്കെ രൂപപ്പെട്ടു. ആ രഹസ്യങ്ങളാവട്ടെ ഒരു കാളസർപ്പംപോലെ തന്നെ വിഴുങ്ങുവാൻ കാത്തിരിക്കുകയാണെന്നും അയാൾക്കറിയാമായിരുന്നു.

രഹസ്യങ്ങളുടെ വൻമലകൾ ഇടിഞ്ഞുവീണതു പെട്ടെന്നായിരുന്നു. ശിഖ പൊടുന്നനെ എല്ലാം മനസ്സിലാക്കി.

ബാങ്കിൽനിന്ന് നോട്ടീസ് വന്നത് മേടിച്ചത് ശിഖയായിരുന്നു. പലിശയടച്ച് പണയലോൺ പുതുക്കുവാൻ ചെന്നപ്പോഴാണ് ബാങ്ക് മാനേജർ പണയംവെച്ച സ്വർണാഭരണങ്ങൾ ശിഖയെകാണിച്ചത്. ശിഖ പ്രകടിപ്പിച്ച സംശയങ്ങളെ നുളയിലെ തൂത്തുകളയാൻ കഴിഞ്ഞെങ്കിലും അക്കാര്യം മോഹനചന്ദ്രൻ ജെന്നിയെ അറിയിക്കുകയുണ്ടായി.

'മോഹൻ, അത് അപകടമാണ്. പെട്ടെന്ന് ബാങ്കിൽനിന്ന് അതെടുക്കണം. എന്നിട്ട് എനിക്ക് തന്നോളൂ. ലോൺതീർക്കാനുള്ള പണം ഞാൻ എത്തിക്കാം. നീ ഒന്നുകൊണ്ടും പേടിക്കണ്ട...'

ജെന്നി പറഞ്ഞു. അതോടെ പ്രശ്നം തീരുമെന്നാണ് മോഹനചന്ദ്രൻ വിചാരിച്ചത്.

പറഞ്ഞതുപോലെ പണം ജെന്നി ഒരു ബാഗിലാക്കി ബ്യൂട്ടിപാർലറിൽവെച്ച് കൈമാറി. അതിനകത്ത് അവളറിയാതെ കുരുങ്ങിയതായിരിക്കണം, നാലഞ്ചു ഡയറികൾകൂടിയുണ്ടായിരുന്നു. സ്വർണാഭരണങ്ങൾ എടുത്തു ശിഖയെ ഏൽപ്പിച്ചു. അപ്പോഴും ഒരു പ്രശ്നം നിലനിന്നിരുന്നു. ശിഖയുടെ പത്തുപവന്റെ സ്വർണാഭരണങ്ങൾ. അത് ജെന്നിയുടെ കൈവശമാണ്. അതുടനെ നൽകിയാലെ ഡയറികളും പണ്ടങ്ങളും തരികയുള്ളുവെന്ന് മോഹനചന്ദ്രൻ അവളെ അറിയിച്ചു. ജെന്നി പക്ഷേ അതിനു മറുപടിയൊന്നും പറഞ്ഞില്ല.

ശിഖയെ ചതിക്കാൻ അയാൾക്ക് മനസ്സുവരുന്നില്ല. അവളുടെ അപ്പൻ അധ്വാനിച്ചുണ്ടാക്കിയ സമ്പാദ്യമാണത്. അയാളുടെ ജീവിതവും സ്വപ്നങ്ങളും എല്ലാം അതുതന്നെ. അതിനെങ്ങനെ വിലപറയും?

എന്നാൽ പ്രശ്നങ്ങൾ തകിടം മറിഞ്ഞത് പെട്ടെന്നായിരുന്നു. ബാങ്കിൽനിന്ന് സ്വർണം മാറിപ്പോയതാണെന്നാണ് ശിഖ വിചാരിച്ചത്. ആ തെറ്റിദ്ധാരണ തിരുത്തുവാൻ മോഹനചന്ദ്രൻ ഭയന്നു. ശിഖയെ നഷ്ട

പ്പെടുന്നതാലോചിക്കുവാൻ വയ്യ. മാത്രമല്ല, അവളതു കേസാക്കിയാൽ താനകത്താകുകയും അതോടെ എല്ലാം തന്റെ ശിരസ്സിൽവന്നു വീഴുകയും ചെയ്യും.

പിന്നെ ഒന്നും ആലോചിക്കുവാൻ നിന്നില്ല മോഹനചന്ദ്രൻ. വീട്ടിൽ നിന്ന് കയ്യിൽ കിട്ടിയതെല്ലാം വാരിയെടുത്തു ബാഗുനിറച്ചു തോളിലിട്ട് ഓടിപ്പോരുകയായിരുന്നു. വയനാട്ടിലെത്തിയശേഷം അമ്മയ്ക്ക് സുഖമില്ലെന്നു പറഞ്ഞു ശിഖയെ വേഗം അവിടേക്ക് കൊണ്ടുപോകണമെന്നായിരുന്നു ചിന്ത. കാര്യങ്ങൾ മനസ്സിലാവുമ്പോൾ അവൾ ക്ഷമിക്കുമെന്ന പ്രതീക്ഷയുണ്ടായിരുന്നു. നാട്ടിലേക്ക് പുറപ്പെട്ട താനെങ്ങിനെയാണ് ഈ ഇരുണ്ട ഗർത്തത്തിൽ അകപ്പെട്ടുപോയതെന്ന് മോഹനചന്ദ്രന് അറിഞ്ഞുകൂടാ. എത്ര ഓർമ്മിച്ചിട്ടും ഓർമ്മകളുടെ ഞരമ്പുകൾ മുറിഞ്ഞുപോയതുപോലെ അവിടെ ഇരുണ്ട ശൂന്യതയാണ്. ആരോ തന്നെ കാറിൽവന്ന് വിളിച്ചതോർമ്മയുണ്ട്. കാറിലേക്ക് കയറിയതും. പിന്നെ എന്താണ് സംഭവിച്ചത്?

അതെ, അതൊരു സ്ത്രീയും പുരുഷനുമായിരുന്നു.

എങ്കിൽ അതിനുപിന്നിൽ ജെന്നിയുണ്ടാകുമോ?

തന്നെ വകവരുത്താൻമാത്രമുള്ള വൈരാഗ്യമൊന്നും ജെന്നിക്ക് ഉണ്ടാകേണ്ടകാര്യമില്ല. മോഹനചന്ദ്രൻ ചിന്തിച്ചു. കാരണം യാതൊരു ദ്രോഹവും താനായിട്ട് അവൾക്ക് ചെയ്തിട്ടില്ല. മാത്രമല്ല, അവസാനമായി സംസാരിച്ചപ്പോഴും അവൾ സരസമായിത്തന്നെയാണ് സംസാരിച്ചത്.സ്ത്രീകളെക്കുറിച്ച് ഒരു തത്ത്വം പറഞ്ഞ് പൊട്ടിച്ചിരിക്കുകയും ചെയ്തു. ഏതോ ഒരു പൂവിനെക്കുറിച്ച് സംസാരിക്കുകയായിരുന്നു അവൾ.

കറുത്ത താമര. Black Lotus. അതേ പേരിലുള്ള ഒരു നോവൽ അവൾ വായിച്ചുകൊണ്ടിരിക്കയായിരുന്നത്രേ. 1693 ലെ ഒരു ശൈത്യകാലത്ത് ബ്ലാക്ക് ലോട്ടസ് എന്നപേരിൽ അറിയപ്പെടുന്ന ഒരു ബുദ്ധക്ഷേത്രം അഗ്നിക്കിരയാവുകയുണ്ടായി. അതിനുള്ളിൽ മൂന്നു മനുഷ്യരുടെ ശവങ്ങളുണ്ടായിരുന്നു. സന്യാസികളുടെയും അനാഥകളുടെയും തെരുവിലേക്ക് വലിച്ചെറിയപ്പെട്ടവരുടെയും വിഹാരകേന്ദ്രമായിരുന്നു ആ ക്ഷേത്രം. എന്നാൽ സാമുറായി എന്ന പേരുള്ള ഒരു ഡിറ്റക്ടീവ് ആ മൂന്നു മനുഷ്യരും മരിച്ചത് പൊള്ളലേറ്റിട്ടല്ലെന്നും അവരെ ക്രൂരമായി കൊലചെയ്യുകയായിരുന്നെന്നും കണ്ടെത്തുന്നു. അതായത് ക്ഷേത്രം ചുട്ടെരിക്കപ്പെടുന്നതിനുമുമ്പ് ആ മൂന്നുപേരെയും ആരോ ക്രൂരമായി കൊലപ്പെടുത്തിയിരുന്നു. ആരായിരിക്കുമത്? അയാളുടെ അന്വേഷണം ചെന്നെത്തുന്നത് അനാഥയായ ഹാരാൻ എന്നുപേരായ നിഷ്ക്കളങ്കയായ ഒരു പെൺകുട്ടിയിലേക്കാണ്. അവൾ എന്തിനായിരിക്കും ഇത്രയും ക്രൂരമാ

യ മൂന്നു കൊലപാതകങ്ങൾ ചെയ്തിട്ടുണ്ടാവുക?

ഒരു കടങ്കഥയ്ക്ക് ഉത്തരം ചോദിക്കുന്നതുപോലെയായിരുന്നു ജെന്നി കഥ പറഞ്ഞത്. ജീവിതത്തിലിന്നോളം ഒരു പൂവിനെയും അയാൾക്ക് സ്നേഹിക്കുവാൻ കഴിഞ്ഞിരുന്നില്ല. നഗരത്തിലെത്തിയശേഷം പൂക്കളെയായിരുന്നു അയാൾ കൂടുതൽ വെറുത്തത്. അഴിഞ്ഞുലഞ്ഞ മുടിയിലെ വാടിയ പൂക്കളുടെ ഗന്ധം ഓരോ വേശ്യ കാറിൽവന്നു കയറുമ്പോഴും മോഹനചന്ദ്രനെ ശ്വാസം മുട്ടിച്ചിരുന്നു.

എന്നാൽ തനിക്കു ചുറ്റും നിറയുന്ന സുഗന്ധം തന്നെ ഉണർത്തുന്നതുപോലെയാണ് മോഹനചന്ദ്രന് അനുഭവപ്പെട്ടത്. അവാച്യമായൊരാന്ദത്തിൽ അയാൾ വീണുപോയി. സിരകൾ പതുക്കെ ഉണരുന്നു. താമരപ്പൂവിന് ഇത്രയും സുഗന്ധമുണ്ടോ? തന്റെ സുഗന്ധത്തിൽ അഹങ്കരിക്കാതിരിക്കുന്നതിനുവേണ്ടിയാകുമോ ദൈവം താമരയെ ചേറിൽ പ്രതിഷ്ഠിച്ചത്? അയാളുടെ നാസാരന്ധ്രങ്ങൾ ഗന്ധങ്ങൾക്കായി പതുക്കെ വികസിച്ചു. പൊടുന്നനെ അയാൾക്ക് താൻ ഉദ്ധരിക്കപ്പെടുന്നതുപോലെ തോന്നി. ചുറ്റും സുഗന്ധംനിറയുന്നതുപോലെയും. എവിടെനിന്നോ വിശേഷപ്പെട്ടൊരു കാറ്റടിക്കുന്നു. ഇരുണ്ട ജാലകവിരികൾ പതുക്കെ ഇളകിയാടുന്നു. പിന്നിൽ പതിഞ്ഞ ഒരു സ്ത്രീയുടെ കാലൊച്ചകളും അയാൾ കേട്ടു. രാത്രികളിൽ, സ്വപ്നങ്ങളിൽ പതിവായി അയാൾ ദർശിക്കാറുള്ള ഒരു ബിംബമായിരുന്നു അത്. മരണത്തിന്റെ മാലാഖയുടെ പതിഞ്ഞകാലൊച്ചകൾ. വെളുത്ത, കുറിയ പാദങ്ങൾ. അഴിഞ്ഞുലഞ്ഞ മുടി. മാസ്മരികമായ ഗന്ധങ്ങൾ. അയാൾക്ക് ശ്വാസം മുട്ടി. മനസ്സുണരുകയും ശരീരം ഉണരാതിരിക്കുകയും ചെയ്യുമ്പോൾ തോന്നുന്ന വല്ലാത്തൊരു അസ്വസ്ഥത അയാളുടെ തൊണ്ടയെ ഇടുക്കി. പൊടുന്നനെ പിന്നിൽനിന്ന് രണ്ടു കൈകൾ അയാളുടെ മുഖത്തേക്ക് ഇരച്ചുവന്നു. തലചെരിച്ചൊന്ന് നോക്കാൻപോലും കഴിയാത്തത്ര വേഗതയിലായിരുന്നു അത്. ആ മൃദുലമായ കൈവിരലുകൾ അയാളുടെ കണ്ണുകളിൽ ഹിമകണങ്ങളായി പൊതിഞ്ഞു.

പിന്നെ കവിളിലൂടെ ഇഴഞ്ഞ് ചുണ്ടുകളിലേക്ക് അവ നീണ്ടുപോയി. തന്റെ ശരീരത്തിന്റെ അസംഖ്യം രോമകൂപങ്ങൾ എഴുന്നുനില്ക്കുന്നതായും ആസക്തികൾ പിടഞ്ഞുണരുന്നതായും മോഹനചന്ദ്രന് മനസ്സിലായി. അതിലേക്ക് പുതിയ നിർവൃതികൾ കടന്നുവരുന്നു. ഹൃദയഭാരം എളുതായി എളുതായി ശൂന്യതയിലേക്ക് ലയിക്കുന്നു. ആ കൈവിരലുകൾ പതുക്കെ അയാളുടെ വായിലേക്ക് നൂണ്ടുകയറുകയായിരുന്നു അപ്പോൾ.

16. വെർജീനിയ

ഹിംസ നമ്മുടെ ഉള്ളിൽ ഉറങ്ങിക്കിടക്കുന്ന സിംഹക്കുട്ടിയാണ്. പ്രകോപിതയാക്കിയാൽ അതുണർന്ന് നമ്മെ വകവരുത്തും.

ഞാൻ ഡയറിയിൽ കുറിച്ചിട്ടു. നഗരത്തിൽ അന്നും ഒരു മരണം നടന്നിരുന്നു. മോഹനചന്ദ്രൻ എന്ന ഒരു ചെറുപ്പക്കാരൻ അജ്ഞാതകാരണങ്ങളാൽ കൊല്ലപ്പെട്ടിരിക്കുന്നു. റയിൽവേ ട്രാക്കിൽ ആരോ കൊണ്ടിട്ടതായിരുന്നു ശവം. അതെല്ലാവരിലും കൗതുകമുണർത്തുന്നു. അതൊരു കൊലപാതകമായിരുന്നെങ്കിൽ, ആളെ തിരിച്ചറിയാൻ കഴിയാത്ത രീതിയിലാവുമായിരുന്നില്ലേ കൊലപാതകി അവിടെ ബോഡി ഉപേക്ഷിക്കുക? കൊലപാതകിയുടെ ആ നടപടിയിൽനിന്ന് എന്തൂഹിക്കുവാൻ സാധിക്കുന്നു? ആ ബോഡി പോലീസ് പെട്ടെന്ന് കണ്ടെത്തണമെന്ന് ഘാതക വിചാരിക്കുന്നു.

പത്രത്തിൽ, വാർത്ത അങ്ങനെ നീണ്ടുപോയി. ഏതായാലും നഗരത്തിൽ അടിക്കടി ഇങ്ങനെ കൊലപാതകങ്ങൾ അരങ്ങേറുന്നു. അതു മനുഷ്യരിൽ ഭീതി പരത്തുന്നു.

ഓരോ വിശേഷപ്പെട്ട ദിവസവും എന്തെങ്കിലും വായിക്കുകയും ചിലത് എഴുതിയിടുകയും ചെയ്യുന്നത് എന്റെ ഒരു രീതിയായിരുന്നു.

ഒരു ജീവനെ ഇല്ലാതാക്കുമ്പോൾ, അവർ എങ്ങനെയാണോ ഈ ശപിക്കപ്പെട്ട ഭൂമിയിലേക്ക് ഉരുവംകൊണ്ടത്, അതുപോലെത്തന്നെ അവരെ പരലോകത്തേക്കും പറഞ്ഞയക്കേണ്ടതുണ്ട്. അതിന് ഒരു മഞ്ഞുതുള്ളിയുടെ നൈർമല്യമുണ്ടായിരിക്കണം.

അതായത്, മനുഷ്യന്റെ സൃഷ്ടിയിൽ സർഗാത്മകതയുണ്ടെങ്കിൽ അതവന്റെ മരണത്തിലുമുണ്ടെന്നതാണ് സത്യം.

ഒരു ഘാതകയുടെ സുവിശേഷങ്ങൾ. എനിക്കു ചിരിവന്നു. കയ്ക്കുന്ന സത്യം ചിലപ്പോൾ നമ്മെ ചിരിപ്പിക്കുകയും ചെയ്യുന്നു.

ദ്രുതഗതിയിൽ ചലിക്കുന്ന ചക്രങ്ങളുടെ ഭാരംപേറുന്ന നീണ്ടുകിടക്കുന്ന ഒരു റെയിൽവേ പാളത്തിലേക്ക് വീഴുന്ന പനനീർ പുഷ്പത്തെപോലെ മരണത്തെ ചിത്രീകരിച്ച ഒരു എഴുത്തുകാരിയുണ്ട് നമുക്ക്.

വെർജീനിയ വൂൾഫ്.

ഹൃദയംകൊണ്ടാണ് അവർ എഴുതിയിരുന്നത്. അവരെ വായിക്കുമ്പോൾ നെഞ്ചിനടിയിൽ ഒരു ജീവൻ തുടിക്കുന്നതിന്റെ മാർദ്ദവം നിങ്ങൾക്ക് അനുഭവപ്പെടും. അവർ അവസാനം തെരഞ്ഞെടുത്ത മരണവും അതുപോലെത്തന്നെയായിരുന്നു. ഭാരമുള്ള കല്ലുകൾ പൊതിഞ്ഞ ചാക്കിനെ ബന്ധിച്ച കയറുകൾ അവർ പ്രണയത്തിനായി തുടിച്ചുകൊണ്ടേയിരിക്കുന്ന തന്റെ അടിവയറ്റിൽ കെട്ടി. എന്നിട്ട് ഒരിക്കൽപോലും തിരിഞ്ഞുനോക്കില്ലെന്ന് ഉറപ്പിച്ച് ശാന്തമായി ഉറങ്ങുന്ന ആഴിയിലേക്ക് വാടിയ ഒരാമ്പൽപ്പൂവുപോലെ ആണ്ടാണ്ടുപോയി, നഗ്നയായ മരണത്തിന്റെ മാലാഖയെ വരിച്ചു.

'As a woman I have no coutnry.
As a woman I want no coutnry.
As a woman, my coutnry is the whole world.'

ഈ കവിത നിങ്ങളുടെ ഒരു ദിവസത്തെ ഉറക്കം കെടുത്തിയില്ലേ? എനിക്കറിയാം. ഈ കവിതവായിച്ച രാത്രി, എനിക്കിന്നും ഓർമ്മയുണ്ട്, നിലാവുള്ള ആ രാത്രിയിൽ ആ പുസ്തകവും മാറോടണച്ചുപിടിച്ച് മഞ്ഞുപെയ്യുന്ന മരങ്ങളുടെ ഇടയിലൂടെ ഞാൻ പതുക്കെ നടക്കുകയായിരുന്നു. കവിതകൾപോലെ എനിക്കു ചുറ്റും അപ്പോൾ മഞ്ഞുപെയ്യുന്നുണ്ടായിരുന്നു. മനസ്സിൽ ആ കവിതകൾ അന്നേരമെല്ലാം ഇരമ്പുകയായിരുന്നു. രാത്രിയുടെ മരണം ഉറപ്പാക്കി, സൂര്യൻ കടന്നുവരുന്നതുവരെ അതു തുടർന്നു.

ഒരു സ്ത്രീ ഏതുനിമിഷവും ഹിംസയിലേക്ക് ചെന്നു വീഴാം. അതിനുവേണ്ടതെല്ലാം നമ്മുടെ സമൂഹം ഓരോ നിമിഷവും ഉണ്ടാക്കിക്കൊണ്ടിരിക്കുന്നു...

അപസർപ്പക നോവലിലെ കഥാപാത്രങ്ങളേക്കാൾ ക്രൂരന്മാരും അസാൻമാർഗ്ഗികളും കൊലപാതകികളുമായ മനുഷ്യർ നമ്മുടെ പൊതുസമൂഹത്തിലൂടെ യാതൊരു മറയുംകൂടാതെ നടക്കുന്നു. ആൾകൂട്ടത്തിൽ നല്ല വേഷംധരിച്ച്, നല്ലരീയിൽ മുടിചീകി നല്ലഭംഗിയായി പുഞ്ചിരിതൂകുവാൻ കഴിവുള്ള ഈ മനുഷ്യരെ ആരും കണ്ടെത്തുന്നില്ല. പോലീസോ നമ്മുടെ നിയമപീഠങ്ങളോ ഇവരെ കണ്ടതായി നടിക്കുന്നില്ല. അവരുടെ മീതെ കൊലക്കുറ്റംചുമത്തിയാൽപോലും ആരുമത് വിശ്വസിക്കുകയുമില്ല.

ഞാൻ ജെന്നി.

ജെന്നിഫർ എന്നായിരുന്നു മാമോദിസ മുക്കിയപ്പോൾപള്ളിയിൽ നല്കിയപേര്.

ജെന്നി. എന്നു വിളിക്കുന്നതായിരുന്നു എനിക്ക് കൂടുതൽ ഇഷ്ടം.

അപ്പനു വളരെ വൈകിയുണ്ടായ കുട്ടിയായിരുന്നു ഞാൻ. അതിനാൽ എന്നെ അപ്പൻ കൂടുതൽ സ്നേഹിച്ചിരുന്നു.ഒരു കുഞ്ഞിക്കാലിനുവേണ്ടിയുള്ള സകലവഴികളും അടഞ്ഞു കിടന്നപ്പോഴായിരുന്നു എന്റെ ജനനം. പലരും കൃത്രിമ ബീജസങ്കലനത്തിലൂടെയാണ് എന്റെ ജനനമെന്ന് സംശയിച്ചു. അതുകൊണ്ട് ചിലർ ടെസ്റ്റ്യൂബ് ബേബിയെന്ന് എന്നെക്കുറിച്ച് അടക്കംപറഞ്ഞു. ഞാൻ അതു ആദ്യമായി കേൾക്കുന്നത് ആറാം ക്ലാസിൽ പഠിക്കുമ്പോഴായിരുന്നു. ക്ലാസിലെ മുതിർന്ന പയ്യൻ റോയിമാത്യുഎവിടെനിന്നോ തപ്പിപ്പിടിച്ച് കൊണ്ടുവന്നതായിരുന്നു അത്. പെട്ടെന്ന് ആ പേര് അവൻ സ്കൂളിൽത്തന്നെ പാട്ടാക്കി. ആ ഒരൊറ്റക്കാരണംകൊണ്ടുതന്നെയാണ് അവസാനമായി അവന് ആ സ്കൂൾ വിടേണ്ടിവന്നതും. ഭയംകൊണ്ട് യാത്രപറയാൻ അവനു കഴിഞ്ഞില്ല. സ്കൂളിനു സമീപമുള്ള വാഴത്തോട്ടത്തിൽവെച്ച് കണ്ണും മുഖവും അടച്ച് ആരാണ് അടിച്ചതെന്ന് അവനു മരിക്കുന്നതുവരെ മനസ്സിലായിരുന്നില്ലെന്നതാണ് സത്യം.

എന്നാൽ അവനു ചില സംശയങ്ങളുണ്ടായിരുന്നു. വാഴത്തോട്ടത്തെ രണ്ടായി മുറിക്കുന്ന വരമ്പിലൂടെ അവന്റെ വീട്ടിലേക്ക് ഒരു പൊതുവഴിയുണ്ട്. ആ വഴിയിലൂടെ നേരെപോയാൽ കത്തീഡ്രൽ പള്ളിയിലേക്കും അതിനു സമീപമുള്ള പഴഞ്ചൻ ലൈബ്രറിക്കെട്ടിടത്തിലേക്കും അതു തുറന്നിടുന്ന താഴ്വാരത്തിലേക്കും ചെന്നെത്താം. ആ കുന്നിൻ നെറുകയിലായിരുന്നു ചെറുതെങ്കിലും എന്റെ വീട്. അവിടെ അപ്പനും അമ്മച്ചിയും പിന്നെ ഞങ്ങൾക്ക് ധാരാളം മുട്ടകളും പാലും തരുന്ന കോഴികളും ആട്ടിൻകുട്ടികളുമുണ്ടായിരുന്നു. ആ വഴിക്കിരുവശവും ഒരാൾപ്പൊക്കത്തിൽ തഴച്ചുവളരുന്ന നേന്ത്രവാഴകളായിരുന്നു. മുറ്റത്തു ചുവന്ന പൂക്കളെ പ്രസവിക്കുന്ന ഒരുവാകമരവും.ഒരുദിവസം സ്കൂൾ വിട്ടുപോകുമ്പോൾ ആരോ അവന്റെ മീതേയ്ക്ക് ഒരു ചാക്ക് എടുത്തിടുകയും അവന്റെ മുഖമടച്ച് വാഴപ്പിണ്ടിയുമായി അടിക്കുകയും ചെയ്തു. മേലാസകലം നീരുവന്ന് മാത്യു നാലുദിവസമാണ് വീട്ടിൽ കിടന്നതത്രെ!

'സത്യം പറ ജെന്നീ, നീയല്ലേ അന്ന് എന്നെ ആക്രമിച്ചത്.?'

സ്കൂൾ വിടുന്നതിനുമുമ്പ് അവൻ ധൃതിയിൽ എന്റെ അരികിലേക്ക് ഓടിവന്നുകൊണ്ട് ചോദിച്ചപ്പോൾ മനസാവാചാകർമണാ ഒന്നുമറിയില്ലരാമായെന്ന മട്ടിൽ ഞാനങ്ങുനിന്നുപോയി. ഞാനെന്തുത്തരം പറയും? ഇത്രയും വലിയ പാപത്തിന്റെ പങ്കുകാരിയായി ചേർക്കുവാൻ കർത്താവ് ഒരിക്കലും ഇഷ്ടപ്പെടുകയില്ല.

പിന്നെ റോയിമാത്യുവിനെ അവൻ മരിക്കുന്നതുവരെ ഞാൻ കണ്ടിട്ടില്ല. ഒമ്പതാംക്ലാസിൽ പഠിക്കുമ്പോൾ അവനെ പാമ്പുകടിച്ചെന്നും നേരത്തിന് സാറന്മാർ ആശുപത്രിയിലെത്തിച്ചില്ലെന്നും വഴിയിൽവെച്ചുതന്നെ മരണപ്പെട്ടെന്നും അറിഞ്ഞപ്പോൾ സ്കൂളധികൃതരോ കുട്ടികളോ നാട്ടുകാരോ അവനെപ്രതി ആരും ദുഃഖിക്കുന്നതായിക്കണ്ടില്ല. അവനെ ഓർത്തുവെച്ച ഒരേയൊരാൾ ഞാൻ മാത്രമായിരുന്നു. അവന്റെ കുഴിമാടത്തിനുവേണ്ടി ഒരു തുള്ളിക്കണ്ണുനീർ എന്റെ കൺതടങ്ങളിൽ ദാഹിച്ചുകൊണ്ടുനിന്നിരുന്നു.

എന്നാൽ റോയിമാത്യു മരിച്ച ദിവസംവൈകുന്നേരം ഒരു ചൂരൽവടി എന്നെയും കാത്തിരിക്കുന്നുണ്ടായിരുന്നു വീട്ടിൽ. ഞങ്ങളുടെ ഇടതൂർന്ന മരങ്ങൾക്കിടയിൽ മറഞ്ഞുനിൽക്കുന്ന രണ്ടുമുറി വീടിന്റെ മോന്തായത്തിലെ വിടവിലായിരുന്നു അതിത്രനാളും വിശ്രമിച്ചിരുന്നതെന്ന് വിശ്വസിക്കുവാൻ കഴിഞ്ഞില്ല. അതിതുവരെ എന്റെ കൺമുന്നിൽപെട്ടിരുന്നില്ലെന്നതായിരുന്നു അത്ഭുതകരം. അപ്പൻ അത് എന്നെപ്രതി സൂക്ഷിക്കുന്നതായിരുന്നെന്ന് തീർച്ചയായിരുന്നു. അട്ടപ്പാകും കരിയും പിടിച്ചതുകാരണം അതിൽനിറയെ കൂറക്കാഷ്ഠംപോലെ കറുത്ത വഴുവഴുപ്പുണ്ടായിരുന്നു.

കൈവെള്ളയിൽ രണ്ടടി വെച്ചുതന്നിട്ടേ, അമ്മച്ചി കാര്യം പറഞ്ഞുള്ളൂ. 'ഇതെന്തിനാണെന്ന് നിനക്കറിയുമോ?'

'ഇല്ല.'

'എന്നാ കേട്ടോ. കുപ്പായത്തിലെല്ലാം കറപിടിപ്പിച്ചതിന്. അതിത്രനാളും ഒളിപ്പിച്ചുവെച്ചു നശിപ്പിച്ചതിന്......'

ആരും കാണാത്ത ഒരിടത്തു ഒളിപ്പിച്ചുവെച്ച ആ വസ്ത്രങ്ങൾ അമ്മച്ചി എങ്ങിനെയാണ് കണ്ടെടുത്തതെന്നു നിശ്ചയമില്ല. കുറേക്കാലമായി അമ്മച്ചി അതു തിരയുന്നുണ്ടായിരുന്നു. റോയി മാത്യു മരിച്ച ദിവസമാണ് ആ സത്യം വെളിയിൽവന്നതെന്നു മാത്രം.

എത്ര വിചിത്രം അല്ലേ?

ചുണ്ടിൽ പാതിവിഴുങ്ങിയ വാക്കുകളുമായി ദേഷ്യംകടിച്ചമർത്തി അമ്മച്ചി അകത്തേക്ക് പോകുന്നത് ചിരിവീഴ്ത്തിയ കണ്ണീർ വികലമാക്കിയ കാഴ്ചയോടെ നോക്കി നിന്നത് ഞാൻ ഇന്നും ഓർമ്മിക്കുന്നു.

ജീവിതം നമ്മെ ഇങ്ങനെ പല നിയോഗങ്ങളിലേക്കും നയിച്ചുകൊണ്ടേയിരിക്കുന്നു.

17. റയിൽവേ സ്റ്റേഷൻ

2020 ഫെബ്രുവരി 07, 9 pm

ആ രാത്രി ഹരിയുടെ ജീവിതത്തെ നിർണയിച്ച രാത്രിയായിരുന്നു. ഓർമ്മകളെ സമ്പന്നമാക്കിയ രാത്രി. ജീവിതത്തിനു പുതിയ അനുഭൂതി നൽകിയ രാത്രി. ഒരു രാത്രി മുഴുവൻ പൂർവകാമുകിയുമായി സംസാരിച്ചിരിക്കാൻ കൊതിക്കാത്ത കാമുകന്മാരുണ്ടാകുമോ? അങ്ങനെയെങ്കിൽ, ആ രാത്രിയിൽ അയാളെക്കാൾ ഭാഗ്യമുള്ളവനായി ലോകത്താരുമുണ്ടായിരിക്കില്ല.

തിരിച്ചുപോകുവാൻ ഉറപ്പിച്ചതായിരുന്നു. എന്നാൽ ഒരദൃശ്യ ശക്തി ഹരിയെ ശിഖയോടു അടുപ്പിക്കുകയായിരുന്നു.

സൈതാലിക്കയുടെ ലോഹ്യക്കാരായ ആ നാലു ചെറുപ്പക്കാരും ഒരു ശത്രുവിനെ കണ്ടതുപോലെയായിരുന്നു ഹരിയെ ആക്രമിച്ചത്. സോഷ്യൽ പോലീസിംഗ്. ജീവിതത്തിൽ അതിനു താൻ വിധേയമാകുകയാണെന്ന് ഒരു നടുക്കത്തോടെ അയാൾ മനസ്സിലാക്കി. പെട്ടെന്നാണ് ഒരാശയം ബുദ്ധിയിൽ ഉദിച്ചത്. തെറ്റിദ്ധരിക്കപ്പെട്ട് വന്നതാണെന്നും ആളുമാറിയാണ് ശിഖയെ പിന്തുടർന്നതെന്നും എങ്ങനെയൊക്കെയോ പറഞ്ഞൊപ്പിച്ചു. അതോടെ ഷർട്ടിൽ പിടുത്തമിട്ടവരുടെ കൈ അയഞ്ഞു. കഥ എഴുതാനുള്ള സാമർത്ഥ്യം ഇവിടെയാണ് ഉപയോഗിക്കേണ്ടതെന്ന് ഹരിക്ക് പിന്നെ ആരും പറഞ്ഞുകൊടുക്കേണ്ടിവന്നില്ല.

അയാൾ ഒരു കഥ പറഞ്ഞു. അതവർ വിശ്വസിക്കുകയും ചെയ്തു.

ഊമയായ അനിയത്തിയെ കഴിഞ്ഞ രണ്ടുവർഷമായി അന്വേഷിക്കുന്ന ഒരു സഹോദരന്റെ നൊമ്പരങ്ങളുടെ കഥ. എവിടെ ഒരു പെൺകുട്ടിയെ കണ്ടാലും അതു തന്റെ സഹോദരിയാണെന്ന് തെറ്റിദ്ധരിക്കപ്പെടുന്നു. ഇങ്ങനെ പലയിടത്തുനിന്നും സമാനമായ അനുഭവങ്ങളുണ്ടായിട്ടുണ്ട്. ക്ഷമിക്കണം സഹോദരന്മാരെ, വീട്ടിൽ നിങ്ങൾക്കും ഇതുപോലെ സ്നേഹിക്കപ്പെടാൻ ഒരു പെൺകുട്ടിയുണ്ടാകുമല്ലോ. ഒരു ദിവസം അവളെ കാണാതായെന്നു സങ്കൽപ്പിച്ചുനോക്കൂ, അപ്പോൾ പിടികിട്ടും ഈ സഹോദരന്റെ നീറുന്ന വേദനകൾ.

കഥയിൽ വിശ്വാസമുണ്ടായിട്ടല്ല, ആ കഥപറച്ചിൽ മൂപ്പർക്കിഷ്ടപ്പെട്ടു. കാരണം കരുണയുടെ നിറകുടമായിരുന്നു സൈതാലിക്ക. അയാളെ വെറുതെവിടണമെന്നും ഇനി ഉപദ്രവിക്കരുതെന്നും ചെറുപ്പക്കാരെ മൂപ്പർ ഉടൻ ശാസിച്ചു.

'കുട്ട്യേ, ഇത് നല്ല ഇടല്ല്യ. വേഗം വിട്ടോളീ.....ഇമ്മാതിരി കഥ്യേം കൊണ്ടുനടന്നാലെ എറച്ചി വെടക്കാകും. മറക്കണ്ടാട്ടോ....!'

നഗരത്തിലേക്കും തന്റെ മുറിയിലെ ഇരുട്ടിലേക്കും മടങ്ങിപ്പോകുവാനാണ് ആദ്യം തോന്നിയത്. പാതിയാക്കിവെച്ച നോവലിന്റെ സങ്കീർണതകളിൽ മുങ്ങാംകുഴിയിട്ട് ഉറക്കമില്ലാതെ അലഞ്ഞുതിരിയാൻ. ശിഖ തന്നെ ജീവിതത്തിൽനിന്നും എന്നന്നേക്കുമായി പറിച്ചെറിഞ്ഞിരിക്കുന്നുവെന്ന തോന്നൽ ആദ്യമായി മനസ്സിനെ നീറ്റിച്ചു. തിരിച്ച് ബസ്സുകാത്തുനിന്നപ്പോൾ എന്തിനാണ് തോറ്റുമടങ്ങുന്നതെന്ന ചിന്ത മനസ്സിൽഉദിച്ചു. വല്ലാത്തൊരു വാശി സിരകളിലേക്ക് കയറിവരികയും ചെയ്തു. അങ്ങനെയാണ് വീണ്ടും തിരിച്ചെത്തിയിരിക്കുന്നത്.

അയാളുടെ പരുക്കൻകൈകകൾക്കിടയിൽ ശ്വാസംകിട്ടാതെ പിടയുകയായിരുന്നു ശിഖയപ്പോൾ.

'നിന്നെ ദ്രോഹിക്കുവാനൊന്നും വന്നതല്ല, ഞാൻ. എനിക്ക് ചില കാര്യങ്ങൾ മനസ്സിലാക്കണം. അതിന് ശിഖയുടെ സഹായം ആവശ്യമുണ്ട്. തനിക്കൊന്ന് ഹെൽപ്പ് ചെയ്തുകൂടേ......?'

കൈവിടുന്ന നിമിഷത്തിൽ അവൾ ഉച്ചത്തിൽനിലവിളിക്കുകയും അതുവഴി ചേരിയിലുള്ളവരെയെല്ലാം ഉണരുകയും ചെയ്യുമെന്നാണ് ആദ്യം വിചാരിച്ചതും ഭയന്നതും. കാരണം, താനാണ് വന്നതെന്ന് തിരിച്ചറിയാനുള്ള സാവകാശംകൂടി താൻ ആ പാവം പെൺകുട്ടിക്ക് നൽകിയിരുന്നില്ല. എന്നാൽ ശിഖ യാതൊന്നും ശബ്ദിച്ചില്ല. ദയനീയമായി ഹരിയെ നോക്കുക മാത്രമാണ് ചെയ്തത്.

അപ്പോൾ അവൾ തന്റെ നോവലിലെ നിർഭാഗ്യവതിയായ ഒരു കഥാപാത്രമാണെന്ന ബോധം ഹരിക്കുണ്ടായി. അതോടെ മനസ്സിന് ലാഘവത്വം അനുഭവപ്പെട്ടു. എഴുത്തുകാരന്റെ ഇച്ഛയ്ക്കൊത്ത് ചലിക്കുകയും സംസാരിക്കുകയും പ്രവർത്തിക്കുകയും ചെയ്യുന്ന ഒരു കഥാപാത്രം. ഒരു ഭാര്യയേക്കാൾ, കാമുകിയേക്കാൾ വിധേയത്വത്തോടെയായിരിക്കും അവളുടെ പെരുമാറ്റം.

'എന്താ, എന്താണ് നിനക്ക്അറിയാനുള്ളത്? ഞാനിപ്പോൾ ഹരി വിചാരിക്കുന്നതുപോലെയുള്ള ഒരാളല്ല. ഒരാളുടെ ഭാര്യയാണ്.' ശിഖയുടെ ശബ്ദം ഉയർന്നു.

'അതെനിക്കറിയാം ശിഖേ. പക്ഷേ തന്റെ ഭർത്താവെവിടെ?'

'അതു പിന്നെ.......'

പൊടുന്നനെ, ഒരു തളർച്ച അവൾക്ക് അനുഭവപ്പെട്ടു.

'ശിഖ എന്നിൽനിന്ന് ഒന്നും ഒളിക്കാൻ ശ്രമിക്കരുത്. നിനക്കെന്തോ പ്രശ്നമുണ്ടെന്ന് അറിഞ്ഞിട്ടാണ് ഞാൻ വരുന്നത്. അതെന്താണെന്നെ ങ്കിലും തനിക്കെന്നോട് പറഞ്ഞുകൂടെ? നിന്നെ സഹായിക്കുവാനാണ് ഞാൻ വന്നത്. നീ ഒരാപത്തിലും പെടുന്നത് എനിക്കിഷ്ടമല്ല.

താൻ ഒരു നിമിഷം ഉരുകിത്തീരുന്നതുപോലെ അവൾക്ക് തോന്നി. ഒരു വർഷമായി അവൾ കേൾക്കാൻ കൊതിച്ച വാക്കുകളായിരുന്നു അ വ. മനസ്സിൽ സാന്ത്വനവും ആശ്വാസവും നിറയ്ക്കുന്ന വാക്കുകൾ.തനി ക്ക് ആരുമില്ല. തന്റെ സങ്കടങ്ങൾ കേൾക്കാനാളില്ല. അത് പരിഹരിക്കാ നാളില്ല. എന്തിന് അതന്വേഷിക്കുവാൻപോലും ആരുമില്ല. ഒരു സഹോ ദരൻ കൂട്ടിനുണ്ടായിരുന്നുവെങ്കിൽ തനിക്ക് ഈ ഗതിവരുമായിരുന്നുവോ?

പെട്ടെന്ന് ശിഖയ്ക്ക് കരച്ചിൽവന്നു. അത് നിസ്സാരമായി അടക്കിവെ ച്ച് ഹരിക്ക് ഒരു ചായയിട്ടുകൊടുത്ത് അയാളെ എത്രയുംവേഗം അവിടെ നിന്നും പറഞ്ഞയക്കണമെന്നും അല്ലെങ്കിൽ മറ്റൊന്നുകൂടിതന്നെ അപ മാനിതമായ ജീവിതത്തിൽ സഹിക്കേണ്ടിവരുമെന്നും മനസ്സ് അവളോട് മന്ത്രിച്ചു. രാത്രികാലങ്ങളിൽ ഭർത്താവില്ലാത്ത നേരത്ത് പൂർവകാമുക നെ വിളിച്ചുവരിത്തിയവൾ കുലസ്ത്രീയല്ല! എന്നാൽ അവൾക്ക് അവി ടെനിന്ന് ഒരിഞ്ചു അനങ്ങുവാൻ കഴിഞ്ഞില്ല. പെട്ടെന്ന് കരച്ചിൽ അടക്കു വാനും.എന്നാൽ അത് ചിറപൊട്ടിയൊഴുകിയ അരുവി കണക്കെ അവളെ ഹതാശയയാക്കി ഒഴുകിക്കൊണ്ടിരുന്നു. തനിക്ക് മുന്നിൽ ഏങ്ങലടിച്ച് കരയുന്ന ശിഖയെ ഹരി അനുകമ്പയോടെ നോക്കി.

രണ്ടു നിമിഷങ്ങൾ കടന്നുപോയി. അവർക്കിടയൽ മുറുകി വലിഞ്ഞു പൊട്ടാറായിരുന്ന കമ്പികളെ അതു പതുക്കെ അയച്ചു.

ഇത്രനാളും താനൊരാളെ മാത്രമായിരുന്നു സ്നേഹിച്ചിരുന്നുള്ളുവെ ന്നും താനിനിയും അതുതന്നെയാണ് തുടരാൻ പോകുന്നതെന്നുമുള്ളൊ രു ചിന്ത ശിഖയെ ആകപ്പാടെ തകർത്തുകളഞ്ഞിരുന്നു. മോഹനചന്ദ്രൻ അവളുടെ മനസ്സിൽപോലും അന്നേരം ഉണ്ടായിരുന്നില്ല. കഴിഞ്ഞ അഞ്ചുദിവസമായി അവൾ അനുഭവിച്ചികൊണ്ടിരിക്കുന്ന വേദനകളും ആ കുലതകളുമെല്ലാം ഒരിടത്ത് പെയ്തുതീരുവാൻ വെമ്പി ഇതുവരെയും വീർപ്പുമുട്ടിക്കിടക്കുകയായിരുന്നെന്നും അവൾക്ക് തോന്നി.

ഒരവസരം കാത്തിരിക്കുന്ന കാമുകനെപോലെ ഹരി പൊടുന്നനെ ഉണർന്നു പ്രവർത്തിച്ചു. അവളുടെ ചുമലിൽ പതുക്കെ സ്പർശിച്ചു. ഒ

രു സാന്ത്വനത്തിനായി വെമ്പിനിൽക്കുന്നവൾക്ക്, അവൾ അർഹിക്കുന്ന വിധം ഒരു പരിഗണന നൽകുന്നുവെന്ന ധാരണയോടെയായിരുന്നു ആ ഇടപെടൽ. എന്നാൽ സ്വയം പൊട്ടിത്തകരുന്നതിനുവേണ്ടി ശിഖ പതുക്കെ അയാളുടെ നെഞ്ചിലേക്കു വീണ് സ്വയം ഒരു പുഴയായി മാറുകയായിരുന്നു. കല്ലുകളെയും മരങ്ങളെയും തനിക്കുമുന്നിലെത്തുന്ന സകലമാനപ്രതിബന്ധങ്ങളെയും കടപുഴക്കിയെറിയുന്ന, കോപാന്ധയായ വർഷകാല പുഴയായി മാറി കണ്ണീരും ഉമിനീരുമായി അവൾ ഹരിയുടെ നെഞ്ചിടംനനച്ചു.

പുറത്തപ്പോൾ ഇരുട്ട് പെയ്യുകയായിരുന്നു. തുറന്നിട്ടിരുന്ന വീടിന്റെ ജനലിലൂടെ വീട്ടിലേക്ക് ധൃതിയിൽപോകുന്നവരുടെ രസകാഴ്ചകൾ എത്തുന്നുണ്ടായിരുന്നു.അതുളവാക്കുന്നഭവിഷ്യത്തുകൾ ഓർക്കാതെ അവർ ഇത്തിരി നേരം ആ നിലതുടർന്നു. പരസ്പരം സാന്ത്വനം ഇരുവർക്കും ആവശ്യമായിരുന്നു.

'ശിഖ ഒന്നുകൊണ്ടും വിഷമിക്കണ്ട. എല്ലാം എന്നോട് തുറന്നുപറയണം. ഞാനുണ്ട്. കൂടെ എന്തിനും...'

ഓരോ നിമിഷവും ഹരി ആവർത്തിച്ചുകൊണ്ടിരുന്നു. ആകെ പേടിച്ചമട്ടായിരുന്നു ശിഖയെന്ന് അയാൾക്ക് തോന്നി. പെട്ടെന്നൊരുനാൾ ഭർത്താവ് ഉപേക്ഷിച്ചിട്ടുപോയ ഒരു ഭാര്യയുടെ നൊമ്പരങ്ങളും ഗദ്ഗദങ്ങളും ശിഖയുടെ കരച്ചിലിലുണ്ടായിരുന്നു. ഇനി ഒരിക്കലെങ്കിലും അയാൾ തിരിച്ചുവരുമോയെന്നും ഉറപ്പില്ല. ഭീകരതയുടെ സ്വപ്നങ്ങൾ മെനഞ്ഞ ഭീതി ഹരിക്ക് മനസ്സിലാകുംവിധം ശിഖ വിവരിക്കുകയായിരുന്നു. എന്നാൽ എന്തിനാണ് മോഹനചന്ദ്രൻ തന്നെ ഉപേക്ഷിച്ചുപോയതെന്ന് ശിഖ അയാളോട് പറഞ്ഞില്ല. പകരം അവളെ ന്യായീകരിക്കുംമട്ടിൽ അവൾ മറ്റൊരു കഥയാണ് മെനഞ്ഞത്. ഹരിക്ക് ഇഷ്ടപ്പെടുംവിധം അവൾ അതിൽ വൈകാരികത നിറയ്ക്കുകയും ചെയ്തു.

'എവിടെയുണ്ടായാലും നമുക്കദ്ദേഹത്തെ കണ്ടുപിടിക്കാം. ശിഖയ്ക്കൊപ്പം ഞാനുണ്ട്.....'

ഇടയ്ക്കിടെ ഹരി ആവർത്തിച്ചു.

രാത്രി വളരുകയായിരുന്നു. വളരുന്തോറും ശിഖയുടെ മനസ്സിലെ ആശങ്കകളും പെരുകി. ഹരിയെ രാത്രി തനിച്ചിറക്കിവിടുവാൻ അവളുടെ മനസ്സ് അനുവദിച്ചില്ല. അത് അപകടവുമാണ്. നഗരത്തിൽ ഏതെങ്കിലുമൊരാൾ എപ്പോഴും ഉണർന്നിരിക്കും. ഹരി പിടിക്കപ്പെട്ടാൽ ആ തെരുവിൽ പിന്നീട് താമസിക്കുവാനുള്ളയോഗ്യത അവൾക്കുണ്ടാവില്ല. ഒരു സ്ത്രീയെ ചവറ്റുകൊട്ടയിലേക്കെറിയാൻ എപ്പോഴും തെരുവു ഉണർന്നി

രിക്കുന്നു.

സൂക്ഷ്മതയോടെയാണ് ശിഖ അയാളെ നേരിട്ടത്. പഴയ കാര്യങ്ങൾ സംസാരിച്ചും എഴുത്തിനെക്കുറിച്ച് ചോദിച്ചും സമയത്തെ മുക്കിക്കളയാൻ അവൾ ആവതുശ്രമിച്ചു. ഹരിയുടെ ഭാഗത്തുനിന്നും തെറ്റായ രീതിയിൽ ഒന്നും അവൾക്ക് കാണാനും കഴിഞ്ഞില്ല. പൂർവകാമുകിയുടെ മുന്നിൽ എത്രയും മാന്യതപാലിക്കുവാൻ അയാൾ വ്യഗ്രതകാണിക്കുന്നപോലെ തോന്നി.

തൊട്ടടുത്ത മുസ്ലിംപള്ളിയിലെ മുക്രി ഉണരുന്നതിനുമുമ്പേ സൈതാലിക്ക ഉണരും. ഉണർന്നാൽ അയാൾ ആദ്യം ചെയ്യുക തൊട്ടടുത്തുള്ളവരെയെല്ലാം നിസ്കരിക്കാനായി പള്ളിയിലേക്ക് ക്ഷണിക്കാൻ ഉണർത്തുകയാണ്. മോഹനചന്ദ്രനെയായിരുന്നു അത് കൂടുതൽ ശല്യപ്പെടുത്തിയിരുന്നത്. ഹിന്ദുകുടുംബങ്ങൾ കുറവായിരുന്നു ചുറ്റും. പുലർച്ചെ എന്നും മോഹനചന്ദ്രൻ ഞെട്ടിയുണരുമായിരുന്നു. പിന്നീട് ഉറങ്ങിയാൽ നേരം വൈകിയാണ് അയാൾ ഉണരുക.

സൈതാലിക്ക ഉണരുന്നതിനുമുമ്പേ എങ്ങനെയൊക്കെയോ ശിഖ ഹരിയെ യാത്രയാക്കി. അവർ ഇരുവരും രാത്രി ഒരുപോള കണ്ണടച്ചിരുന്നില്ല. ഇടയ്ക്ക് ഹരി ഉറക്കം തൂങ്ങിയപ്പോഴെല്ലാം ശിഖ അയാളെ വിളിച്ചുണർത്തി. കടുപ്പം കൂടിയ ചായയിട്ടുകൊടുത്തു. അയാൾക്ക് പ്രിയമുള്ള വിഷയം സംസാരിച്ചു. അയാളെഴുതിയ ഒരു കഥയെച്ചൊല്ലി പരസ്പരം മണിക്കൂറുകളോളംകലഹിച്ചു. അന്നേരമെല്ലാം ജീവിതത്തിലെ ഏറ്റവും നിറംപുരണ്ട നിമിഷങ്ങളാണ് അതെന്ന് ശിഖ മനസ്സിൽ ഓർത്തുവെച്ചിരുന്നു.

ശിഖയുടെ അഭിനയം ഒട്ടൊക്കെ ഹരി കണ്ടെത്തിയിരുന്നു. എങ്കിലും അക്കാര്യത്തിൽ അവൾക്ക് തെറ്റുപറ്റിയിരുന്നില്ലെന്ന് അയാൾക്ക് ബോധ്യമുണ്ട്.അത്രയും തന്മയത്വത്തോടെയായിരുന്നു അവൾ ഓരോ നിമിഷവും ആടിത്തിമിർത്തത്. നിസ്സഹായയായ ഒരു പെൺകുട്ടിയുടെ അതിജീവന മാർഗമാണ് അതെന്ന് ഓർത്തപ്പോൾ അയാൾക്ക് അവളോട് അനുകമ്പ തോന്നി.

തണുത്തു മരവിച്ചുകിടക്കുന്ന റെയിൽവേ പാളത്തിനുസമാന്തരമായുണ്ടാക്കിയ തിണ്ടിലൂടെ ഹരി നടന്നു. ഇരുണ്ട വെട്ടത്തിൽ അയാളെ യാത്രയാക്കാൻ വാതിലിനരികിൽനിന്ന ശിഖയുടെ മുഖം അന്നേരവും അയാളുടെ മനസ്സിൽ കിടന്നു. സമയം നാലുമണിയാകുന്നതേയുള്ളൂ. വെളിച്ചം പരക്കാൻ തുടങ്ങിയിട്ടില്ല. എങ്കിലും കാലുകൾക്ക് വഴിതിരിച്ചറിയാൻമാത്രം വെളിച്ചം, പ്രായമായിട്ടും രാത്രി സൂക്ഷിച്ചു. വിളക്കുകാലിൽ അപ്പോഴും എൽഇടി ലൈറ്റുകൾ കാഴ്ചകളെ മനോഹരമാക്കി പ്രകാശി

ച്ചു. രാത്രി, മുഴുവൻ സമയവും നിലവിളിച്ചുകൊണ്ടിരുന്ന ഭ്രാന്തൻ സ്വപ്നങ്ങളില്ലാത്ത തന്റെ ഉറക്കവുമായി ഒരു കുട്ടിയെപോലെ ചങ്ങാത്തം സ്ഥാപിച്ചിരുന്നുവെന്ന് തോന്നി.

വെളിച്ചം അധികംകടക്കാത്ത തന്റെ മുറിയിൽ എത്തിയാൽ തനിക്ക് ഏറെ എഴുതാനുണ്ടെന്ന് ഹരി നേരത്തെ മനസ്സിൽ ഉറപ്പിച്ചിരുന്നു. കഥയ്ക്കു വലിയ ചലനങ്ങളാണ് ഉണ്ടായിരിക്കുന്നത്. എഴുത്തുകാരന്റെ അനുഭവ പരിസരങ്ങളിൽനിന്നും അതു കഥാപാത്രങ്ങളുടെ ജീവിതപരിസരങ്ങളിലേക്ക് ഏറെ മുന്നോട്ട് നീന്തിയിരുന്നു. ഓരോ അധ്യായം പിന്നിടുമ്പോഴും എഴുത്ത് മുറുകുകയും അത് ഏറെ സങ്കീർണമാകുകയും ചെയ്യുന്നു. പുതിയ കുരുക്കുകൾ സ്വയം അണിയുന്നു. എഴുത്തുകാരൻ സത്യത്തിൽ ഒരു അപസർപ്പകനാണെന്നുപോലും ഹരിക്ക് ഇപ്പോൾ തോന്നുന്നു.

ആ കൊലപാതകിയെ പോലീസുകാരല്ല, ഹരിയെന്ന എഴുത്തുകാരനാണ് ആദ്യം കണ്ടുപിടിക്കാൻ പോകുന്നത്.

ഹരിക്ക് വല്ലാത്ത ആത്മവിശ്വാസം തോന്നി. തനിക്ക് ലഭിച്ചുകൊണ്ടിരിക്കുന്ന ഡയറിക്കുറിപ്പുകൾ മറ്റാർക്കെങ്കിലും കൊലപാതകി അയച്ചുകൊടുക്കുന്നുണ്ടോയെന്ന് ഹരിക്ക് സംശയമുണ്ടായിരുന്നു. പലപ്പോഴും തന്നെ ആരോ പിന്തുടരുന്നുണ്ടെന്നും ഹരി ഈയിടെയായി സംശയിക്കുന്നു. ലൈബ്രറികളിലെ ഇരുട്ടിൽ, നഗരത്തിരക്കുകൾക്കിടയിൽ, വാടകവീടിന്റെ പരിസരങ്ങളിൽ, അങ്ങനെ താൻ ചെന്നെത്തുന്നിടത്തെല്ലാം ഒരു അദൃശ്യഘാതകനെ ഹരി സങ്കൽപ്പിക്കാൻ തുടങ്ങി. അയാളെസംബന്ധിച്ചിടത്തോളം അത് രസമുള്ള ഒരു അനുഭവമായിരുന്നു. അതയാളുടെ ഉള്ളിലുള്ള സർഗശേഷിയെ ഉദ്ധരിപ്പിച്ചു.എഴുത്തിൽ പ്രകാശവൃത്തങ്ങൾ ചമച്ചുകൊണ്ടിരുന്നു.

ആ നേരിയ ഇരുട്ടിൽ കൈകൾ രണ്ടും തണുപ്പിനെ പ്രതിരോധിക്കാൻ പാൻസിന്റെ പോക്കറ്റുകളിൽ തിരുകി, ചെറിയ ഒരു മൂളിപ്പാട്ടും ചുണ്ടിൽ സൂക്ഷിച്ച് നടക്കവെ, പിന്നിൽ ഒരു നിഴൽ അനങ്ങുന്നതുപോലെ ഹരിക്ക് തോന്നി. തിരിഞ്ഞുനോക്കുമ്പോൾ അങ്ങനെയൊന്നേ ഇല്ല.

എല്ലാം മായക്കാഴ്ചകൾ പോലെ.

പാളങ്ങൾക്കരികിൽ ആളുകൾ പലതും കൂട്ടിയിട്ടിരുന്നു. അര കിലോമീറ്റർ പാളത്തിലൂടെ നടന്നാൽ ജംക്ഷനിലെത്താം. അവിടെ നിന്നാൽ നഗരത്തിലേക്ക് പോകുന്ന ആദ്യത്തെ ബസ്സുപിടിക്കാം. വഴി ശിഖതന്നെയാണ് ഹരിക്ക് വിവരിച്ചുകൊടുത്തത്. മുറിയിൽനിന്ന് തന്നെ പറഞ്ഞുവിടാൻ അവൾക്ക് ധൃതിയുണ്ടായിരുന്നു. മാത്രമല്ല, അവൾ തന്റെ ചല

നങ്ങൾപോലും ഭയക്കുന്നുണ്ടായിരുന്നു. താൻ അറിയാൻ പാടില്ലാത്തതെന്തോ ആ മുറികളിലുണ്ടെന്ന് അവളുടെ മുഖഭാവം പറയാതെ പറയുന്നു.

ഓരോ മനുഷ്യനും ഓരോ പുസ്തകമാണ്. അപരിചിതമായ ആ പുസ്തകം വായിക്കാനുള്ള ശ്രമമല്ലാതെ മറ്റൊന്നുമല്ല, ജീവിതം.

അറബിയിലെ ഒരു പഴഞ്ചൊല്ലോർത്തുകൊണ്ട് ഒരു സിഗരറ്റുണ്ടായിരുന്നെങ്കിൽ ഈ യാത്ര മനോഹരമാക്കാമായിരുന്നല്ലോയെന്ന ആലോചനയോടെ ഹരിയങ്ങനെ മുന്നോട്ട് നടക്കുകയായിരുന്നു. പെട്ടെന്നാണ് അയാൾ വേഴ്ചുവീണത്. തിരിഞ്ഞുനോക്കുമ്പോൾ ചാക്കുകെട്ടുപോലെ എന്തോ ഒന്നിലാണ് കാലുടക്കിയതെന്ന് മനസ്സിലായി. ശ്രമപ്പെട്ട് എഴുന്നേറ്റ് അയാൾ ആ കെട്ടിനടുത്തേക്ക് ചെന്നു. അത് ചാക്കുകെട്ടായിരുന്നില്ല. ചുരുണ്ടുകിടക്കുന്ന ഒരു മനുഷ്യനായിരുന്നു. അല്ല ഒരു ശവശരീരം. പൊടുന്നനെ ആ മുഖം ഹരിയുടെ ഓർമ്മയിൽ ഉടക്കി. അതെ, അതയാൾക്ക് പരിചിതമായൊരു മുഖമായിരുന്നു. അയാളൊരിക്കലും മറക്കാൻ ഇഷ്ടപ്പെടാത്ത ഒരാളുടെ ഭയപ്പെടുത്തുന്ന മുഖം.

മോഹന ചന്ദ്രൻ!

ശിഖയുമായി നഗരംവിട്ട അയാളുടെ മുഖം ഹരി മനസ്സിൽ ഓർത്തുവെച്ചിരുന്നു. ഒരിക്കൽ അയാളെ ഹരിക്ക് കൊല്ലാനുള്ള വിദ്വേഷവും പകയും ഉണ്ടായിരുന്നു. എംടിയുടെ നാലുകെട്ടിലെ സേതുവിനെപോലെ അയാൾ ശത്രുവിന്റെ മുഖം മനസ്സിൽ വരച്ചുവെച്ചിരുന്നു. ഒരിക്കൽ മരണം ഉറപ്പാക്കുംവരെ താൻ ഈ മുഖം ചിന്നിചിതറിപ്പിക്കും.

പക്ഷേ അതിത്രമാത്രം ഭയാനകമായിരിക്കുമെന്ന് അയാൾ അന്ന് ചിന്തിച്ചിരുന്നതേയില്ല.

ഭയം നട്ടെല്ലിൽ പിടിമുറുക്കിയിരുന്നതിനാൽ പിന്നീടുള്ള ശരീരത്തിന്റെ ഭാരം പതിന്മടങ്ങായാണ് ഹരിക്ക് അനുഭവപ്പെട്ടത്. ബലക്ഷയമുള്ള ഒരാളെപോലെ ഇരുന്നൂറു റാത്തലോളം തൂക്കമുള്ള മറ്റൊരാളെയും വലിച്ചുകൊണ്ടോടുന്ന ആയാസത്തോടെയായിരുന്നു അത്. നോവലുകളിലും കഥകളിലും സൃഷ്ടിക്കുന്നതിനുവിപരീതമായി, അതിന് വ്യത്യസ്തമായൊരു ഭീതിയുടെ തലമുണ്ടായിരുന്നു. രക്തദാഹികളായ അട്ടകളെപോലെ അത് മനസ്സിൽ പറ്റിപ്പിടിച്ചു ആത്മാവിലെ ഊർജ്ജത്തെ ഊറ്റിക്കുടിക്കുന്നു. കുടഞ്ഞെറിയാൻ ശ്രമിച്ചാലും അത് ജീവനിൽ അള്ളിപ്പിടിച്ചിരിക്കും. ജീവിതത്തെ ഉപേക്ഷിച്ച് വിരണ്ടോടുന്ന ഒരാത്മാവിനെപോലെയായിരുന്നു അയാളുടെ ആ നേരത്തെ ഓട്ടമെന്ന് പിൽക്കാലത്ത് ഹരി തീർച്ചയായും ചിന്തിക്കും.കുറേക്കഴിഞ്ഞ് തിരിഞ്ഞുനിന്ന് അണ

പ്പ് മാറ്റാൻ ശ്രമിക്കുമ്പോൾ രണ്ടു തെരുവുപട്ടികൾ ആസക്തികളോടെ ശവത്തിനടുത്തേക്ക് ഓടുകയും നീട്ടി ഓരിയിടുകയും ചെയ്യുകയായിരുന്നു. ചുറ്റും പ്രകാശം പരക്കുകയല്ല, ഉള്ള വെളിച്ചങ്ങൾ ഒരു കുടത്തിലേക്കെന്നപോലെ ഒഴുകി ഇരുട്ടുപരക്കുകയാണെന്ന് ഹരിക്ക് തോന്നി. അലറിവിളിച്ച് ആക്രാമകമായടിക്കുന്ന ഒരു ഇരുൾകൊടുങ്കാറ്റിനുമുന്നിൽ, സർവ്വതുംനശിച്ച്, തന്നെത്തന്നെ സമർപ്പിക്കുന്നതുപോലെ അയാൾ ആ വിജനമായ റെയിൽവേ പാളത്തിൽ മുട്ടുകുത്തിയിരുന്നു.

18. മാലാഖയുടെ ചിരി

2017 ഡിസംബർ 28, 8 pm
ബേബിച്ചൻ (ഡയറിക്കുറിപ്പ്)

മരണം എപ്പോഴും ഒരു അടയാളം കാണിക്കുമെന്ന് കുട്ടിക്കാലംതൊട്ടേ ഞാൻ കേൾക്കാറുണ്ടായിരുന്നു. അതൊരു ബൈബിൾ വചനമാണോയെന്നും സംശയമുണ്ട്. കാരണം ഒത്തിരികാലമായി ബൈബിൾ വചനങ്ങളൊന്നും എന്റെ മനസ്സിൽ നിൽക്കുന്നില്ല. നഗരത്തിലെ നല്ലവന്മാരായ മദ്യപസഹൃദയരും ഇത്തരം ആശയങ്ങൾ പങ്കുവെച്ചിട്ടുണ്ട്. മരണം എപ്പോഴാണ് നമ്മൾ ഓരോരുത്തരുടെയും ജീവിതത്തിലേക്ക് കയറിവരികയെന്ന് ആർക്കും അറിഞ്ഞുകൂടാ. മരണം നടക്കുമ്പോൾ സ്വർഗത്തിലെ ആ വിശേഷപ്പെട്ട ഒരില എന്നന്നേക്കുമായി അടർന്നുവീഴുമത്രെ. ദൈവത്തിന്റെ ആശ്രിതരായ മാലാഖമാർ അപ്പോൾ ഭൂമിയിലെ ആ ഒരു ജീവന്റെ പിന്നാലെയായിരിക്കും. എന്നാൽ എപ്പോഴും മരണത്തിന്റെ മാലാഖമാരെ പ്രകൃതിയിലെ നീചജീവികൾ തിരിച്ചറിയും. ഹിന്ദുക്കൾ നായകളാണ് അത് തിരിച്ചറിയുന്നത് എന്നു വിശ്വസിക്കുന്നെങ്കിൽ എന്റെ പ്രിയപ്പെട്ടവരായ മുസ്ലിം സുഹൃത്തുക്കൾ എറമുള്ളാൻ എന്ന രാപ്പക്ഷിയാണ് മരണത്തെ തിരിച്ചറിയുന്ന ജീവികളെന്നു അടയാളപ്പെടുത്തുന്നു.

തീർച്ചയായും മരണത്തിന് പ്രസന്നമായ ഒരു മുഖമായിരിക്കില്ല.

എന്നെക്കുറിച്ച് പറയുകയാണെങ്കിൽ, ഞാനൊരു തികഞ്ഞ വിശ്വാസിയല്ല. എന്നാൽ വിശ്വാസപ്രമാണങ്ങളിൽനിന്ന് കുതറിമാറാൻ ശ്രമിക്കുന്ന ഒരു കുഞ്ഞാടുമല്ല. ഭൂമിക്കപ്പുറം മറ്റൊരു സ്വർഗമുണ്ടെന്നുവിശ്വസിക്കാൻ തീർച്ചയായും എന്നെപോലുള്ളവർക്ക് സാധിക്കില്ല. കാരണം പ്രകൃതിയുടെ അനന്തസാധ്യതകളെ വിലയിരുത്തുമ്പോൾ, ദൈവത്തിനുപോലും ഇതിനേക്കാൾ മനോഹരമായി മറ്റൊരു ലോകം സൃഷ്ടിക്കുവാൻ സാധിക്കില്ലെന്നു വിശ്വസിക്കാനാണ് എനിക്കിഷ്ടം. ആദ്യസൃഷ്ടി സ്വർഗമാണെങ്കിൽ ഭൂമിയെപോലെ മറ്റൊരു സ്വർഗം സൃഷ്ടിക്കുവാനും ദൈവത്തിനു സാധിക്കില്ല. കാരണം, സർഗാത്മകതയ്ക്ക് വലിയ പരിമിതികളുണ്ട്.

അത് ആവർത്തനങ്ങളെ തേടുന്നു.

മദ്യപിച്ചാൽ ഇങ്ങനെ ചില കുഴപ്പങ്ങളുണ്ടെന്നറിയുക. ഇടയ്ക്ക് ഫിലോസഫി കടന്നുവരും.

'ഈ ഇച്ചായൻ ആളൊരു രസികനാണ്. എന്നാൽ മദ്യപിച്ചാൽ വലിയ ഫിലോസഫറാകും. അതാണ് എനിക്കു പിടിക്കാത്തത്. പരമ ബോറുതന്നെ.'

നല്ലവനായ മുസ്ലിം സുഹൃത്ത് പരാതിപ്പെടും. ഒരു വലിയ തെറ്റുചെയ്യുന്നവനെപോലെയാണ് അവൻ മദ്യപിക്കുന്നതുതന്നെ. ദൈവം വിലക്കിയ പാനിയം കട്ടുകുടിക്കുന്ന ഒരു പൂച്ചയുടെ മനോഭാവമാണ് മുഖത്തുണരുക. അതിൽ അയാൾക്ക് പ്രായശ്ചിത്തവുമുണ്ട്. അതുകൊണ്ടാണ് അയാൾ ഇങ്ങനെയെല്ലാം സംസാരിക്കുന്നത്. അത് തുറന്നുപറഞ്ഞാൽ അയാൾ ഇങ്ങനെ പ്രതികരിക്കും:

'കണ്ടില്ലേ? എന്തിൽനിന്നും ഇയാൾ ഫിലോസഫിയുണ്ടാക്കുന്നു......!'

ഇതെല്ലാം ഓർത്ത് ഒരു പുതപ്പിനുള്ളിൽ കിടക്കുന്ന സ്വച്ഛതയിൽ, എന്റെ ചുണ്ടിൽ ആ വിശുദ്ധമായ പുഞ്ചിരി തെളിഞ്ഞിരിക്കണം. അത് വിശുദ്ധമാണെന്ന് ഞാൻ സ്വയം കരുതുന്നതാണ് കേട്ടോ. എല്ലാവർക്കും ആ ചിരി അത്രയ്ക്കങ്ങ് പിടിക്കില്ല. ചിലർ അതിനെ പരിഹാസച്ചിരിയായും വ്യാഖ്യാനിക്കും.

'എന്താ ഇങ്ങനെചിരിക്കുന്നത്? എന്നെ ഓർത്താണോ.........?'

സുന്ദരിയും വിലാസവതിയുമായ സാറ, വശ്യമായൊരു പുഞ്ചിരിയോടെ എന്നോട് ചോദിച്ചു. കണ്ടില്ലേ, ആ ചിരിയെ അവളും തെറ്റിദ്ധരിച്ചിരിക്കുന്നു.

സാറ സുന്ദരിയാണെന്ന് ഞാൻ പറയുന്നതല്ല. സൗന്ദര്യമുള്ള ഒരു സ്ത്രീക്ക് വേണ്ട ഏഴു ഗുണങ്ങൾ അവൾക്കുണ്ടെന്നു സമർത്ഥിക്കുവാൻ എനിക്കു കഴിയും. നിറഞ്ഞ സ്ത്രീത്വം. സന്നിഗ്ധത. വിനയം. ഒതുക്കം. കൈപാടവം. വശ്യമായ ചിരി. നിറയൗവ്വനം. ശാസ്ത്രീയമായ വിധികളാണ് ഇതെന്ന് തെറ്റിദ്ധരിക്കരുത്. പലരിൽനിന്നായി, കഴിഞ്ഞ മുപ്പത്തഞ്ചുവർഷത്തെ ജീവിതിനിടയ്ക്ക് ഞാൻ ഗ്രഹിച്ചെടുത്ത എന്റെ സിദ്ധാന്തങ്ങൾ മാത്രം.

സാറ എനിക്കുവേണ്ടി അടുക്കളയിൽ ചില വിഭവങ്ങളൊരുക്കുന്നു. വറുത്ത ഇറച്ചിക്കഷ്ണങ്ങൾ എന്റെ മുന്നിലെ ടീപോയിൽ വെയ്ക്കാൻ വന്നതായിരുന്നു അവൾ. തിരിഞ്ഞുനടക്കുമ്പോൾ എത്ര നോക്കാൻ ആഗ്രഹിച്ചില്ലെങ്കിലും അവളുടെ നിതംബത്തിലേക്കുതന്നെ എന്റെ ആസക്തിപൂണ്ട മിഴികൾ ചെന്നെത്തിനിന്നു.

സന്തോഷകരമായ അന്തരീക്ഷമായിരുന്നു എനിക്കു ചുറ്റും. പുറത്ത് നേരം ഇരുളുവാൻ തുടങ്ങുന്നതേയുള്ളൂ. എങ്കിലും തൊട്ടപ്പുറത്തെ മുള ങ്കൂട്ടങ്ങളിൽനിന്ന് സൂര്യന്റെ രക്തചരവി പൂർണമായും മാഞ്ഞുപോയിട്ടില്ല. ജാലകത്തിലൂടെ തണുത്ത കാറ്റും കടന്നുവരുന്നുണ്ടായിരുന്നു.

എന്റെ മുന്നിലെ ടീപോയിയിൽ ഷിവാസ് റീഗലിന്റെ ഒരു ബോട്ടിലും സോഡയും ഇരുപ്പുണ്ടായിരുന്നു. സാധാരണഗതിയിൽ ഞാൻ ഇങ്ങനെ തനിച്ചിരുന്ന് മദ്യപിക്കുന്നവനല്ല. കൂട്ടുകാരൊടൊത്തിരുന്ന് സൊറപറഞ്ഞ് കോഴിക്കോടൻ രീതിയിൽ പാട്ടുപാടിയൊക്കെയുള്ള ഒരു അലമ്പ് മദ്യ പാനം. അതായിരുന്നു ഞങ്ങൾക്കിഷ്ടം. ഞങ്ങൾ മൂന്നുപേരായിരുന്നു. രാജുവും റസാഖും ഞാനും. എവിടെയായിരുന്നാലും ആഴ്ചയിൽ ഒരി ക്കൽ ഞങ്ങൾ ഒത്തുകൂടും. റാഫി പാട്ടുകളെ ഏറെ സ്നേഹിച്ചിരുന്ന റ സാഖ് ഞങ്ങൾക്കായി റാഫി പാടിയിട്ടുള്ള പതിനായിരക്കണക്കിന് പാ ട്ടുകൾക്കിടയിൽനിന്ന് ഇമ്പമുള്ള ഒരു പുതിയ പാട്ടു കണ്ടെത്തും. ശബ്ദം പതറാതിരിക്കാനായി അവൻ മദ്യപാനംപോലും നിയന്ത്രിച്ചിരുന്നു.

ഓരോ കൂടലിനെയും ഗസൽരാത്രിയെന്നാണ് ഞങ്ങൾ വിളിക്കുക. ഗസലുകൾപോലെ വൈകാരികമായൊരു മദ്യപാനമെന്ന് ഞാൻ അതി നെ വിശേഷിപ്പിച്ചാലും റസാക്ക് പരിഹസിക്കും. കണ്ടില്ലേ വളിഞ്ഞ ഫി ലോസഫി.

ഷിവാസ് റീഗൽ.

അറിഞ്ഞ രഹസ്യത്തിന്റെ വൈവിധ്യങ്ങൾ തേടിയുള്ള യാത്രയാണ് ഒടുവിൽ എന്നെ ഇവിടെ എത്തിച്ചിരിക്കുന്നത്.

അടുക്കളിയിലെ ഏകാന്തതയിൽ സാറയിപ്പോഴും തിരക്കിട്ട പണി യിൽത്തന്നെ. ഇടയ്ക്ക് ഗ്ലാസുകൾ പരസ്പരം ഉമ്മവെയ്ക്കുന്നതിന്റെയും പാത്രങ്ങൾ തമ്മിൽ കലഹിക്കുന്നതിന്റെയും സ്വരങ്ങൾ കാതിലെത്തുന്നു. വറുത്ത താറാവിറച്ചിയും ശീമമദ്യവും ഞങ്ങൾ, നസ്രാണികളുടെ ഒരു കൊച്ച് അഹങ്കാരമാണ്. അതിനൊപ്പം തൊട്ടുകൂട്ടാൻ സാറയെന്ന സുന്ദ രിയും അടുത്തുണ്ടായിരുന്നെങ്കിൽ, ഒന്നോർത്തുനോക്കൂ, ഇതിനേക്കാൾ വലിയ ആനന്ദം വേറെയിനി ജീവിതത്തിലുണ്ടാകാനില്ല.

ആ നേരത്താണ് ഇങ്ങനെ മരണ ചിന്തയെന്നോർമ്മവേണം. അത് യാതൃശ്ചികമായി കടന്നുവന്നതല്ല.

മരണത്തിന്റെ ആ അടയാളം.

വീടിന് അല്പം അകലെയുള്ള, ഒരു കൂട്ടുകാരന്റെ വീടിന്റെ വൃത്തി യുള്ള ടോയ്‌ലറ്റിലാണ് ഞാനത് കാണുന്നത്. ഒന്നോർത്തുനോക്കൂ, അ തിലെ ട്രാജഡി. സത്യത്തിൽ ഞാൻ ഇവിടെ വരുമെന്നും അതുകാണു

മെന്നും ദൈവം നിശ്ചയിച്ചിരിക്കുമോ? ഇപ്പോൾ നിങ്ങൾക്ക്, ഒരു ഏകദേശ ധാരണ കിട്ടിയിട്ടുണ്ടാകുമെന്ന് ഞാൻ വിചാരിക്കട്ടെ. സാറ നിങ്ങൾ വിചാരിക്കുന്നതുപോലെത്തന്നെ എന്റെ ഭാര്യയല്ല. എന്റെ സുഹൃത്തും ബാല്യകാല സഹപാഠിയും സർവ്വോപരി ബന്ധുവുമായ ഒരു സ്നേഹിതന്റെ പരിശുദ്ധയായ ഭാര്യയാണ്. പരിശുദ്ധ എന്ന പദത്തിൽ നെറ്റിചുളിക്കേണ്ട. അവൾ ഇതുവരെ തെറ്റുചെയ്തതായി ഞാൻ കണ്ടിട്ടും കേട്ടിട്ടുമില്ല. ഇവിടെയാണെങ്കിൽ അവൾ പ്രമാണങ്ങൾ ലംഘിക്കുവാൻ തയ്യാറായതേയുള്ളൂ. ഇനിയും മനസ്സുമാറിക്കൂടെന്നില്ല.

ഇരുപത്തിനാലു വയസ്സിന്റെ നിറയൗവ്വനത്തിൽ, ജീവിതത്തിന്റെ എല്ലാ പ്രലോഭനങ്ങളുമായി കഴിയുന്ന ഒരു സ്ത്രീ.

മൂത്രശങ്കതോന്നി, കുളിമുറിയിലേക്ക് കാൽവെച്ചപ്പോൾത്തന്നെ അതെന്റെ കണ്ണിലുടക്കി. ഒരു കാന്തമുനപോലെ. അത്യപൂർവമായ ഒരു ജനുസ്സിൽപ്പെട്ട പൂവ്. കിഴക്കനേഷ്യൻ രാജ്യങ്ങളിൽ കാണുന്നതരത്തിൽപ്പെട്ട ഹൈഡ്രാഞ്ചിയാപൂവ് പോലെയായിരുന്നു അതിന്റെ ഇതളുകൾ. എന്നാൽ അതിന് വെളുത്തതോ മഞ്ഞയോ നിറമായിരുന്നില്ല. കറുപ്പുതന്നെയെന്ന് വിധിയെഴുതാവുന്ന വൈലറ്റ് നിറം. വല്ലാത്തൊരു ആകർഷണമുണ്ടായിരുന്നു അതിന്.

ധാരാളം ക്രൈംനോവലുകൾ വായിച്ചതിന്റെ അറിവിൽനിന്നാണ് അത് മരണത്തിന്റെ അടയാളമാണെന്ന് എനിക്ക് ഊഹിക്കുവാൻ കഴിഞ്ഞത്. കാലാകാലങ്ങളായി ക്രൈംനോവലുകൾ പരിഷ്ക്കരിക്കാറുണ്ടെങ്കിലും നമുടെ നാടകത്തിലെ ചില പഞ്ച് ഡയലോഗുകൾ പോലെത്തന്നെ മരണത്തെ കാല്പനികമായി അടയാളപ്പെടുത്തുവാൻ അപസർപ്പക കഥാകാരന്മാർ ഇത്തരം അടയാളങ്ങളെയും ബിംബങ്ങളെയും ഇക്കാലത്തും ധാരാളമായി ഉപയോഗപ്പെടുത്തുന്നു.

മദ്യപാനം തുടങ്ങിയതിനുശേഷമാണ് വായനയെ ഞാൻ കൈവിട്ടുകളഞ്ഞത്. അതുവരെയും ക്രൈംനോവലുകളായിരുന്നു എനിക്ക് ഏറ്റവും ഇഷ്ടപ്പെട്ട ലഹരി. ഇംഗ്ലീഷ് പുസ്തകങ്ങൾത്തന്നെ തേടിപ്പോയി വായിക്കുമായിരുന്നു. എന്നാൽ സാധാരണക്കാരനായ ഏതൊരു മലയാളിയെയും പോലെ നാല്പതിന്റെ പടിയിലേക്ക് പ്രായം കടന്നുകയറിയതോടെ വായനയുടെ രസചരടുകൾ മുറിഞ്ഞു. എന്തിലും വിരസതയുടെ മഞ്ഞപ്പാടകൾ പറ്റിപ്പിടിക്കുവാൻ തുടങ്ങി.

ചെയ്ത ബിസിനസ്സുകളെല്ലാം വൻപരാജയങ്ങളായിത്തീർന്നപ്പോഴാണ് ആ വിരസത ജീവിതത്തിലേക്ക് കയറിവന്നത്. എന്തിലും പരാജയമായിരുന്നു കാത്തിരുന്നത്. ഞാൻ എന്നെത്തന്നെ ന്യായികരിക്കുകയാ

ണെന്ന് വിചാരിക്കരുത്. വിഷായാസക്തിയുള്ള എല്ലാവർക്കും അതിനും ന്യായീകരണങ്ങൾ ഉണ്ടായിരിക്കും. വിവാഹമാണോ ബിസിനസ്സാണോ പരാജയമെന്നു ചോദിച്ചാൽ രണ്ടും എന്ന ഉത്തരമായിരിക്കും കിട്ടുക. എന്നാൽ ഇവ രണ്ടും പരസ്പര പൂരകങ്ങളാണ്. വിവാഹം പരാജയപ്പെട്ടാൽ അത് ബിസിനസ്സിനെ സാരമായി ബാധിക്കും. തിരിച്ചും അങ്ങനെ ത്തന്നെ.

വിവാഹം ഒരു ട്രപ്പീസ് കളിക്കാരന്റെ കയ്യിലെ കുന്തമുനയാണെന്ന് പറഞ്ഞത് സാർത്രാണെന്നാണെന്റെ ഓർമ്മ. തെറ്റാണങ്കിൽ ഒരു മദ്യപന്റെ ഓർമ്മക്ഷയമാണെന്നു കരുതി ക്ഷമിക്കണം. സത്യമാണ് അതെന്ന് തോന്നുന്നു. ഇവിടത്തന്നെ നോക്കു, ഞാൻ പരാജയപ്പെട്ട ഒരു വിവാഹത്തിലെ ഇര. സാറയും അതെ. എന്നാൽ ആ പരാജയപ്പെട്ട രണ്ടുപേരുടെയും വിജയത്തിന്റെ നിമിഷങ്ങളാണിനി വരാൻ പോകുന്നത്.

അനഃപത്യദുഃഖമാണ് സാറയെ വേട്ടയാടുന്നത്. കല്യാണം കഴിഞ്ഞ് ഏഴുവർഷമായിട്ടും അവർക്ക് കുട്ടികളുണ്ടായില്ല. പലവിധ ചികിത്സകളും പരീക്ഷണങ്ങളും അവരെ നിരാശയുടെ ഗിരിശൃംഗങ്ങളിലെത്തിച്ചു. കുട്ടികളുണ്ടാകാത്തത് ഭാര്യയുടെ കുഴപ്പംകൊണ്ടാണെന്ന് സജിയും ഭർത്താവിന്റെ കുഴപ്പമാണെന്ന് സാറയും വിശ്വസിക്കുന്നു. അവർക്കിടിയിലെ സ്നേഹം പതുക്കെ ലാവയായിത്തീരുന്നു. സർപ്പിളമായൊരു പക ഇരുവർക്കുമിടയിൽ ഉടലെടുക്കുന്നു. ഒരു കൂരയ്ക്കുള്ളിൽ സിംഹങ്ങളെപോലെ ചെറിയ കാര്യങ്ങൾക്കുപോലും അവർ പരസ്പരം വഴക്കടിക്കുന്നു. കലഹിക്കുന്നു. ചെറിയ ചെറിയ അസംതൃപ്തികൾ അവരുടെ ജീവിതത്തെ കുഴക്കിയെടുക്കുന്നു. അതിന്റെ ഗർത്തം വ്യാപിക്കുന്നു. സ്വന്തം കിടപ്പറയിലേക്ക് പരപുരഷനെ ക്ഷണിക്കുവാൻ മാത്രം അതു വികസിക്കുന്നു.

സ്കൂൾ അധ്യാപകനായ സജി കുട്ടികളെയും കൊണ്ട് വർഷാന്ത്യ വിനോദ സഞ്ചാരത്തിനുപോയ സമയംതന്നെയാണ് നല്ല സമയമെന്ന് സാറ തീരുമാനിക്കുന്നു. ദിവസവും സമയവും അവൾ കൃത്യമായി വാട്സ്ആപ്പ് ചെയ്യുന്നു. അതിനായി ഭാര്യയെ ഞാൻ നാട്ടിലേക്ക് പറഞ്ഞയക്കുന്നു. പോകാൻ വിസ്സമതിച്ചുനിന്ന പ്രിയപ്പെട്ടവൾക്ക് പണവും സമ്മാനങ്ങളും നൽകുന്നു. അവൾ സ്വന്തം തറവാട്ടിലെത്തിയെന്ന് ഡ്രൈവറെ വിളിച്ച് ഉറപ്പുവരുത്തുന്നു. സുഹൃത്തുക്കളുമായി നേരത്തെ സമ്മതിച്ചുറപ്പിച്ചിരുന്ന ഗസൽരാത്രി വേണ്ടെന്ന് വെയ്ക്കുകയും പകരം അവരുടെ സന്തോഷത്തിലേക്ക് പൊട്ടിക്കാത്ത ഒരു ഷിവാസ് റീഗലിനെ പറഞ്ഞയക്കുകയും ചെയ്യുന്നു. ഇത്രയും ചെയ്തതിനുശേഷമാണ് സമാ

ധാനത്തോടെ, പന്ത്രണ്ടുവർഷം ഉർവ്വരമായ ഭൂമിക്കടിയിൽ വിശ്രമിച്ചു കന്യകയായി തിരിച്ചെത്തിയ ഷീവാസ് റീഗലിന്റെ കഴുത്ത് ആസക്തിയോടെ ഞാൻ തലോടുന്നത്.

നിത്യവും കാണുന്ന സാറയുടെ നോട്ടങ്ങളിലെ പിശകുകളായിരുന്നു ഈവിധം അവളുമായി ഞാൻ അടുക്കാനുണ്ടായ കാരണം. അതുവരെ ഫോണിലേക്ക് കുശലന്വേഷണങ്ങളായി സാറ പ്രവേശിച്ചുകഴിഞ്ഞിരുന്നു. ചെറിയ ചെറിയ വർത്തമാനങ്ങളിലൂടെ ആസക്തിയുടെ ഒരു കൊടുമുടി അവൾ പണിതുവെച്ചു. രാത്രികളാണ് ആ കോളുകൾ എത്തിയിരുന്നത്. മിക്കതും ഭർത്താവിനോട് ശണ്ഠകൂടിയതിനുശേഷമുള്ള ആശ്വാസവിളികൾ. മരുന്നിനൊപ്പം മയിലെണ്ണ പുരട്ടുവാനുള്ള കഴിവ് നീന്താനുള്ള പോത്തിന്റെ സിദ്ധിയോളംതന്നെ മനുഷ്യനും ദൈവം നൽകിയിട്ടുണ്ട്.

കിടപ്പറയിൽ, ഞാനിന്നോളം അറിഞ്ഞതിൽവെച്ച് ഏറ്റവും മദാലസയായ സ്ത്രീയായിരുന്നു സാറ. അവൾ ഒരു കടലായിരുന്നു. പുഴയായിരുന്നു. അരുവിയായിരുന്നു. ഒടുവിൽ ഒരു നീർച്ചോലയായി അവൾ പൊട്ടിത്തകരുകയായിരുന്നു. വർഷങ്ങൾക്കുശേഷം ഒരു കാട്ടരുവിയിൽ കുളിച്ചവന്റെ ആമോദകത്തോടെയും ഹർഷാരവത്തോടെയും സന്തോഷത്തോടെയും ലഹരിയോടെയും പുളകങ്ങളോടെയും ഞാനവളെ കെട്ടിപ്പിടിച്ചുറങ്ങുന്നു; വീഞ്ഞിന്റെ ലഹരിപോലെയുള്ള ഉന്മാദവുമായി.

ഓരോ രതിയും ഓരോ സുഗന്ധമാണ് സ്ത്രീകൾക്ക്. അതിന്റെ തളർച്ചയിലും ലഹരികളിലും അവൾ സ്വച്ഛന്ദമായി ഉറങ്ങും. സ്വർഗത്തിലെ പൂമ്പാറ്റകളായി പ്രണയിച്ചുനടക്കുന്നത് അവർ സ്വപ്നംകാണും. ഉറക്കത്തിൽനിന്ന് എന്തോ ശബ്ദംകേട്ടാണ് ഞാൻ ഞെട്ടിയുണർന്നത്. അടുക്കളയിൽനിന്നായിരുന്നു ശബ്ദം. അത് വ്യക്തമായും എന്നെ വിളിച്ചുണർത്തുകയും ചെയ്തു. ഒരു കുപ്പിവീണു പൊട്ടുന്നതിന്റെയും മറ്റൊന്നു ഉരുളുന്നുതിന്റെയും ശബ്ദങ്ങൾ. കാതോർത്ത് നോക്കിയെങ്കിലും തുടർന്ന് ഒന്നും കേൾക്കുവാൻ കഴിഞ്ഞില്ല. ഇരുണ്ട നിശ്ശബ്ദത. ഒരു പൂച്ചയുടെ കരച്ചിൽപോലും എവിടെയും മുഴങ്ങുന്നില്ല. സജി തിരിച്ചെത്തിയതായിരിക്കുമോയെന്നാണ് ആദ്യം ഭയന്നത്. എന്നാൽ അയാൾ അടുക്കളവശത്തുകൂടെയല്ല, മുന്നിലെ വാതിലിലൂടെയാണ് കടന്നുവരിക.

എഴുന്നേറ്റ് ലൈറ്റ് തെളിച്ചപ്പോൾ ഒരു നിഴൽ തെന്നിമാറുന്നതുപോലെ എനിക്ക് തോന്നിയതോ, എന്തോ. ആരാണത്? ഉള്ളിലെ ഭയം ഇതുപോലെ മനസ്സിൽ നിഴലുകൾ സൃഷ്ടിച്ചേക്കാം. എന്നിലെ വിവേകിയായ മനുഷ്യൻ മനസ്സിനെ ഉണർത്തി. ഞാൻ കുളിമുറിയിലേക്ക് നടന്നു. വ്യ

ക്ഷണത്തിൽ നിറഞ്ഞുകിടന്നിരുന്ന യൂറിൻ മുറിച്ചു മുറിച്ചു പാസ് ചെയ്തു.

തിരിച്ചു ബാത്ത് റൂമിൽനിന്ന് ഇറങ്ങാൻ തുനിഞ്ഞപ്പോഴാണ് ഞാനത് ശ്രദ്ധിച്ചത്. വാഷ്ബേസിനരികിലെ സോപ്പുവയ്ക്കുന്ന സ്ഥലത്തു നേരത്തെ കണ്ടിരുന്ന ആ വൃത്തികെട്ട പൂവ് അപ്രത്യക്ഷമായിരിക്കുന്നു. ആരാണ് അതവിടെ നിന്നുമാറ്റിയത്? ഒരുപക്ഷേ അതുകണ്ട് ഭയക്കേണ്ടയെന്നു കരുതി സാറ തന്നെയാവുമോ അതെടുത്തിരിക്കുക?

പുറത്ത് അതിശക്തമായൊരു കാറ്റടിച്ചു. ഒരു മഴയ്ക്കുള്ള കോള് പ്രകൃതി ഒരുക്കിക്കൊണ്ടിരിക്കുകയാണ്. വൃക്ഷത്തലപ്പുകൾ ഭ്രാന്തമായി ഉലയുന്നത് ജനലിലൂടെ ഞാൻ കണ്ടു. ജാലകവിരികൾ വിളറിയെടുത്ത കുന്തിരിയാട്ടിൻപറ്റങ്ങളെപോലെ തുള്ളിക്കളിക്കുന്നു. അതാ നോക്കൂ, നീലജാലകത്തുണികൾ പാകിയ ആ ജനലിന്റെ പൊളികൾ ആരാണ് തുറന്നിട്ടിരിക്കുന്നത്?

നേർത്ത ഒരുൾഭയം എന്നെ ഗ്രസിച്ചു. അത് എനിക്ക് അപരിചിതമായൊരു ഭയമായിരുന്നു. വിവേകിയായ ഒരു മനുഷ്യൻ തീർത്തും അന്ധവിശ്വാസങ്ങൾക്ക് കീഴ്പ്പെടുന്ന ഒരു നിമിഷമുണ്ട്. അതവന്റെ ആണിക്കല്ലു തകർക്കും. അത്തരം നിമിഷങ്ങളിലാണ് അസ്ഥികളെ തണുപ്പിക്കുന്ന ഭയവുമായി വിധി നമ്മെ വെല്ലുവിളിക്കുവാനായി എത്തുക.

മുറിയിൽ സാറ രതിയുടെ ആലസ്യത്തിൽ ഒന്നുമറിയാതെ ഉറങ്ങുകയാണ്. ഒരു കൊച്ചുകുട്ടിയുടെ നിഷ്ക്കളങ്കത അവളുടെ മുഖത്തു തുടിക്കുന്നു. ഒരു റോസാപ്പൂവിനെ ഉമ്മവെയ്ക്കാനെന്നതുപോലെ അവളുടെ കൂമ്പിയ ചുണ്ടുകളിൽ, ഒരു ചുംബനം വിലങ്ങിനിൽക്കുന്നു. പുതപ്പിനുള്ളിൽ വീർപ്പുമുട്ടി നിൽക്കുന്ന രതികുംഭങ്ങൾ. വെളുത്ത തൊലിയിൽ നിറയെ എഴുന്നുനിൽക്കുന്ന രോമാഞ്ചകുമിളകൾ. എനിക്കും അവൾക്കും ഇടയിൽ വിസിറ്റിംഗ് മുറിയുടെ ദൈർഘ്യമേറിയ ഒരു വരാന്തയുണ്ടായിരുന്നു. അതിന്റെ ഒത്തനടുവിലായിരുന്നു ടീപോയിയും അതിൽ പാതിയായി വെച്ചിരുന്ന മദ്യവും. പൊടുന്നനെ തൊണ്ട വരളുന്നതുപോലെ എനിക്ക് തോന്നി.

ടീപോയിക്കരികിലെത്തി ഗ്ലാസിലെ മദ്യം മറ്റൊരു പാത്രത്തിലേക്കൊഴിച്ച് ഞാൻ അതിൽ കൂജയിൽനിന്നെടുത്ത വെള്ളം നിറച്ചു. പിന്നീട് പെട്ടെന്ന് അതു വലിച്ചുകുടിച്ചു. പൊടുന്നനെ ആരോ ഒരാൾ എന്റെ കഴുത്തിൽ ഞെക്കിപ്പിടിക്കുന്നതുപോലെ എനിക്കനുഭവപ്പെട്ടു. അതു മരണംതന്നെയാണെന്ന് എന്തോ എനിക്കു തീർപ്പുണ്ടായിരുന്നു. മരണത്തിന്റെ മാലാഖയുടെ സാന്നിദ്ധ്യം സത്യത്തിൽ എനിക്കരികിൽ അദൃശ്യമാ

യുണ്ട്. അവൾ എല്ലാം കാണുന്നു. കേൾക്കുന്നു.അനുഭവിക്കുന്നു.അവൾ എനിക്ക് പുറകുവശംതിരിഞ്ഞായിരുന്നു നിന്നിരുന്നത്. അവൾക്ക് എന്നേക്കാൾ നീളമുണ്ട്. സാറയേക്കാൾ സുന്ദരിയായിരുന്നു അവൾ. എന്നാൽ പേടിപ്പിക്കുന്ന എന്തോ ഒന്ന് അവളുടെ മുഖത്തുണ്ടായിരുന്നു. പതുക്കെ, കഠിനമായ വിഷത്തിന്റെ കൂർത്ത പല്ലുകൾ കഴുത്തിലെ ഞരമ്പുകളിലേക്ക് ആഴ്ന്നിറങ്ങിക്കൊണ്ടിരുന്നു. രക്തക്കുഴലുകൾ ഓട്ടപ്പെട്ട് അറ്റുതൂങ്ങുന്നതുപോലെയും ചോര ശരീരത്തിലാകമാനം പടരുന്നതിന്റെയും ഭ്രാന്തമായൊരു പുളകം എനിക്കപ്പോൾ അനുഭവിക്കാൻ കഴിഞ്ഞു. ആ ഒരു നിമിഷത്തിൽ നേരത്തെ കണ്ട ആ വൃത്തികെട്ട പൂവ് ടീപോയിലെ പാത്രത്തിൽ വിശ്രമിക്കുന്നത് ഭയമാളിയ എന്റെ രണ്ടുകണ്ണുകളും ഒരു നിമിഷം കണ്ടെത്തി. തൊണ്ടപൊത്തി, നിലവിളിച്ചുകൊണ്ട് താഴേക്ക് വീഴുമ്പോൾ അതിന്റെ നനഞ്ഞ ഇതളുകളിൽ ഒരു പുഞ്ചിരി വിടരുന്നതുപോലെ എനിക്ക് തോന്നി.

അതെ, മരണത്തിന്റെ മാലാഖയുടെ ചിരി!

19. നിഗമനങ്ങൾ

2020 ഫെബ്രുവരി 8, 8.30 am

പോലീസ് ക്രോസ് ഫെൻസുകടന്ന് കാഹിം ഇബ്രാൻ മുന്നോട്ട് നടന്നു. ആളുകൾ ചുറ്റും കൂടിനില്ക്കുന്നുണ്ടായിരുന്നു. പുലർച്ചെ, ഇത്ര വേഗം ന്യൂസ് ബ്രേക്ക് ചെയ്തതെങ്ങനെയെന്ന് അത്ഭുതപ്പെട്ടുപോയി കാഹിം.

ഏറ്റവും ദുഷ്ക്കരം പത്രക്കാരുടെ തള്ളിക്കയറ്റമായിരുന്നു. ടി.വി ചാനൽ റിപ്പോർട്ടർമാർക്ക് കുറ്റവാളിയെ സ്പോട്ടിൽ ലൈവായി പിടികൂടുന്നതാണ് പ്രേക്ഷകർക്കുമുന്നിൽ പ്രദർശിപ്പിക്കേണ്ടതെന്നു തോന്നി.നാലോ അഞ്ചോ ഒബി വാനുകളും സ്ഥലത്തുണ്ടായിരുന്നു. പല ചാനലുകാരും അത് ലൈവായി റിപ്പോർട്ട് ചെയ്യുന്നു. നഗരത്തിലെ കൊലപാതകം വലിയ സെൻസേഷണൽ ന്യൂസാക്കി മാറ്റുവാനാണ് ശ്രമം. ഭാഗ്യത്തിന് ഇക്കാര്യത്തിൽമാത്രം അവർ പോലീസിനെ തെറി പറയുന്നില്ല.

വലിയ ചാക്കിൽ പൊതിഞ്ഞുകൊണ്ടിട്ടതുപോലെയായിരുന്നു മോഹനചന്ദ്രന്റെ ബോഡി പാളത്തിനു സമീപം കിടന്നിരുന്നത്. ട്രെയിൻ ബോഡിയിൽ സ്പർശിക്കരുതെന്ന് കൊലപാതകിക്ക് നിർബന്ധമുള്ളതുപോലെ തോന്നി.

അമ്പത്തൊന്നുകാരനായ റെയിൽവേ പോർട്ടറായിരുന്ന മുരുകൻ എന്ന തമിഴനായിരുന്നു ദൃക്സാക്ഷി. ധൃതിയിൽ സ്റ്റേഷനിലേക്കെത്തിച്ചേരുവാൻ ഒരു ബീഡിവലിച്ചുകൊണ്ടു നടക്കുകയായിരുന്ന അയാൾ 'ഹമ്മോ'യെന്ന നിലവിളിയോടെ എന്തിലോ തട്ടിവീഴുകയായിരുന്നു. നോക്കുമ്പോൾ അതൊരു മൃതദേഹമാണെന്ന് ബോധ്യമായി. അയാൾക്കതൊരു പുതുമയുള്ള കാഴ്ചയല്ല. പലരും ആ സ്റ്റേഷൻ പരിസരത്ത് ട്രെയിൻ തട്ടി മരിക്കുക പതിവായിരുന്നു. പലപ്പോഴും മൃതദേഹങ്ങൾ ചുമക്കാനും മറ്റും അയാൾ സഹായിക്കാറുമുണ്ടായിരുന്നു. ട്രോമോകെയർ യൂണിറ്റിലെ അംഗമാണയാൾ. അയാളുടനെ സ്റ്റേഷൻ മാസ്റ്ററെ വിവരമറിയിച്ചു. മിസ്സിംഗ് റിപ്പോർട്ട് വന്നിട്ടുള്ള നഗരത്തിലെ എല്ലാ കേസുകളും ഉടനെ പരതുവാനാണ് സാം അലക്സ് ആദ്യം സന്ദേശമ

യച്ചത്. മരണപ്പെട്ടത് ആരെന്നു തിരിച്ചറിയുകയാണ് പ്രാഥമിക ദൗത്യം.

ടി.വിയിലും പത്രത്തിലും സോഷ്യൽമീഡയകളിലുംന്യൂസ് ഫ്ര ഡായി. വൈകുന്നേരത്തോടെ ബോഡിയിൽ അവകാശമുന്നയിച്ച് അയാളുടെ പ്രായമായ അമ്മയും ചെറുപ്പക്കാരിയായ ഭാര്യയും എത്തിയെന്നു റിപ്പോർട്ടു ചെയ്യപ്പെട്ടു.

ബോഡിയുടെ പരിസരത്തൊന്നും യാതൊരു അടയാള ചിഹനങ്ങളുമില്ലായിരുന്നു. സൂക്ഷ്മപരിശോധനയിൽ അങ്ങനെയൊന്ന് കണ്ടെത്താനായില്ല. നേരത്തെ ചെയ്ത കൊലകളുടെ തുടർച്ചയാണ് നഗരത്തിലെ ഈ കൊലപാതകമെന്ന് കാഹിമിന് ഉറപ്പുണ്ടായിരുന്നു.സാഹചര്യത്തെളിവുകൾ ഒന്നും കൂട്ടിനുണ്ടായിരുന്നില്ലെങ്കിലും മൃതദേഹത്തിൽ കണ്ട ചില അടയാളങ്ങളായിരുന്നു അതിനു നിദാനം. വീർത്തുപൊട്ടാറായ തൊണ്ട. തുറിച്ചു കിടക്കുന്ന കണ്ണുകൾ.വസ്ത്രത്തിലെ അഴുകിയ വിസർജ്യങ്ങളുടെ മടുപ്പിക്കുന്ന ഗന്ധം.

ഒറ്റനോട്ടത്തിൽത്തന്നെ അയാളുടെ മരണം സയനൈഡ് പോയിസണിങ്ങാണെന്ന് അയാൾ ഗണിച്ചു. പക്ഷേ അതിന് ശാസ്ത്രീയമായ പിൻബലം വേണ്ടിയിരിക്കുന്നു.

പോസ്റ്റുമോർട്ടം ചെയ്തതിനുശേഷം ഔദ്യോഗിക ജോലി തീർക്കുന്നതിനുവേണ്ടി ഒരു ദിവസം ബോഡി മെഡിക്കൽ കോളജിലെ മോർച്ചറിയിലേക്ക് കൊണ്ടുപോയി. കൊല്ലപ്പെട്ടത് മോഹന ചന്ദ്രൻ എന്ന ചെറുപ്പക്കാരനാണെന്നും അയാൾക്ക് നഗരത്തിൽ കള്ളടാക്സിയോടിക്കുന്ന പണിയായിരുന്നെന്നും അതിനാൽത്തന്നെ അയാൾക്ക് പലരുമായും ഇടപാടുള്ളതായും പോലീസ് കണ്ടെത്തി.

അടുത്ത ദിവസം പോലീസ് ഹെഡ്ക്വാർട്ടേഴ്സിലെ ഹാളിന്റെ ചുവരിലെ ബ്ലാക് ബോർഡിൽ കാഹിം ഇബ്രാൻ ഒരു ചിത്രം വരച്ചു. അതിങ്ങനെയായിരുന്നു.

'8 വർഷത്തെ ടൈംപിരിയഡിലാണ് ഈ കൊലപാതകങ്ങളെല്ലാം നടന്നിട്ടുള്ളത്. ഇതിൽ എല്ലാ കൊലപാതകങ്ങളും നമുക്ക് കണ്ടെത്തുവാൻ കഴിഞ്ഞിട്ടില്ല. തൽക്കാലം കൊലപാതകി പറയുന്നത് നമുക്ക് വിശ്വസിക്കാമെങ്കിൽ, ആദ്യകൊലപാതകം നടന്നിട്ടുള്ളത് 2012 ജനുവരി മാസമാണ്. അന്നാണ് ശോശാമ്മടീച്ചർ കൊല്ലപ്പെടുന്നത്. അടുത്ത വർഷം അതേ ദിവസംതന്നെ ഫാദർ ഗബ്രിയേലും കൊല്ലപ്പെട്ടു.'

'തുടർന്ന് അടുത്ത വർഷം സിവിച്ചായനും കൊല്ലപ്പെടുന്നു. അതിനുശേഷം വലിയ ഒരു ഇടവേളയുണ്ട്. മൂന്നു വർഷത്തെ ഇടവേള. അതായത് കൊലപാതകി മാനസികമായി സൗഖ്യം അനുഭവിച്ച കാലമാണ് ഇ

തെന്ന് കണക്കുകൂട്ടാവുന്നതാണ്. പിന്നീട് ഇപ്പോൾ മോഹനചന്ദ്രൻ എന്ന ചെറുപ്പക്കാരൻ. ഇതിനിടയിൽ കൊലപാതകങ്ങൾ നടന്നിട്ടുണ്ടോയെന്ന് നമുക്ക് പരിശോധിക്കേണ്ടതുണ്ട്'

കാഹിം തനിക്ക് മുന്നിലെ ആറു കണ്ണുകളിലേക്ക് ഉറ്റുനോക്കി. ഡെയ്സിയുടെ കണ്ണുകളിൽ ഒരു തിളക്കമുണ്ടാകുന്നത് അയാൾ പ്രത്യേകം ശ്രദ്ധിച്ചു.

'കൊലപാതകം നടന്നിട്ടുണ്ടാകണം സാർ. ഒരാൾ ഇതിനുള്ളിൽതീർച്ചയായും കൊലചെയ്യപ്പെട്ടിട്ടുണ്ട്.....'

'ഡെയ്സി, കാൻ യു എക്സ്പ്ലെയിൻ ഇറ്റ്?'

'ഷുവർ സാർ.' ഡെയ്സി ചുമൽകുലുക്കി ഊർജ്ജസ്വലതയോടെ എഴുന്നേറ്റു.

ആറു കണ്ണുകളും ഇപ്പോൾ അവളിലേക്ക് തിരിഞ്ഞു.

'സർ, ഈ കൊലപാതകത്തിന്റെ കാലഗണന വച്ചുനോക്കുമ്പോൾ ആ ഊഹം ശരിയായി വരുന്നുണ്ട്. 2012, 2013, 2014 ദെൻ 2017, 2020 ദാറ്റ് മീൻസ് 1, 1, 3, 3. ഇത് എന്റെ ഒരു നിഗമനമാണ് സാർ. ക്രിമിനോളജിയിൽ ഇതിന് സാധൂകരണമുണ്ട്. ഇവിടെ പ്രത്യേകിച്ചും ഇന്റലിജന്റായ ഒരു കൊലപാതകമാണ് നടന്നിരിക്കുന്നത് എന്നതിനാൽ ശാസ്ത്രീയ വിധി അവർ പഠിച്ചിട്ടുണ്ടാകും. മാത്രമല്ല, കൊലപാതകി നല്ലൊരു റീഡർ കൂടിയാണ്. ആം ഐ റൈറ്റ്?'

'ഷുവർ, യു ആർ. അവൾ ഒരു നല്ല വായനക്കാരി മാത്രമല്ല. നല്ലൊരു എഴുത്തുകാരിയുമാണ്. ഈ കേസിലെ ഏറ്റവും വലിയ അപൂർവ്വതയാണ് അത്. ഇരയുടെ മാനസികനില വളരെയധികം പഠിച്ചശേഷം അവൾ അത് ബുദ്ധിപൂർവ്വം റീക്രിയേറ്റ് ചെയ്തിരിക്കുകയാണ്. ഈ ഡയറികളൊന്നും സത്യമല്ല. വ്യാജമാണ്. അതായത് ഇരയുടെ പക്ഷത്തുനിന്ന് ഒരു കൊലപാതകിതന്നെ എഴുതിത്തയ്യാറാക്കിയ ഡയറിക്കുറിപ്പുകൾ.'

ഹാളിൽ ഒരു നിശബ്ദത പരന്നു. കാഹിമിന്റെ ചുണ്ടുകളിൽ ഒരു പുഞ്ചിരിയും. അയാൾ തന്റെ സഹപ്രവർത്തകരെ കൂലങ്കൂഷമായി നേരിട്ടു. ഇത് കാഹിമിന്റെ ഒരു രീതിയാണ്. ഒരുപക്ഷേ അയാൾ അന്വേഷിച്ചിട്ടുള്ള പലകേസുകളിലും വിജയംകണ്ടിട്ടുള്ള പരീക്ഷണം. എല്ലാവർക്കും ഓരോ ടാസ്ക് വിഭജിച്ചുകൊടുക്കുക. അവർ അതിനെക്കുറിച്ചുമാത്രം പഠിക്കുക. നിരീക്ഷണം നടത്തുക. അതിനു ബലംനൽകുന്ന തെളിവുകൾ കണ്ടെത്തുക. ഓരോരുത്തരും സ്വന്തം നിഗമനങ്ങൾ ശരിയാണെന്നു തെളിയിക്കുന്നതിനുവേണ്ടി മത്സരാടിസ്ഥാനത്തിൽ ജോലിചെയ്യു

മെന്നതായിരുന്നു അതിന്റെ സവിശേഷത

'സന്ദീപ്, വാട്ടീസ് യുവർ തോട്സ് ആന്റ് ഫൈൻഡിംഗ്സ്...'

സന്ദീപ് ഒരു ഗായകൻ തന്റെ പ്രസിദ്ധമായ പാട്ടുപാടാനാവശ്യപ്പെട്ടതുപോലെ തൊണ്ട ശരിയാക്കി എഴുന്നേറ്റു. എന്നിട്ട് ആദ്യമായി ബ്ലാക്ക് ബോർഡിൽ ഒരു ഓർഗനൈസേഷൻ ചാർട്ടുവരച്ചു.

'നോക്കൂ, കൊല്ലപ്പെട്ടവരെല്ലാം ഒരു കുടുംബത്തിലെ അംഗങ്ങളാണെന്ന് കരുതാം. ശോശാമ്മഅതിലെ ഏറ്റവും മുതിർന്ന സ്ത്രീ. സിവിച്ചായൻ മുതിർന്ന പുരുഷൻ. ബേബിച്ചായൻ മൂത്ത മകൻ. ഡെയ്സി പറഞ്ഞ സ്ത്രീ ഒരു പക്ഷേ പുറത്തുള്ള ഒരു സ്ത്രീയാവാനും സാധ്യത കാണുന്നു. എനിവെ, എല്ലാവരും ക്രിസ്തു മത വിശ്വാസികളാണ്. എന്നാൽ ഏറ്റവും അവസാനം മരിച്ചയാൾ ഒരു ഹിന്ദുവാണ്. മോഹനചന്ദ്രൻ. അതായത് കൊലപാതകം കുടുംബത്തിൽനിന്ന് പുറത്തെത്തിയിരിക്കുന്നു. ഇവിടെ കൊലപാതകി അജയ്യയാവുകയാണ്. മാത്രമല്ല, നേരത്തെയുണ്ടായിരുന്ന ഘാതകയുടെ ലക്ഷ്യങ്ങളിൽനിന്ന് അവൾ ഇപ്പോൾ വ്യതിചലിച്ചതുപോലെയും കാണാം. സത്യത്തിൽ മോഹനചന്ദ്രൻ അവളുടെ നേരത്തെ നിശ്ചയിക്കപ്പെട്ട ഇരയല്ലെന്നാണ് തോന്നുന്നത്.'

'വാട്ടിസ് ദ മോട്ടീവ്.....?'

'അതെന്നെ കുഴക്കുന്നുണ്ട് സാർ. സ്വത്തു തട്ടിയെടുക്കാനാണെന്ന് ആദ്യം സംശയിച്ചിരുന്നെങ്കിലും അത് പിന്നീട് ശരിയല്ലെന്ന് മനസ്സിലായി. എനിക്ക് തോന്നുന്നത്. ഏതോ രഹസ്യം അവൾ സൂക്ഷിക്കുന്നു. അതറിയുന്നവരെയെല്ലാം കൊല്ലുന്നു. ഒരു സിഗ്സാഗ് മൂവ്മെന്റാണ് കൊലപാതകങ്ങളിൽ കാണുന്നത്...'

'വാട്ടബൗട്ട് യു, പീറ്റർ.....?'

'കൊലപാതകി ഒരു സൈക്കോപാത്താണെന്നാണ് ഞാൻ വിചാരിക്കുന്നത്. തനിക്ക് ഇഷ്ടപ്പെടാത്തകാര്യങ്ങൾ അവരെ വല്ലാതെ ഹോണ്ട് ചെയ്യുന്നു. തനിക്കെതിരെ അവർ തിരിയുന്നുവെന്ന ഘട്ടംവരെ അവൾ പ്രതികരിക്കില്ല. എന്നാൽ ആ ഘട്ടംമെത്തിയാൽ അവൾ വയലന്റാകുന്നു. അസ്വസ്ഥത പെരുകിപെരുകി ഒരു കാൻസർപോലെ വളരുമ്പോൾ അവൾ ഉചിതമായ ചികിത്സ തേടുന്നു. ഡിലീറ്റ്. ഇരയെത്തന്നെ ഇല്ലാതാക്കുക. രോഗാതുരമായ സ്ഥലം കരിയിച്ചു കളയുന്നതുപോലെ. സത്യത്തിൽ അവൾ ഇപ്പോൾ നമ്മുടെ സമൂഹത്തിലെ ഒരു ക്യാൻസർ ചികിത്സകയാണ്. തനിക്കിഷ്ടപ്പെടാത്തതിനെയെല്ലാം ഉന്മൂലനം ചെയ്യുന്നവൾ. ഇതുപോലെ പ്രതികരിക്കുന്ന സോഷ്യോപാത്ത് ക്രിമിനലുകൾ വിദേശങ്ങളിൽ ധാരാളമായി റിപ്പോർട്ട് ചെയ്യപ്പെട്ടിട്ടുണ്ട്.'

മറ്റുള്ളവരുടെ പ്രതികരണങ്ങൾക്ക് കാക്കാതെ പെട്ടെന്നുതന്നെ താൻ പറഞ്ഞ കാര്യങ്ങളെല്ലാം അയാൾ ഒരു പേപ്പറിൽ എഴുതാൻ തുടങ്ങി. കൈയക്ഷരം മനോഹരമായതുകൊണ്ടുമാത്രം, കേസ് ഹിസ്റ്ററി എഴുതുന്ന ജോലി പീറ്ററിനാണ്.

'എല്ലാവരുടെയും നിഗമനങ്ങൾ തല്ക്കാലം ശരിയാണെന്നുതന്നെ നമുക്ക് കരുതാം. എതിർ അഭിപ്രായവും തെളിവും ലഭിക്കുന്നതുവരെ. ഞാൻ വീണ്ടും ഈ ഡയറിക്കുറിപ്പുകളിലേക്ക് തിരിച്ചുപോകുകയാണ്. ഈ കേസിന്റെ തുടക്കം ഈ ഡയറിക്കുറിപ്പുകളായിരുന്നു. അത് ഇനിയും വന്നുകൊണ്ടിരിക്കും. അതിനാൽ രണ്ടുദിവസത്തനകം ഒരു അറസ്റ്റ് നമുക്ക് അനിവാര്യമാണ്...'

കാഹിം ഇബ്രാൻ എല്ലാവരുടെ മുഖത്തേക്കും മാറിമാറി നോക്കി. ഇതുവരെ ഘാതക ആരാണെന്ന് ഐഡന്റിഫൈപോലും ചെയ്തിട്ടില്ല. ചിലചില നിഗമനങ്ങൾ മാത്രമാണുള്ളത്. അതുതന്നെ ശരിവയ്ക്കുന്ന സോളിഡ് എലമെന്റുകളില്ല. തെളിവുകളില്ല. ശൂന്യതയിൽനിന്ന് ഒരു കൊലപാതകിയെ എങ്ങനെ അറസ്റ്റുചെയ്യും? നാടുമുഴുവൻ കയ്യിലൊരു മൈക്കും ഒളിക്യാമറയുമായി അനേകം പത്രക്കാർ വിലസുമ്പോൾ ഇങ്ങനെയൊരു തീരുമാനത്തിലെത്തുന്നത് പരമ വിഡ്ഢിത്തമാവില്ലേ?

കാഹിമിന്റെ ചുണ്ടുകളിൽ ഇരുണ്ട ഒരു പുഞ്ചിരി മിന്നി.

'അവൾ പുറത്തുവരാൻ സ്വയം തയ്യാറെടുക്കുകയാണെന്ന് നിങ്ങളിൽ ആർക്കറിയാം? നമ്മൾ അവളെയല്ല, അവൾ നമ്മെ തേടിവരും. അപ്പോൾത്തന്നെ അറസ്റ്റ് ചെയ്യണോ വേണ്ടയോ എന്നതേ ചിന്തിക്കേണ്ടതുള്ളൂ. ലെറ്റ് സീ. നോക്കൂ, ഈ ഡയറിക്കുറിപ്പുകൾ എഴുതിയത് ഇരുപതിനും മുപ്പതിനും ഇടയിൽ പ്രായമുള്ള ഒരു സ്ത്രീയാണ്. അവൾ തന്നെയാണ് കൊലപാതകിയെന്ന് കരുതിയാൽ നമ്മൾ അന്വേഷിക്കുന്ന സ്ത്രീ അവൾ തന്നെ.'

'സർ, അതെങ്ങനെ നമുക്ക് തീർച്ചപ്പെടുത്താനാവും..?'

പീറ്റർ എഴുന്നേറ്റുകൊണ്ട് ചോദിച്ചു. എല്ലാവരും പതിവുപോലെ ചിരിച്ചു. ഇത്തരം വിഡ്ഢിചോദ്യങ്ങൾ അയാൾക്ക് ഇടയ്ക്ക് ചോദിക്കേണ്ടിവരുന്നു.

'കയ്യെഴുത്ത് ശാസ്ത്രമാണ് ആ വിധിയെഴുത്തിന് പിന്നിൽ. അവരുടെ അഭിപ്രായമാണ് നേരത്തെ സൂചിപ്പിച്ചത്. കടലാസിൽ എഴുത്തുകാരി നൽകുന്ന പ്രഷർ, കൈവിരലുകളുടെ ഊർജ്ജസ്വലത, വരികൾക്കിടയിലെ അകലങ്ങളിൽനിന്ന് കണ്ടെത്തുന്ന സൂക്ഷ്മത, കണ്ണുകളുടെ കൃത്യത. ഇവയിൽനിന്നൊക്കെ എഴുത്തുകാരുടെ പ്രായവും നമുക്ക് ഗ

ണിച്ചെടുക്കാം.'

കാഹിം ഇബ്രാൻ മേശയിലെ മഗ്ഗിൽനിന്ന് രണ്ടുകവിൾ വെള്ളം കുടിച്ചു. എന്നിട്ട് തുടർന്നു.

'മോഹനചന്ദ്രന്റെ മരണം സെൻസേഷണൽ ന്യൂസാണ്. നഗരത്തിൽ മരണങ്ങൾ പെരുകുന്നു. ജനം ഭയത്തിന്റെ മുൾമുനയിൽ. അഭ്യന്തര മന്ത്രി മൗനത്തിൽ. രാജ്യം അധോലോക രാജാക്കന്മാരുടെ കൈകളിലേക്കോ? അന്തിച്ചർച്ചകളും തുടങ്ങിക്കഴിഞ്ഞു. അതുകൊണ്ട് അറസ്റ്റ് നമുക്ക് ഒഴിവാക്കാനാകില്ല. അതേ സമയംത്തന്നെ അതിനുള്ള തെളിവുശേഖരണവും തുടങ്ങിക്കഴിഞ്ഞു. നാളെ കൊല്ലപ്പെട്ടവരുടെ കല്ലറ തുറന്ന് റീ പോസ്റ്റുമോർട്ടം നടത്തും. അതിനുള്ള പെർമിഷൻ പോലീസിനു കിട്ടിക്കഴിഞ്ഞു. എല്ലാവരും ജാഗ്രതയോടെയിരിക്കുക. ഇനിയുള്ള നാളുകൾ നമുക്ക് അതിസങ്കീർണമായിരിക്കും!'

കാഹിം ഇബ്രാൻ വാച്ചിലേക്ക് നോക്കി. നാലഞ്ചു നിമിഷങ്ങളായി അയാളുടെ സെൽ ഒച്ചയിട്ടുകൊണ്ടിരിക്കയായിരുന്നു.എന്നാൽ അത്രയും നേരം അയാളത് ഗൗനിച്ചതേയില്ല.

യോഗം ഡിസ്മിസ് ചെയ്യാൻ സമയമായെന്ന് ഡെയ്സി ഉറപ്പിച്ചു. അവൾ നോട്സ് ബുക്ക് മടക്കി. അതൊരു കൈബുക്കായിരുന്നു. ഇടയ്ക്ക് കിട്ടുന്ന ആശയങ്ങൾ കുറിച്ചിടാൻ അവൾ കരുതുന്ന പുസ്തകം. ബാഗിൽ അതു തിരുകിവെച്ച് തിരിഞ്ഞപ്പോഴേക്കും കാഹിം പുറത്തേക്ക് ഇറങ്ങിയിരുന്നു. പിജേറോയിൽ കയറിയിരുന്ന് അയാൾ ആർക്കോ ധൃതിയിൽ ഫോൺചെയ്യുന്നത് കാണാമായിരുന്നു. ഇടയ്ക്ക് ഡെയ്സിയെ നോക്കി ചിരിക്കാനും അയാൾ മറന്നില്ല.

നോർമൽ ജീവിതത്തിലേക്ക് അയാൾ തിരിച്ചെത്തിയതിൽ അവൾക്ക് അളവറ്റ സന്തോഷമുണ്ടായി. അതവളുടെ ഉള്ളിലെ മുറിവിനു മരുന്നാകുന്നു.ഒരേതൂവൽ പക്ഷികളാണ് തങ്ങളെന്ന് ഡെയ്സിക്കറിയാം. കാഹിം ഇബ്രാനു പ്രായം പക്ഷേ നാല്പതിനു മുകളിലാണ്. ഡെയ്സിക്ക് വെറും ഇരുപത്തിയൊന്നും.

നാളെ അവൾ അറസ്റ്റുചെയ്യപ്പെടും.

ഘാതക.

ആരായിരിക്കുമവൾ?

ഡെയ്സി ചിന്തിച്ചു. മൂന്നു സ്ത്രീകൾ അവരുടെ പട്ടികയിൽ നേരത്തെഉണ്ടായിരുന്നു. എന്നാൽ നാളെ അറസ്റ്റുചെയ്യപ്പെടാൻ പോകുന്നത് അവരാരുമല്ലെന്ന് ഡെയ്സിക്ക് തീർച്ചയുണ്ടുതാനും.

അവൾ ദീർഘമായി നെടുവീർപ്പിട്ടു.

20. ഡയറി -1883

നഗരത്തിൽ ഇനിയും കൊലപാതകങ്ങൾ നടക്കും. എന്തെന്നാൽ പാപികളായ സ്ത്രീകളും പുരുഷന്മാരും ദിനംപ്രതി പെരുകുകയാണ്. അതിനാൽ ആ നഗരകാഴ്ചകളിൽനിന്ന് നിങ്ങൾ നിങ്ങളുടെ പ്രിയപ്പെട്ട മിഴികളുടെ ജാലകം എന്റെ ജീവിതത്തിലേക്ക് തുറക്കുവിൻ! അതിലും കാണാം ചില ഹിംസാത്മകമായ നിമിഷങ്ങൾ.

മോഹനചന്ദ്രൻ മരിച്ചുകിടന്ന റെയിൽപാളത്തിനപ്പുറം ഒരു കിലോമീറ്റർ ചുറ്റളവിൽ ചരിത്രത്തിന്റെ ഗതകാലസ്മരണകളും പേറി കിടക്കുന്ന കനോലി കനാലിനരികിലൂടെ ഒരിക്കലെങ്കിലും നിങ്ങൾ സഞ്ചരിച്ചിട്ടുണ്ടോ? ആ കനാൽ പണിത മലബാറിലെ കലക്ടറായിരുന്ന ഹെൻട്രി വാലന്റയിൽ കനോലിയുടെ ഓർമ്മകളുള്ള മറ്റൊരു സ്ഥാപനം കൂടിയുണ്ട് ഈ നഗരത്തിൽ. കത്തീഡ്രൽ പള്ളിയും അതിനോടു ചാരിയുള്ള വിലപ്പെട്ട പുസ്തകങ്ങളുള്ള ലൈബ്രറിയും.

വിക്ടോറിയൻ മാതൃകയിൽ പണികഴിപ്പിച്ചിട്ടുള്ള ലൈബ്രറിയുടെ സമ്പത്ത് അതിലുണ്ടായിരുന്ന അമൂല്യങ്ങളായിരുന്ന പുസ്തകങ്ങൾതന്നെ. പതിനായിരക്കണക്കിന് പുസ്തകങ്ങൾ. ആയിരക്കണക്കിന് ടൈറ്റിലുകൾ. വിശാലമായ സ്ഥലത്തായിരുന്നു കത്തീഡ്രൽ പള്ളി. തന്റെ അവസാനകാലത്ത് കനോലി സായ്പ് ആ ലൈബ്രറിയിൽ വന്നിരുന്നു മെഴുകുതിരി വെട്ടത്തിൽ പുസ്തകം വായിച്ചിരുന്നത് ലോറസ് പാപ്പൻ തലമുറകളിലൂടെ പറഞ്ഞ് അപ്പനും ഒടുവിൽ ഞാനും അറിഞ്ഞു. നിങ്ങൾക്ക് ഇപ്പോൾ ഗൂഗിൾചെയ്താൽ കിട്ടുന്ന അദ്ദേഹത്തിന്റെ ഛായാചിത്രത്തിലും അദ്ദേഹം പുസ്തകം വായിച്ചിരിക്കുന്നതാണ് കാണാൻ കഴിയുക. ഒരു പുസ്തകത്തിന്റെ ആത്മാവറിയുന്നവനായിരുന്നു കനോലി സായ്പ്. അപ്പന്റെ മുതുമുത്തച്ഛനായിരുന്നു ലോറസ് പാപ്പൻ. നാലു തലമുറകളുടെ വിടവുണ്ടായിരുന്നു ലോറസ് പാപ്പനും അപ്പനും തമ്മിൽ. തലമുറകളായി മറ്റത്തിൽ കുടുംബാംഗങ്ങളായിരുന്നു ആ ലൈബ്രറി കൊണ്ടുനടന്നിരുന്നത്. അമ്പതാം വയസ്സിൽ മാപ്പിളമാർ അദ്ദേഹത്തെ വധിച്ചപ്പോൾ അതിന്റെ ചോരപ്പാടുകൾ ആ ലൈബ്രറിയിലും പരിസരത്തും കറകൾ വീഴ്ത്തി. ഒരു കലാപത്തിന്റെ തുടർച്ചയായിരുന്നു കലക്ടറുടെ മരണ

ത്തിൽ കലാശിച്ചത്.

രാത്രികാലത്ത് വീട്ടിൽ കയറി മാപ്പിളമാർ ആക്രമിക്കുന്ന സമയത്ത് മൂപ്പർ ദസ്തയേവ്സ്കിയുടെ ഒരുപുസ്തകം വായിക്കുകയായിരുന്നത്രെ. തൊട്ടടുത്ത് അദ്ദേഹത്തിന്റെ ഭാര്യയും ലോറൻസ് പാപ്പനുമുണ്ടായിരുന്നു. കഴുത്തിലാണ് ആക്രമികൾ വെട്ടിയത്. രക്തം ചീറ്റിയ പുസ്തകത്താളുകൾ വിറച്ചുപോയി. ഒരലർച്ചയോടെ അദ്ദേഹം വീണു.

സായ്പ്പിന്റെ അവസാന നിമിഷങ്ങൾ ലോറസ് പാപ്പന്റെ മടിയിൽ കിടന്നായിരുന്നു. മരിക്കുന്നതിനു മുമ്പ് സായ്പ് ലോറസ് പാപ്പനോടു പറഞ്ഞു. കത്തീഡ്രൽ പള്ളിക്ക് കിഴക്കേ പ്രദേശത്തു പരന്നുകിടക്കുന്ന അമ്പതു ഏക്കർ സ്ഥലത്തു സ്ഥാപിച്ച റോസാ എസ്റ്റേറ്റിന്റെ പ്രമാണങ്ങൾ തൊട്ടടുത്ത ലൈബ്രറിയിൽ ഇരിപ്പുണ്ട്. അത് ആർക്കും വിട്ടുകൊടുക്കരുത്. നിലമ്പൂരിൽ തേക്കു പ്ലാന്റേഷൻ നടത്തിയതുപോലെ റോസാ എസ്റ്റേറ്റിൽ തേക്കിനു പകരം റബ്ബർ തൈകളാണ് നട്ടുപിടിപ്പിച്ചിരിക്കുന്നത്. എട്ടുവർഷങ്ങൾ കഴിഞ്ഞാൽ അതിൽ പൊന്നു വിളയും. അതു മറ്റാർക്കും വിട്ടുകൊടുക്കരുത്.

അപ്രതീക്ഷിതമായ ആ രഹസ്യത്തിന്റെ കാഠിന്യത്തിൽ ലോറൻസ് പാപ്പന് നിയന്ത്രണം തെറ്റി. പള്ളിക്കു ചാരിയുള്ള ലൈബ്രറിയിലെത്തി അദ്ദേഹം ആ പ്രമാണങ്ങൾക്കായി രാവും പകലും പരിശോധന നടത്തി. ഒടുവിൽ മുപ്പതു പേജുള്ള കട്ടിയുള്ള കടലാസുകെട്ടുകൾ കണ്ടെത്തി.

ലോറൻസ് പാപ്പൻ തന്റെ യജമാനന്റെ ആത്മാവിനു സംപ്രീതിതോന്നുമാറ് ആ രഹസ്യം മറ്റാരുമറിയാതെ മരണംവരെ സൂക്ഷിച്ചു. കനോലി സായ്പിന്റെ കുടുംബക്കാർക്കും ബന്ധുക്കൾക്കുമൊന്നും അതിനെക്കുറിച്ച് യാതൊരു പിടിപാടുമുണ്ടായിരുന്നില്ല.മലബാർ കലാപം പൊട്ടിപ്പുറപ്പെടുന്നതിനു മുമ്പ് രായ്ക്കുരാമാനം ഓടിരക്ഷപ്പെടാനുള്ള വെമ്പലിനിടയിൽ നടത്തിയ കണക്കെടുപ്പിലെ സ്വത്തുവഹകളിൽ റോസാ എസ്റ്റേറ്റ് ഉണ്ടായിരുന്നില്ല.

പത്തുവർഷം കഴിഞ്ഞപ്പോൾ റബ്ബർ മരങ്ങൾ വലുതാവുകയും അതു പാൽചുരത്തുകയും ചെയ്തു. പാലെടുക്കാൻ മലബാറിന്റെ വടക്കു സ്ഥിതിചെയ്യുന്ന എസ്റ്റേറ്റിൽനിന്നും ആളുകളെത്തി. അവർ പാലെടുക്കുകയും ഒരു ചെറിയ വിഹിതം ലോറസ്പാപ്പനും പള്ളിക്കും വീതിച്ചു നൽക്കുകയും ചെയ്തുപോന്നു. 1921 കാലത്ത് ഒരു ആഗസ്റ്റുമാസത്തിൽ ലഹള പൊട്ടിപ്പുറപ്പെട്ടപ്പോൾ അന്നത്തെ കലക്ടറായിരുന്ന സർ തോമസ് ലൈബ്രറിയിലെ പുസ്തകങ്ങളെല്ലാം കൂടരഞ്ഞിയിലെ സെന്റ് പീറ്റേഴ്സ് പബ്ലിക് ലൈബ്രറിയിലേക്ക് മാറ്റുവാൻ നിർദേശിച്ചു കത്തയച്ചു.

ലഹളക്കാർ പള്ളിയും ലൈബ്രറിയും ആക്രമിക്കുമെന്ന് ഭീഷണിയുണ്ടായിരുന്നു. നാലു വലിയ ഫോർഗോ ലോറിയിലാണ് അതിനുള്ളിലെ പുസ്തകങ്ങളെല്ലാം കൊണ്ടുപോയത്. അക്കാലത്ത് ആ ലൈബ്രറിയിലെ ചുമതലക്കാരൻ ലോറൻസ് പാപ്പന്റെ മൂത്ത മകൻ എബ്രഹാം പാപ്പനാണെന്ന് രേഖകളിൽ കാണുന്നു.

ലോറൻസ് പാപ്പന്റെ മരണം ദുരൂഹമായിരുന്നു. അതൊരു ദുർമരണമായിരുന്നു. അമ്പതാമത്തെ വയസ്സിൽ, അതായത് 1855 ൽ അദ്ദേഹം അപ്രതീക്ഷിതമായി മരണപ്പെട്ടു. വിഷംതീണ്ടിയാണ് മരിച്ചതെന്ന് കാണാം. എബ്രഹാം പാപ്പൻ എഴുതിയ ഓർമ്മക്കുറിപ്പിൽ ഒരു രാത്രി ലൈബ്രറി അടച്ചു വിളക്കുമായി കുന്നിറങ്ങുമ്പോൾ തളർന്നു വീഴുകയായിരുന്നുവെന്നും കുന്നിന്റെ താഴെനിന്ന് ആറുപേർ ഒരു രാത്രിമുഴുവൻ ശ്രമപ്പെട്ടാണ് ജഡം താങ്ങി മുകളിലെത്തിച്ചതെന്നും കാണുന്നു.

എബ്രഹാം പാപ്പൻ ലൈബ്രറിയുടെ ചുമതലയേറ്റടുത്തു മുപ്പത്തിയാറു വർഷം കഴിഞ്ഞാണ് ലഹള പൊട്ടിപ്പുറപ്പെടുന്നത്. അപ്പോഴേക്കും റോസാ എസ്റ്റേറ്റ് പൂർണമായും പള്ളിയുടെ നിയന്ത്രണത്തിലായി. 1921 ന്റെ അവസാനത്തിൽ, ലഹളയെല്ലാം ഒതുങ്ങിയതിനു ശേഷം, ഒരു ഡിസംബർ മാസത്തിലായിരുന്നു എബ്രഹാം പാപ്പന്റെ മരണം. ലഹളയുടെ ഭാഗമായാണ് ആ മരണം വകയിരുത്തപ്പെട്ടത്. എന്നാൽ പള്ളിപ്പരിസരത്തുവെച്ച് ലഹളക്കാർ വെട്ടിപ്പരിക്കേൽപ്പിക്കുന്നതിനുമുമ്പ് അദ്ദേഹത്തിനും വിഷമേറ്റിട്ടുണ്ടായിരുന്നുവത്രെ.

പിന്നീട് 1956 ൽ എബ്രഹാം പാപ്പന്റെ രണ്ടാമത്തെ മകൻ ഡാനിയൽ പാപ്പൻ എന്നയാൾ തന്റെ അറുപത്തിയാറാമത്തെ വയസ്സിലും 1996 ൽ അദ്ദേഹത്തിന്റെ മൂത്തമകൻ ഷാജി പാപ്പൻ അൻപത്തിയാറാമത്തെ വയസ്സിലും ദുർമരണങ്ങൾക്ക് കീഴടങ്ങി. ഇവർ രണ്ടുപേരും ലൈബ്രറിയുടെ ചുമതയിലുണ്ടായിരുന്ന സമയത്തുതന്നെയാണ് മരിക്കുന്നത്. അതിനുശേഷമാണ് എന്റെ പിതാവ്, എബി പാപ്പൻ ലൈബ്രറിയിലെ ചുമതല ഏറ്റെടുക്കുന്നത്. അപ്പോഴേക്കും കാലക്രമത്തിൽ മറ്റത്തിൽ കുടുംബം സാമ്പത്തികമായും കുടുംബപരമായും ക്ഷയിച്ചുവരുന്നതായും കാണാം. കുടുംബാംഗങ്ങളുടെ എണ്ണത്തിലും ഈ കുറവ് ബോധ്യമാണ്. മറ്റത്തിൽ കുടുംബത്തിൽ ആകെയിപ്പോൾ അവശേഷിച്ചിരിക്കുന്നത് ഞങ്ങളുടെ കുടുംബവും അപ്പന്റെ ഒരു സഹോദരിയും മാത്രമാണ്.

കുടുംബത്തിന്റെ വേരുതേടിപ്പോയാൽ ഇതുപോലെ പലരസകരമായ കഥകളും കണ്ടെത്താം. എന്തുകൊണ്ടാണ് ആ ലൈബ്രറിയിൽ ജോലി ചെയ്യുന്നവരെമാത്രം മരണം ഇത്രമേൽ ആനന്ദത്തോടെയും ആർത്തി

യോടെയും അവരുടെ ചെറുപ്രായത്തിൽത്തന്നെ പിടികൂടുന്നത്? ഈ സംശയം തുടക്കംമുതൽ എന്നെയും തീണ്ടിയിരുന്നു. ഇക്കഥകളെല്ലാം പറഞ്ഞുതന്നിരുന്നത് അമ്മയുടെ മൂത്ത ആങ്ങളയായിരുന്ന ഡേവിസങ്കിളായിരുന്നു. പിൽക്കാലത്ത് ഒരു ബൈക്ക് ആക്സിഡന്റിൽ അദ്ദേഹം നമ്മെ വിട്ടുപോയി. താനും പാതിവഴിയിൽ കൊല്ലപ്പെടുമെന്ന് അപ്പനും ഭയന്നിരുന്നു. തന്റെ പൂർവികരെ കൊന്ന ഒരു രഹസ്യം ആ ലൈബ്രറിക്കും പരിസരത്തിനും പറയാനുണ്ട്. ആ രഹസ്യംതനിക്കും ഒരുനാൾ വെളിവാകുമെന്നും അന്നുമുതൽ താനും മരണത്തെ ഭയന്നുതുടങ്ങുമെന്നും അപ്പനും വിചാരപ്പെട്ടു.

അങ്ങനെയിരിക്കവെയാണ് ആ അനിഷ്ട സംഭവം ഉണ്ടാകുന്നത്.അപ്പനെ അന്വേഷിച്ച് നാലുപേർ ഒരു ജീപ്പിൽ കുന്നിൻപുറത്തെ വീട്ടിലേക്കു കയറിവന്നു. ആദ്യത്തെ ദിവസം അവരെ സത്ക്കരിക്കുവാൻ അപ്പൻ താൽപര്യം കാണിച്ചു. എന്നാൽ പിന്നീട് അവരും അപ്പനും തമ്മിലുള്ള സംസാരത്തിൽ ചില രസച്ചരടുകൾ മുറിഞ്ഞതായി തോന്നി. അവരിൽ ഒരാൾ പാതിരിയും മറ്റെയാൾ ഒരു പ്ലാന്ററും അവശേഷിക്കുന്ന രണ്ടുപേരിൽ ഉയരംകൂടിയ ഒരാൾ അധ്യാപകനും ആണെന്നു ഞാൻ കണ്ടെത്തി. പ്ലാന്റർക്കുവേണ്ടിയാണ് അവർ മലകയറിവന്നതെന്ന് വ്യക്തമായിരുന്നു. കാരണം അയാളായിരുന്നു അപ്പനോട് കൂടുതൽ നേരം സംസാരിച്ചുകൊണ്ടു നിന്നത്. ലോറസ് പാപ്പനെയും അദ്ദേഹത്തിന്റെ തലമുറയെയും പുൽകിയ മരണത്തിന് ഹേതുവായ ആ രഹസ്യംതേടിവന്നതായിരുന്നു ആ ഗൂഢസംഘമെന്ന് താമസിയാതെ ഞങ്ങൾക്ക് ബോധ്യപ്പെട്ടു.

അന്നു രാത്രി, അപ്പൻ എന്നെ അരികിൽ വിളിച്ചു. എന്നിട്ട് കാലപ്പഴക്കംകൊണ്ട് കട്ടികൂടിയ ഒരു ഡയറി എനിക്കു സമ്മാനിച്ചു. അതിൽ വിലപ്പെട്ട രഹസ്യങ്ങളുണ്ടെന്നും തലമുറകളായി കൈമാറിവന്നതാണ് ആ ഡയറിയെന്നും ആരും അറിയാതെ അത് എവിടെയെങ്കിലും സൂക്ഷിക്കണമെന്നും യാതൊരു കാരണവശാലും അതാർക്കും കൈമാറരുതെന്നും അപ്പൻ ഉപദേശിച്ചു. അപ്പനു സൂക്ഷിക്കുവാൻ കഴിയാത്ത ആ പഴയ ഡയറി കുഞ്ഞായ ഞാൻ എങ്ങിനെ സൂക്ഷിക്കുമെന്നോർത്ത് മാതാവിനു മുന്നിൽ മുട്ടുകുത്തിയിരുന്ന് രാത്രിമുഴുവൻ ഞാൻ കരഞ്ഞു.

കാലപ്പഴക്കംകൊണ്ടു കട്ടികൂടിയ വലിപ്പം കുറഞ്ഞ ഒരു ഡയറിയായിരുന്നു അത്. അടുത്ത ദിവസം, അപ്പന്റെകൂടി ശ്രദ്ധയിൽപ്പെടാതെ ആ ഡയറി ഞാൻ ലൈബ്രറിയിലെ തെക്കെ മൂലയിൽ, പഴയ ക്രൈംനോവലുകൾ സൂക്ഷിക്കുന്ന റാക്കിലൊന്നിൽ തിരുകിവെച്ചു. എന്നാൽ അതങ്ങനെ അവിടെ അധികം ഇരിക്കില്ലെന്നും അതിനായി മറ്റു ചിലതു ചെയ്യ

ണമെന്നും എനിക്കറിയാമായിരുന്നു. സത്യത്തിൽ, വായനക്കാരുടെ കൈ പോയിട്ട്, കണ്ണുകൾപോലും തട്ടാത്ത ഇടമായിരുന്നു അത്. ഇക്കാലത്ത് നമുക്ക് എന്തെങ്കിലും സൂക്ഷിക്കുവാൻ ഏറ്റവും നല്ലവഴി ഏതെങ്കിലും പഴയ ലൈബ്രറിയിലെ പുസ്തക റാക്കുകളല്ലാതെ മറ്റെന്തുണ്ട്?

പിറ്റേദിവസം. അത് ഞങ്ങളുടെ ജീവിതത്തിലേക്ക് കൂരിരുട്ട് വർഷിച്ച ദിവസമായിരുന്നു. രാവിലെ നാട്ടുകാരെല്ലാം റോസ് എസ്റ്റേറ്റിലേക്ക് പാഞ്ഞുപോകുന്നതാണ് ഉറക്കമുണർന്നയുടനെ അമ്മച്ചി കാണുന്നത്. പെട്ടെന്നുതന്നെ അമ്മച്ചിയെന്നെ വിളിച്ചുണർത്തി, എന്നിട്ട് പള്ളിയിലേക്കു പോകാനെന്നപോലെ നന്നായി അണിയിച്ചൊരുക്കി. എസ്റ്റേറ്റിലേക്കു പോകുന്ന വഴിയിൽ, നിരത്തിൽ, വീതികുറഞ്ഞ വഴിയിൽ ഞങ്ങൾക്കായി എല്ലാവരും വഴി മാറിത്തരുന്നുണ്ടായിരുന്നു.

അമ്മച്ചിയുടെ നെഞ്ചുപൊട്ടുന്ന നിലവിളിയാണ് ഞാൻ പിന്നെകേട്ടത്. നോക്കുമ്പോൾ, ഗേറ്റിനരികിലെ വലിയ മരക്കൊമ്പിൽ കെട്ടിയ വെളുത്ത തുണിയിൽ അപ്പൻ കിടന്നാടുന്നു. രണ്ടു നീണ്ട കാലുകൾ. അതിൽ ചലവും മലവും മൂത്രവും ഒഴുകിയതിന്റെ പാടുണ്ടായിരുന്നു. വായ അവിൽതിന്നതുപോലെ വീർത്തിരുന്നു. വെളിയിലേക്കു ചാടിയ നാക്കിന്റെ പകുതി മുറിഞ്ഞുകിടന്നു. കണ്ണുകളാവട്ടെ, തുറിച്ച് പുറത്തേക്കുന്തിയിരുന്നു. രാത്രിയിൽ കണ്ടുപേടിക്കാൻ ആരോ കെട്ടിയുണ്ടാക്കിയ ബീഭത്സരൂപമാണ് അതെന്ന മട്ടിൽ അതിലേക്കുതന്നെ നോക്കിനിന്ന എന്നെ, ആരൊക്കെയോ ദാരുണമായ ആ കാഴ്ചയിൽനിന്നു മറച്ചുപിടിക്കാനായി ബലമായി പിടിച്ചുകൊണ്ടുപോയി.

അധികം വൈകാതെ പോലീസു വന്നു. അവർ അപ്പനെ താഴെയിറക്കി. അന്നേരം അപ്പന്റെ ശരീരത്തിന് നീലനിറമായിരുന്നു.

അങ്ങനെ ദുരൂഹമരണങ്ങൾ കീഴടക്കിയ ലൈബ്രറിയന്മാരുടെ കൂട്ടത്തിലേക്ക് അവസാനമായിഅപ്പന്റെ പേരുകൂടി ചേർക്കപ്പെട്ടു.ഞാനും അമ്മയും അനാഥരുമായി.

21. അപസർപ്പകൻ

2020 ഫെബ്രുവരി 08, 03 pm

സെന്റ് മേരീസ് ചർച്ചിനോടനുബന്ധിച്ചുള്ള ആ ശ്മശാനം ശോകമൂകമായിരുന്നു. നേർത്തൊരു വെട്ടം അവിടെ പാകിക്കിടന്നിരുന്നു. ദൂരെ, ഭീമാകാരമായി പള്ളിയുടെ കുരിശുമരം നിലകൊണ്ടു. ഭീതിയുടെ കൊച്ചു കൊച്ചുശബ്ദങ്ങളുമായി ഇരുട്ട് എവിടെയും ഒരു വേട്ടക്കാരനെപോലെ പതിയിരിക്കുന്നു.

സുഹൃത്തിന്റെ വാക്കുകൾകേട്ട് ഒരു വിഡ്ഢിയെപോലെ താൻ ചാടിപ്പുറപ്പെട്ടതെന്തിനെന്ന ചിന്ത ഹരിയെ കുഴക്കി. മുരളീധരൻ തന്നെയാണ് സെമിത്തേരിയുടെ താക്കോലുകൾ അച്ചന്റെ കയ്യിൽനിന്ന് വാങ്ങിത്തന്നതും.

മരിച്ചവരെ എല്ലാ മനുഷ്യർക്കുമെന്നപോലെ ഹരിക്കും ഭയമായിരുന്നു. സത്യത്തിൽ അവർ പാവങ്ങളാണ്. ജീവിച്ചിരിക്കുന്ന ഒരു മനുഷ്യൻ ചെയ്യുന്ന ക്രൂരതകളൊന്നും മരിച്ചുകഴിഞ്ഞ ഒരാൾ ചെയ്യില്ല. എങ്കിലും ജീവിച്ചിരിക്കുന്നവരേക്കാൾ ഒരാൾ പേടിക്കുന്നത് മരിച്ചവനെനേരിൽ കാണുമ്പോഴാണ്!

നഗരത്തിൽനിന്ന് അല്പം അകന്നു കോഴിക്കോടിന്റെ അതിർത്തിക്കുന്നുകളോടു ചാരിയാണ് ആ പള്ളിയും ശ്മശാനവും കിടന്നിരുന്നത്. അത്രയും വൃത്തിയുള്ള ശ്മശാനം സിനിമയിലല്ലാതെ ഹരി ഇതുവരെ നേരിൽ കണ്ടിട്ടില്ല. പാവപ്പെട്ടവർക്കും മുതലാളിമാർക്കും കള്ളികൾ തീർത്ത ശവക്കല്ലറകൾ. മാർബിൾ പാകിയ കുടുംബ കല്ലറകൾ. അവയ്ക്കിടയ്ക്ക് തലയുയർത്തി നില്ക്കുന്ന വിദേശങ്ങളിൽ വളരുന്ന ഓക്കുമരങ്ങളും മേപ്പിൾ മരങ്ങളും അൽമണ്ടു മരങ്ങളും.

വടക്കുനിന്ന് അടിവെച്ച് ഹരി ഓരോ കല്ലറയും പരിശോധിച്ചു. ശിലാഫലകങ്ങളിൽ പേരുകൾ വ്യക്തമായി എഴുതിയിരുന്നതായിരുന്നു ആശ്വാസം. താൻ അന്വേഷിക്കുന്നയാളെ കണ്ടെത്താൻ വലിയ പ്രയാസമില്ല. ആർ ഐ പി. റെസ്റ്റ് ഇൻ പീസ്. ജനനത്തിയ്യതി. മരണത്തിയ്യതി. അതിനടിയിൽ മരണപ്പെട്ടവരുടെ പേരുകൾ. താൻ അന്വേഷിക്കുന്ന ആ അപ

സർപ്പകന്റെ കുഴിമാടം ഏതാണ്?

ഒരു ഗുൽമോഹർ മരത്തിന് താഴെ പൊടിയുംമണ്ണുംപുരണ്ടു കിടക്കുകയായിരുന്നു ആ സ്മാരകശില. അതിനു മുകളിൽ ചുവന്ന ഗുൽമോഹർ പൂവുകൾ. അവയ്ക്കിടയിൽ, പുതിയ ഒരു കുടന്ന പൂക്കൾ ആരോ വെച്ചിരിക്കുന്നതും ഹരി കണ്ടെത്തി. വാടാത്ത പൂക്കൾ. തന്നെപോലെ ഹതഭാഗ്യരായ എഴുത്തുകാരിൽ ആരെങ്കിലും വച്ചിട്ടുപോയതാകാം.

കല്ലറയുടെ സമീപത്താരുമില്ല. എന്നിട്ടും അടുത്തുനിന്നും ചില ശബ്ദങ്ങൾ ഹരിയെ ചകിതനാക്കി. അയാളുടെ ഹൃദയം ത്രസിച്ചു. ഇരുൾ തിങ്ങിയ കല്ലറയ്ക്ക് സമീപം ഒരു ചുവന്ന നാട മാർബിൾപാളിയിലൂടെ അഴിഞ്ഞ ഒരു ചരടുപോലെ കിടക്കുന്നു. തിരിഞ്ഞുനടക്കാനാഞ്ഞ ഹരിയുടെ കാലുകളിലാണ് അതു കുരുങ്ങിയത്. പൊടുന്നനെ ഒരു കൗതുകത്തിനുവേണ്ടിയെന്നോണംപതുക്കെ അയാളതുവലിക്കാൻ തുടങ്ങി. അല്പം കഴിഞ്ഞപ്പോൾ ഒരു പ്ലാസ്റ്റിക് ബാഗും അതിനുള്ളിൽ നിറയെ കുത്തിക്കുറിച്ച കടലാസുകളും പ്രത്യക്ഷമായി. ഹരിയുടെ ഹൃദയം ഞരമ്പറ്റപല്ലുപോലെ ഇളകുവാൻ തുടങ്ങി. ദൈവമേ, ആ വിഖ്യാത എഴുത്തുകാരൻ അവസാനമായി എഴുതിത്തീർത്ത പുസ്തകമായിരിക്കുമോ അത്?

ഒരു അപസർപ്പകന്റെ ജീവിതം അയാളെഴുതുന്ന നോവലിനേക്കാൾ ദുർഗ്രഹം നിറഞ്ഞതുതന്നെ. കല്ലറയ്ക്കുള്ളിലും അയാളുടെ ആത്മാവിന് അന്ത്യവിശ്രമം കൊള്ളാനാവുന്നില്ല.

പൊടുന്നനെയാണ് ഒരു നിഴൽ, വെളിച്ചത്തെയും കയ്യിലെ കടലാസുകളെയും മറച്ചുകൊണ്ട് കടന്നുവന്നത്. ഉണങ്ങിയ ഗുൽമോഹർ ഇലകളിൽ അമരുന്ന മൃദുവായ കാലൊച്ചകളും അയാൾ കേട്ടു. ഭീതിയോടെ മുഖമുയർത്തിയ അയാളുടെ കണ്ണുകൾ അവളുടെ മുഖം വ്യക്തമായുംകണ്ടു. അതെ, അതു ഘാതകയായിരുന്നു.

ലോകം അന്വേഷിച്ചുകൊണ്ടിരിക്കുന്ന, ഒരു മാലാഖയേക്കാൾ സുന്ദരിയായ ഘാതക.

ഞെട്ടിയുണരുമ്പോൾ നൂറ്റിപ്പത്തുഡിഗ്രി ചൂടിന്റെ വന്യമായ ജ്വരത്തിൽ പിച്ചുംപേയും പറയുകയായിരുന്നു ഹരി.അയാളിപ്പോഴും പയനിയർ അപ്പാർട്ടുമെന്റിലെ ആ നൂറ്റിപതിനേഴാമത്തെ, വൃത്തിഹീനമായ മുറിയിലെ മെത്തയിലാണ്. പൊടിപിടിച്ചു നിറംമങ്ങിയ ജാലകവിരികൾ. ഒരു നൂറ്റാണ്ടുകാലം കറങ്ങിയ തളർച്ചയിൽ മുരളുന്ന റാലി ഫാൻ. ഇതുവരെ താൻ കണ്ടതെല്ലാം വെറും സ്വപ്നമായിരുന്നുവോയെന്നു വിശ്വസിക്കാനാവാതെ, ഹരികൃഷ്ണൻ കിതച്ചു. അയാൾക്ക് ആരോ കഴുത്തുമുറുക്കുന്നതു

പോലെ ശ്വാസം മുട്ടുന്നുണ്ടായിരുന്നു.

ഈശ്വരാ, ഈ നശിച്ച എഴുത്ത് ഞാൻ അവസാനിപ്പിക്കുവാൻ പോകുന്നു.

അയാൾ ആരോടെന്നില്ലാതെ പുലമ്പി.

അയാളുടെ മൊബൈൽ കുറേനേരം കരഞ്ഞതിന്റെ വേദനയിൽ പൊടുന്നനെ നിശ്ശബ്ദനായി. മുറിയിലെ വെളിച്ചം കെട്ടുപോയി. ഹരി എഴുന്നേറ്റു. അയാൾക്ക് ദാഹിക്കുന്നുണ്ടായിരുന്നു. ഒരു കടൽ വറ്റിക്കാനുള്ള ദാഹം. കൂജയിലെ വെള്ളം തികയാതെ വന്നപ്പോൾ,അയാൾ അടുക്കളയിലേക്കോടി. കുടിവെള്ളം പൂർണമായും തീർന്നിരിക്കുന്നു.ഒടുവിൽ ടാപ്പുതുറന്ന് അഴുക്കുനിറഞ്ഞ ടാങ്കിലെ വെള്ളം അയാൾ ഗ്ലാസിലേക്കെടുത്തു കുടിച്ചു.

അകം നിറയെ, അയാൾ വെട്ടിയും തിരുത്തിയും ഒടുവിൽ ഉപേക്ഷിക്കുകയും ചെയ്ത കടലാസുതുണ്ടങ്ങളായിരുന്നു. പാതിവഴിയിലെപ്പോഴോ മുടങ്ങിപ്പോയ യാത്രപോലെ എഴുത്ത് അയാളെ നോക്കി പരിഹാസത്തോടെ അപ്പോഴും ചിരിച്ചു. കൂർത്ത നഖങ്ങളാഴ്ത്തി അക്ഷരങ്ങൾ തന്നെ വേദനിപ്പിക്കുന്നുണ്ടെന്ന് തോന്നി. ഈ നശിച്ച എഴുത്ത് തെരഞ്ഞെടുത്ത ദിവസംതൊട്ട് തന്റെ മനഃസമാധാനം പോയെന്ന് അബോധമനസ്സ് പുലമ്പുന്നു.

എഴുത്ത് ആത്മാവിനെ ആവേശിച്ചതുമുതൽ സ്വപ്നങ്ങളും മിഥ്യകളും അയാളെ വേട്ടയാടാൻ തുടങ്ങി. അവിടെ ഭയപ്പെടുത്തുന്ന നിശ്ശബ്ദതകൾ നിറഞ്ഞു. ഘോരവനങ്ങളുടെ ഇരുൾ നിറഞ്ഞു. ഭീതിദമായ ഒച്ചകളും അട്ടഹാസങ്ങളും ആരവങ്ങളും നിറഞ്ഞു. സ്വപ്നത്തിൽ അയാളെ പലരും വഴിതെറ്റിച്ചുകൊണ്ടിരുന്നു.

രാവിലത്തെ സംഭവം യാഥാർത്ഥ്യംതന്നെയാണെന്ന് അയാൾക്കുറപ്പായിരുന്നു. മോഹനചന്ദ്രന്റെ ശവം ഇപ്പോൾ ആളുകൾ തിരിച്ചറിഞ്ഞിരിക്കണം. മിക്കവാറും ബോഡി പോലീസ് കൊണ്ടുപോയിരിക്കും. ശിഖയെ പോലീസ് അന്വേഷിച്ചിരിക്കും. കഴിഞ്ഞ ദിവസം വീട്ടിലുണ്ടായിരുന്ന എഴുത്തുകാരനായ ചെറുപ്പക്കാരനെയും. ബോഡി മണത്ത, പരിശീലനം സിദ്ധിച്ച ആ പോലീസ് നായ ഓടിവരിക തീർച്ചയായും ഈ പയനിയർ അപ്പാർട്ടുമെന്റിന്റെ വൃത്തിഹീനതയിലേക്കും താനൊളിപ്പിച്ചുവെച്ച പരശ്ശതം കള്ളത്തരങ്ങളിലേക്കുമായിരിക്കും. ലോകത്താദ്യമായി ഒരു അപസർപ്പക എഴുത്തുകാരൻ അയാൾ എഴുതാൻ പോകുന്ന നോവലിനെച്ചൊല്ലി അറസ്റ്റുചെയ്യപ്പെടുന്നതും ചരിത്രമായിരിക്കും.

പെട്ടെന്നു ബാത്ത്മുറിയിലേക്ക് ഓടിക്കയറി,കുളിച്ച് വേഷംമാറി അ

യാൾ ഒരു പുത്തൻ ടീ ഷർട്ടിലേക്ക് കയറി. വേഗം വാതിൽ പൂട്ടിപുറത്തുകടന്നു. ശിഖയെ തിരിച്ചുവിളിക്കാൻ ധൈര്യം അനുവദിച്ചില്ല. നല്ല വിശപ്പുണ്ടായിരുന്നു. മനസ്സ് വിഹ്വലമാകുമ്പോൾ അയാൾ പതിവായി നല്ല ഭക്ഷണം കഴിക്കും. മനസ്സിന്റെ ക്ഷീണം ശരീരം ഒരിക്കലും അറിയരുത്. താഴെ, കലന്തൻ ഹാജിയുടെ തട്ടുകടയിൽനിന്ന് അയാൾ വയറു നിറച്ച് പൊറോട്ടയും ഇറച്ചിയും തിന്നു. പോലീസ് പിടിച്ചാൽ പിന്നീട് ഭക്ഷണമൊന്നും കിട്ടിയില്ലെങ്കിലോ?

'ഇങ്ങളെന്താ നായരെ, ആത്മഹത്യ ചെയ്യാൻ പോണുണ്ടോ?' ഉരുണ്ട കണ്ണുകൾ തള്ളിച്ചുകൊണ്ട് കലന്തൻ ഹാജി ദയാരഹിതമായൊരു ചോദ്യം ഉന്നയിച്ചു.

'അതെന്താ ഹാജ്യേരെ അങ്ങനെ ചോദിക്കുന്നത്?'

'അല്ല. ഇങ്ങനെ ആർത്തീല് കഴിക്കണോര് ഓല്യേ ഞാൻ കണ്ട്ട്ടൊള്ളൂ. ഞാനെത്രണ്ണത്തിനെ കണ്ടതാ..!'

'ഇതിനുമുമ്പ് ആളോള് അങ്ങനെ ആത്മഹത്യ ചെയ്തിട്ടുണ്ടോ..?'

ഹരിയുടെ സ്വരം അറിയാതെ വിറച്ചുപോയി.

'പിന്നല്ല്യാണ്ട്. രണ്ടുമാസം മുന്നേ ഒരുത്തൻ. മലയാളിയായിരുന്നു. പക്ഷേ മൂപ്പര് പത്തുകൊല്ലം മുംബേലായിരുന്നേ. അതിനായിറ്റ് ഇങ്ങോട്ട് പോന്നു. മരിക്കണേനുമുമ്പ് മൂപ്പര് മൂന്നുകുറ്റി പുട്ടും ഒരു കടലക്കറിം തിന്നു. പറഞ്ഞ കാശും തന്നു. ചിരിച്ചുകളിച്ചല്ലേ പോയേത്. പതിനെട്ടാം മൂറീലാ തൂങ്ങിച്ചത്തത്. എന്തൊരു മനുഷേനപ്പാ.?'

പൊടിയരിപൊടിച്ച് നേർത്ത പുട്ടായിട്ടും ഹരിക്ക് അതുകേട്ടപ്പോൾ അരിപ്പൊടി തൊണ്ടയിൽ കുരുങ്ങി. അയാൾ ശ്വാസം കിട്ടാതെ പിടഞ്ഞപ്പോൾ ചിരിച്ചുകൊണ്ട് കലന്തൻ ഹാജി വെള്ളവുമായി വന്നു.

'ഇതു കുടിച്ചോളീ....ഇങ്ങള് വെഷമിക്കണ്ട നായരെ. ഞമ്മളൊരു തമാസ പറഞ്ഞതല്ലേ? പക്ഷേങ്കില് അത് ഉള്ളതുതന്ന്യാട്ടോ.!'

ഹരികൃഷ്ണൻ ഹോട്ടലിൽനിന്ന് കത്തുന്ന സൂര്യന്റെ മുന്നിലേക്കിറങ്ങി. പനഡോളിൽ പനിയുടെ ശക്തി ഇത്തിരി ക്ഷയിച്ചിരുന്നു. നെറ്റിയും കൈത്തണ്ടയുംപൊള്ളുന്ന ചൂട്. ഒരു ഓട്ടോ പിടിച്ച് അയാൾ റെയിൽവേ സ്റ്റേഷൻ പരിസരത്തേക്ക് ചെന്നു. ശിഖയുടെ വീടിനുമുന്നിലെ ആൾക്കൂട്ടം അപ്പോഴും പിരിഞ്ഞുപോയിരുന്നില്ല. സമാധാനിപ്പിക്കാനെത്തിയ സ്ത്രീകൾ തേനീച്ചക്കൂട്ടംപോലെ അവൾക്ക് ചുറ്റും കൂടിനില്ക്കുന്നു.

മോഹനചന്ദ്രന്റെ ബോഡി പോലീസ് കൊണ്ടുപോയെന്നും പോസ്റ്റുമോർട്ടം കഴിഞ്ഞശേഷം മോർച്ചറിയിൽ സൂക്ഷിച്ചിരിക്കയാണെന്നും ഹരി പരിസരത്തുണ്ടായിരുന്നവരിൽനിന്ന് മനസ്സിലാക്കി.

സ്ത്രീകൾക്കിടയിൽ ഇരിക്കുന്ന ശിഖ തന്നെ കണ്ടതും ആശ്വാസം കൊള്ളുന്നതുപോലെ ഹരിക്ക് തോന്നി. ഹരി കണ്ണുകളാൽ അവൾക്ക് സമാധാനം നല്കി.അതോടെ ആ വീട്ടിൽ താൻ വേണ്ടപ്പെട്ടൊരാളാണെന്ന ബോധമുണ്ടായി ഹരിക്ക്.

'പോലീസ് വിളിച്ചിരുന്നു. അവരാണ് പറഞ്ഞത് മോഹനചന്ദ്രനാണെന്ന്. വലതുകൈയിലെ പച്ചകുത്തിയത് പെട്ടെന്ന് തിരിച്ചറിഞ്ഞു. മുഖത്തിന് കുഴപ്പമൊന്നുമില്ല. ആകെയൊരു നീലനിറമായിരുന്നെന്ന് പറയുന്നു........'

ആളൊഴിഞ്ഞപ്പോൾ, മുഖത്ത് അജ്ഞേയമായൊരു ഭാവത്തോടെശിഖ എഴുന്നേറ്റു മുഖംകഴുകി ഹരി നിൽക്കുന്ന ഭാഗത്തേക്കു തിരിച്ചുവന്നു. ഒരു പ്രായമായ സ്ത്രീയൊഴികെ, പരിദേവനങ്ങളും ആശ്വാസവാക്കുകളും ഒഴിഞ്ഞു ബാക്കിയെല്ലാവരും അവളുടെ ദാരുണമായ വിധിയിൽനിന്നും തങ്ങളുടെ ഏകമാനമായ ജീവിതത്തിന്റെ ആശ്വാസതീരങ്ങളിലേക്കു തിരിച്ചുപോയിരുന്നു. .

കരഞ്ഞുകലങ്ങിയ കണ്ണുകൾ കൂടുതൽ സുന്ദരമായതുപോലെ തോന്നിച്ചു. പുരുഷന്മാർ എന്തുകൊണ്ടാണ് വേദനപ്പെട്ടുനില്ക്കുമ്പോഴും സ്ത്രീകളിലെ സൗന്ദര്യമന്വേഷിക്കുന്നതെന്നൊരു ചിന്ത പൊടുന്നനെ അയാളെ അലട്ടി.ശിഖ തന്നിൽ ഒരു തണൽതേടുന്നുണ്ടെന്ന തീവ്രമായ തോന്നൽ ആശ്വാസതലോടലായി ഹരിക്ക്. അയാളുടെ ഹൃദയം കുളിർന്നു.താനിത്രനാളും സ്നേഹിക്കുന്ന പെണ്ണിനെചൊല്ലി കരുതൽ തേടാൻ ഹരി അല്പം നെഞ്ചുവിരിച്ചുനിന്നു.

'ശിഖ ബോഡി കണ്ടോ.....?'

മൗനം അവർക്കിടയിൽ ഒരു സംഗീതമായി ഒഴുകിത്തീർന്നപ്പോൾ, നെടുവീർപ്പുകൾക്ക് ചൂടുപിടിക്കവെ, ഹരി പതിഞ്ഞ ശബ്ദത്തിൽ ചോദിച്ചു.

'ഉം. ശരിക്കും കണ്ടില്ല. സംഭവസ്ഥലത്ത് വലിയ ആൾക്കൂട്ടം. ഇനിമോർച്ചറിയിൽ പോയി ഐഡന്റിഫൈ ചെയ്യണംത്രെ. ചില ഫോർമാലിറ്റികളുണ്ടെന്നും പറയുന്നു, ബോഡി കിട്ടാൻ. അപേക്ഷ നൽകി കാത്തിരിക്കണം. ഹരി എങ്ങും പോകരുത്. എനിക്കാരുമില്ലെന്നറിയാലോ..!'

'ഞാനുണ്ടാകും, എപ്പോഴും. ശിഖ ഇത്തിരി വിശ്രമിച്ചോളൂ. ഭക്ഷണം വല്ലതും.?'

'വേണ്ട. ഞാൻ റെഡിയായി വരാം. ആശുപത്രിയിൽ ഉടനെ പോകണം. ഹരിക്ക് മോഹനചന്ദ്രനെ കാണണ്ടേ..?'

നിധിനഷ്ടപ്പെട്ട ഒരു യാത്രികയെപോലെ അവൾ പിന്നെയും ഹരിയുടെ നേരെ നോക്കി. പിന്നെ ഇത്തിരി നേരം അന്തിച്ചുനിന്നു. അസ്പഷ്ടതയുള്ള ചിന്തകൾ അവളെ വലയ്ക്കുന്നുണ്ടെന്നു തോന്നി.അപ്രതീക്ഷിതമായ ആഘാതത്തിൽ, എവിടേക്കു ഒഴുകണമെന്നറിയാത്ത ഒരു നദിയെപോൽ, അവൾ വെപ്രാളപ്പെട്ടുനിൽക്കയാണെന്ന് ഹരിക്ക് ബോധ്യമായി.അനുകമ്പയോടെ, ഒരു കവിയെപോലെ തരളിതനായി ഹരി അവളിലേക്ക് ചായുവാൻ വെമ്പി. വീണ്ടും തിരിച്ചുവന്ന് ശിഖ ചോദിച്ചു. 'ഹരിക്ക് ഇതൊക്കെ ബുദ്ധിമുട്ടാവുമോ.?'

'സാരമില്ല. വസ്ത്രം മാറിവരു. ഞാൻ ഒരോട്ടോ വിളിക്കട്ടെ..!'

വിയർപ്പുപുരണ്ടു നനഞ്ഞിരുന്നെങ്കിലും ഹരി പോക്കറ്റിൽ കരുതിയ സിഗരറ്റിനു തീകൊടുത്തു. പിന്നിലെ ജാലകങ്ങളിൽ പരശ്ശതം മുഖങ്ങൾ തന്നെതന്നെ ശ്രദ്ധിച്ചുകൊണ്ട് നില്ക്കുന്നത് ഹരി കണ്ടു. എവിടെനിന്നൊക്കെയോ ഒരു ധൈര്യം അയാളുടെ സിരകളിലേക്ക് അപ്പോൾ ഒഴുകിവന്നു.

'ഉണ്ട്, ഞാനുണ്ട്. എന്തിനും'

അയാൾ ആരോടെന്നില്ലാതെ പുലമ്പി. പിന്നെ, ഇരുട്ടിലേക്ക് നോക്കി വെറുതെ ചിരിച്ചു.ഇരുട്ടു തുറക്കുന്ന വെളിച്ചത്തിലേക്ക് ചില നിഴലുകൾ കടന്നുവരുന്നതുപോലെ അയാൾക്ക് തോന്നി.

22. മോർച്ചറി

2020 ഫെബ്രുവരി 08, 7 pm

നഗരത്തിൽ ഏറ്റവും കൂടുതൽ ആളുകൾ കൂടിനിൽക്കുന്ന ഇടം മെഡിക്കൽകേളേജാണെന്ന് ഓട്ടോയിൽനിന്നിറങ്ങിയപ്പോൾത്തന്നെ ഹരിക്ക് മനസ്സിലായി. പലപ്പോഴും അതിന്റെ പ്രാന്തപ്രദേശത്തുകൂടെ പോകുമ്പോൾ ട്രാഫിക് ബ്ലോക്കുകളും മറ്റും അനുഭവിക്കാറുണ്ടെങ്കിലും ഹരി അതിനുള്ളിലേക്ക് കടക്കുന്നത് ആദ്യമായിരുന്നു.

ഹരിയും ശിഖയും ചെന്നപ്പോൾ ആത്മഹത്യ ചെയ്ത രണ്ടു പെൺകുട്ടികളെ കൊണ്ടുവന്നതേയുണ്ടായിരുന്നുള്ളൂ. ആസിഡ് കുടിച്ചാണ് ആ രണ്ടു ഹതഭാഗ്യർ സ്വന്തം മരണത്തെ വരിച്ചത്. അവർക്കു പിന്നാലെ എന്തോ വലിയ അപരാധംചെയ്തവരെപോലെ ബന്ധുക്കളും പോലീസുകാരും നാട്ടുകാരും സാമൂഹിക പ്രവർത്തകരും അവർ സൃഷ്ടിക്കുന്ന ബഹളങ്ങളും. മീഡിയയുടെ ജോലിക്കാരും തിരക്കുണ്ടാക്കുന്നതിൽ മുൻപന്തിയിൽത്തന്നെ. ക്ഷീരമുള്ള അകിടിൽത്തന്നെ കൊതുകിനു കൗതുകം എന്നമട്ടിൽ തിരക്കുനിറഞ്ഞ ആ സമയത്തും അവിടെയെത്തിയ ജനപ്രതിനിധിയോടു മന്ത്രിയുടെ വകുപ്പുതല അഴിമതിയെക്കുറിച്ച് അന്വേഷിക്കുകയായിരുന്നു ചാനൽസുന്ദരികൾ.

മോഹനചന്ദ്രന്റെ മരണവുമായി ശിഖ അപ്പോഴും പൊരുത്തപ്പെട്ടിരുന്നില്ല. മരിച്ചത് അയാൾത്തന്നെയാണോയെന്ന് അവൾക്ക് ഇപ്പോഴും ഉറപ്പില്ല. എന്നാൽ അത് മോഹനചന്ദ്രനാണെന്നും ഇനി അയാളെ അന്വേഷിക്കേണ്ടതില്ലെന്നും, മറിച്ച് അയാൾ എങ്ങനെയാണ് കൊല്ലപ്പെട്ടതെന്ന് അന്വേഷിക്കുകയാണ് പോലീസിന്റെ മുന്നിലുള്ള ജോലിയെന്നും അവളെ ഉന്നത ഉദ്യോഗസ്ഥൻ അറിയിച്ചിരുന്നു. മാത്രമല്ല, ബോഡി തിരിച്ചു നൽകുവാൻ വേണ്ടതെല്ലാം അയാൾ ചെയ്യാമെന്നും ഏറ്റു. സഹായത്തിന് കൂടെ ആരെയെങ്കിലും വിളിക്കണമെന്ന് നിർദേശിച്ചതും ആ നല്ലവനായ പോലീസുദ്യോഗസ്ഥനാണ്. ആശുപത്രിയിൽ ഫോർമാലിറ്റീസ് കുറച്ച് ഏറെയുണ്ട്. അതിനാൽ മാനസികമായി തളർന്നു നില്ക്കുന്ന അവളെ ബുദ്ധിമുട്ടിക്കുന്നതിൽ അയാൾ ക്ഷമാപണംനടത്തി.

തിരക്കുകളെ വകഞ്ഞുമാറ്റി എങ്ങനെയൊക്കെയോ ഡി ബ്ലോക്കിലെ നീണ്ട വരാന്തയിൽ അവർ എത്തിച്ചേർന്നു. കാഷ്വാലിറ്റിയുടെ മുന്നിലായിരുന്നു തിരക്കധികവും. ആത്മഹത്യ ചെയ്ത പെൺകുട്ടികളെ കാണാനായിരുന്നു അത്. ലെസ്ബിയൻ പ്രണയത്തിലെ ഇരകളായിരുന്നു ആ രണ്ടുപെൺകുട്ടികളെന്നാണ് പോലീസിന്റെ നിഗമനം. കിടപ്പറയിൽ നഗ്നകളായി, പരസ്പരം കെട്ടിപ്പിടിച്ച് കിടക്കുന്ന നിലയിലാണ് അവരെ അവസാനമായി കണ്ടെത്തിയത്.

'എനിക്ക് മോഹനചന്ദ്രനെ ഒരിക്കൽക്കൂടി കാണണം. അദ്ദേഹത്തെ മോർച്ചറിയിൽ കിടത്തിയിരിക്കയാണ്. ഹരി ഒന്ന് സഹായിക്കോ...?'

ആശുപത്രിയിലെത്തി അല്പസമയം കഴിഞ്ഞ്, ശിഖ അയാളോട് ചോദിച്ചു. ഹിമാലയൻ അമളികളിൽ താൻ ചെന്നുചാടുമോയെന്ന് ഭയന്ന് ഹരി ചുറ്റും കണ്ണോടിച്ചു.ഇനി മോഹനചന്ദ്രനെ അങ്ങനെ കാണാൻ അനുവദിക്കുമോയെന്ന് ഹരിക്ക് ഉറപ്പില്ല. പോലീസിന്റെ അറിവോടെ അതൊരിക്കലുംനടക്കില്ല. മോർച്ചറിയിലെ കാവൽക്കാരനോട് ചോദിച്ചാൽ അത് മനസ്സിലാകുമോയെന്നും അറിഞ്ഞുകൂടാ.......

'അതുവേണോ ശിഖേ..?'

'വേണം ഹരി. എനിക്ക് ഇപ്പോഴും ഉറപ്പില്ല അത് മോഹനചന്ദ്രൻ തന്നെയാണോയെന്ന്. മനസ്സിന് ഉറപ്പിക്കാൻ അങ്ങനെയൊന്ന്......' അവളുടെ ശബ്ദം ഇടറി.

'ശരി ഞാൻ നോക്കിയിട്ട് വരാം.'

ഹരിരണ്ടും കല്പിച്ചുപുറത്തിറങ്ങി. അല്പം അകലെ വൻമരങ്ങൾക്ക് താഴെ ചെറിയ ഒരു കെട്ടിടമാണ് ഇപ്പോഴും മോർച്ചറി. അതിനുമുന്നിൽ ഒരു പാറാവുകാരൻ ഉണ്ടായിരുന്നെങ്കിലും വൻമരങ്ങളുടെ നിഴലുകളിൽ അതു ഭീതിയുയർത്തിത്തന്നെയാണ് നിന്നിരുന്നത്. പാറാവുകാരനോട് അന്വേഷിച്ചപ്പോൾ എതിർദിശയിലെ കെട്ടിടത്തിൽ ഒരാളെ ചെന്നു കാണാൻ നിർദേശിച്ചു. അയാളെ കണ്ടയുടനെതന്നെ അനുമതിയും ലഭിച്ചു. ഇത്രയും വേഗം അത് സാധ്യമാകുമെന്ന് ഹരി വിചാരിച്ചില്ല. അയാൾക്ക് ആരോടോ ഫോണിൽ വിളിച്ച് അനുമതി ചോദിക്കാനേ ഉണ്ടായിരുന്നുള്ളൂ.

'സ്ത്രീകളെ മോർച്ചറിയിൽ കയറ്റരുതെന്നാണ് ചട്ടം. മറ്റൊന്നും കൊണ്ടല്ല. അവർക്കതൊന്നും കാണാനുള്ള ധൈര്യമുണ്ടാവില്ല. ഇതിപ്പോൾ ഒരാളെ മാത്രമല്ലല്ലോ കാണുക. അതിനകത്ത് വേറെയും ബോഡികളുണ്ടാവുമല്ലോ.'

ചിരിച്ചുകൊണ്ട് ഉദ്യോഗസ്ഥൻ പറഞ്ഞു.

'അതു സാരമില്ല സാർ. ഞാൻ നോക്കിക്കോളാം. ജസ്റ്റ് ഒന്നുകണ്ടാൽ മതി..'

ഏതോ കാഴ്ചകാണാൻ നില്ക്കുന്ന സ്കൂൾക്കുട്ടിയുടെ മുഖഭാവത്തോടെ നില്ക്കുന്ന ശിഖയുടെ മുഖത്തേക്ക് അയാൾ പാളി നോക്കി. അത് മോഹനചന്ദ്രനാണെന്ന് ശിഖയ്ക്ക് നല്ല ഉറപ്പുണ്ട്. കാരണം അയാളുടെ വലതുകൈയിൽ പച്ചകുത്തിയത് അയാളുടെ പേരുതന്നെയായിരുന്നു. മാത്രമല്ല, അയാളുടെ മുഖത്തിന് സാരമായ പരിക്കുകളൊന്നുമില്ല. ഒറ്റനോട്ടത്തിൽ തനിക്കുപോലും അത് തിരിച്ചറിയാൻ കഴിഞ്ഞു. എങ്കിലും അയാളുടെ മരണം പെട്ടെന്ന് ഉറപ്പാക്കാൻ കൂട്ടാക്കാത്ത മനസ്സിന് ഒരു സാന്ത്വനം ആവശ്യമായിരിക്കാം.ആവർത്തിക്കപ്പെടുന്ന നുണകൾപോലും വിശ്വാസയോഗ്യമാകാൻ ഒരു തെളിവിന്റെ കച്ചിത്തുരുമ്പ് ആവശ്യമുണ്ട്.

വെറും അഞ്ചുമിനിട്ടായിരുന്നു അനുവദിക്കപ്പെട്ടിരുന്നത്. അതിനുള്ളിൽ മോർച്ചറിയിൽനിന്ന് പുറത്തിറങ്ങണം. അവർ എത്തുമ്പോൾ ചെറുപ്പക്കാരനായ മറ്റൊരു ഉദ്യോഗസ്ഥൻ മോർച്ചറിയുടെ വാതിൽക്കൽ കാത്തുനിൽക്കുന്നു. അയാളാണ് ഇരുമ്പുപൂട്ടു തുറന്ന് ആദ്യം അകത്ത് പ്രവേശിച്ചത്. ഒരു ഫ്രീസറിനുള്ളിലേക്ക് കയറിയതുപോലെ അതികഠിനമായ തണുപ്പായിരുന്നു അകത്ത്. ഒരിക്കൽപോലും ശീതീകരണിയുടെ തണുപ്പിൽ ഉറങ്ങാത്തവർക്ക് മരണശേഷം അത് സാധ്യമാക്കുന്ന ഒരിടം കൂടിയാകുന്നു മോർച്ചറികൾ.

അസംഖ്യം റാക്കുകൾ. അതിനകത്ത് നിറയെ മൃതദേഹങ്ങളായിരിക്കുമോയെന്ന് ഹരി സന്ദേഹിച്ചു. കുറ്റകൃത്യങ്ങളുടെ കാര്യത്തിൽ ഇന്ത്യയിലെ ആദ്യത്തെ സംസ്ഥാനമായി കേരളം മാറിയിരിക്കുകയാണെന്ന് പത്രത്തിൽ വായിച്ചതോർത്തു. കേരളത്തിലെ മനുഷ്യരെല്ലാം സാക്ഷരരായതുകൊണ്ട് കുറ്റകൃത്യങ്ങളും വൈവിധ്യം നിറഞ്ഞതുതന്നെ. അന്യസംസ്ഥാനത്തുനിന്നുകൂടി ആളുകൾ എത്തിയതോടെ കേരളത്തിലെ നഗരങ്ങൾ കൂടുതൽ ഇരുണ്ടുതുടങ്ങിയിരിക്കുന്നു. പൈശാചികമായ കൊലപാതകങ്ങളും ഗുണ്ടാസംഘങ്ങളും.മുംബൈപോലുള്ള നഗരങ്ങളിലെ കുറ്റകൃത്യങ്ങൾ ഇവിടെ കേരളത്തിലും നടന്നുകൊണ്ടിരിക്കുന്നു. അതിശയകരമായ ഒരു കാര്യം വൻനഗരങ്ങളിൽനിന്ന് കുറ്റവാളികൾ കേരളത്തിലേക്കും വന്നു തുടങ്ങിയിരിക്കുന്നുവെന്നതാണ്.മനുഷ്യന്റെ രക്തത്തെ തണുപ്പിക്കുന്ന അരുംകൊലകൾ. മോഹനചന്ദ്രന്റെ കൊലപാതകവും അത്തരത്തിൽ ഒന്നുതന്നെ. സംശയമില്ല

ഹോളിവുഡ് ചിത്രങ്ങളിൽ കാണുന്നതുപോലെയായിരുന്നില്ല ആ റാ

ക്കുകൾ. പഴകിയതും തുരുമ്പിച്ചതും ദ്രവിച്ചതുമായ റാക്കുകളിൽ തിരിച്ചറിയാൻ നമ്പരുകൾ പോലുമില്ല. അതിന്റെ അകം കാണുവാനുള്ള ഭാഗ്യം ഹരിക്കുണ്ടായില്ല. കാരണം, മോഹനചന്ദ്രന്റെ ജഡം കിടന്നിരുന്നത് റാക്കുകളിലായിരുന്നില്ല. അത് അതിന്റെ ചുവട്ടിലെ ഇരുമ്പുമേശയിലായിരുന്നു. നേരിയ വെട്ടംമാത്രം. പകലും അതിനുള്ളിൽ ഇരുട്ടാണ്. ഉദ്യോഗസ്ഥൻ സെൽഫോണിലെ വെളിച്ചം ഉപയോഗിച്ചാണ് വഴി തിരഞ്ഞത്. മുഖംമാത്രം കാണാൻ പാകത്തിൽ ശവക്കച്ചനീക്കി ഉദ്യോഗസ്ഥൻ തുറന്നുകൊടുത്തു. മുപ്പത് സെക്കന്റുമാത്രം. അയാൾ ഉറങ്ങുന്നതുപോലെയായിരുന്നില്ല. എന്തോ കണ്ടുപേടിച്ചതുപോലെയായിരുന്നു. ഒരുപക്ഷേ കൊലപാതകി അയാൾ അറിയുന്ന ഒരാൾത്തന്നെയായിരിക്കണം. അതിന്റെ നടുക്കമായിരിക്കാം നീരുവലിഞ്ഞുപോയിട്ടും അയാളുടെ മുഖത്ത് പ്രതിഫലിക്കുന്നത്. സ്വതവേ വെളുത്ത അയാളുടെ മുഖത്ത് വിഷമേറ്റപോലെ നീലനിറം വ്യാപിച്ചിരുന്നു. കാലിന്റെ ഇടതുപാദം ശവത്തുണിയിൽനിന്ന് അല്പം അകന്നുനിന്നു.

'പോകാം.'

ഉദ്യോഗസ്ഥൻ പതുക്കെ മന്ത്രിച്ചു. ശിഖ അത് പതുക്കെ ഉച്ചരിച്ച് ശരിവെച്ചു. ആരുടേയോ ആജ്ഞക്കനുസരിച്ച് ചലിക്കുന്ന പാവയെപോലെയായിരിക്കുന്നു അവൾ.

ചില ഫോർമാലിറ്റീസുണ്ടെന്നു പറഞ്ഞ് ഉദ്യോഗസ്ഥൻ അവരെ നേരത്തെ കണ്ട ഓഫീസിൽ കൊണ്ടിരുത്തി. പത്തുമിനിട്ടു കഴിഞ്ഞപ്പോൾ മറ്റൊരു ഓഫീസർ കടന്നുവന്നു.

'സാറിന് നിങ്ങളെയൊന്നുകാണണമെന്നു പറഞ്ഞു.സാർ നിങ്ങൾക്കു വേണ്ടി കാത്തിരിക്കുന്നു.'

അയാൾ പറഞ്ഞ സാർ ആരാണെന്നു വ്യക്തമായില്ല. ഉന്നത ഉദ്യോഗസ്ഥനാകാം.

വീണ്ടും യാത്ര. പോലീസ് വണ്ടിയിൽ പിന്നിലെ സീറ്റിൽ അവരെ മുഖാമുഖം നോക്കിയിരിക്കുവാൻ അനുവദിച്ചുകൊണ്ട്. എവിടേക്കാണ് അവർ തങ്ങളെ കൊണ്ടുപോകുന്നതെന്ന് ഇരുവർക്കും അറിയില്ലായിരുന്നു. നഗരാതിർത്തി കഴിയുകയും കാറ് അധികം തിരിക്കില്ലാത്ത വീഥികളിലേക്ക് തിരിയുകയും ചെയ്തു. ഇഞ്ചികടിച്ച മുഖഭാവത്തോടെ ഇരിക്കുന്ന ചെറുപ്പക്കാരനോട് എന്തെങ്കിലും സംസാരിക്കുന്നതിൽനിന്ന് അയാളുടെ മുഖത്തെ ഗൗരവം വിലക്കി. ഏതോ ഉന്നത ഉദ്യോഗസ്ഥന് മോഹനചന്ദ്രന്റെ കൊലപാതകവുമായി ബന്ധപ്പെട്ട് ശിഖയിൽനിന്ന് ചില വിവരങ്ങൾ ചോദിച്ചറിയേണ്ടതുണ്ടത്രെ.

ഓഫീസർ വിവരിച്ചതങ്ങനെയാണ്.

പോലീസ് ക്ലബ്ബിലേക്കാണ് അവരെ ഇരുവരെയും കൊണ്ടുപോയത്. മഹാന്മാരുടെ ചിത്രങ്ങൾ ഫ്രെയിമിട്ടുസൂക്ഷിക്കുന്ന ചുവരുകളും അതിന്റെ വൃത്തിയും അല്പം ആശ്വാസം പകർന്നു. ശിഖയുടെ മുഖത്ത് പരിഭ്രമം ഒട്ടുമില്ലായിരുന്നു. എങ്കിലും കൂടെ ഹരിയുണ്ടല്ലോയെന്ന സമാധാനം അവൾക്കുള്ളതുപോലെ തോന്നിച്ചു. അല്പം കഴിഞ്ഞപ്പോൾ പ്രതീക്ഷയ്ക്ക് വിപരീതമായി ഹരിയെയാണ് ഓഫീസർവിളിപ്പിച്ചത്. ഹരി അമ്പരന്നുപോയി. ഇതുവരെ താൻ ശിഖയുടെ സഹായത്തിനെത്തിയ ഒരാൾമാത്രമാണെന്നായിരുന്നു അയാളുടെ ധാരണ. വലിയ ഹാളിലെ ഇടതുവശത്തെ ചെറിയ മുറിയിൽ കാഷ്വലായി വസ്ത്രധാരണം നടത്തിയ ഒരാൾ ഇരിക്കുന്നു. അത് കാഹിം ഇബ്രാൻ എന്നുപേരുള്ള ഉന്നതതല പോലീസ് ഉദ്യോഗസ്ഥനായിരുന്ന ഒരാളാണെന്ന് ഹരിക്ക്പിടികിട്ടി. കാരണം നാലഞ്ചുവർഷങ്ങൾക്ക് മുമ്പ് അയാൾ തുടരെത്തുടരെ വാർത്തകളിൽ നിറഞ്ഞുനിന്നവ്യക്തിയായിരുന്നു.

'ഹരികൃഷ്ണൻ ഇരിക്കൂ..'

അയാൾ മുന്നിലെ കസേരയിലേക്ക് വിരൽ ചൂണ്ടി. ഹരി ഇരുന്നു. എത്ര ധൈര്യമുണ്ടെന്നു അഭിനയിച്ചാലും ഒരു പോലീസുദ്യോഗസ്ഥന്റെ മുന്നിലിരിക്കാൻ മനഃസ്ഥൈര്യം ഇത്തിരി അധികം വേണം.

'സാർ, ശിഖ...'

'സാരമില്ല. അവളെ ഞങ്ങൾ വീട്ടിലേക്ക് കൊണ്ടുപോയ്ക്കോളാം. ഞങ്ങൾ ആവശ്യപ്പെട്ടിട്ടാണ് ശിഖ നിങ്ങളെ വിളിപ്പിച്ചത്. ഹരിക്ക് അത് അറിയില്ല, അല്ലേ?'

കാഹിം മനോഹരമായി ചിരിച്ചു. ചിരിക്കുമ്പോൾ എവിടെയോ കുസൃതിയായ ഒരു കുട്ടിയുടെ ഓമത്വം അയാളിലേക്കിരമ്പിയെത്തി.

'ഹരി പേടിക്കണ്ട. ഈ കേസുമായി ഇൻവോൾവ് ചെയ്തല്ല ഹരിയെ ഞങ്ങൾ വിളിപ്പിച്ചത്. രണ്ടുദിവസം ഹരിയെ ഞങ്ങൾക്ക് ആവശ്യമുണ്ട്. ഒരു ചെറിയ സഹായം. പോലീസ് കസ്റ്റഡി എന്നൊന്നും ഇതിനെ വിളിക്കരുത്. അതിനാൽ ഹരിയുടെ ഫോൺ ഞങ്ങൾക്ക് തരണം. ഹരി ഒരു നോവൽ എഴുതിക്കൊണ്ടിരിക്കുന്നു, അല്ലേ?'

'അതെ സാർ' തെല്ലമ്പരപ്പോടെ ഹരി പറഞ്ഞു. താൻ നോവൽ എഴുതിക്കൊണ്ടിരിക്കുന്ന കാര്യം ഇപ്പോൾ വലിയ വാർത്തയായിക്കഴിഞ്ഞുവോ? അയാൾ അന്ധാളിച്ചു.

'എന്താണ് അതിന്റെ പേര്?'

'സയനൈഡ്. പക്ഷേ നോവൽ എങ്ങുമായില്ല സാർ. പാതിവഴിയിൽ

എഴുത്തുമുറിഞ്ഞുപോയി.....'

'സാരമില്ല. നമുക്ക് അതു തുടരാം. അതിനുമുമ്പ് ചില അന്വേഷണങ്ങൾ നടത്തേണ്ടതുണ്ട്. നമുക്കുടനെ ഒരിടംവരെ പോകേണ്ടിവരും.'

'എവിടെയാണ് സാർ?'

'സെമിത്തേരിയിൽ. സെന്റ് മേരീസ് പള്ളിയിലെ സെമിത്തേരിയിൽ. അവിടെ ശോശാമ്മയുടെയുംഗബ്രിയേലച്ചന്റെയും സിവിച്ചായന്റെയും ബെന്നിയുടെയും കല്ലറകൾ തുറന്നു പരിശോധിക്കണം. അവരെല്ലാം സയനൈഡ് ഉള്ളിൽചെന്നിട്ടാണോ മരിച്ചത് എന്ന് ഉറപ്പുവരുത്തണം. ഇതെല്ലാം ഹരിക്കും നോവലിനും ഗുണംചെയ്യും. അതുകൊണ്ട് ഇന്നുമുതൽ ഹരി ഞങ്ങൾക്കൊപ്പമുണ്ടാകണം.'

'സാർ, അപ്പോൾ ശിഖ..?'

'അവളുടെ കാര്യം മറന്നേക്കൂ. നിങ്ങൾക്കിനി നിങ്ങളുടെ കാര്യംമാത്രം. അവളെ നിങ്ങൾക്ക് രക്ഷിക്കാനാവില്ല. ദൈവത്തിനുമാത്രമേ അവളെ രക്ഷപ്പെടുത്തുവാൻ സാധിക്കുകയുള്ളൂ.'

കാഹിം ഇബ്രാൻ ഒരു രഹസ്യപോലീസുകാരനുമാത്രം സാദ്ധ്യമാകുന്ന രീതിയിൽ നിഗൂഢമായി പുഞ്ചിരിതൂകി. അനുരാഗ് കാശ്യപിന്റെ ചിരിപോലെ മനോഹരമായിരുന്നു അത്. അപ്പോൾ തൊട്ടപ്പുറത്തെ മുറിയിൽതന്നെയും കാത്തിരിക്കുന്ന ശിഖയെ കുറിച്ചാണ് ഹരി ഓർത്തത്. ഈശ്വരാ, അവൾ യാതൊന്നും അറിയുന്നില്ലല്ലോ.

ലോകം അന്വേഷിച്ചുകൊണ്ടിരിക്കുന്ന ക്രൂരയും കുടിലയുമായ ആ കൊലപാതകിയും അവളും തമ്മിലെന്ത്?

23. ബ്ലാക്ക് ലില്ലി

2020 ഫെബ്രുവരി 9, 6.30 am

മനാഞ്ചിറ സ്ക്വയറിലെ നീലലോഹിത് അപ്പാർട്ടുമെന്റിലെ 69 നമ്പർ മുറിയിൽ,രാത്രിമുഴുവൻ ഉറക്കമിളച്ചതുകൊണ്ടോയെന്തോ അന്നു പുലർച്ചെ എഴുന്നേറ്റപ്പോൾ ഡെയ്സിക്ക് തലപൊന്തുന്നുണ്ടായിരുന്നില്ല. എഴുന്നേറ്റയുടനെ നാരങ്ങ പീച്ചിയ ഒരുചായയിട്ടു. തലവേദനയ്ക്ക് ബെസ്റ്റാണ്. ഒരു യുടുബ് ചാനലിൽനിന്നാണ് ഡെയ്സി അതിന്റെ റെസിപ്പി കണ്ടെത്തിയത്. രണ്ടു കുരുമുളകും രണ്ട് ഏലക്കായും ഒരല്ലി വെളുത്ത ഉള്ളിയുംകൂടി ചേർക്കണം. കുടിക്കുമ്പോൾ കയ്പ്പുരസമാണെങ്കിലും അല്പം കഴിഞ്ഞാൽ തലയുടെ കനംമാറിക്കിട്ടും.

കഴിഞ്ഞ രാത്രി വായിച്ചുതീർത്ത അഗതാക്രിസ്റ്റിയുടെ 1944 ൽ ആദ്യമായി പ്രസിദ്ധീകരിക്കപ്പെട്ട സ്പാർക്ലിംഗ് സയനൈയ്ഡ് എന്ന പുസ്തകത്തിന്റെ മലയാള പരിഭാഷ തുറന്നുവെച്ച നിലയിൽത്തന്നെ ബെഡ്ഡിൽ കിടപ്പുണ്ടായിരുന്നു. സ്വത്തിനുവേണ്ടി ഒരു സ്ത്രീ കുടുംബത്തിലെ ആളുകളെ നിഗൂഢമായി കൊല്ലുന്ന ഒരു കൊലപാതകപരമ്പരയുടെ കഥ പറയുന്ന പുസ്തകമായിരുന്നു അത്. ബെഡ്ലാമ്പും ഓഫാക്കാൻ മറന്നിരുന്നു. തലയിണയിൽ ചാരിവെയ്ക്കാത്തതുകാരണമായിരിക്കും പിടലിക്കും തലയ്ക്കും കനംവന്നതെന്ന് ഡെയ്സി ഊഹിച്ചു.

ആ ഫ്ളാറ്റിൽ അവൾ തനിച്ചായിരുന്നു താമസം. പ്രിൻസ് ഉപേക്ഷിച്ചുപോയപ്പോൾ ഒരു കാര്യം അവൾ തീരുമാനിച്ചു. ഇനിമുതൽ തന്റെ ജീവിതം തനിച്ചാണ്. ജീവിതത്തിലെ കഠിനമായ ഏകാന്തതകളെ നിറയ്ക്കാൻ ഇനി സംഗീതവും പുസ്തകങ്ങളും മാത്രം.ഒരു പുരുഷനും കടന്നുവരാത്ത വിധത്തിൽ ആ വാതിലുകൾ താൻ എന്നന്നേക്കുമായി കൊട്ടിയടച്ചിരിക്കുന്നു. അന്നുതന്നെ ഒരു ലൈംഗീക ഓൺലൈൻ സ്റ്റോറിലേക്ക് വിളിച്ച് ശരീരത്തിന്റെ അനാവശ്യ കാമനകൾ ശമിപ്പിക്കാനാവശ്യമായ ടോയ്സുകൾ അവൾ ഓർഡർ നൽകുകയും ചെയ്തു.

തനിച്ചുള്ള ജീവിതത്തിന് വല്ലാത്തൊരു ഹരമുണ്ടായിരുന്നു. നഗരത്തിൽനിന്ന് തെന്നിമാറി നിൽക്കുന്ന ആ അപ്പാർട്ടുമെന്റിലെ താമസക്കാ

രെല്ലാം ഫാമിലിയോടൊത്ത് സന്തോഷത്തോടെ ജീവിക്കുന്നവരായിരുന്നു. കുട്ടികൾ ഏതുനിമിഷവും നിങ്ങളെ കോറിഡോറിൽവെച്ചോ, ലിഫ്റ്റനിരികിൽവെച്ചോ, ഹാളിലേക്കുള്ള പ്രവേശന കവാടത്തിൽവെച്ചോ പേടിപ്പിക്കും. പലതരം മാസ്കുകൾ അവർ ധരിക്കും. അടുത്തിടെ ഇറങ്ങിയ ജോക്കർ എന്ന സിനിമയിലെ മാസ്ക്കാണ് കഴിഞ്ഞ ദിവസം ഡെയ്സിയെ ശ്വാസംമുട്ടുന്ന തരത്തിൽ ഭയപ്പെടുത്തിയത്.കുസൃതികളായ കുട്ടികൾ. ജീവിതത്തിന് നിറംപകരാൻ കുട്ടികൾ ആവശ്യമാണ്. അതുമാത്രമാണ് ഇപ്പോൾ ഡെയ്സിയെ അലട്ടുന്നത്.

ഔദ്യോഗിക ജീവിതത്തിൽ സെന്റിമെന്റ്സുകൾ ഇല്ല. ഉൽകണ്ഠകളും.ജോലി തികച്ചും യാന്ത്രികമായിരിക്കണം. വൈയക്തിക ഭാവങ്ങൾ പരുക്കൻ പോലീസ് യൂണിഫോമിന് ഒട്ടും ചേർന്നതല്ല. എങ്കിലും സ്ത്രീകളെ കാണുമ്പോൾ ഒരു വല്ലാത്ത സൗഹൃദം അവരോട് തോന്നാറുണ്ട് ഡെയ്സിക്ക്. ഏതു സ്ത്രീയും അവൾക്ക് കൂട്ടുകാരികളെപോലെയാണ്. എന്നാൽ പോലീസിലാണ് ജോലിയെന്ന് അറിയുന്നവർ അവളോട് ഒരകലം പാലിച്ചു. അവർ എപ്പോഴും അപകടകാരികളാണെന്നതുപോലെ. പുരുഷന്മാരുമതേ. ജീവിതത്തിൽ തെറ്റുചെയ്യുന്നവരോ ചെയ്തവരോ ആയിരുന്നില്ല അവരൊന്നും. എങ്കിലും ഭാവിയിൽ ചെയ്യാൻ നിർബന്ധിതമാകുന്ന ഒരു തെറ്റിനെ അവർ എപ്പോഴും ഭയക്കുന്നു.

അവളുടെ ജീവിത പരിസരങ്ങളിൽ ക്രൂരയായ സ്ത്രീകൾ കുറവായിരുന്നു. എല്ലാം സഹിക്കാൻ പഠിപ്പിക്കുന്ന അമ്മതന്നെയായിരുന്നു അവളുടെ ഏറ്റവും വലിയ റോൾമോഡൽ. അച്ഛനെക്കാൾ ധൈര്യം പകർന്നത് അമ്മയായിരുന്നു. താൻ നഷ്ടപ്പെട്ടുപോകുമോയെന്ന ഭയമായിരുന്നു എന്നും അച്ഛന്. ബയോളജിക്കലായി അത് ശരിയായിരുന്നില്ല. അദ്ദേഹം തന്റെ അമ്മയുടെ ഭർത്താവായിരുന്നു. എന്നാൽ അവളുടെ സ്വന്തം അച്ഛനായിരുന്നില്ല.

അവൾക്ക് മൂന്നു വയസ്സുള്ളപ്പോഴാണ് അമ്മ രണ്ടാമത് കല്യാണം കഴിക്കുന്നത്. ആദ്യത്തെ കല്യാണം രജിസ്റ്റർ ചെയ്യാത്തതിനാൽ റിക്കാർഡിക്കലായി അത് ആദ്യവിവാഹംതന്നെ.

അവർ ഒരുമിച്ചുതാമസംതുടങ്ങി. അലക്സ് മാത്യു എന്ന നാല്പതുകാരനായ പ്ലാന്റർ. അയാൾക്ക് അമ്മയേക്കാൾ കൂടുതൽ ഒരുപക്ഷേ ഡെയ്സിയെയായിരിക്കും ഇഷ്ടം. അവളെ സ്വന്തമാക്കാനാണ് അമ്മയെ വിവാഹംപോലും കഴിച്ചതെന്ന് തോന്നുമായിരുന്നു അയാൾക്ക് അവളോടുള്ള സ്നേഹവും വാത്സല്യവും കണ്ടാൽ.

എന്നാൽ ഈ രഹസ്യങ്ങളൊന്നും ഡെയ്സി അറിഞ്ഞിരുന്നില്ലെന്ന

താണ് സത്യം.ആ രഹസ്യത്തിലേക്കുള്ള വാതിലാകട്ടെ, അവളെ അപകടത്തിലാക്കുകയും ചെയ്തു.

പ്രിൻസിനെ അവൾ യാതൃശ്ചികമായാണ് കണ്ടുമുട്ടുന്നതും പരിചയപ്പെടുന്നതും. ഒരു കൂട്ടുകാരിയുടെ വിവാഹത്തിന് വടകരയിൽ പോയപ്പോൾ ഇരുവരും ഒരു യുഗ്മഗാനം ആലപിച്ചാണ് പരിചയമാകുന്നത്.ജോലിയിൽ പ്രവേശിച്ചിട്ട് അധികകാലമായിരുന്നില്ല പ്രിൻസ്.പിന്നെ ആ ബന്ധം പാട്ടിലൂടെയും അല്ലാതെയും വളരുകയായിരുന്നു.

'ഞാൻ തന്നെ കല്യാണം കഴിക്കുന്നതിൽ ഡെയ്സിക്ക് എന്തങ്കിലും വിരോധമുണ്ടോ.....?'

ഒരു ദിവസം പ്രിൻസ് തമാശരൂപത്തിൽ ഫോണിലൂടെ ചോദിക്കുന്നു. ഡെയ്സി അതിന് കൊടുത്ത മറുപടി രസകരമായിരുന്നു. മതത്തിൽ കല്യാണക്കാര്യം തീരുമാനിക്കുക പെണ്ണിന്റെ അപ്പനാണ്. അദ്ദേഹത്തിന്റെ നമ്പർ ഞാൻ മെസ്സേജു ചെയ്യാം. നിങ്ങൾ രണ്ടു പുരുഷന്മാർ തീരുമാനിക്കുക, ഈ മാടപ്രാവിന്റെ വിധിയെന്തായിരിക്കുമെന്ന്.

അതൊരു വാട്സാപ്പ് തമാശയിലൊടുങ്ങുമെന്നാണ് വിചാരിച്ചത്. എന്നാൽ അയാൾ കൂടുതൽ മുന്നോട്ടുപോയി. അപ്പനോട് സംസാരിച്ച് വിവാഹത്തിനു തീർപ്പാക്കുകയും ആചാരപൂർവം പെണ്ണുകാണൽ ചടങ്ങിനെത്തുകയും ചെയ്തു.

അതുവരെയുള്ള കാര്യങ്ങൾ സാധാരണഗതിയിൽ നീങ്ങി. ബന്ധങ്ങൾക്കിടയിൽ ഈഗോ കടന്നുകൂടിയില്ലെങ്കിൽ നല്ലൊരു വിവാഹജീവിതം കാഴ്ചവെയ്ക്കാമെന്ന് സ്വതസിദ്ധമായ നർമ്മത്തിൽ കാഹിം സാർ ആശംസിക്കുകയും ചെയ്തു. എന്നാൽ ഒരു സായാഹ്നത്തിൽ എല്ലാം തകിടം മറിയുകയാണുണ്ടായത്. ജീവിതത്തിന്റെ ദിശതന്നെ ആരോ ബലംപ്രയോഗിച്ച് തിരിച്ചതുപോലെയായിരുന്നു ആ സംഭവം.

മനഃസ്സമതത്തിന് ദിവസം തീരുമാനിക്കാനിരിക്കെ ഒരു ദിവസം പ്രിൻസ് വീണ്ടും വിളിക്കുന്നു. കാണാൻ സൗകര്യപ്പെടുമോയെന്നും കഴിയുമെങ്കിൽ പെട്ടെന്നു ബീച്ചിൽ വരാമോയെന്നും. ഡെയ്സി സമ്മതിച്ചു. ചുവന്ന സ്വിഫ്റ്റിൽ അവൾ കടൽക്കരിയിലെത്തി വണ്ടി പാർക്കു ചെയ്തു.ചെല്ലുമ്പോൾ ഒരു സിഗരറ്റിന്റെ മാസ്മരികതയിൽ ലയിച്ച് അയാൾ സന്ദർശക ബെഞ്ചിൽ ഇരിപ്പുണ്ടായിരുന്നു. നല്ല സായാഹ്നം. കടൽക്കാറ്റേറ്റ്, യുവമിഥുനങ്ങൾ കൊച്ചുവർത്തമാനങ്ങളും കൊതിവർത്തമാനങ്ങളും പറഞ്ഞിരിക്കുന്നു. ചിലർ തിരമാലകളുടെ ലാവണ്യവും സാരള്യവും ആസ്വദിക്കുന്നു. കടലിന്റെ വിശാലതയിലേക്ക് നോക്കി സൂര്യൻ പൊൻപ്രഭയണിഞ്ഞ് ചിരിക്കുന്നു.

കുറേനേരം യാതൊരു ബന്ധവുമില്ലാത്ത കാര്യങ്ങൾ പ്രിൻസ് ചോദിച്ചുകൊണ്ടിരുന്നു. സമയം പോയ്ക്കൊണ്ടിരിക്കുന്തോറും മനസ്സിലെ ആശങ്കകളും വിഹ്വലതകളുംപെരുകിപ്പെരുകിവന്നു. പ്രിൻസിന്റെ സംസാരത്തിൽ വലിയ താത്പര്യമില്ലയ്മ പ്രകടമായിരുന്നു. അയാളുടെ വാക്കുകളുടെ സൗന്ദര്യമെല്ലാം ചോർന്നുപോയി സംസാരംകൂടുതൽ വരണ്ടു. വർഷങ്ങൾക്കുശേഷം പിരിഞ്ഞ ദമ്പതികൾ വീണ്ടും കണ്ടുമുട്ടുമ്പോൾ അനുഭവിക്കുന്ന ഒരു ഏകാന്തത ഇരുവർക്കുമിടയിൽവിങ്ങിനിന്നു. എങ്ങനെയെങ്കിലും ബന്ധം ഒഴിയുന്നതിന്റെ വേവലാതിയാണ് അയാളെ ഉലയ്ക്കുന്നതെന്നു ഒരു സ്ത്രീയായ ഡെയ്സിക്ക് വേഗത്തിൽ പിടികിട്ടി. കാരണം, സ്ത്രീകൾക്കു വിവേചനസിദ്ധി പുരുഷന്മാരേക്കാൾ പതിന്മടങ്ങാണെന്നു ശാസ്ത്രം പറയുന്നു.

'ഈ വിവാഹത്തിൽനിന്ന് പിൻമാറാൻ പ്രിൻസ് ആഗ്രഹിക്കുന്നുണ്ട്, അല്ലേ..?'

ഒടുവിൽ സഹികെട്ട് ഡെയ്സി ചോദിക്കുന്നു. സ്ത്രീകൾ അങ്ങനെയാണ്. ആദ്യംചിന്തിക്കുന്നത് അവസാനവും പിന്നെ ചിന്തിക്കുന്നത് ആദ്യവുമായിരിക്കും. ഉദാഹരണത്തിന് പ്രിൻസിന് താല്പര്യമില്ലെങ്കിൽ ആ ബന്ധം ഉപേക്ഷിക്കപ്പെട്ടുവെന്നുതന്നെ ഒരു സ്ത്രീ ഉറപ്പാക്കും. പിന്നീടാണ് കാര്യകാരണങ്ങൾ തിരക്കുകയുള്ളൂ.

'ഇല്ല. സത്യം! പക്ഷേ വീട്ടുകാർ അടുക്കുന്നില്ല. പ്രശ്നം എന്താണെന്ന് ഡെയ്സിക്കറിയാമോ? യുവർ ഫാദർ അല്ക്സ് മാത്യു ഈസ് നോട്ടു യുവർ ബയോളജിക്കൽ ഫാദർ.'

കാമുകിയോടു സ്ത്രീധനം ചോദിക്കുന്ന ഒരുവനെപോലെ പ്രിൻസ് മടിച്ചുമടിച്ചു പാതി കളിയായും പാതി കാര്യമായും പറഞ്ഞു.

'ഹൗ ഡെയർ ടു സ്പീക്ക് യു സച്ച് എ സ്റ്റുപിഡിറ്റി..'

'ബി കൂൾ ഡെയ്സി. ഇറ്റ് ഈസ് എ ഫാക്റ്റ്. തനിക്ക് അത് അറിയാഞ്ഞിട്ടാണ്. എനിക്ക് ഓക്കെയാണ്. പക്ഷേ അറിയാലോ എന്റെ വീട്ടുകാർ. ദേ ആർ ഓർത്തഡോക്സ്. ഐ ആം വെരി സോറി ആന്റ് ഹെൽപ്ലസ്. ഞാൻ പറയുന്നത് ഇനിയും വിശ്വാസമായില്ലെങ്കിൽ ഡെയ്സി ഒരു കാര്യം ചെയ്യുക. വീട്ടിൽപോയി അച്ഛനെ നന്നായൊന്ന് കെട്ടിപ്പിടിക്കൂ. അപ്പോൾ നിനക്കത് ഫീൽ ചെയ്യും. ഐ ആം ഷുവർ.'

കരിങ്കല്ലുകളിൽ ചിരിച്ചാർക്കുന്ന തിരമാലകളെ പകയോടെ ഡെയ്സി നോക്കി. കടൽ രൗദ്രഭാവം പൂണ്ടുവരികയായിരുന്നു. പ്രസന്നത പൂർണമായും അണഞ്ഞുപോയിരിക്കുന്നു. ഈ പ്രപഞ്ചംതന്നെ വിഡ്ഢിയാക്കാൻ ശ്രമിക്കുന്നു. ഇതുവരെ താൻ സ്നേഹിക്കുകയും ബഹുമാനി

ക്കുകയും സ്വന്തമെന്ന് അഹങ്കരിക്കുകയും ചെയ്യുന്ന അപ്പൻ തനിക്കാരുമല്ലെന്ന തിരിച്ചറിവ് എങ്ങനെ വിശ്വസിക്കും? തന്നെ ചൂഴ്ന്നു നില്ക്കുന്ന നടുക്കുന്ന ശൂന്യതയിൽനിന്ന് മുക്തമാകുവാൻ അവൾക്കായില്ല.

ആർത്തിരമ്പുന്ന മനസ്സുമായാണ് വീട്ടിൽ ചെന്നുപറ്റിയത്. ഇല്ല ഒന്നും സംഭവിച്ചിട്ടില്ലെന്ന് മനസ്സപ്പോൾ മന്ത്രിച്ചു.ഇന്നലെ കയറിവന്ന ഒരുത്തനെ വിശ്വസിക്കാതിരിക്കുക. അപ്പൻ പതിവുപോലെ രാവിലെ വായിച്ചു തീർക്കാനാവാത്ത ന്യൂസുകൾ ആർത്തിയോടെ വായിക്കുകയായിരുന്നു. കണ്ണിന്റെ ഓപ്പറേഷൻ കഴിഞ്ഞതിനുശേഷം അപ്പന് വായനയുടെ പഴയ ലഹരി തിരിച്ചുകിട്ടിയിരുന്നു. അമ്മ അടുക്കളയിൽ രാത്രിയിലേക്കുള്ള ഭക്ഷണം തയ്യാറാക്കുന്നു.അയൽപക്കത്തെ വീടുകളിൽ വെളിച്ചം പരന്നുകിടക്കുന്നു. നാലാമത്തെ നിലയിലെ ഫ്ളാറ്റുകളിൽനിന്നെല്ലാം ലൈറ്റു തെളിഞ്ഞുകിടന്നിരുന്നു. അവരുടെ സ്വീകരണ മുറികളിൽനിന്ന് വാർത്തകളുടെ ചീളുകൾ പുറത്തേക്കു ചിതറിക്കൊണ്ടിരിക്കുന്നു.

അകത്തേക്ക് പ്രവേശിച്ചപ്പോൾ പത്രംവായന നിറുത്തി, അത് നാലായി മടക്കി ടീപോയിലേക്കിട്ട് ഒരു ചായക്കായി അമ്മയെ വിളിക്കാൻ കാത്തിരിക്കുകയായിരുന്നു അപ്പൻ. പെട്ടെന്ന് മുറിയിലേക്ക് ചെന്നപ്പോൾ അപ്പൻ ചോദിച്ചു. 'ഇന്നെന്താ ഇത്രേം നേരം വൈകിയത്?'

അതിനു മറുപടി പറയാനുള്ള സാവകാശം ഇല്ലായിരുന്നു അവൾക്ക്. ചകിതമായ മനസ്സ് വലിയ ഒരു വിഡ്ഢിത്തം ചെയ്യുമെന്ന് ഡെയ്സിയും സ്വപ്നത്തിൽപോലും വിചാരിച്ചില്ല. അവൾ അതുതന്നെ ചെയ്തു. പൊടുന്നനെ അപ്പനെ കെട്ടിപ്പിടിച്ച് കവിളിൽ ഒരുമ്മ നൽകി. അപ്രതീക്ഷിതമായ അവളുടെ നീക്കത്തിൽ അയാളൊന്നു പകച്ചു. അടുത്തനിമിഷം, അക്കാര്യം ബോധ്യപ്പെടുത്തി, പൊടുന്നനെ അയാൾ അവളെ ദേഹത്തുനിന്നും വേർപ്പെടുത്തി. എന്നിട്ട് അവളുടെ മുഖത്തേക്ക് അതിരൂക്ഷം നോക്കി. അക്രോശിച്ചു.

'വാട്ട് ആർ യൂ ഡൂയിംഗ്. ആർ യു ക്രേസി..?'

മനസ്സിൽകെട്ടിവെച്ച ആ മഹാസൗധം ചില്ലുഗോപുരംപോലെ പതുക്കെ, അവളുടെ മനസ്സിൽ ചിതറിവീഴുകയായിരുന്നു. പ്രിൻസിന്റെ ചിരിക്ക് ശരിക്കും പരിഹാസത്തിന്റെ ചുവയുണ്ടായിരുന്നുവെന്ന് അപ്പോഴവൾ തിരിച്ചറിഞ്ഞു. പൊട്ടിക്കരയാൻ വേണ്ടി അവൾ ഉടനെ മുകളിലേ തന്റെ സ്വകാര്യതയിലേക്ക് ഓടിക്കയറി. പിറകിൽത്തന്നെ അപ്പൻ കിതച്ചുകൊണ്ട് ചെന്നെങ്കിലും അദ്ദേഹം വാതിലിൽ കൊട്ടിവിളിച്ചെങ്കിലും എഴുന്നേറ്റ് വാതിൽതുറക്കാൻപോലും അവൾക്ക് ശക്തിയുണ്ടായിരുന്നില്ല.

പ്രിൻസ് പറഞ്ഞത് ശരിയായിരിക്കുന്നു. ഒരന്യസ്ത്രീ ശരീരത്തിൽ

സ്പർശിക്കുമ്പോഴുള്ള റിയാക്ഷൻതന്നെയായിരുന്നു അപ്പന്റേത്.

എത്ര ലളിതമായാണ് പ്രിൻസ് എല്ലാം അവതരിപ്പിച്ചതെന്നോർത്ത് പിൽക്കാലത്ത് ഡെയിസിക്ക് അത്ഭുതം തോന്നിയിട്ടുണ്ട്. താൻ പിടിക്കപ്പെട്ടുവന്നറിഞ്ഞ നിമിഷം മനസ്സിലുണ്ടായ ആ സംഭ്രമം അപ്പന്റെ മുഖത്ത് വ്യക്തമായിരുന്നു.പിന്നീട് അധിക നേരം അപ്പൻ ജീവിച്ചിരുന്നില്ല.

രാത്രി മുഴുവൻ അവൾ കരയുകയും അപ്പൻ വേദന സഹിക്കവയ്യാതെ സിറ്റൗട്ടിൽ, മദ്യപിച്ചിരിക്കുകയും ചെയ്തു. അമ്മയ്ക്കും അവൾ വാതിൽ തുറന്നുകൊടുത്തില്ല. പിന്നീടെപ്പോഴോ അമ്മയുടെ അലർച്ച കേട്ടാണ് അവൾ ഞെട്ടിയുണർന്നത്. അപ്പോഴേക്കും അവൾക്ക് സ്ഥലകാലവിഭ്രംശം സംഭവിച്ചിരുന്നു.

തലയ്ക്കടിയേറ്റ ഒരുവളെപോലെ മന്ദിച്ചുമന്ദിച്ചു വേച്ചുപോകുന്ന കാലുകളോടെ കോണിയിറങ്ങുമ്പോൾ കൈകളിൽ താങ്ങി പ്രിയപ്പെട്ട ഭർത്താവിനെ എഴുന്നേൽപ്പിക്കാൻ ശ്രമിക്കുന്ന അമ്മയെയാണ് അവൾ കണ്ടത്. വേഗത്തിൽ പാഞ്ഞുചെന്നു. കാലിടറി പലയിടത്തും വീണുപോയി. ഒടുവിൽ അരികിലെത്തിയപ്പോൾ, ചിറിവായിലൂടെ ഒഴുകിയ കട്ടപിടിച്ച ചോരത്തുള്ളികൾ മാത്രമാണ് കണ്ടത്.

നാട്ടുകാരുടെ സഹായത്താൽ ആശുപത്രിയിൽ എത്തിച്ചെങ്കിലും ജീവൻ രക്ഷിക്കുവാൻ കഴിഞ്ഞില്ല. കാർഡിയാക് അറസ്റ്റ്. പിറ്റേന്നുതന്നെ പോസ്റ്റുമോർട്ടം ചെയ്തു ബോഡി ലഭിച്ചു. പള്ളിയിൽ അത് ആചാരപൂർവ്വം അടക്കം ചെയ്തു.

ഒരാഴ്ച കഴിഞ്ഞ് പോസ്റ്റുമോർട്ടം നടത്തിയ ഡോക്ടർ ഡെയ്സിയെ വീട്ടിലേക്ക് വിളിപ്പിച്ചു. അമ്മയുടെ സഹപാഠിയായിരുന്നു അലക്സാണ്ടർ സാർ. അദ്ദേഹം ഇടയ്ക്കിടെ വീട്ടിലേക്ക് വരികയും അലുമ്നി പരിപാടികളിൽ അമ്മയെ കൃത്യമായി പങ്കെടുപ്പിക്കുകയും ചെയ്യുമായിരുന്നു. അങ്കിളാണ് പറഞ്ഞത് മരണം ആത്മഹത്യയായിരുന്നുവെന്ന്. സയനൈഡ് ഉള്ളിൽചെന്നായിരുന്നു മരണം. അലിഗേഷൻസ് ഒഴിവാക്കാൻ അത് റിപ്പോർട്ടിൽ പരാമർശിക്കുന്നില്ലെന്നും അതിനെച്ചൊല്ലി ഭാവിയിൽ യാതൊരു തർക്കവും ഉണ്ടാക്കരുതെന്നും അങ്കിൾ അവിടെവെച്ച് ആവശ്യപ്പെടുക മാത്രമല്ല, എഴുതിവാങ്ങുകയും ചെയ്തു.

അപ്പന് ആ സമയത്ത് വീട്ടിൽവെച്ച് സയനൈഡ് എങ്ങനെകിട്ടിയെന്ന് ഡെയ്സി അത്ഭുതപ്പെട്ടു. വീട്ടിൽ ആ മാരകമായ വിഷം ഉണ്ടായിരുന്നു. അതുപക്ഷേ അപ്പന് ഒരിക്കലും അറിയുമായിരുന്നില്ല. അത് ഡെയ്സിക്ക് മാത്രമറിയുന്ന രഹസ്യവും സത്യവുമായിരുന്നു.

പൊടുന്നനെ അവൾ തന്നെത്തന്നെ സംശയിക്കാൻ തുടങ്ങി. രാത്രി

യിൽ താൻ തന്നെയാണ് അപ്പൻ കഴിച്ചുകൊണ്ടിരിക്കുന്ന മദ്യത്തിൽ വിഷം കലർത്തിയതെന്ന് അവൾ വിശ്വസിച്ചു. ഒരുപക്ഷേ അതിനുവേണ്ടി മാത്രം ഉറക്കത്തിൽനിന്നുണരുകയും ശബ്ദമുണ്ടാക്കാതെ താഴേക്കുള്ള സ്റ്റെപ്പുകൾ ഇറങ്ങുകയും ചെയ്തിരിക്കണം. മദ്യത്തിന്റെ ലഹരിയിൽ ലോകം വിസ്മരിച്ചിരിക്കുന്ന അപ്പൻ അറിയാതെ ടീപ്പോയിലെ ഗ്ലാസിൽ അത് നിക്ഷേപിച്ചിരിക്കണം. മരണത്തോട് മല്ലിടുമ്പോൾ അപ്പൻ അവളെ കണ്ടിരിക്കണം. ഇതൊക്കെ അവളുടെ അബോധ മനസ്സ് ജൽപ്പിച്ചുണ്ടാക്കുന്ന ദൃശ്യങ്ങളാണെന്ന് പിൽക്കാലത്ത് വിശ്വസിക്കാനുള്ള വിവേകവും അവൾക്കുണ്ടായിരുന്നു. കഴിഞ്ഞ മാസം സയനൈഡ് കടത്താൻ ശ്രമിച്ച ഒരുവനെ പോലീസ് പിടിച്ചു. സ്റ്റേഷനിൽ തൊണ്ടി സൂക്ഷിക്കുന്ന മുറിയിൽ വലിയ പായ്ക്കറ്റിൽ സയനൈഡ് കണ്ടപ്പോൾ അതിൽനിന്ന് ഒരു കൗതുകത്തിനാണ് അവൾ അല്പം വീട്ടിലേക്ക് എടുത്തത്. വെള്ളത്തിൽ പൊട്ടാസ്യം സയനൈഡ് കത്തുന്നതിന്റെ അത്ഭുതം തന്നെ നിരന്തരം പേടിപ്പിക്കുന്ന കുട്ടികളെ കാണിച്ച് അതിശയിപ്പിക്കുന്നതിനായിരുന്നു അത്.

പിന്നീട് അസാധാരണത്വം നിറഞ്ഞതായിരുന്നു അവളുടെ പെരുമാറ്റം. കൈകളിൽ വിഷംപുരണ്ടിട്ടുണ്ടോയെന്ന് സംശയിച്ച് അവൾ അത് ഇടയ്ക്കിടെ മണക്കുകയും പിന്നീട് പലയാവർത്തി കഴുകിക്കളയുകയും ചെയ്തു. പരസ്പര ബന്ധമില്ലാത്ത പലതും പുലമ്പാനും തുടങ്ങി. അപ്പൻ മരിച്ചതിന്റെ ഡിപ്രഷനാണെന്ന് ആദ്യം പരിശോധിച്ച ഡോക്ടർ അമ്മയെ സമാധാനിപ്പിച്ചു. രണ്ടാഴ്ചക്കുള്ള മരുന്നെഴുതി അയാൾ കേസു മടക്കി. എന്നാൽ വീട്ടിലെത്തിയ ഡെയ്സി മറ്റൊരാളെപോലെ പെരുമാറുകയും അപ്പന്റെ മരണം അന്വേഷിച്ച് നടക്കുകയും തന്റെ മുറിയിൽ അള്ളിപ്പിടിച്ചിരിക്കുകയും ചെയ്തു.

ഒരാഴ്ച ഊട്ടിയിലെ ഒരു അസൈലത്തിൽ അവൾ ചികിത്സയിലായിരുന്നു. പതുക്കെ പതുക്കെ സ്വപ്നങ്ങളുടെ പുകമഞ്ഞുകളിൽനിന്നും യാഥാർത്ഥ്യങ്ങളിലേക്കും ജീവിതത്തിലേക്കും അവൾ തിരിച്ചുവന്നു. കാഹിം മാത്രമാണ് ഇടയ്ക്കിടെ അവളെ സന്ദർശിക്കാനെത്തിയ ഒരാൾ. അവളുടെ ഗുരുതരമായ അവസ്ഥ ഡിപ്പാർട്ടുമെന്റിൽ അറിയാതിരിക്കാനുള്ളതെല്ലാം അയാൾ ചെയ്തു. അയാളുടെ പരിചരണംതന്നെയാണ് അവളെ ജീവിതത്തോടു വല്ലാതെ അടുപ്പിച്ചതും.

ഇതെല്ലാം ഈ നേരത്ത് ഓർത്തു കിടന്നതു നന്നായെന്ന് ഡെയ്സിക്കു തോന്നി. നഷ്ടപ്പെട്ട പല ഓർമ്മകളും തിരിച്ചുപിടിക്കുന്നതു ഇത്തരം ശ്രമങ്ങളിലൂടെയാണ്. ഭൂതകാലത്തിന്റെ ഇരുട്ടുകൾ ഇപ്പോഴും അഴിക്കപ്പെ

ടാത്ത നിഗൂഢ അറകളായി അവളുടെ ഉള്ളിൽ കിടപ്പുണ്ട്. ഒരു കാര്യം അന്നത്തെ ഓർമ്മകൊണ്ടു ഗുണംചെയ്തു. അന്നു പിടിക്കപ്പെട്ട സയനെയ്ഡ് വാസുവിന് താൻ അന്വേഷിച്ചുകൊണ്ടിരിക്കുന്ന കേസുമായി വല്ല ബന്ധവും ഉണ്ടായിരിക്കുമോയെന്ന ചിന്ത പൊടുന്നനെ ഡെയ്സിയെ ഉത്തേജിതയാക്കി. അവൾ യൂണിഫോം ധരിച്ച് കീ പതിവുപോലെ കാർപ്പെറ്റിനടിയിൽ തിരുകിവെച്ചതിനുശേഷം പുറത്തേക്കിറങ്ങി. അവളുടെ അപ്പാർട്ടുമെന്റിൽനിന്നും പോലീസ് സ്റ്റേഷനിലേക്ക് രണ്ടു കിലോമീറ്റർ ദൂരമുണ്ടായിരുന്നു. ഒരു ഓട്ടോ പിടിച്ച് സ്റ്റേഷനിലെത്താനും അവിടെനിന്ന് പീറ്ററിനെയും സന്ദീപനെയും കൂട്ടി സാം അലക്സിനൊപ്പം പോലീസ് ക്ലബ്ബിലെത്താനുമായിരുന്നു അവൾക്ക് കിട്ടിയ നിർദേശം. ഇന്ന് കൊലപാതകിയുടെ അറസ്റ്റുണ്ടാകുമെന്നും കാഹിം ഇബ്രാൻ അവളെ അറിയിച്ചു.

'ആരാണ് സാർ, ആ കൊലപാതകി?' അവൾ ആകാംക്ഷയടക്കാനാവാതെ ആ പോലീസുദ്യോഗസ്ഥന്റെ ഉള്ളുചോർത്തുവാനായി ചോദിച്ചു.

'വെയിറ്റ് ആന്റ് സീ...'

അതായിരുന്നു ഉത്തരം. സെക്യൂരിറ്റിയെ വിഷ് ചെയ്ത് റോഡിലേക്കിറങ്ങി ആദ്യമെത്തുന്ന ഓട്ടോയ്ക്കുതന്നെ കൈകാണിക്കാൻ പാകത്തിൽ നിരത്തോരത്തു നിലയുറപ്പിച്ചു അവൾ. അപ്രതീക്ഷിതമായി വശംചേർന്നു ഒരു ചുവന്ന കാർ അവൾക്ക് സമീപം വന്നുനിന്നു. അതിന്റെ ഉയർത്തിവെച്ച ഗ്ലാസുകൾ പതിയെ താഴുകയും സുന്ദരിയായ ഒരു സ്ത്രീയുടെ മുഖം അവിടെ തെളിയുകയും ചെയ്തു.

'മിസ്സ്. ഡെയ്സിയല്ലേ....?' ചുവന്ന ലിഫ്റ്റിക് തേച്ചുപിടിപ്പിച്ച് മനോഹരമാക്കിയ രണ്ടു ചുണ്ടുകൾ അവളോടു ചോദിച്ചു.

'അതെ'

'സ്റ്റേഷനിലേക്കാണെങ്കിൽ കയറൂ. ഞാൻ ആ വഴിയാണ് പോകുന്നത്. പ്ലീസ്.......'

എവിടെയോ കണ്ടുപരിചയമുള്ള ഒരു സ്ത്രീയുടെ സ്വാഭാവികമായ ക്ഷണമായി അതുതോന്നിയതുകൊണ്ടല്ല, ഒരു ആകർഷണവലയത്തിനകത്തുപെട്ടതുകൊണ്ടാണ് ഡെയ്സി ആ വാഹനത്തിലേക്കു കയറിയത്.

ന്യൂബ്രാന്റ് ക്രസീഡയായിരുന്നു അത്. പതുപതുത്ത കസേരകൾ. വൃത്തിയുള്ള ഡാഷ് ബേസ്. സ്ത്രീ പുഞ്ചിരി തൂകിക്കൊണ്ട് കാർ മുന്നോട്ടെടുത്തു. എന്നിട്ട് അവളോട് ചിരിച്ചുകൊണ്ടു പറഞ്ഞു.

'എന്റെ പേര് ജെന്നി. ജെന്നിഫർ....'

അവാച്യമായ ഒരു ഗന്ധംതന്നെ തലോടുന്നതുപോലെ അവൾക്ക് തോന്നി. നേരിയ ഒരു ഭയം എന്തിനെന്നില്ലാതെ ഡെയ്സിയെ തലോടി ക്കടന്നുപോയി. അന്നേരം ഡാഷ് വേസിലെ ഇരുണ്ടനിറത്തിലെ അപൂർ വ്വയിനം പൂവ് അവളുടെ ശ്രദ്ധയിൽ പെട്ടു. ആ പൂവ് താനെവിടെയോ കണ്ടതായി അവൾക്കുറപ്പുണ്ടായിരുന്നു. അവൾ ഓർമ്മയിൽ പരതി നോക്കി. ഒടുവിൽ അത് കണ്ടെത്തുകയും ചെയ്തു.

ബ്ലാക്ക് ലില്ലി

അതേ പേരിലുള്ള ഒരു നോവലിന്റെ പുറംചട്ടയിലാണ് അതെന്ന് ഒ രു ഞെട്ടലോടെ അവൾ മനസ്സിലാക്കി. അതെ, ഊട്ടിയിലെ അസൈല ത്തിൽവെച്ചായിരുന്നു ആ പുസ്തകം താൻ വായിച്ചതെന്ന് ഡെയ്സിക്ക് പെട്ടെന്ന് ഓർമ്മവന്നു മാൻഡി ബാർഹെഡ് (Mandy Borhead) എന്ന എഴുത്തുകാരന്റെ കൃതിയായ ആ ക്രൈംത്രില്ലർ ആസ്ട്രേലിയയിലെ മ ഞ്ഞുമലകളിൽ നടന്ന അതിസാഹസികമായൊരു കൊലപാതകത്തി ന്റെയും പ്രതികാരത്തിന്റെയും കഥ പറയുന്ന നോവലാണ്. ആ നോവ ലിന്റെ പുറംചട്ടയിൽ മുദ്രണം ചെയ്ത അതേ പൂവിനു പക്ഷേ സുഗന്ധ മുണ്ടായിരുന്നില്ലെന്നും അവൾ ഓർക്കുന്നു.

24. പ്രേതങ്ങൾ

ഒരു സ്ത്രീകൂടി അപകടത്തിൽപ്പെട്ടിരിക്കുന്നു.

നഗരം ഉറങ്ങിയെഴുന്നേൽക്കുമ്പോൾ നിങ്ങൾ കേൾക്കുന്നതെന്താണ്? ആ സ്ത്രീയുടെ നഗ്നമായ ജഡവും അതിനെച്ചുറ്റിപ്പറ്റി പോലീസുകാർ നെയ്തെടുക്കുന്ന ഒരു കഥയുമായിരിക്കില്ലേ? പോലീസുകാരിയായ പെൺകുട്ടി എന്തിനായിരിക്കും ആത്മഹത്യ ചെയ്തിട്ടുണ്ടായിരിക്കുക? അവളെ ഒരാൾ പ്രണയിച്ച് വഞ്ചിച്ചിരിക്കുമോ? അതോ, ഭൂതകാലം അവളെ ക്രൂരയായ ഒരു വേട്ടപ്പട്ടിയെപോലെ വേട്ടയാടിപ്പിടിച്ചതായിരിക്കുമോ? നമ്മൾ കാണുകയും കേൾക്കുകയും ചെയ്യാത്ത അവളുടെ ജീവിതത്തിൽ ദുരൂഹതകൾ നിറഞ്ഞ എന്തുരഹസ്യമാണുണ്ടായിരുന്നത്?

ഡെയ്സിയെ മുന്നിലെ സീറ്റിലിരുത്തി, കാറു മുന്നോട്ടെടുക്കുമ്പോൾ ആ ദിവസത്തെ ഡയറിയിൽ കുറിച്ചിടേണ്ട വാചകങ്ങൾ ഞാൻ മനസ്സിൽ വെറുതെ ചിട്ടപ്പെടുത്തുകയായിരുന്നു.

എന്റെ ജീവിതത്തിലെ ദുരൂഹതകളുടെ മറനനീക്കിക്കാണുവാനായിരിക്കും ഇപ്പോൾ നിങ്ങളുടെ മനസ്സു തിടുക്കപ്പെടുന്നത്, അല്ലേ?

അപ്പന്റെ മരണം ഞങ്ങളെ വല്ലാതെ ഉലച്ചു കളഞ്ഞുവെന്നത് സത്യമായിരുന്നു. അതിനേക്കാളേറെ, ഞങ്ങളെക്കുറിച്ച് നാട്ടുകാർ പുതിയ ചില കഥകൾ മെനഞ്ഞെടുത്തതു കൂടുതൽ ഞങ്ങളെ വിഷമിപ്പിക്കുന്നതായിരുന്നു. കഥ ഇങ്ങനെയായിരുന്നു.

കുടുംബജീവിതത്തിലെ സ്വരച്ചേർച്ചയില്ലായ്മകാരണം അപ്പൻ റോസ് എസ്റ്റേറ്റിലെ വാകമരക്കൊമ്പിൽ കുരുക്കിട്ട് ആത്മഹത്യചെയ്തു. അനവധിക്കാലം ഒരു കുഞ്ഞിക്കാലുകാണാൻ ഭാഗ്യമില്ലാത്ത അപ്പനു വൈകിയാണ് ഒരു കുട്ടിയുണ്ടായത്. എന്നാൽ അതിന്റെ പിതൃത്വത്തെ ച്ചൊല്ലി നിത്യവും കുടുംബകലഹമുണ്ടായിരുന്നു. അതിന്റെ പര്യവസാനമാണ് ആത്മഹത്യ.

കഥകൾ ഇങ്ങനെ പ്രചരിക്കവെ, അമ്മച്ചി കൂടുതൽ ദുർബലയാകുകയും ഇരുട്ടിൽ പോയൊളിക്കുകയും ചെയ്തു. നന്മയിലുള്ള വിശ്വാസംതന്നെ നഷ്ടപ്പെട്ടമട്ടായിരുന്നു അമ്മച്ചിക്ക്. എന്നാൽ കഥകൾ എന്നെ ഏശിയില്ല. ഒരു മനുഷ്യനുനേരെ അപവാദംചൊരിയാൻപോലും സമൂ

ഹം ഇതുപോലെ കഥകൾ നെയ്യുന്നതിനോട് എനിക്ക് യോജിപ്പുണ്ടായിരുന്നില്ല. എന്തെന്നാൽ, കഥകൾ യുക്തിഭദ്രമാവുകയും അതു നന്മയുടെ പക്ഷത്തുനിൽക്കുകയും ചെയ്യണമെന്ന് ഞാൻ ആഗ്രഹിച്ചു.

ദിവസങ്ങൾ കഴിഞ്ഞു. അപ്പന്റെ അഭാവം പതുക്കെ ജനം മറന്നുതുടങ്ങുകയും വീട് അതെപ്പോഴും അതിനകത്തുള്ളവരെ അതോർമ്മപ്പെടുത്തുകയും ചെയ്തു. അടുക്കളയിൽനിന്ന് പലപ്പോഴും പുകയുയരുന്നത് വിശപ്പു അതിന്റെ കാഠിന്യം അറിയിക്കുമ്പോൾ മാത്രമായിരുന്നു. അമ്മച്ചി ഒരു ജോലിയന്വേഷിച്ചു തുടങ്ങി. അപ്പന്റെ ഏകവരുമാനം പള്ളിയിൽനിന്നു കിട്ടുന്ന തുച്ഛമായ കൂലിയായിരുന്നു. അമ്മച്ചി അരമനയിൽ പോയി അച്ചനെക്കണ്ടു. ലൈബ്രറിയിലെ പൊടിയും മാറാലയും തൂക്കുകയും പുസ്തകങ്ങൾ അടുക്കിവയ്ക്കുകയും ചെയ്യുന്ന ചെറിയൊരു ജോലി അച്ചൻ എനിക്കു നല്കാമെന്ന് സമ്മതിച്ചു. തല്ക്കാലം പട്ടിണിയിൽനിന്ന് ഒരു കുടുംബത്തിനു മോക്ഷംനല്കാൻ അച്ചന്റെ ഹൃത്തടം വിശാലമായി. അക്കാലത്ത് ബിഷപ്പിന്റെ പ്രത്യേക കത്തുമായി വന്നെത്തിയ ജോൺ അപ്പനു പകരക്കാരനായി ലൈബ്രേറിയനായി നിയമിതനായി. മതിയായ യോഗ്യതകളൊന്നുമില്ലാതിരുന്ന അവന് പുസ്തകങ്ങൾ തരംതിരിക്കാൻപോലും വശമുണ്ടായിരുന്നില്ല. അക്കാലത്ത്, ഉപജാപക സംഘത്തിന്റെ നിയമനമായിരുന്നു അതെന്ന് മനസ്സിലാക്കാനുള്ള ബുദ്ധി എനിക്കില്ലായിരുന്നു.അതിനാൽ സന്തോഷത്തോടെയാണ് ആ ജോലി സ്വീകരിച്ചത്. സ്കൂൾ കഴിഞ്ഞുള്ള സമയത്തായിരുന്നു കൂടുതലും ഞാൻ ലൈബ്രറിയിൽ പോയിരുന്നത്. അരമണിക്കൂർ സമയം ജോലി ചെയ്താൽ പിന്നീട് പുസ്തകം വായിക്കാനും മറ്റും ധാരാളം സമയം കിട്ടുമായിരുന്നു. ആ സമയമാണ് കൂടുതലും സ്ത്രീകളും കുട്ടികളും വിദ്യാർത്ഥികളുമെല്ലാം ലൈബ്രറിയിൽ എത്തുക.

ജോലിക്കിടയിൽ അപ്പൻ സൂക്ഷിക്കാനേൽപ്പിച്ച ഡയറി അവിടെത്തന്നെയുണ്ടെന്നു ഞാൻ കണ്ടെത്തി. ഇടയ്ക്കിടെ ആ നാലംഗ ഉപജാപക സംഘം കുന്നിറങ്ങിവരികയും ലൈബ്രറിയിലെ പുസ്തകങ്ങൾ പരിശോധിക്കുകയും അച്ചനെ കൂടുതൽ സമ്മർദ്ദത്തിലാക്കുകയും ചെയ്തുപോന്നു. അതിനാൽ എൻസൈക്ലോപീഡിയയുടെ ഇരുപത്തൊന്നു വാല്യങ്ങൾക്കിടയിൽ ഒന്നിൽ ഡയറിക്ക് പാകത്തിൽ ഒരു കുഴിയുണ്ടാക്കി അതിൽ ഞാൻ ഡയറി അടക്കംചെയ്തു. മാസങ്ങളെടുത്താണ് ജോണിന്റെ കണ്ണുവെട്ടിച്ച് ആ ജോലി പൂർത്തീകരിച്ചത്.

നാലംഗ ഉപജാപകസംഘം അന്വേഷിക്കുന്നത് റോസ് എസ്റ്റേറ്റിന്റെ പ്രമാണങ്ങളായിരുന്നെങ്കിലും അതിലേക്കുള്ള വഴിയായിരുന്നു ആ ഡ

യറി. ഇതുപോലെ പൊടിപിടിച്ചുകിടക്കുന്ന മറ്റൊരു വലിയ ലൈബ്രറിയിലെ റാക്കുകളിലൊന്നിൽ പ്രമാണങ്ങൾ മനുഷ്യസ്പർശമേൽക്കാതെ വിശ്രമിക്കുന്നുണ്ടാവണം. അതിനുമുകളിൽ മഹാനായ കനോളി പ്രഭുവിന്റെ ആത്മാവു കുടികൊള്ളുന്നു. അതിനാൽ അതുകണ്ടെത്തുക അപ്രാപ്യമായിരുന്നു.

അപ്പന്റെ മരണത്തിൽനിന്ന് അമ്മച്ചിക്ക് പൂർണമായും മുക്തയാകാൻ കഴിഞ്ഞില്ല. രോഗം ഒന്നിൽനിന്ന് മറ്റൊന്നിലേക്ക് അവരെ കൂട്ടിക്കൊണ്ടുപോയപ്പോൾ മനസ്സിലെ ഇരുട്ടുമായി അവർ വേഗം പൊരുത്തപ്പെട്ടു. അപ്പന്റെ ഓർമ്മകളിലും അതു നല്കുന്ന വിഷാദവലയത്തിലും സ്വയം നഷ്ടപ്പെട്ട് ലൗകികജീവിതത്തിന്റെ അടരുകൾ ഒന്നൊന്നായി അവർ ഉപേക്ഷിച്ചു. കർത്താവിനോടുള്ള പ്രാർത്ഥനയിലും ബൈബിൾ വചനങ്ങളിലും സ്വയമൊരു മെഴുകുതിരിയായി ഉരുകിത്തീരുകയായിരുന്നു അമ്മച്ചി. മരണം വാതിൽപ്പടിയിൽ എത്തിയവരെപോലെയായിരുന്നു മിക്കപ്പോഴും സംസാരം. ഇടയ്ക്ക് ഓർമ്മകൾ മുറിഞ്ഞ് പരസ്പര ബന്ധമില്ലാത്ത കാര്യങ്ങൾ അമ്മച്ചി പറഞ്ഞുകൊണ്ടിരിക്കുക പതിവായി.

വല്ലാതെ കനംനിറഞ്ഞ ദിവസങ്ങളായിരുന്നു അത്. അപ്പനില്ലാത്ത ദുഃഖവും വേദനയും മനസ്സിനെ കാർന്നുതിന്നുന്നുണ്ടായിരുന്നു. വീട്ടിൽ, അമ്മച്ചിക്കൊത്തിരിക്കുക ഏറെ പ്രയാസകരമായിതോന്നി. ഇടയ്ക്ക് അമ്മച്ചി അപ്പനെ ശാസിക്കുന്നതുപോലെ എന്നെയും ശാസിക്കും. രഹസ്യങ്ങളുടെ കനത്തഭാരം പേറുന്ന ഡയറി ആ കശ്മലന്മാർക്കു തിരിച്ചുനൽകുവാൻ പറയും. വീട്ടിനുള്ളിലെ ശാന്തിയും സമാധാനവും നശിപ്പിച്ചത് അതിലെ ഏതാനും വാചകങ്ങളല്ലാതെ മറ്റൊന്നുമല്ല. ജീവനോളംവലുതല്ല, തലമുറകളുടെ ദുഃഖം. എന്നാൽ ചില നിമിഷങ്ങളിൽ എന്നെ കെട്ടിപ്പുണർന്നു സുബോധമുള്ള ഒരു സ്ത്രീയെപോലെ അവർ വാവിട്ടുനിലവിളിക്കുമായിരുന്നു.

ഉച്ചകഴിഞ്ഞ് വെയിൽ മാറിയാൽ ഞാൻ ലൈബ്രറിയുടെ ഇരുട്ടിൽ മുങ്ങാംകുഴിയിടുവാൻ കൊതിച്ചു. പുസ്തകങ്ങൾ എന്റെ വേദനകളും കൊച്ചുകൊച്ചു സങ്കടങ്ങളും ഇരുണ്ട ഭാവിയെക്കുറിച്ചുള്ള ആശങ്കകളും അകറ്റി. ഇങ്ങനെ ദിവസങ്ങളും മാസങ്ങളും കഴിയവെ, വീണ്ടും ജീവിതത്തിൽ കൂരിരുട്ടുകൾ വിതയ്ക്കുവാൻ ആ നാലംഗ ഉപജാപക സംഘം എത്തി. ഇത്തവണ അവർ നാലുദിവസം അവിടെ തങ്ങി. ലൈബ്രറിയിലും പള്ളിയിലും അവർക്ക് വലിയ സ്വാധീനമുണ്ടായിരുന്നു. ആരും അവരെ തടയുകയോ നിരുത്സാഹപ്പെടുത്തുകയോ ചെയ്തില്ല. എന്നാൽ അച്ചൻ അവരോട് വലിയരീതിയിലൊന്നും സഹകരിച്ചിരുന്നില്ല. മാത്രമല്ല,

പലപ്പോഴും അനിഷ്ടത്തോടെ മുഖംതിരിക്കുകയും ചെയ്തു. ഓരോ ദിവസവും അവർ പുസ്തകങ്ങൾ അരിച്ചുപെറുക്കി. ആ ദിവസങ്ങളിൽ കുറച്ചുസമയം മാത്രമാണ് ഞാനവിടെ ചിലവഴിച്ചത്. അവർ ഡയറികണ്ടെത്തുമോയെന്ന ആശങ്ക എനിക്കുണ്ടായിരുന്നു.

'ജെന്നീ, അവരെന്തോ ഒരു ഡയറി അന്വേഷിച്ചാണ് ഇവിടെ വന്നത്. അതു കിട്ടിയാൽ അവർ നല്ല കാശുതരും. നിനക്ക് അങ്ങനെ ഒരു ഡയറിയെക്കുറിച്ചറിയാമോ....?'

നാലാമത്തെ ദിവസം, അല്പം സ്നേഹം നടിച്ച് ജോൺ എന്റെ അരികിലെത്തി. ഒന്നും അറിയാത്ത ഭാവത്തിലായിരുന്നു ചോദ്യം. ജോൺ അവിടെ നിയമിതനായതുതന്നെ ആ ഡയറി കണ്ടെത്തുന്നതിനുവേണ്ടിയാണെന്ന് എനിക്കുമാത്രമറിയുന്ന രഹസ്യമായിരുന്നല്ലോ.

'ഇല്ല. ഞാനങ്ങനെ ഒന്ന് കണ്ടിട്ടേയില്ല..' ഞാൻ ഉറച്ച സ്വരത്തിൽ പറഞ്ഞു

'നിന്റെ അപ്പനായിരുന്നല്ലോ, ഈ ലൈബ്രറി പരിപാലിച്ചിരുന്നത്. ഇവിടെനിന്ന് അദ്ദേഹം അത് കടത്തിയതാണെന്നാണ് അവർ പറയുന്നത്. അതിലെന്തെങ്കിലും വാസ്തവമുണ്ടെന്ന് ജെന്നിക്ക് അറിയാമോ..?'

'എനിക്കെങ്ങനെ അറിയാം? ഞാൻ പറഞ്ഞില്ലേ, അങ്ങനെ ഒരു ഡയറിയെക്കുറിച്ച് ഞാൻ കേട്ടിട്ടുപോലുമില്ലെന്ന്.'

'എങ്കിൽ നിന്റെ അമ്മയ്ക്ക് അറിയാതിരിക്കില്ല. നോക്കൂ, അവർ വലിയ ആളുകളാണ്. അവരോട് സഹകരിക്കുന്നതാണ് ബുദ്ധി. അവർക്ക് ആ ഡയറികൊടുത്തതുകൊണ്ട് ജെന്നിക്ക് ഒരു നഷ്ടവും ഇല്ല. അത് ആർക്കെങ്കിലും ഉപകാരപ്പെടുമെങ്കിൽ അതല്ലേ നല്ലത്?'

ഒരു ഇടനിലക്കാരനെപോലെ ജോൺ നന്നായി സംസാരിക്കുവാൻ പഠിച്ചിരുന്നു. ഡയറിയും പ്രമാണങ്ങളും കണ്ടെത്തുന്നവർക്ക് റോസ് എസ്റ്റേറ്റ് സ്വന്തമാക്കാൻ ആഗ്രഹിക്കുന്നവർ നല്ലവില നല്കുമെന്ന് ഉറപ്പായിരുന്നു. അതിനു എതിരുനില്ക്കുന്നവരെ ക്രൂരമായി അവർ ഉന്മൂലനം ചെയ്യുമെന്നും. ഭയം വാക്കുകളെ സ്പർശിക്കാതിരിക്കുവാൻ വളരെ ശ്രദ്ധയോടെയാണ് ഞാൻ സംസാരിച്ചത്. നിഷ്ക്കളങ്കത മുഖത്തണിയുകയായിരുന്നു അതിന് ഏറ്റവും നല്ലമാർഗം.

എന്നാൽ ജോൺ വിടാനുള്ള ഭാവമില്ലായിരുന്നു. അയാൾ കുറേക്കൂടി മുന്നോട്ടുവന്നു. അയാളുടെ വിയർപ്പിൽ പുരണ്ട ആണത്തത്തിന്റെ ഗന്ധം എനിക്ക് അനുഭവപ്പെട്ടു. ഇക്കിളിപ്പെടുത്തുന്ന നോവലുകൾ തിരഞ്ഞുപിടിച്ചു വായിക്കുന്ന അയാൾക്ക് സ്ത്രീയെന്നും കിട്ടാക്കനിയായിരുന്നു. അയാളുടെ നെഞ്ചിലേക്ക് തുളച്ചിറങ്ങുന്ന നോട്ടവും ചുണ്ടുകോ

ട്ടിയുള്ള വക്രിച്ച ചിരിയും അനുഭവിക്കാത്ത ഒരു സ്ത്രീയും ആ ലൈബ്രറിയിലേക്ക് കടന്നുവന്നിരുന്നില്ല. പുസ്തക റാക്കുകൾക്കിടയിൽ മറഞ്ഞുനിന്ന് അയാൾ സ്ത്രീകളുടെ നഗ്നത ആവോളം ആസ്വദിക്കാറുമുണ്ട്. എന്നാൽ പുറമേയ്ക്ക് ആകർഷകമായൊരു വ്യക്തിത്വവും അയാൾ സൂക്ഷിച്ചു.

'ജെന്നീ, എനിക്ക് ജെന്നിയെ വളരെ ഇഷ്ടമാണ് ഞാൻ പറഞ്ഞിട്ടാണ് അവർ ഇത്രനാളും ക്ഷമിച്ചത്. ഇപ്പോൾ അവർക്കത് അത്യാവശ്യമായി തീർന്നിരിക്കയാണ്. ജെന്നിക്കറിയാം, അതെവിടെയുണ്ടെന്ന്...'

അയാൾ ഭീഷണിയുടെ സ്വരത്തിൽ അറിയിച്ചു.

'ഇക്കാര്യം എന്നോടിനി സംസാരിക്കണ്ടാ. ഞാനെല്ലാം അച്ചനോടു പറയും'

ഈർഷ്യയോടെ അത്രയും പറഞ്ഞിട്ട് അയാളുടെ കൈതട്ടിമാറ്റി ഞാൻ ലൈബ്രറിയിൽ നിന്നിറങ്ങിപ്പോന്നു.

അടുത്തദിവസം ജോലിക്ക് ചെല്ലുമ്പോൾ പള്ളിയിൽ അച്ചൻ ഉണ്ടായിരുന്നില്ല. ബിഷപ്പു ഹൗസിലേക്ക് പോയിരിക്കുന്നുവെന്ന വാർത്തയാണ് ലഭിച്ചത്. താനില്ലാത്ത സമയത്ത് ലൈബ്രറിയിൽ പോകരുതെന്ന് അച്ചൻ നേരത്തെ വിലക്കിയിരുന്നു. കാരണം, ജോണിന്റെ ചില പ്രവൃത്തികളിൽ അസംതൃപ്തനായിരുന്നു അച്ചൻ. അതിനാൽ പള്ളിയിൽനിന്ന് ഇറങ്ങി തെക്കെ വശത്തുകൂടെ നടന്നു സെമിത്തേരിയിലേക്കുപോകുന്ന വഴി മുറിച്ചുകടന്നു ഇടവഴിയിലേക്ക് ഞാൻ ഇറങ്ങി. ആ സമയം തന്നെയാണ് എതിരെ ജോൺ കയറിവന്നതും.

'ജെന്നീ, പ്ലീസ്. ഇതൊന്ന് എന്റർ ചെയ്തശേഷം ലൈബ്രറിയിൽ വെയ്ക്കുമോ? താക്കോൽ കപ്യാരെ ഏൽപ്പിക്കണം.എനിക്കൊരിടം പോകാനുണ്ട്. കാലത്തെ ഇനി വരികയുള്ളൂ..'

ധ്രുതിയിലായിരുന്നുസംസാരം. മറുപടി പറയുന്നതിനുമുമ്പേ കൈവെള്ളയിലേക്ക് അയാൾ പുസ്തകം വെച്ചുതരികയും ചെയ്തു. പിന്നെ ഒരു നിമിഷംപോലും പാഴാക്കാനില്ലെന്നപോലെ വന്നവഴിയെ നടന്ന് അച്ചൻ ഉപയോഗിക്കുന്ന മൊപ്പെഡ് എടുത്ത് പെട്ടെന്ന് ഓടിച്ചുപോയി.

ഇതെല്ലാം ഒരു ചതിയുടെ ഭാഗമാണന്നു തിരിച്ചറിഞ്ഞതു വളരെ വൈകിയായിരുന്നു.ഒരു സ്ത്രീയെ വീണ്ടുംവീണ്ടും ചതിക്കുവാൻ ഒരു പുരുഷനു കഴിയുമെന്നതാണ് സത്യം. അവൾ ഒരിക്കലും അയാളെ അവിശ്വസിക്കുകയില്ല. എന്തെന്നാൽ ജീവിതത്തിൽ പ്രതീക്ഷകളെ കൈവെടിയാൻ കഴിയാത്ത ജന്മമാണ് ഒരു സ്ത്രീയുടേത്.

ലൈബ്രറിയിലേക്ക് കാലെടുത്ത നിമിഷംതന്നെ അസ്വാഭാവികമാ

യ ഒരു വികാരം എന്നെ കീഴടക്കി.ലൈബ്രറി ശൂന്യമായിരുന്നു. എങ്ങും ഫണം വിടർത്തിനിൽക്കുന്ന നിശ്ശബ്ദത മാത്രം. പുസ്തകങ്ങളും അതെഴുതിയ എഴുത്തുകാരും നിശ്ശബ്ദതയിൽ ലയിച്ചു കിടക്കുന്ന ആ പഴഞ്ചൻ കെട്ടിടം കാലത്തെ വെല്ലുവിളിയോടെ നോക്കുന്നപോലെ തോന്നി. നൂറുകണക്കിന് പുസ്തകങ്ങളുടെ ഗദ്ഗദങ്ങൾ. പുസ്തകങ്ങൾക്ക് ജീവനുണ്ടെന്ന് കുട്ടിക്കാലത്ത് ആരോ പറഞ്ഞതായി ഞാൻ ഓർത്തു.

പാതിയിരുട്ടിൽ, ഒരു ലൈബ്രറിയുടെ അകത്ത് നിങ്ങൾക്കെന്നെങ്കിലും നിൽക്കേണ്ടതായി വന്നിട്ടുണ്ടോ? തീർച്ചയായും അതു നിങ്ങളെ ഭയപ്പെടുത്തുകതന്നെ ചെയ്യും. പരശ്ശതം ജീവിതങ്ങളും അതിന്റെ സന്തോഷങ്ങളും അതു നൽകുന്ന ആനന്ദങ്ങളും അവ നഷ്ടപ്പെടാതിരിക്കാൻ മനുഷ്യൻ ചെയ്യുന്ന പാപങ്ങളും അതു തുറന്നിടുന്ന കാപട്യങ്ങളും ക്രൂരതകളും അതുളവാക്കുന്ന സംത്രാസങ്ങളുമെല്ലാം ഒരു നിമിഷം നിങ്ങളിലേക്കും സംക്രമിക്കും. ഭീതിയുടെ ഇരുൾക്കയങ്ങളിലേക്ക് അവ നിങ്ങളെക്കൂട്ടിക്കൊണ്ടുപോകുമെന്ന കാര്യത്തിൽ സംശയമില്ല.

എന്റെ കാലുകൾ തണുത്തുപോയിരുന്നു. ഭീതി നമ്മുടെ ഹൃദയത്തെയല്ല, കാലുകളെയാണ് ആദ്യം പിടികൂടുക. അതിനുള്ളിൽ മാതളത്തിന്റെ ഗന്ധമായിരുന്നു. പുസ്തക റാക്കുകളിലും അതിന്റെ മൂലകളിലുമെല്ലാം പകൽപോലും ഒഴിഞ്ഞുപോകാത്തത്രയും ഇരുട്ടായിരുന്നു.ഹാളിലേക്ക് പ്രവേശിക്കുന്ന കൂറ്റൻ വാതിൽ തുറന്ന് ഓഫീസ് മുറിയിലേക്ക് ഞാൻ കടന്നു. വാതിലിനരികിലേക്കുള്ള പത്തടി ദൂരം പിന്നെ ഞാൻ ഓടുകയായിരുന്നു. എന്നാൽ വാതിലിനരികിലെത്തി ഹാൻഡിലിൽ കൈ തിരിക്കാനായപ്പോഴേക്കും പൊടുന്നനെ അത് പുറത്തുനിന്നാരോ പൂട്ടുകയാണുണ്ടായത്. ആ നിശ്ശബ്ദമായ ലൈബ്രറിയുടെ അകത്തെ ഇരുട്ടിൽ ഞാൻ അകപ്പെട്ടുപോയി.

കർത്താവേ, ഇനി ഞാനെന്തു ചെയ്യും?

വിവശതയോടെ ഞാൻ ചുറ്റും നോക്കി.

ആരോ പതുക്കെ നടന്നുവരുന്നതിന്റെ ശബ്ദം പിന്നിൽനിന്ന് ഉയർന്നു കേട്ടു. ഹൃദയം തണുത്തവെള്ളത്തിൽവീണ ഒരു പൂച്ചയെപോലെ കോറിപ്പിടിച്ചു. ശബ്ദം വടക്കെ മൂലയിൽ, ആ ഡയറിയിരിക്കുന്ന ഇടത്തുനിന്നായിരുന്നു. അതൊരു പ്രേതമായിരുന്നെങ്കിൽ എന്ന് ഞാനപ്പോൾ ആശിച്ചു. കാരണം, പ്രേതം മനുഷ്യനെ ഉപദ്രവിക്കുകയില്ല, ജീവിച്ചിരിക്കുന്ന മനുഷ്യരുടെയത്രയും.

25. ദുരൂഹ മരണങ്ങൾ

2020 ഫെബ്രുവരി 9, 8.30 am

സെന്റ് മേരീസ് പള്ളിയങ്കണത്തിലും ശ്മശാനത്തിലുമെല്ലാം വലിയ ജനക്കൂട്ടമായിരുന്നു. പോലീസ് തന്നെയാണ് പ്രസ്സിന് വിവരം നൽകിയത്. പ്രതീക്ഷിച്ചതുപോലെത്തന്നെ അവരത് സെൻസേഷണൽ ന്യൂസാക്കുകയും ചെയ്തു. നാലു കൊലപാതകങ്ങൾ. ഒരേ വീട്ടിലെ മൂന്നുപേർ. സമീപ കാലത്ത് നടന്ന മോഹന ചന്ദ്രന്റെ കൊലപാതകം. പ്രതി പോലീസ് വലയിൽ. പക്ഷേ അതാരാണെന്ന് ഇതുവരെയും പോലീസ് വെളിപ്പെടുത്തുന്നില്ല. പത്രമുതലാളിക്കും റിപ്പോർട്ടർമാർക്കും ചർച്ച നയിക്കുന്ന പത്രദല്ലാളന്മാർക്കും അവരുടെ ഭാവനയ്ക്കനുസൃതമായി, അതാരാണെന്ന് അനുമാനിക്കാനുള്ള ഒരു ദിവസത്തെ സമയം അനുവദിക്കപ്പെട്ടു. കേരളത്തിലെ ഹൈസെൻസിറ്റീവായ മാധ്യമ സംസ്കാരം പലപ്പോഴും അന്വേഷണത്തെ വഴിമുട്ടിക്കുന്നു. യഥാർത്ഥ കുറ്റവാളികളെ തങ്ങളാണ് ആദ്യം കണ്ടെത്തുന്നതെന്നു അവർ അവകാശവാദമുന്നയിക്കുന്നു. അതുവഴി ചാനലിന്റെ റേറ്റിംഗ് കൂടുന്നു. ബഷീർ എന്ന മഹാസാഹിത്യകാരൻ പറഞ്ഞതെത്ര ശരി. ഇന്ന് എല്ലാ പത്ര - ദൃശ്യമാധ്യമ പ്രവർത്തകരും മുതലാളിമാരും രാഷ്ട്രീയക്കാരും എല്ലാം എട്ടുകാലി മമ്മൂഞ്ഞുകളാണ്. മഹാനായ ആ എഴുത്തുകാരൻ പറഞ്ഞ അബദ്ധത്തിൽ അവർ പതിവായി വീഴുകയും ചെയ്യുന്നു.

പുല്ലാഞ്ഞിമുറ്റം തറവാട്ടിലെ മൂന്നുപേരാണ് ഡയറിക്കുറിപ്പിൽ സൂചിപ്പിച്ചതുപോല കൊല്ലപ്പെട്ടിരിക്കുന്നത്. ചില വ്യത്യാസങ്ങളുണ്ടായിരുന്നു. അത് കുറിപ്പെഴുതിയ ആൾ ബോധപൂർവം നടത്തിയ തെറ്റുകളാണെന്ന് അനുമാനിക്കാം. പുല്ലാഞ്ഞിമുറ്റം എന്നതല്ല ആ തറവാടിന്റെ യഥാർത്ഥ പേര്, മറിച്ച് തെക്കേമുറ്റം എന്നാണ്. അത് കോഴിക്കോട് സമീപത്തെ കൂടരഞ്ഞിയിലെ സെന്റ് മേരീസ് പള്ളിയുടെ ഒരു കിലോമീറ്റർ ചുറ്റളവിൽ സ്ഥിതി ചെയ്യുന്ന രണ്ടുനില വീടാണെന്ന് പണിപ്പെട്ടാണ് പോലീസ് സംഘം കണ്ടുപിടിച്ചത്. യഥാർത്ഥത്തിൽ ഡയറിക്കുറിപ്പിൽ സൂചിപ്പിക്കുന്ന പേരിൽ ഒരു തറവാടും സമീപപ്രദേശത്തുണ്ട്. അ

വിടെ പക്ഷേ ആകപ്പാടെ ഗൃഹനാഥൻ മാത്രമാണ് മരണപ്പെട്ടിട്ടുള്ളത്. അയാളുടെ മരണം ഒരു ആക്സിഡന്റായിരുന്നു. ബോധപൂർവം അന്വേഷണം തന്നിലേക്കെത്താൻ എഴുത്തുകാരിയായ കൊലപാതകി കണ്ടെത്തിയ മാർഗമായിരിക്കാമെന്ന് അനുമാനിക്കാമായിരുന്നു. പിന്നെ മരണപ്പെട്ട കാലയളവിലും ചെറിയ ചെറിയ മാറ്റങ്ങളുണ്ടായിരുന്നു. അതു പക്ഷേ മറ്റൊരാൾ മാറ്റിയെഴുതിയപ്പോൾ സംഭവിച്ച സ്വാഭാവികമായ തെറ്റുകളാകാനും മതി. പോലീസ് ഇവയെല്ലാം കൃത്യമായി കണ്ടുപിടിക്കണമെന്നും ഒരുപക്ഷേ ഘാതകയുടെ ആവശ്യമായിരുന്നിരിക്കണം. എന്നാൽ അത് തന്നിലേക്ക് അത്രവേഗത്തിൽ എത്തുകയും ചെയ്യരുത്.

ഒരാളുടേത് ഒഴിച്ചു മറ്റെല്ലാ മരണങ്ങളും സ്വാഭാവികമായ മരണമെന്നാണ് രേഖപ്പെടുത്തിയിരിക്കുന്നത്.രണ്ടുപേരുടേതും ഹൃദയസ്തംഭനമായിരുന്നു. ബെന്നിച്ചൻ എന്ന മൂത്ത മകന്റേതുമാത്രം ആത്മഹത്യയാണെന്നായിരുന്നു നിഗമനം. ആ മരണം നടന്നിട്ടുള്ളത് തൊട്ടടുത്ത മറ്റൊരു വീട്ടിൽവെച്ചായിരുന്നു. മാത്രമല്ല, അനിയന്ത്രിതമായ രീതിയിൽ അയാൾ മദ്യവും അകത്താക്കിയിരുന്നു. ആ മരണത്തിന്റെ പോസ്റ്റുമോർട്ടം മാത്രമാണ് നടന്നിരുന്നത്. അതാവട്ടെ, തൊട്ടടുത്തുള്ള താലൂക്ക് ഹോസ്പിറ്റലിലുമായിരുന്നില്ല. മെഡിക്കൽ കോളേജിൽവെച്ചായിരുന്നു.

അന്വേഷണ സംഘത്തിനുമുന്നിൽ വലിയ വെല്ലുവിളികളായിരുന്നു ആ മരണങ്ങൾ. മരണം നടന്നിട്ട് ഇത്രയും വർഷങ്ങൾ കഴിഞ്ഞിരിക്കുന്നു. ബോഡി ഡീകമ്പോസ് ചെയ്യപ്പെട്ടിരിക്കുന്നു. ഇക്കഴിഞ്ഞ വർഷകാലത്തിൽ സെമിത്തേരിയെ പ്രളയം മൂടിയതിനാൽ പല കല്ലറകളുടെയും ഉൾഭിത്തികൾ ഇടിഞ്ഞു ശവങ്ങൾ അഴുകിപ്പോയിരിക്കുന്നു. ചില ശവങ്ങൾ മൊത്തത്തിൽ നഷ്ടമായിരിക്കുന്നു.പരസ്പരം കല്ലറകൾ തന്നെ മാറിപ്പോയിട്ടുമുണ്ട്.ശാസ്ത്രീയമായ തെളിവുകൾ ലഭിക്കുവാൻ കാലതാമസമെടുക്കുമെന്നതുമാത്രമല്ല, ചിലപ്പോൾ യാതൊരു തെളിവും ജഡത്തിൽ അവശേഷിക്കുകയുമില്ല.

പലരീതിയിലുള്ള ശാസ്ത്രീയ പരീക്ഷണങ്ങൾ അവലംബിക്കേണ്ടിവരുന്ന വളരെ പ്രത്യേകതയുള്ള, അത്യപൂർവ്വമായ ഒരു കേസാണിത്. കൊലകൾക്ക് പ്രത്യേകിച്ച് മോട്ടീവായി യാതൊന്നും കണ്ടെത്താൻ കഴിയാത്തതായിരുന്നു ഏറ്റവും വലിയ വെല്ലുവിളി. എന്തു കാരണത്താലാണ് ഇവരെല്ലാം കൊല്ലപ്പെട്ടിരിക്കുന്നതെന്ന് വ്യക്തമല്ല. പലപ്പോഴും വൈരാഗ്യങ്ങളും വിദ്വേഷങ്ങളുമാണ് കൊലകൾക്ക് കാരണമാകുക.അതാവട്ടെ വൈകാരികവുമായിരിക്കും. മനുഷ്യരുടെ വൈയക്തിക പ്രവർ

ത്തനങ്ങൾ ഹിംസാത്മകമായിരിക്കും. അതിന്റെ പേരിലാണ് മിക്ക കൊലകളും ആസൂത്രണം ചെയ്യപ്പെടുന്നത്. ചിലപ്പോൾ സ്വത്തിനോ പണത്തിനോ വേണ്ടിയായിരിക്കും. അത്തരം കാര്യങ്ങളും അന്വേഷിക്കേണ്ടയിരിക്കുന്നു. പ്രത്യക്ഷത്തിൽ കൊലപാതകി ഒരു സൈക്കോപാത്താണെന്ന നിഗമനത്തിൽത്തന്നെയായിരുന്നു കാഹിം അടക്കമുള്ളവർ. കാരണം ഈ കൊലകൾ എല്ലാം സിഗ്സാഗ് രീതിയിലാണ്. പരസ്പര ബന്ധങ്ങളില്ല. എല്ലാ മരണങ്ങൾക്കും പലതരം വിഷക്കൂട്ടുകളാണ് ഉപയോഗിച്ചിരിക്കുന്നതെന്നും കണ്ടെത്തിയിട്ടുണ്ട്.അത് സയനൈഡ് തന്നെയാകാം. അല്ലെങ്കിൽ അതുപോലെ മാരകമായ മറ്റു വിഷങ്ങൾ.

പാതകത്തിന് കൊലപാതകി അവലംബിച്ചരീതിയിലും ആ വൈജാത്യം നിലനിൽക്കുന്നു. ഘാതക ഒരു എഴുത്തുകാരിതന്നെയെന്ന് സൂചിപ്പിക്കുന്ന പല ഘടകങ്ങളും കൊലയിൽനിന്ന് വ്യക്തമാണ്. ഓരോ പുസ്തകത്തിന്റെ തലക്കെട്ടുള്ള പൂക്കൾ കൊലകളുടെ അടയാളമായി കൊലപാതകി അവതരിപ്പിക്കുന്നു. ക്രൈം നോവലുകൾ. ആദ്യത്തെ കൊലയ്ക്ക്, അതായത് ശോശാമ്മ ടീച്ചറുടെ മരണത്തിന് ബ്ലാക്ക് ഡാലിയയാണ് കൊലപാതകി തെരഞ്ഞെടുത്തിരിക്കുന്നത്. ആ പുസ്തകത്തിലെ കൊലപാതകത്തിന് പ്രതി തെരഞ്ഞെടുത്ത രീതിതന്നെയാണ് ടീച്ചറെകൊല്ലുവാനും ഇവിടെ ഘാതക ഉപയോഗിക്കുന്നത് എന്നതും ശ്രദ്ധേയമാൺ

രണ്ടാമത്തെ കൊലയ്ക്ക്, അതായത് ഫാദർ ഗബ്രിയേലിന്റെ കൊലയ്ക്ക് അവൾ തിരഞ്ഞെടുത്തിരിക്കുന്നത് അതിപ്രശ്തമായ ഒരു പുസ്തകമാണ്. വിശ്വസാഹിത്യത്തിൽത്തന്നെ വലിയ കൊടുങ്കാറ്റുകൾ സൃഷ്ടിച്ച ഒരു പുസ്തകം. ക്രിസ്റ്റ്യാനിറ്റിയുമായി ബന്ധപ്പെട്ട് ഏറെ വിവാദങ്ങൾ സൃഷ്ടിച്ച ഒരു പുസ്തകമാണത്. മഗ്ദലമറിയത്തിന്റെ പിൻമുറക്കാരായ ഒരു സമൂഹത്തെക്കുറിച്ചും അവരുടെ നുറ്റാണ്ടുകളായി തുടരുന്ന അസാധാരണമായ ആചാരങ്ങളെക്കുറിച്ചും ഇല്ല്യുമിനാറ്റിയെക്കുറിച്ചുമെല്ലാം അതിൽ സവിസ്തരം പ്രസ്താവിക്കുന്നു. അതായിരുന്നു വിവാദത്തിന്റെ കാരണം. എന്നാൽ ആ പുസ്തകം ഒരു ക്രൈംസീരീസ് എന്ന രീതിയിൽ വളരെ മനോഹരമായി എഴുതപ്പെട്ട പുസ്തകമായിരുന്നു. ഏഴു ദിവസങ്ങൾക്കൊണ്ട് ഒരു വലിയ അരമനയിൽ അരങ്ങേറുന്ന കൊലപാതകങ്ങളുടെ ചുരുളുകൾ അഴിക്കുന്ന ഫാദർ വില്യംസിലൂടെയാണ് കഥ വികസിക്കുന്നത്. അതിൽ നടക്കുന്ന കൊലപാതക പാറ്റേണാണ് ഇവിടെ ഘാതക ആവിഷ്ക്കരിച്ചിരിക്കുന്നത്.

ദ നെയിം ഈസ് റോസ്.

തുടർന്നുള്ള കൊലകൾക്കും ക്രൈംനോവലുകളെ സാക്ഷിയാക്കിയാണ് ഘാതക കൃത്യം നിർവഹിച്ചിരിക്കുന്നത്.ഇതിൽനിന്ന് ഘാതക ഒരു എഴുത്തുകാരിയോ വായനക്കാരിയോ ആണെന്ന നിഗമനത്തിലെത്താം.ലോകത്തുതന്നെ ഇത്തരം രീതിയിൽ ഒരു കൊലപാതകം ആസൂത്രണം ചെയ്യാത്ത സ്ഥിതിക്ക് ഈ കേസ് ഏറെ ദുർഘടമായ പാതയിലൂടെയാണ് സഞ്ചരിക്കുന്നതെന്ന് വിലയിരുത്താം. സർക്കാറിന്റെ ഭാഗത്തും ഉദ്യോഗസ്ഥതലത്തിലും ഈ കേസിന്റെ പ്രത്യേകത ഏറെ ചർച്ച ചെയ്യപ്പെട്ടിരുന്നതിനാൽ ഏതുവഴി സ്വീകരിച്ചും കുറ്റവാളിയെ പിടിക്കുകയെന്നതായിരുന്നു കാഹിമിനു മുന്നിലുണ്ടായിരുന്ന വൈതരണി. ഏതുതരത്തിലുള്ള ഫോഴ്സും ഉപയോഗപ്പെടുത്താം. എല്ലാറ്റിനും അനുമതിയുമായി സർക്കാർ കാത്തിരിക്കുന്നു. ഈ കേസ് പര്യവസാനിക്കുന്നതോടുകൂടി കേരള പോലീസിന്റെ തൊപ്പിയിൽ മറ്റൊരു തൂവൽ കൂടി തൂങ്ങിക്കിടക്കുമെന്നതിൽ തർക്കമില്ല.

ഇത്തരം ചിന്തകൾ കാഹിമിനെ ഊർജ്ജസ്വലനും ഉത്തേജകനുമാക്കുന്നു.

കാഹിം ഇബ്രാൻ ചെല്ലുമ്പോൾ ആൾക്കൂട്ടവും പോലീസുകാരുമെല്ലാം ഒതുങ്ങി അയാളുടെ വഴി സുഗമമാക്കി. എന്നാൽ നശിച്ച പത്രക്കാർ പെട്ടെന്ന് ഇരച്ചുകയറി വഴിമുടക്കുകയും ചെയ്തു. മൈക്കുകളുടെയും ചാനൽ സുന്ദരികളുടെയും ഒരു രാവണൻകോട്ട. അവർക്കാവശ്യം സെൻസേഷണൽ ന്യൂസാണല്ലോ. കാഹിം പക്ഷേ പുഞ്ചിരിക്കുന്ന മുഖത്തോടെയാണ് അവരെ നേരിട്ടത്.

'നോക്കൂ, ഇത് വളരെ സെൻസിറ്റീവായ ഒരു കേസാണ്. കുറ്റവാളിയിലേക്കെത്തുവാൻ ഏറ്റവും വേണ്ടത് മാധ്യമ ശ്രദ്ധയും അതേസമയം അവരുടെ സംയമനവുമാണ്. ബുദ്ധിമതിയായ ഒരു കൊലയാളി ഇതെല്ലാം കണ്ടുകൊണ്ടിരിക്കുന്നുവെന്ന് നിങ്ങൾ ഓരോരുത്തരും ഓർക്കണം. അവരെ പിടിക്കാൻ നമുക്കു കഴിയുമെന്നത് സത്യമാണ്. പക്ഷേ ഇനിയും കൊലകൾ നടന്നുകൂടന്നില്ല. അവരുടെ ഓരോ മൂവുമെന്റും സൂക്ഷ്മമായി വീക്ഷിച്ചികൊണ്ടിരിക്കുകയാണ് പോലീസ്. തീർച്ചയായും ആ നിമിഷം നിങ്ങൾ തന്നെയായിരിക്കും മുന്നിൽ.'

മൂന്നു ബോഡികളും കല്ലറയിൽനിന്ന് പുറത്തേക്കെടുത്തിരുന്നു. ക്യാമറക്കാരും ജോലിക്കാരും കാഴ്ചക്കാരുമെല്ലാം അടങ്ങുന്ന ആൾക്കൂട്ടത്തിനു നടുവിലൂടെ ഏറെ പണിപ്പെട്ടാണ് ബോഡി ആംബുലൻസിലേക്ക് കയറ്റിയത്. ചിലർ മൂക്കുപൊത്തി കാഴ്ച കണ്ടുനിന്നു. മറ്റു ചിലർ മണം സഹിക്കവയ്യാതെ ഒഴിഞ്ഞുപോയി. എന്നിട്ടും എല്ലാം സഹിച്ചു

കൊണ്ട് ചില ചാനലുകൾ അത് ലൈവായി കാണിക്കുന്നു. സാം അലക്സിനോടും ഡോക്ടേഴ്സിനുമൊപ്പം ഹരി നിൽക്കുന്നത് കാഹിം കണ്ടു. ഈ കേസിലേക്ക് അയാൾ എങ്ങനെയാണ് കടന്നുവന്നതെന്ന് അയാൾക്കുതന്നെ അറിഞ്ഞുകൂടാ. ഈ കേസിൽ അയാൾ എങ്ങനെ ബന്ധപ്പെട്ടുകിടക്കുന്നുവെന്നും. ഒരു കുരുക്ക് അയാൾക്കു മീതെയും തൂങ്ങിക്കിടക്കുന്നു. ആ രാത്രി ശിഖയുടെ വീട്ടിൽ അയാൾ എന്തിനുപോയി? മോഹനചന്ദ്രൻ കൊല്ലപ്പെട്ടത് അറിഞ്ഞിട്ടും എന്തുകൊണ്ട് അയാൾ പോലീസിൽ വിവരമറിയിച്ചില്ല?

'ഉടനെ സാമ്പിളുകൾ ഫോറസി ലാബിലേക്ക് വിടണം. ഗബ്രിയേലച്ചന്റേത് വളരെ രഹസ്യമായിരിക്കണം. ഇന്നലെ രാത്രിതന്നെ അതെടുത്തതു നന്നായി. ഇതുവരെ അതാരും ശ്രദ്ധിച്ചില്ലെന്നത് വലിയ ആശ്വാസമാണ്.'

സാം അലക്സിന്റെ കാതിൽ കാഹിം മന്ത്രിച്ചു.

'അതെല്ലാം കാഹിം പറയുന്നതുപോലെയേ നടക്കൂ. അറസ്റ്റ് ഇന്നുതന്നെ രേഖപ്പെടുത്താമോ? മുകളിൽനിന്ന് ഇപ്പോൾത്തന്നെ വിളിവരുന്നു. പത്രക്കാരാണ് പ്രശ്നം. അവർ മുകളിൽ പ്രഷറുണ്ടാക്കുന്നു? രാഷ്ട്രീയക്കാരേക്കാൾ സ്വാധീനമുണ്ട് അവർക്കിപ്പോൾ.'

'നടത്താം. ഒരു പത്രസമ്മേളനം അറേഞ്ചു ചെയ്യാം. അതിൽവെച്ച് സാം അലക്സ് അതുവെളിപ്പെടുത്തണം. ഒരുപക്ഷേ ഇന്നുതന്നെ.'

'എഗ്രീഡ്...'

കാഹിം ഇബ്രാൻ പതുക്കെ ആൾക്കൂട്ടത്തിനു നടുവിൽ സ്വയം നഷ്ടപ്പെട്ടു നില്ക്കുന്ന ഹരിയുടെ അടുത്തേക്ക് ചെന്നു. അയാൾ ആകപ്പാടെ വിരണ്ടിരിക്കുന്നു.പോലീസുകാരെ ഭയമാളിയ കണ്ണുകൾകൊണ്ടാണ് അയാൾ നേരിടുന്നത്.

'എല്ലാം താൻ ശ്രദ്ധിക്കുന്നുണ്ടല്ലോ, അല്ലേ? വിശദമായിത്തന്നെ പഠിക്കണം. എന്നിട്ട് എന്നെ വന്ന് കാണണം വൈകുന്നേരം.'

'ഓകെ സാർ. സാർ ശിഖ?'

'ഞാൻ പറഞ്ഞില്ലേ. ഫൊർഗെറ്റ് ഇറ്റ്. നോ ഹോപ്പ്. തനിക്ക് അവളുമായി യാതൊരു ബന്ധവുമില്ല. അല്ലെങ്കിൽ താനും കേസിലെ പ്രതിയാകും. അതു വേണോയെന്ന് താൻ തന്നെയങ്ങു തീരുമാനിച്ചേച്ചാമതി. കേസിലെ പ്രിതിയാകണോ, അതോ സാക്ഷിയാകണോന്ന്...'

പൊടുന്നനെ ഒരു ഭീതി അയാളെ ആവേശിക്കുന്നത് കണ്ടു ചിരിയടയ്ക്കാൻ ഇത്തവണ കാഹിമിന് ചുണ്ടുകൾ പൊത്തേണ്ടിവന്നു. ഇത്തിരി കഴിഞ്ഞു മനസ്സിനെ ലാഘവപ്പെടുത്തി, അയാൾ തിരിഞ്ഞ് വണ്ടിയു

ടെ അരികിലേക്ക് നടന്നു. അപ്പോഴാണ് സന്ദീപ് ഓടിവന്നത്.

'സാർ, ഡെയ്സിയെ കാണാനില്ല. ഇതുവരെയായിട്ടും അവളിവിടെ എത്തിയിട്ടില്ല. രാവിലെ വിളിച്ചപ്പോൾ അവൾ വരാമെന്നേറ്റിരുന്നതാണ്......'

ഓടിയതുകാരണം അയാൾ കിതപ്പടക്കിക്കൊണ്ടാണത്രയും പറഞ്ഞത്.

'ഓ അതു സാരമില്ല. ഇവിടേക്ക് വരേണ്ടെന്ന് ഞാൻ പറഞ്ഞിരുന്നു. അവളെ ശിഖയുടെ അടുത്തേക്കാണ്പറഞ്ഞയച്ചത്. അവളവിടെയുണ്ടാകും. അവൾക്ക് അവിടെയാണ് ഇന്നു ഡ്യൂട്ടി......'

'സാർ അവൾ അവിടെയും എത്തിയിട്ടില്ല. അവളുടെ സെൽഫോൺ ഓഫാണ്. അവൾക്കെന്തെങ്കിലും അപകടം പിണഞ്ഞിരിക്കുമെന്നാണ് എന്റെ ബലമായ സംശയം!'

പൊടുന്നനെ ഒരു ശൂന്യത തന്നെ കടന്നുപോകുന്നതുപോലെ തോന്നി, അയാൾക്ക്. ഭാര്യയും കുഞ്ഞും ആ കൊലപാതകിയുടെ വെടിയേറ്റ് വീഴുമ്പോൾ തോന്നിയ അതേ ശൂന്യതയും തുടർന്നുവന്ന ഭീകരമായ നിസ്സംഗതയും. ഹൃദയം പിളർക്കുന്ന വേദന. ഏതു നഷ്ടത്തെയും ആ ശൂന്യതയോടെയും നിസ്സംഗതയോടെയും വേദനയോടെയും മാത്രമേ ഇന്നുവരെ അയാൾക്ക് ഓർമ്മിക്കാനും കഴിഞ്ഞിരുന്നുള്ളൂ.

ഇതുവരെയും ഡെയ്സിയുടെ അസാന്നിദ്ധ്യം താൻ ശ്രദ്ധിക്കാതിരുന്നതെന്തുകൊണ്ടാണെന്ന് അയാൾക്ക് അറിയില്ല. അത്രമാത്രം അവളെ കെയർ ചെയ്തിരുന്നു കാഹിം. ഒമ്പതുമണിക്ക് ശിഖയുടെ അരികിലെത്തിയ ഉടനെ വിളിക്കണമെന്നും അവളെ ചട്ടം കെട്ടിയിരുന്നു. ആ വിളിയും വന്നില്ല. അതു വന്നില്ലെന്ന് തിരക്കിനിടയിൽ അയാൾ ഓർമ്മിക്കുകയും ചെയ്തില്ല. കാര്യങ്ങൾ സന്ദീപ് പറയുന്നതുപോലെയാണെങ്കിൽ, തന്റെ അരികിൽനിന്നും ഗുരുതരമായ അപാകതയുണ്ടായിട്ടുണ്ടെന്നുവേണം കരുതാൻ. കേസന്വേഷണത്തിൽ തനിക്ക് തന്നെത്തന്നെ നഷ്ടപ്പെടുന്ന അവസ്ഥ ഉണ്ടാകുന്നുണ്ടോ?

കാഹിം ഇബ്രാൻ നാലാവർത്തി ഡെയ്സിയുടെ സെൽഫോണിലേക്ക് വിളിച്ചു. നോ കവറേജ് ഏരിയ. അയാളുടനെ ഒരു മെസേജ് സൈബർ സെല്ലിലേക്ക് വിട്ടു. ആ നമ്പരിലുള്ള ടവർലൊക്കേറ്റു ചെയ്യുന്നതിനുവേണ്ടിയായിരുന്നു അത്. പിന്നെ മുഖത്ത് ആ പഴയപുഞ്ചിരി വരുത്താൻ ആഗ്രഹിച്ചുകൊണ്ട് അയാൾ പറഞ്ഞു.

'ഡോണ്ട് വറി സന്ദീപ്. താനിപ്പോൾ ഇതാരോടും പറയണ്ട. ഞാനൊന്ന് അന്വേഷിക്കട്ടെ. മീഡിയയുടെ കയ്യിൽ കിട്ടിയാ അവരത് പറഞ്ഞു പറഞ്ഞു വഷളാക്കും. താൻ പേടിക്കുന്നതുപോലെ ഒന്നുമുണ്ടാവില്ല. അ

വൾ അവിടെയെവിടെയെങ്കിലും കാണും. ഡെയ്സിയെ നിനക്കറിയുന്നതല്ലേ? അവളെ അപായപ്പെടുത്താനൊന്നും അത്രവേഗം കഴിയില്ല. ഷി ഈസ് വെരി ബോൾഡ്, യു നോ........!'

തന്റെ പ്രിയപ്പെട്ട മകൾ ഒരപകടത്തിൽപ്പെട്ടുപോയ ഒരച്ഛനെപോലെ ചിലമ്പിയിരുന്നു അയാളുടെ സ്വരം. പൊടുന്നനെ തുവാലയെടുത്ത് അയാൾ മുഖത്തെ വിയർപ്പ് തുടയ്ക്കുന്ന നാട്യത്തിൽ നിറയുന്ന കണ്ണുകളും തുടച്ചു. സന്ദീപ് അത് വേഗത്തിൽ കണ്ടുപിടിക്കുകയും ചെയ്തു. കാഹിം പിന്നെ പിജോറോയിലേക്ക് നടക്കുകയായിരുന്നില്ല, ഓടുകയായിരുന്നു. ആ കറുത്ത വാഹനം ഒരു കുതിരയെപോലെ പൊടുന്നനെ പൊടിപറത്തിക്കൊണ്ട് അകന്നകന്നു പോയി. കണ്ണുകൾ വേദനിക്കുവോളം സന്ദീപ് അതു നോക്കിനിന്നു.

26. പ്രതികൾ ജനിക്കുന്നത്

2020 ഫെബ്രുവരി 08, 7.30 pm

ഒരാൾ ഒരു കേസിലെ പ്രതിയാണെന്ന് എങ്ങനെയാണ് ഉറപ്പിക്കുന്നത്? മറ്റുള്ളവരുടെ കാര്യമല്ല ഞാൻ പറയുന്നത്. നമ്മൾ പ്രതിയാണെന്ന് പോലീസ് കണ്ടെത്തുന്നതും അതു ഉറപ്പിക്കുന്നതും പിന്നീട് അതു നമ്മളെത്തന്നെ തെളിവുകൾ നിരത്തി, ബോധ്യപ്പെടുന്നതും വിചിത്രമായ ഒരു കളിയിലൂടെയാണ്.

എന്നെ പോലീസ് എങ്ങനെയാണ് വലയിലാക്കിയതെന്ന് നിങ്ങൾക്ക് നന്നായി അറിയാം. ആദ്യം ഒരു ഫോൺകോൾ വരുന്നു. കൊല്ലപ്പെട്ട മോഹനചന്ദ്രന്റെ ഭാര്യയല്ലേ എന്ന ചോദ്യവുമായി ഡെയ്സിയെന്നു പേരുവെളിപ്പെടുത്തിയ ഒരു വനിതാ പോലീസുകാരിയാണ് വിളിച്ചത്. അതെയെന്ന ഉത്തരത്തിന്, നിങ്ങൾ നാളെ മെഡിക്കൽ കോളേജിലെ മോർച്ചറിയിലേക്ക് വരണം, ബോഡി ഒരിക്കൽ കൂടി ഐഡന്റിഫൈ ചെയ്യണം എന്ന് ആവശ്യപ്പെടുന്നു. നിങ്ങളുടെ കൂടെയുള്ള ആ എഴുത്തുകാരനില്ലേ, ഹരി കൃഷ്ണൻ, അവനെയും സഹായത്തിന് വിളിക്കണം. ഞങ്ങൾക്ക് അവന്റെ ഒരു സ്റ്റേറ്റ്മെന്റും വേണം. പിന്നെ ഇതൊന്നും അവനോട് പറയണ്ട കേട്ടോ. ഒട്ടും പരിഭ്രമിക്കേണ്ട കാര്യമില്ല. ചില ലീഗൽ പ്രൊസീജിയേഴ്സ്. അത്ര കരുതിയാൽ മതി. മറക്കണ്ട. നാളെ പത്തുമണി.

ചിരിച്ച് ഒരു സുഹൃത്തിനോട് കൊഞ്ചുന്നതരത്തിലാണ് അവൾ സംസാരിച്ചത്.നമുക്ക് അത്രവേഗം അടുത്തുപോകുന്ന ഒരു സ്വരം. സ്വന്തം ജ്യേഷ്ഠത്തിയോടൊക്കെ തോന്നുന്ന മമത.ഇഷ്ടം. അടുപ്പം. ഇതെല്ലാം ആ പെൺകുട്ടിയോട് എനിക്കു തോന്നുകയും ചെയ്തു. എങ്കിലും പരിഭ്രമം തോന്നിയെന്നത് സത്യമായിരുന്നു. അവൾ പറഞ്ഞില്ലെങ്കിലും സഹായത്തിന് എനിക്ക് വിളിക്കാൻ ഹരിയല്ലാതെ, മറ്റാരും തന്നെയില്ല.

അങ്ങനെയാണ് മെഡിക്കൽ കോളേജിലെത്തുന്നത്. പിന്നീട് അവരുടെ നിർദേശപ്രകാരം, നിങ്ങൾ മനസ്സിലാക്കിയതുപോലെ, പോലീസ് അക്കാദമിയിലുമെത്തുന്നു.

എനിക്ക് ബലവും ശക്തിയും തരേണ്ട ഹരിയുടെ മുഖത്ത് എന്നേ

ക്കാൾ വലിയ അധൈര്യമുണ്ടായിരുന്നു. ആശങ്കകളുണ്ടായിരുന്നു. പരിഭ്രമമുണ്ടായിരുന്നു. അയാൾ ആകെ വിരണ്ടതുപോലെതോന്നിച്ചു.

'നീ വിഷമിക്കേണ്ട ശിഖേ. നിന്നെ അവർ യാതൊന്നും ചെയ്യില്ല. നീ മോഹനചന്ദ്രന്റെ ഭാര്യയല്ലേ? ചിലത് അവർക്ക് അറിയാനുണ്ടാകും. അയാളെ ആരാണ് കൊന്നതെന്ന് നിനക്കും അറിയണമെന്നില്ലേ? അതിന് നിന്നെ സഹായിക്കുവാനാണ് അവർ ശ്രമിക്കുന്നത്. നിനക്ക് അറിയുന്നതെല്ലാം നീ തുറന്നു പറയു. ഒന്നുകൊണ്ടും പേടിക്കേണ്ടതില്ല. ഞാനും കൂടെയില്ലേ?'

ഹരി അവളെ ധൈര്യപ്പെടുത്തി. അയാൾ ആരെയോ ഭയപ്പെടുന്നപോലെ തോന്നിച്ചു. താനറിയാൻ ആഗ്രഹിക്കാത്ത എന്തോരഹസ്യം അയാൾ ഉള്ളിൽ സൂക്ഷിക്കുന്നതുപോലെ തോന്നി. അയാൾ ആ രാത്രി വീട്ടിലേക്ക് കയറിവന്നത് ഞാനോർക്കുന്നു.

അയാൾ എന്റെ പിറകെ ഒരുവേട്ടപ്പട്ടിയെപോലെ എന്നും ഉണ്ടായിരുന്നു. എന്തിന്, അയാൾ നഗരത്തിൽ വന്നതുപോലും എന്നെത്തേടിയായിരുന്നു. അത് അയാളെക്കണ്ടപ്പോൾത്തന്നെ എനിക്ക് മനസ്സിലാകുകയും ചെയ്തു.

മോഹനചന്ദ്രനെ ഒരു ശത്രുവിനെപോലെ അയാൾ കണ്ടിട്ടുണ്ടാവുമോ? അന്നുരാത്രി വീട്ടിൽ നിന്നിറങ്ങിയ ഹരി, മോഹനചന്ദ്രനെ കണ്ടിട്ടുണ്ടാകുമെന്നത് വ്യക്തമായിരുന്നു. ചിന്തിക്കുന്ന ഒരാൾക്ക് അതിൽ നല്ലൊരു ദൃഷ്ടാന്തമുണ്ട്. ആ സമയത്ത് ഒരുപക്ഷേ മോഹനചന്ദ്രൻ വീട്ടിലേക്ക് മടങ്ങിവരികയായിരിക്കാം. നഗരത്തിൽനിന്ന് വീടു നില്ക്കുന്നിടത്തേക്ക് വേഗത്തിൽ എത്താവുന്നതും അല്പം വെളിച്ചം നിറഞ്ഞതുമായ വഴി അതാണ്. ചിലയിടങ്ങളിൽ ഇരുട്ട് കട്ടപിടിച്ചുകിടക്കുന്നുണ്ട്. സമ്മതിക്കുന്നു. പക്ഷേ അതിനെ തരണം ചെയ്യുന്നതിന് മൊബെൽഫോണിലെ ടോർച്ചിന്റെ പ്രകാശംമാത്രംമതിയാകും.

വീട്ടിൽനിന്ന് മടങ്ങുന്ന കാമുകനും വീട്ടിലേക്ക് കടന്നുവരുന്ന ഭർത്താവും. സംഘർഷഭരിതമായ ഒരു രംഗം. അവർ പരസ്പം കണ്ടിരിക്കാം. ഇരുവർക്കും തങ്ങൾ ആരൊക്കെയാണെന്ന് തിരിച്ചറിയാം. പ്രായമെത്താതെ അലസിപ്പോയ ഒരു പ്രണയമാണ് അതെന്നായിരുന്നു മോഹനചന്ദ്രനോട് ഞാൻ തുറന്നു സമ്മതിച്ചിരുന്നത്. ഒരു സരസനായിരുന്നതുകൊണ്ടോ, അയാൾ അങ്ങനെ അഭിനയിച്ചതുകൊണ്ടോ എന്തൊ, അതിനെ വലിയ ഗൗരവത്തിൽ എന്റെ ഭർത്താവ് എടുത്തില്ലെന്നതു നേരുതന്നെ. എന്നാൽ അസമയത്ത് ഒരു നർമകഥയിലെ നായകനെയാണ് കാണുന്നതെങ്കിലും അതിന്റെ ഉള്ളറകളിലേക്ക് കടന്നുചെന്ന് സത്യം

അന്വേഷിക്കാനുള്ള അഭിവാഛ ആർക്കുമുണ്ടാകുമല്ലോ. ഒരു ക്യൂരിയോസിറ്റി. ഉദ്വേഗം. തീവ്രമായ ഉത്കണ്ഠ. അതു ചിലപ്പോൾ മോഹനചന്ദ്രനുണ്ടായിക്കൂടെന്നില്ലല്ലോ. താനില്ലാത്ത നേരത്ത് അയാൾ ശിഖയെ എന്തിനു കാണാൻ വന്നുവെന്ന് അയാൾ ചോദിച്ചിരിക്കാം. അത് ചെറിയ ഒരു ശണ്ഠയിലേക്ക് വളർന്നിരിക്കാം. പിടിവലിയിൽ മോഹനചന്ദ്രൻ പാളത്തിലേക്ക് തലയടിച്ച് വീണിരിക്കാം. തലയ്ക്കെന്തെങ്കിലും ഗുരുതരമായി മുറിവ് പിണഞ്ഞിരിക്കാം.

മനഃപൂർവമല്ലാത്ത നരഹത്യ!

ചിന്തകൾ ഇങ്ങനെ കാടുകയറിയപ്പോൾ എനിക്ക് ഭയം അധികരിച്ചു. എന്റെ നോട്ടത്തിൽ അസ്വാഭാവികമായതൊന്നും ഹരി തിരിച്ചറിയരുതേയെന്നായിരുന്നു അവിടെ എത്തുന്നതുവരെയുള്ള എന്റെ പ്രാർത്ഥന.

പോലീസ് ക്ലബ്ബിന്റെ ചുവരുകൾ മനോഹരമായിരുന്നു. ഇളം മഞ്ഞനിറം. അതിന് പൂവിടാൻ തുടങ്ങുന്ന അക്കേഷ്യാ ഇലകളുടെ വർണമായിരുന്നു. ഗാന്ധിജിയുടെ വലിയൊരു ചിത്രം അവിടെയെത്തുന്നവരുടെ ഉള്ളിലും കരുണയുടെ കുളിരുനിറയ്ക്കുന്നു. അതിനു സമീപം പ്രശസ്തരായ ചിത്രകാരന്മാരുടെ വിലപിടിപ്പുള്ള ചിത്രങ്ങളുടെ പ്രിന്റഡ് കോപ്പികൾ. ടിവി ചാനലുകൾ അധികരിച്ചതോടുകൂടി ചുമരുകൾ അലങ്കരിക്കുവാനുള്ള ത്വര എല്ലാവരിലും കൂടിയിട്ടുണ്ടെന്നു തോന്നി.

ഹരിയെ വിളിച്ചുകൊണ്ടുപോയിട്ട് കുറേനേരമാകുന്നു. ആദ്യം ഒരു മുറിയിലേക്കും തുടർന്നു മറ്റൊരു മുറിയിലേക്കും അയാളെ കൊണ്ടുപോയി. അയാൾ തിരിഞ്ഞുനോക്കി എന്തോ സംസാരിക്കുവാൻ ശ്രമിക്കുന്നുണ്ടായിരുന്നു. അയാൾ പിടിക്കപ്പെട്ടുവെന്നുതന്നെ ഞാൻ വിചാരിച്ചു. എനിക്കു തോന്നിയ ചില സംശയങ്ങൾ ഉദ്യോഗസ്ഥർക്കും തോന്നിയിരിക്കാം. ചോദ്യം ചെയ്യലിൽ വ്യക്തതയില്ലാത്ത ഉത്തരമായിരിക്കാം ഹരി പറഞ്ഞിട്ടുണ്ടാവുക. ഫോറൻസിക് തെളിവുകൾ ലഭിച്ചാൽ കൊലപാതകിയെക്കുറിച്ച് വ്യക്തമായൊരു ചിത്രം പോലീസുകാർക്ക് ലഭിക്കും.

മോഹനചന്ദ്രനെ കൊന്ന കുറ്റത്തിനാണെങ്കിൽപോലും ഹരി പിടിയിലാകുന്നത് സഹിക്കാനുള്ള ത്രാണി എനിക്കില്ല. വിഡ്ഢിയായ ആ കാമുകൻ അത്തരം ഹീനകൃത്യത്തിനു മുതിരുമെന്നും ഞാൻ വിചാരിക്കുന്നില്ല. എന്നാൽ ഈ പ്രണയികളെക്കുറിച്ചൊന്നും ആധികാരികമായി യാതൊന്നും സംസാരിക്കാൻ നമുക്കു കഴിയുന്ന കാലമല്ലിത്. പ്രണയം നഷ്ടപപെട്ടവർ ഭ്രാന്തുപിടിച്ചവരാണ്.അവർ ചെന്നുവീഴാത്ത അപകടങ്ങളില്ല.

ഇന്നല്ലെങ്കിൽ നാളെ മോഹനചന്ദ്രൻ പോലീസ് പിടിയിൽ അകപ്പെ ടുമെന്ന് വിചാരിച്ചിരുന്നു. ഒന്നുകിൽ അയാൾ മോഷ്ടിച്ചെടുത്ത സ്വർണ പണ്ടങ്ങൾ, അല്ലെങ്കിൽ അയാൾ സൂക്ഷിക്കുന്ന ഏതെങ്കിലും രഹസ്യ ങ്ങൾ, അല്ലെങ്കിൽ മറ്റാരുടെയെങ്കിലും കൊലപാതകങ്ങളിൽ അയാൾ ക്കുള്ള പങ്ക് തീർച്ചയായും ഒരിക്കൽ അയാളെ ഒറ്റുകൊടുക്കുമെന്നു സ്വപ്നമായിരുന്നു. ഭൂതകാലത്ത് ചെയ്തുപോയ കുറ്റകൃത്യങ്ങളിൽ അയാൾ പശ്ചാത്തപിച്ചിരുന്നു എന്നുവേണം കരുതാൻ. ചതിയിലൂടെയാണ് അ യാളെന്നെ സ്വന്തമാക്കിയതെങ്കിലും പിൽക്കാലത്ത് അയാളെന്നെ സ്നേഹിച്ചു തുടങ്ങിയതിനു ചില തെളിവുകളുണ്ടായിരുന്നു.

ഒരു പകൽ മുഴുവൻ അതിനകത്ത് ഇരുന്നു. സമയാസമയങ്ങളിൽ ഭ ക്ഷണത്തിന് തൊട്ടടുത്ത കാന്റീനിലേക്ക് ഒരു പെൺകുട്ടി കൂട്ടിക്കൊണ്ടു പോയി. നല്ല രുചിയുള്ള ഭക്ഷണമായിട്ടുകൂടി എനിക്കത് ശരിയാംവണ്ണം കഴിക്കാൻ സാധിച്ചില്ല. ഡെയ്സിയെന്ന വനിതാ പോലീസുകാരിയെ അ വിടെയൊന്നും കാണാനില്ലായിരുന്നു.

രാത്രിയിൽ വനിതാ പോലീസുകാരുടെ ക്വാർട്ടേഴ്സിലാണ് താമസി ച്ചത്. വീട്ടുതടവിലാകുന്ന വലിയ മനുഷ്യരെക്കുറിച്ച് വായിച്ചതോർത്തു പോയി. അവരെപോലെയായിരുന്നു ഞാനും. ഞാനിപ്പോൾ പോലീസിന്റെ തടവിലാണ്. എന്നാൽ ഇതുവരെയും ഞാനൊരു കുറ്റവാളിയാണെന്ന് അവർ സ്ഥിരീകരിച്ചിട്ടില്ല. പിറ്റേദിവസം ഡെയ്സിയെത്തുമെന്നും എന്റെ കാര്യത്തിൽ ഒരു തീരുമാനമാകുമെന്നും പറഞ്ഞതുമാത്രമായിരുന്നു ആ കെപ്പാടെയുണ്ടായിരുന്ന ആശ്വാസം.

എന്നാൽ അങ്ങനെയൊന്നുണ്ടായില്ല. വീണ്ടും കാത്തിരിപ്പ്. അതേ പോലീസ് ക്ലബ്ബിന്റെ ചുവരുകൾ. ഗാന്ധിജിയുടെ ചിരി. കാന്റീനിലെ ഭക്ഷണം. ബൂട്സുകളുടെ ടക്ടക് ശബ്ദങ്ങൾ. വയർലസുകളുടെ നില വിളികൾ.മുന്നിലൂടെ കടന്നുപോകുന്ന പോലീസ് തടിമാടന്മാരുടെ നിറ ഞ്ഞ പുഞ്ചിരികൾ.ഡെയ്സി പോലീസ് വന്നില്ല. വൈകുന്നേരമായപ്പോൾ ഒരുകൂട്ടം ആളുകൾ പോലീസ് ക്ലബ്ബിലേക്ക് ഓടിക്കിതച്ചുകൊണ്ടുവന്നു. അവരിൽ വനിതാ പോലീസുകാരും ഉണ്ടായിരുന്നു. കാര്യങ്ങൾക്ക് വലി യൊരു മാറ്റം കണ്ടുതുടങ്ങിയത് അപ്പോഴാണ്. ഹാളിൽവെച്ച് ആറടിയി ലേറെ ഉയരവും അതിനനുസൃതമായ വണ്ണവുമുള്ള ഒരു ഉദ്യോഗസ്ഥൻ എന്നെ ചോദ്യം ചെയ്തു. അയാൾ ചെന്നപാടെ പുഞ്ചിരിതൂകിയിട്ട്, ഇരി ക്കാൻ സൗമ്യമായി പറഞ്ഞു. എന്നിട്ട് കുറച്ച് കടലാസുകൾ മുന്നിലേ ക്കിട്ടു. മഞ്ഞ നിറത്തിലുള്ള കുറേ കട്ടിയുള്ള ഡയറിക്കുറിപ്പുകൾ.

'ഇത് നിങ്ങളുടെ കയ്യക്ഷരമല്ലേ?' അയാൾ ചോദിച്ചു.

ഇത്തവണ ചോദ്യം സൗമ്യമായിരുന്നില്ല. ആ കട്ടിയേറിയ പോലീസ് യൂണിഫോമിനുള്ളിലെ മനുഷ്യന്റെ ജൈവരൂപം പതുക്കെ വെളിവാകപ്പെട്ടു.കനത്ത മീശയുടെ തുമ്പുകൾ വിറച്ചു. കണ്ണുകളിൽ കാഠിന്യം നിറഞ്ഞു. ഇനി അയാളിൽനിന്ന് വാത്സല്യവും കരുണയും അനുകമ്പയൊന്നും പ്രതീക്ഷിക്കുന്നതിൽ അർത്ഥമില്ലെന്ന് ഏതാണ്ട് മനസ്സിലായിക്കഴിഞ്ഞു.

കാലപ്പഴക്കംകൊണ്ട് കട്ടിയായിത്തീർന്ന ആ കടലാസുചുരുളുകൾ കൈകൊണ്ടുതൊട്ടപ്പോൾ എന്റെ നെഞ്ചിടിക്കാൻ തുടങ്ങി. ഇത്തരം നിമിഷങ്ങളിൽ നമ്മുടെ നാവല്ല, മറ്റു അവയവങ്ങളാണ് സംസാരിക്കാൻ തുടങ്ങുകയെന്ന് എനിക്ക് ബോധ്യമായി. കാരണം നാക്കിന് തലച്ചോറിൽനിന്ന് ആജ്ഞ ലഭിച്ചാലെ അതു ചലിക്കുകയുള്ളൂ. എന്നാൽ മറ്റു അവയവങ്ങൾക്ക് അതിന്റെ ആവശ്യമില്ല. എന്തെന്നാൽ അത് തലച്ചോറിന്റെ ആജ്ഞക്കൊത്തല്ല പ്രവർത്തിക്കുന്നത്!

ഇത്തവണ എന്റെ വിറയ്ക്കുന്ന കൈകൾത്തന്നെയാവണം അത് കൃത്യമായി ഒറ്റിക്കൊടുക്കുക. ഒരാൾ കള്ളം പറയുമ്പോൾ അയാളുടെ കണ്ണുകളിലേക്കല്ല, വിരലുകളിലേക്കാണ് നോക്കേണ്ടത്. അതു നിങ്ങളോട് സത്യം വിളിച്ചു പറയും. അതിനാൽ ആ പോലീസുകാരന്റെ കണ്ണുകൾ എന്റെ നീണ്ടു മനോഹരമായ ആ വിരലുകളുടെ ചലനം തന്നെയായിരുന്നു കൃത്യമായി അളന്നെടുക്കുന്നതെന്നും ഞാൻ മനസ്സിലാക്കി. കടലാസു വിറകൊള്ളുന്നതു നിയന്ത്രിക്കുവാൻ പാടുപെട്ടെങ്കിലും ഞാനതിൽ പരാജയപ്പെടുകയായിരുന്നു.

'ഇത് നിങ്ങൾ എഴുതിയതാണല്ലേ?'

ഞാൻ അല്ലെന്നും അതെയെന്നും പറഞ്ഞില്ല. സംസാരശേഷി നഷ്ടപ്പെട്ടതുപോലെ നിന്നു.

'ഉത്തരം പറയൂ. അതെയെന്നോ അല്ലെന്നോ?'

'അതെ.' ആ ശബ്ദം വിറച്ചിരുന്നു.

'നിങ്ങൾക്ക് ഹരി എന്ന ചെറുപ്പക്കാരനുമായി നേരത്തെ പരിചയമുണ്ടായിരുന്നു. ഈ ഡയറിക്കുറിപ്പുകൾ ഒരു നോവലെഴുതണം എന്ന ആവശ്യവുമായി നിങ്ങൾ പേരുവെയ്ക്കാതെ അയാൾക്ക് അയച്ചുകൊടുക്കുകയായിരുന്നു. ശരിയല്ലേ?'

'അതെ സാർ, പക്ഷേ നിങ്ങൾ വിചാരിക്കുന്നതുപോലെ അത്......'

എന്താണ് പറയേണ്ടതെന്ന് പൂർണമായി അറിയില്ലെങ്കിലും ചിലത് പറയാൻ ഞാൻ ശ്രമിച്ചു.ആശയങ്ങൾ കൂടിക്കുഴഞ്ഞു കുഴഞ്ഞ ചക്കയെപോലെയായിരുന്നു. ചിന്താമണ്ഡലത്തിൽനിന്ന് അവയോരോന്നും

പെട്ടെന്നു വേർത്തിരിച്ചെടുക്കാൻ കഴിയില്ലെന്നു മനസ്സിലായി.എന്റെ മൗനം അയാളുടെ നിഗമനങ്ങളെ ഊട്ടിയുറപ്പിക്കുമെന്നു ഞാൻ ഭയന്നു. ചിലതിവിടെ വിശദമാക്കേണ്ടതുണ്ട്. എന്തും രണ്ടുത്തരത്തിലൂടെ മനസ്സിലാക്കുകയാണ് പോലീസിന്റെ കാടൻ നീതിയെന്ന് ഞാനറിഞ്ഞിരുന്നില്ല. ആ മുരടനായ ഓഫീസർ എന്നെ പെട്ടെന്ന് കൈയുയർത്തി തടഞ്ഞു.

'ഡോണ്ട് ഇന്റർഫിയർ. ചോദിക്കുന്നതിനുമാത്രം ഉത്തരം പറഞ്ഞാൽ മതി. മോഹനചന്ദ്രൻ കൊല്ലപ്പെടുമെന്ന് നിങ്ങൾക്ക് നേരത്തെ അറിയാമായിരുന്നു. അല്ലേ..?'

'ഇല്ല സാർ. എന്നാൽ അങ്ങനെ ഒരു ഭയം...'

പെട്ടെന്ന് അയാളുടെ സെൽഫോൺ ശബ്ദിച്ചു. അയാൾ ചോദ്യങ്ങൾ മുറിച്ച് ഫോൺ എടുത്തു എന്നിട്ട് ശബ്ദം താഴ്ത്തി പറഞ്ഞു.

'സിം കാർഡും ഫോണും ഓടയിൽനിന്ന് ലഭിച്ചുവെന്നാണോ നിങ്ങൾ പറയുന്നത്? ദെൻ വി കാൻ അസ്യൂം ദാറ്റ് ഷി ഹാസ് ബീൻ ട്രാപ്പ്ഡ്! ഓ.കെ. ഐ വിൽബി ദെയർ....'

എനിക്ക് അയാളോട് മനസ്സു തുറന്നു സംസാരിക്കണം എന്നുണ്ടായിരുന്നു. പറഞ്ഞാൽ ബുദ്ധിയുള്ള ഒരു പോലീസുകാരന് എല്ലാം പെട്ടെന്ന് മനസ്സിലാക്കുവാൻ പ്രയാസമില്ല. എന്നാൽ അതിൽ ചില സങ്കീർണതകളുണ്ടായിരുന്നു.സമ്മതിക്കുന്നു. ചില കാര്യങ്ങൾ ബുദ്ധിയില്ലാത്ത ഒരു സ്ത്രീയായതുകൊണ്ടുമാത്രം സംഭവിച്ചതാണെന്നു കരുതണം. കാര്യങ്ങൾ, പോലീസിന്റെ ഭാഗത്തുനിന്നല്ല, ഒരു നിരാലംബയായ സ്ത്രീയുടെ പക്ഷത്തുനിന്ന് നോക്കിക്കാണുവാൻ ദയവുണ്ടാവണം. അപ്പോൾ എല്ലാം വ്യക്തമായിത്തന്നെ മനസ്സിലാവും. സർ, ഞാനിപ്പോൾ ഒരു കൂട്ടിനുള്ളിൽ അടയ്ക്കപ്പെട്ടിരിക്കയാണ്. ആരോ പണിതുവെച്ച ഒരു കൂട്ടിലേക്ക് ഒരു വിഡ്ഢിയെപോലെ ഞാൻ ചെന്നെത്തുകയായിരുന്നു. എനിക്കു ചുറ്റുമുള്ള സമൂഹം നീതിയുടെ പക്ഷത്തു നിലയുറപ്പിക്കുമെന്ന് മണ്ടിയായ ഞാൻ വിചാരിച്ചുപോയി!

പക്ഷേ അതാരും ചെവിക്കൊണ്ടില്ല. ഓഫീസറും പരിവാരങ്ങളും എന്നെയും ആ വനിതാപോലീസിനെയും തനിച്ചാക്കി വീണ്ടും സടകുടഞ്ഞെഴുന്നേൽക്കുകയാണ്. അവർക്ക് വേണ്ടപ്പെട്ട ഒരാളുടെ രക്ഷയോർത്ത്, അവർ ജാഗരൂകരാകുന്നു. പൊടുന്നനെ വണ്ടികൾ മുരളുന്നു. എല്ലാവരും അതിലേക്ക് എടുത്തു ചാടുന്നു. നിമിഷങ്ങൾക്കകം, പോലീസ് ക്ലബ്ബിനെയും അതുൾക്കൊള്ളുന്ന രണ്ടേക്കർ സ്ഥലത്തെയും അതിനുള്ളിലെ ഒരു പാവം സ്ത്രീയെയും അവളുടെ ഹൃദയവ്യഥകളെയും അവളുടെ ഏകാന്തതയിലേക്കു വിട്ട് അവർ പൊടിപറത്തി പാഞ്ഞുപോ

കുന്നു.

നോക്കൂ, ഞാൻ പറയുന്നത് ഇനിയാരും വിശ്വസിക്കുവാൻ പോകുന്നില്ല, എല്ലാ സത്യങ്ങളും അറിയുന്ന നിങ്ങൾപോലും. ഇനി ഇവിടെനിന്ന് എന്നെങ്കിലും പുറത്തിറങ്ങാൻ എനിക്കാവുമെന്ന് നിങ്ങൾ വിശ്വസിക്കുന്നുണ്ടോ? ഇല്ലെന്നുതന്നെ കരുതണം

പോലീസുകാർക്ക് ഒരു പ്രതിവേണം. ഒരു കൊലപാതകി. നമ്മുടെ നാട്ടിൽ ഇരുട്ടിന്റെ മറവിൽ ചോരയുടെ മണവും ശ്വസിച്ച് നടക്കുന്നു. അവൾ അരുംകൊലകൾ ചെയ്തുകൂട്ടുന്നു. പല നിരപരാധികളേയും അതിനുള്ളിലേക്ക് കുരുക്കിയെറിയുന്നു. എന്നാൽ അവളെ കണ്ടെത്തുകയോ പിടിക്കുകയോ ചെയ്യാതെ, ഘാതകയിലേക്കുള്ള വഴി അന്വേഷിക്കുന്ന ചിലരെ കണ്ടെത്തുകയും അറസ്റ്റ് രേഖപ്പെടുത്തുകയും ചെയ്യുന്നു.

പോലീസ് ഇങ്ങനെയാണ് ഇവിടെ പ്രതികളെ സൃഷ്ടിക്കുന്നത്.

27. പോയിന്റ് ബ്ലാങ്ക്

2020 ഫെബ്രുവരി 09, 9.10 pm

കാഹിം ഇബ്രാനെ സംബന്ധിച്ചിടത്തോളം വെല്ലുവിളികൾ നിറഞ്ഞ ജോലിയായിരുന്നു. ഡെയ്സിയെ ആരോ അപായപ്പെടുത്തിയിരിക്കുന്നു. അവളെ എവിടേക്കോ കൊണ്ടുപോയിരിക്കുന്നു. അവൾ ഉപയോഗിക്കുന്ന ഫോണും അതിനകത്തെ സിംകാർഡും നിരത്തിലെ ഒരു ഓടയിൽനിന്ന് കണ്ടെത്തിയിരിക്കുന്നു. അതവളുടെ വീട്ടിലേക്ക് തിരിയുന്ന റോഡിലെ ഏറ്റവും ഉയരമുള്ള വളവിലായിരുന്നു. ടവർ ലൊക്കേറ്റു ചെയ്താണ് സ്ഥാനം നിർണയിച്ചത്. അതോടൊപ്പം ആ ടവർ ലോക്കേഷനിലുള്ള ആയിരക്കണക്കിന് ഫോൺ നമ്പരുകളും സിസിടിവി ദൃശ്യങ്ങളും പരിശോധിക്കാനുള്ള ആജ്ഞ നൽകിയെങ്കിലും അതുകണ്ടുപിടിച്ചുവരുമ്പോഴേക്കും അവൾക്ക് എന്തെങ്കിലും ആപത്തു പിണയാനുള്ള സാധ്യത കൂടുതലാണ്. അവളെ കടത്തിയതാരാണെന്ന് ഇതുവരെ ആർക്കും ഊഹിക്കാൻപോലും കഴിയുന്നില്ല.

ഘാതകതന്നെയായിരിക്കണം അവളെ കടത്തിയത് എന്നില്ല. കാരണം അവൾക്ക് ആരെങ്കിലും സഹായികളുണ്ടായിരിക്കണം. ഇത്തരം സൈക്കോപാത്ത് കൊലപാതകികൾ ആരെയും ആശ്രയിക്കാതെയാണ് കൃത്യം നടത്തുക. പല കൊലപാതകങ്ങളും സ്വയം കൃത്യം ചെയ്യാവുന്ന രീതിയിലാണ് അവർ ക്രമപ്പെടുത്തുക. മറ്റുള്ളവരെ അവർ വിശ്വസിക്കുകയും കണക്കിലെടുക്കുകയും ഇല്ല. ഇനി അങ്ങനെ ആരെയെങ്കിലും അവർ ഉപയോഗപ്പെടുത്തിയാൽ അവരെ ഉടനെ ഇല്ലായ്മ ചെയ്യുവാനും അവർ മടിക്കില്ല.

ട്രാഫിക് കൺട്രോൾ റൂമിൽ വിളിച്ച് എല്ലാ വണ്ടികളെയും മോണിറ്റർ ചെയ്യാൻ നിർദേശം നൽകി. അതുപോലെ, എവിടെയെങ്കിലും ഉപേക്ഷിക്കപ്പെട്ട കാറുകൾ കണ്ടെത്തിയാൽ ഉടനെ റിപ്പോർട്ട് ചെയ്യണമെന്നും. ഇതൊന്നും പ്രായോഗികമാണെന്ന് തോന്നുന്നില്ല. അത്രമാത്രം വാഹനങ്ങൾ നിറഞ്ഞിരിക്കുന്ന നിരത്തിൽ, ചെക്കിംഗ് അകാരണമായി ട്രാഫിക് ബ്ലോക് സൃഷ്ടിക്കുന്നു. ഒരു മന്ത്രിക്കോ എമ്മെല്ലെക്കോ അതുവഴി ക

ടന്നു പോകേണ്ടി വന്നാൽ ചെക്കു ചെയ്യുന്നവന്റെ കുപ്പായവും കീറും.

നമ്മുടെ ജനാധിപത്യം.

കാഹിമിന്റെ പല്ലുകൾ ആർക്കോവേണ്ടി ഞെരിഞ്ഞു.

നേരം ഇരുട്ടി തുടങ്ങിയിരുന്നു. ശിഖയുടെ അറസ്റ്റ് രേഖപ്പെടുത്താനുള്ള തീരുമാനം അയാൾ അവസാനം മാറ്റി വയ്ക്കണമോയെന്ന് ചിന്തിക്കാതിരുന്നില്ല. ശിഖതന്നെയാണ് ഡയറിക്കുറിപ്പുകൾ എഴുതിയത്. അതവൾ തനിക്ക് പരിചയമുള്ള കാഹിമിന്റെ അഡ്രസ്സിൽ പോസ്റ്റുചെയ്യുകയായിരുന്നു. മുരളീധരൻ എന്ന പ്രസാധനകനിലൂടെയാണ് അവയെല്ലാം അതാതു സമയത്ത് പോലീസിന്റെ കൈകളിൽ എത്തിയിരുന്നത്.

എന്തിനാണ് ശിഖ അത്തരം ഒരു സാഹസത്തിന് മുതിർന്നതെന്ന് അത്ഭുതപ്പെടുത്തുന്നു. അവളെ ഘാതക ഉപയോഗിക്കുകയായിരുന്നെന്നോ, അവൾ ചില കൊലപാതകങ്ങൾക്ക് കൂട്ടുനിന്നിരുന്നോയെന്നും പരിശോധിക്കപ്പെടേണ്ടതുണ്ട്. കാരണം, മോഹനചന്ദ്രനും ഘാതകയും ഒരുമിച്ചു സഞ്ചിരിച്ചതിന്റെ രേഖകൾ പോലീസിന് കിട്ടിക്കഴിഞ്ഞു. കൊയമ്പത്തൂരിൽനിന്ന് അയാൾ സോഡിയം സയനൈയ്ഡ് ഘാതകയുടെ നിർദേശാനുസരണം വാങ്ങിയതിന്റെ രേഖകളും. ശിഖയെക്കൂടാതെ നാലാളുകൾ കൂടി ഘാതകയുമായി ബന്ധപ്പെട്ടതായി വിവരം ലഭിച്ചിരിക്കുന്നു.എന്നാൽ ഒരാൾ ഇപ്പോഴും ഒളിവിൽ കഴിയുന്നുണ്ടുതാനും. ഒരുപക്ഷേ അയാളായിരിക്കണം മോഹനചന്ദ്രനെ പാളത്തിൽ കൊണ്ടിടുവാൻ അവളെ സഹായിച്ചത്.

മോഹനചന്ദ്രനെപോലെ മറ്റൊരു ഹതഭാഗ്യൻ.

വീട്ടിലേക്കുള്ള വഴിയിലായിരുന്നു കാഹിം. അതിനിടയിൽ മുരളീധരനെ ഒന്നു കാണണമെന്ന് തോന്നി. തന്നെക്കുറിച്ച് അയാളോരു പുസ്തകം ചെയ്യുന്നു. ഓർമ്മ, യാത്ര, അനുഭവം എന്ന സീരീസിൽപ്പെട്ട ഒരു പുസ്തകം. പലപ്പോഴും ഫാമിലിയോടൊത്ത് നടത്തിയിട്ടുള്ള വിദേശയാത്രകളാണ് ആ പുസ്തകത്തിൽ. അത്തരം ഒരു യാത്രയിൽവെച്ചുതന്നെയാണ് അവർ മരണപ്പെട്ടതും.

അത്തവണ ലണ്ടൻ യാത്രയായിരുന്നു പ്ലാൻ ചെയ്തിരുന്നത്. അഞ്ചു ദിവസത്തേക്ക്. കോഴിക്കോട്ടുള്ള സതീന്ദ്രനും കുടുംബവും കൂടെയുണ്ടായിരുന്നു. അയാളുടെ ചേട്ടനും കുടുംബവും ലണ്ടനിലുണ്ടായിരുന്നു. യാത്രകൾ അറേഞ്ചു ചെയ്തത് സതീന്ദ്രനും കുടുംബവും തന്നെ. കോഴിക്കോട് കരിപ്പൂർ വിമാനത്താവളത്തിൽ നിന്നായിരുന്നു ടിക്കറ്റ്. വടകരയിൽനിന്ന് കോഴിക്കോട്ടേക്കുള്ള യാത്ര വണ്ടിയിലായിരുന്നു തീരു

മാനിച്ചത്. എന്നാൽ മകൾ പറഞ്ഞു, വണ്ടി വീടിന്റെ പോർച്ചിൽ സന്തോഷത്തോടെ കിടന്നോട്ടെ വാപ്പച്ചീ, നമുക്ക് ട്രെയിനിൽ അടിച്ചുപൊളിച്ചങ്ങു പോകാം. ഒരു മണിക്കൂർ നേരത്തെ യാത്രയല്ലേ?

ഇത്തരം നിമിഷങ്ങളിൽ കാഹിം താൻ ഒരു പോലീസുകാരനാണെന്ന കാര്യമേ മറന്നുകളയുന്നു. വീട്ടിലെത്തിയാൽ അയാൾ സാധാരണക്കാരനായ ഒരു മനുഷ്യൻ മാത്രമാണ്. പല തീരുമാനങ്ങളും വീട്ടുകാരിക്ക് വിട്ടുകൊടുത്ത് ഒരാശ്രിതനായി കഴിയാൻ അയാൾ കൊതിക്കും. ഇങ്ങനെയാണ് ആഴ്ചകളിലെ പാർട്ടികളും ഷിവാസ് റീഗളുമായുള്ള ചങ്ങാത്തവും കുടുംബത്തിനകത്തേക്ക് പ്രവേശിക്കപ്പെടുന്നത്. ഒരുതരം കോമ്പ്രമൈസ്.

അതിൽ രണ്ടാൾക്കും വലിയ പരിഭവമില്ലായിരുന്നു.

ഒരു വ്യാഴ്ചയായിരുന്നു യാത്ര. വടകരയിൽനിന്ന് കോഴിക്കോട്ടേക്ക്. രഹസ്യമായിരുന്നു യാത്രയെങ്കിലും എങ്ങനെ വാർത്ത ചോർന്നുവെന്ന് അറിയില്ല. ഇനി അങ്ങനെ ചോർന്നതാകണമെന്നുമില്ല. അയാൾ ഒരുപക്ഷേ അടങ്ങാത്ത പകയുമായി വീടിന്റെ ചുറ്റിലൂടെ കുറേക്കാലമായി നടക്കുന്നുണ്ടായിരുന്നിരിക്കണം. യാതൃശ്ചികമായി റെയിൽവേ സ്റ്റേഷനിലേക്ക് പോകുന്നത് കണ്ടുപിടിച്ചതാകാം.

ആയുസ്സൊടുങ്ങാൻ നേരം ഇത്തരം വിഡ്ഢിത്തങ്ങളിൽ മനുഷ്യൻ ചെന്നുപെടുമെന്നത് വേദഗ്രന്ഥത്തിലുള്ളതാണ്. മരണം നമ്മെ എവിടെവെച്ചാണോ പിടികൂടേണ്ടത്, അവിടേക്ക് ക്ഷണിച്ചുവരുത്തും. അതുപോലെ കൊലപാതകിയുടെ കയ്യിലെ റിവോൾവറിന്റെ പോയിന്റ് ബ്ലാങ്കിലേക്ക് അവർ എത്തിച്ചേരുകയായിരുന്നു.

കോഴിക്കോട് റെയിൽവേ സ്റ്റേഷൻ. അന്ന് തിരക്കുള്ള ദിവസമായിരുന്നു. ബാഗും സ്യൂട്ട്കേസുമെടുത്ത് കാഹിം പിന്നിലായിരുന്നു. ആദ്യം മെഹറാണ് പുറത്തേക്കിറങ്ങിയത്. അതിനുപിന്നിൽ ഭാര്യ, ഫത്മ. ഫുട്പാത്തിലേക്ക് കാലെടുക്കുവാൻ തുടങ്ങിയപ്പോഴാണ് വെടിപൊട്ടിയത്. അതിനുമുമ്പുതന്നെ നീട്ടിപ്പിടിച്ച തോക്കുമായി അവൻ ആൾക്കൂട്ടത്തെ വകഞ്ഞുമാറ്റി ഓടിവരുന്നത് കാഹിം കണ്ടു. ബാഗുകൾ താഴെയിട്ട് മോളെ, എന്ന വിളിയോടെ അവർക്കൊപ്പമെത്താൻ അയാൾ പാടുപെട്ടു നീങ്ങുകയായിരുന്നു. എന്നാൽ വാതിലിനുമുന്നിലെ ജനക്കൂട്ടം അയാളെ തടഞ്ഞു. ഫത്മക്കരികിൽ, അപകടം മണത്തറിഞ്ഞു അരുതേയെന്ന യാചനയുമായി രക്ഷാകവചം ഒരുക്കാനാഞ്ഞ ആ അമ്മയുടെ യാചിക്കുന്ന കണ്ണുകൾക്കുമുന്നിൽ, അയാളെത്തിയപ്പോഴേക്കും ആദ്യത്തെ വെടിയൊച്ച കേട്ടു. പിന്നെ രണ്ടാമത്തേതും. കൊലപാതകിയുടെ കയ്യിലേക്കാണ്

ഫത്മ വീണത്. അതിൽ നിന്നുയരുന്ന വെടിയുണ്ട ഇനിയൊരു ജീവനെ എടുക്കരുതെന്ന നിശ്ചയദാർഢ്യത്തോടെത്തന്നെ അവൾ അടിവയറ്റിൽ ഏറ്റുവാങ്ങി. വെടിയേറ്റതിന്റെ ആഘാതത്തിൽ മകൾ താഴേക്കു വീണു. അവളുടെ കാലുകൾ തീവണ്ടിയുടെ ബോഡിയിൽത്തട്ടി, പാതി മുറിഞ്ഞു തൂകിയിരുന്നു.

ശബ്ദം കേട്ട് റെയിൽവേ പോലീസുകാർ ഓടിയെത്തിയപ്പോഴേക്കും കൊലപാതകി എങ്ങനെയൊക്കെയോ രക്ഷപ്പെട്ടു ഓടി. അയാൾക്ക് പക്ഷേ രക്ഷപ്പെടണമെന്നുണ്ടായിരുന്നില്ല. എന്നാൽ പോലീസിന് പിടി കൊടുക്കണമന്നുംഅയാൾ തീരുമാനിച്ചില്ല.ഓടി അയാൾ തീവണ്ടിപാള ത്തി ലേ ക്ക് എ ടു ത്തു ചാ ടു ക യും തീ വ ണ്ടി ക്ക ടി യിൽ പ്പെ ട്ട് തൽക്ഷണംമരണത്തെ വരിക്കുകയും ചെയ്തു.

ഓരോ കേസിന്റെയും ക്ലൈമാക്സിലേക്കടുക്കുമ്പോൾ കാഹിം ആ സംഭവം ബോധപൂർവ്വം ഓർമ്മിക്കും. നെഞ്ചുപൊടിഞ്ഞമരുന്ന വേദന യുണ്ടാകുമെങ്കിലും കണ്ണുകളുടെ ഞരമ്പുകൾ വലിഞ്ഞുമുറുകുമെങ്കിലും കരച്ചിൽ തികട്ടിവരുമെങ്കിലും അയാൾ അതാവർത്തിച്ച് ഓർമ്മിക്കും. വള രെ വിശദമായിത്തന്നെ. കൊലപാതകി നിലയുറപ്പിച്ചിരുന്ന സ്ഥലം. അ യാൾ വന്ന വഴി. അയാളുടെ ആദ്യത്തെ നോട്ടം. ഇരയുടെ മീതേയ്ക്ക് അയാൾ ആയുധം ചൂണ്ടുന്ന രീതിയും അതിനെടുക്കുന്ന സമയവും. അയാളുടെ മുഖത്തുണ്ടാകുന്ന നിശ്ചയദാർഢ്യം. ഇര വെടിയേറ്റ് വീഴു മ്പോൾ അയാളുടെ ചുണ്ടുകളിൽ ഉണ്ടാകുന്ന പുച്ഛംകലർന്ന ചിരി. ആത്മസംതൃപ്തിയിൽ അയാൾ ഉച്ചരിക്കാനിടയുള്ള തെറിവാക്കുകൾ. ചിലപ്പോൾ അയാൾ നീട്ടി തുപ്പിയിരിക്കണം. അങ്ങനെയാണെങ്കിൽ അ ത് ഇടത്തോട്ടോ വലത്തോട്ടോയെന്നത്. എല്ലാം വിശദമായി ഒരു ഗവേ ഷണ വിദ്യാർത്ഥിയുടെ കുതൂഹലതയോടെ അയാൾ ഓർമ്മിക്കും. അ തിൽനിന്ന് ഒരു ചിത്രം രൂപപ്പെടുത്തിയെടുക്കും. അപ്പോൾ താൻ അന്വേ ഷിക്കുന്ന കേസുകൾക്ക് ഉപോൽബലമേകുന്ന എന്തെങ്കിലും ഒന്ന് അ യാൾക്ക് ലഭിക്കും.

ഇത്തവണ അയാൾക്ക് യാതൊന്നും കിട്ടിയില്ല

മുരളീധരൻ കാത്തുനിൽക്കുന്ന ബാറിന്റെ മുന്നിലൂടെ ഒഴുകുന്ന റോ ഡിലേക്ക് കാഹിം വണ്ടിതിരിച്ചു. ഒമ്പതുമണി കഴിഞ്ഞിരുന്നു. നിരത്തി ലെ വാഹനങ്ങളുടെ ഒഴുക്കു കുറഞ്ഞു. മനുഷ്യർക്ക് വീടുപറ്റാനുള്ള സമയമായി. നഗരത്തിലെ റോഡിനിരുവശവുമുള്ള ഫ്ളാറ്റുകളിലെ ലൈ റ്റുകൾ തെളിഞ്ഞുകിടന്നു. എല്ലാവരും ടിവിയുടെ മുന്നിലിരുന്ന് സന്തോ ഷത്തോടെ ആ ദിവസത്തെ അവസാനത്തെ ഭക്ഷണം കഴിക്കുന്ന സമ

യമാണിതെന്ന് അയാൾ വെറുതെ ചിന്തിച്ചു.

പത്രക്കാർക്ക് രാത്രിയായാൽ രണ്ട് പെഗ്ഗിന്റെ ലഹരിവേണമെന്ന് നിർബന്ധമുള്ളതുപോലെ തോന്നി മുരളീധരനെ കണ്ടപ്പോൾ. വണ്ടിക്കുളളിലെ എസിയുടെ തണുപ്പ് മുരളീധരനെ അല്പം വിഷമിപ്പിക്കുന്നുണ്ടായിരുന്നു.

'ഇന്നൊരു സുഹൃത്തിന്റെ പുസ്തക പ്രകാശനമുണ്ടായിരുന്നു. അതിന്റെ ഒരു പാർട്ടിയായിരുന്നു.'

മുരളീധരൻ ചിന്തകൾ മണത്തെന്നു തോന്നുന്നു, അയാൾ ക്ഷമാപണം നടത്തി.

'നമ്മുടെ ഹരികൃഷ്ണൻ എന്ന എഴുത്തുകാരനെക്കുറിച്ചെന്താണ് തന്റെ അഭിപ്രായം?'

'കുഴപ്പമില്ല സാർ. നന്നായി എഴുതാനറിയാം. നല്ല ഭാഷാപരിജ്ഞാനം. പറഞ്ഞിട്ടെന്താണ് സാർ, ഇതുവരെ ഒരു പുസ്തകവും ക്ലിക്കായിട്ടില്ല. സാമ്പത്തികമായി പരാധീനതയിലാണ്...'

'അവനെയൊന്ന് രക്ഷപ്പെടുത്തണ്ടേ നമുക്ക്..?'

'വേണം സാർ.....'

'ഉം. ഹരികൃഷ്ണനും ശിഖയും തമ്മിലുള്ള ബന്ധത്തെക്കുറിച്ച് തനിക്കറിയാമോ.?'

'അധികമറിയില്ല സാർ. അവളുടെ വിവാഹം കഴിഞ്ഞതിൽപ്പിന്നെ അവനും അവളും വലിയ ബന്ധമില്ല. അവന് അവളെ വലിയ ഇഷ്ടമാണ് സാർ...'

'ഹരിയെഴുതുന്ന പുസ്തകത്തിന്റെ ജോലി പുരോഗമിക്കുന്നുണ്ടോ.?'

'ഉണ്ടെന്നാണ് അവൻ പറഞ്ഞത്.'

മുരളീധരനെ ഓവർ ബ്രിഡ്ജിനരികിൽ വിട്ട് കാഹിം വണ്ടി തിരിച്ചു വീണ്ടും വന്ന വഴിയെ ഓടാൻ തുടങ്ങി.

ബാക്കിയുള്ള പതിനഞ്ച് മിനിട്ട് യാത്രയിൽ അയാൾ മൂന്നു ഗാനങ്ങൾ കേട്ടു. സൂഫി സംഗീതമായിരുന്നു. പോർച്ചിൽ കാർ നിർത്തി, മുൻവാതിനടുത്തേക്ക് നടന്നപ്പോൾ മുറ്റത്തെ പൊന്തകൾക്കിടയിൽ എന്തോ അനങ്ങുന്നതുപോലെ തോന്നി. ഫത്മ മരിച്ചതിൽപ്പിന്നെ അവൾ നോക്കി വളർത്തിയിരുന്ന ഡോണയെന്ന പൂച്ച തന്നെ പേടിപ്പിക്കുന്നത് ഒരു തുടർക്കഥയാക്കിയിട്ടുണ്ട്. ചുണ്ടിലൊരു ചിരിയോടെ അയാൾ ഡോണയെയുമെടുത്ത് വീടിനകത്തേക്ക് പ്രവേശിച്ചു.

കടുപ്പമേറിയ ചായയിട്ട് നാലു നിമിഷങ്ങൾ അതു കുടിച്ചുതീർത്ത് അയാൾ വിയർപ്പുപുരണ്ട വസ്ത്രങ്ങൾ അഴിച്ചിട്ടു. വീട് ആകെ അല

ങ്കോലമായി കിടക്കുകയായിരുന്നു.

കാഹിം ഷവറിനു കീഴെ നഗ്നനായി നിന്നു. ശരീരം തണുക്കുന്നതുവരെ അയാൾ അങ്ങനെ നില്ക്കും. പിന്നെ അലക്കിത്തേച്ചുവെച്ച പൈജാമയിലേക്കും കുർത്തയിലേക്കും നുഴഞ്ഞുകയറും. അന്നേരം അയാൾ വീണ്ടും ഡെയ്സിയെ ഓർത്തു. അവൾ എവിടെയായിരിക്കും? അവളെ അറിയാവുന്നവരെയെല്ലാം കോൺടാക്ട് ചെയ്യുവാൻ സന്ദേശം അയച്ചിരുന്നു. പൊടുന്നനെ അയാൾക്ക് പെട്ടെന്ന് ഒരു കാര്യം ഓർമ്മവന്നു. നേരത്തെ അത് വരേണ്ടതായിരുന്നു. അയാൾ തേടിക്കൊണ്ടിരുന്ന ഒരു ഉൾവിളിയായിരുന്നു അത്.

അയാൾ ഫോൺ പരതിയെടുത്തു അതിലെ സന്ദേശങ്ങൾ ഓരോന്നും വായിക്കുവാൻ തുടങ്ങി. വാട്സപ്പ് മെസ്സേജുകൾ അതിൽ നിറഞ്ഞുകിടക്കുന്നു. ഡെയ്സിയുടെ നമ്പർ തപ്പിപ്പിടിച്ചപ്പോഴേക്കും അഞ്ചു മിനിട്ട് കഴിഞ്ഞുപോയി. അതിൽ അവൾ അവസാനമായി അയച്ച ഒരു സന്ദേശമുണ്ടായിരുന്നു.

Please track cyanide Vasu. I am on the way in a red tayota.

രണ്ടു പ്രാവശ്യം കാഹിം ഇബ്രാൻ ആ സന്ദേശം വായിച്ചു. അതിനു ശേഷം രണ്ടു ഫോണുകൾ അയാൾ ചെയ്തു.

ഒന്ന് സന്ദീപിനായിരുന്നു. സയനൈഡ്വാസുവിനെ പരതിക്കണ്ടുപിടിക്കാൻ. അയാളെ സ്പോട്ടുചെയ്യണം. രക്ഷപ്പെടാൻ അനുവദിക്കരുത്.

രണ്ടാമത്, സാം അലക്സിനായിരുന്നു. ശിഖയെ അറസ്റ്റുചെയ്യുവാനും മീഡിയയുടെ മുന്നിൽ പ്രദർശിപ്പിക്കാനും.

പിന്നീട് ശാന്തനായി സിഗരറ്റ് കൊളുത്തിയ ശേഷം ഫ്രിജ്ഡ് തുറന്ന് പാതിയാക്കിവെച്ച ഷിവാസ് റീഗലിന്റെ കഴുത്ത് അയാൾ മൃദുവായി തലോടുവാൻ തുടങ്ങി.

28. മെന്റൽ അസൈലം

ഹായ് ഗയ്സ്, നിങ്ങൾ ഉറക്കം തൂങ്ങാൻ തുടങ്ങിയോ? അല്ലെങ്കിൽ നിരാശപ്പെട്ടു തുടങ്ങിയോ? പേടിക്കേണ്ട, കാഹിം ഇബ്രാൻ എന്ന ആ പോലീസുകാരന് യഥാർത്ഥ കുറ്റവാളിയെ ഒരിക്കലും പിടിക്കുവാൻ കഴിയില്ല. അയാൾക്ക് ഒരുപക്ഷേ എന്നിലേക്ക് എത്തിച്ചേരുവാൻ സാധിച്ചിരിക്കുമെന്ന് നിങ്ങൾ വിചാരിക്കുന്നുണ്ടാകും. വേണ്ട, അത്തരം ചിന്തകൾ നിങ്ങളെ നിരാശരാക്കാതിരിക്കട്ടെ.

നമുക്ക് കഥയുടെ രണ്ടാം എപ്പിസോഡിലേക്ക് പോകാം. അവിടെ ആ വായനശാലയുടെ ഇരുട്ടിലേക്കും പാവപ്പെട്ട ആ പെൺകുട്ടിയുടെ ജീവിതത്തിലേക്കും.

വർഷങ്ങൾക്ക് മുമ്പുള്ള ഒരു ഡിസംബർരാത്രി. കണ്ണുകൾ തുറന്നു നോക്കിയപ്പോൾ എനിക്ക് യാതൊന്നും കാണുവാൻ കഴിഞ്ഞില്ല. എന്നാൽ കുറേനേരം ഉറങ്ങിക്കഴിഞ്ഞതിനുശേഷം, ഒരാൾ കണ്ണുതുറന്നാൽ എന്തായിരിക്കും സംഭവിക്കുക? നമ്മുടെ കണ്ണുകൾ ആരോ മൂടിക്കെട്ടിയതുപോലെ തോന്നും.രണ്ടു മനുഷ്യർ എനിക്കു ചുറ്റും ഇരിപ്പുണ്ടായിരുന്നു. ലൈബ്രറി ഹാളിൽ, സ്ത്രീകൾ വായിക്കാൻ ഉപയോഗിക്കുന്ന ആ ചെറിയ മുറിയിൽ, രണ്ടു ബെഞ്ചുകൾ കുട്ടികൾക്കിരിക്കാനായി കുറുകെയിട്ടിരുന്നു. അതിലൊന്നിലായിരുന്നു ഞാൻ. എനിക്ക് അഭിമുഖമായ ബെഞ്ചിൽ നീണ്ടുകൊലുന്നനെയുള്ള പ്ലാന്റർ. രണ്ടാമത്തെ ബെഞ്ചിനു സമീപം ജോൺ ഇരിക്കാനുപയോഗിച്ചിരുന്ന കസേരയിലായിരുന്നു ആ സ്കൂൾ മാസ്റ്റർ ഇരുന്നത്.

'പറയൂ, ജെന്നീ, ആ ഡയറി ഞങ്ങൾക്കു വേണം. അതു തരാത്തതിനാണ് നിന്റെ അപ്പനെ ഞങ്ങൾ കെട്ടിത്തൂക്കിയത്. ആ പാപം ഞങ്ങൾ ഏൽക്കുന്നു. അയാൾ ഞങ്ങൾക്ക് തന്നത് വ്യാജമായ ഡയറിയായിരുന്നു. ഒറിജിനൽ ഡയറി നിന്റെ കൈവശമുണ്ടെന്ന് നിന്റെ അപ്പൻ തന്നെയാണ് ഞങ്ങളോട് പറഞ്ഞത്. മരണമൊഴി ഒരിക്കലും ഒരാൾ കളവു പറയില്ല.'

പ്ലാന്റർ സൗമ്യമായ സ്വരത്തിൽ പറഞ്ഞു. സ്കൂൾ മാസ്റ്റർ അതു ശരിവെയ്ക്കുന്ന തരത്തിൽ തലയിളക്കി. ഇഷ്ടപ്പെടാത്ത ഒരിടത്തു ഇരി

ക്കേണ്ടിവന്ന ഒരു ഹതഭാഗ്യനെപോലെയായിരുന്നു അയാളുടെ മുഖഭാവമെന്നു ഞാൻ ഓർക്കുന്നു.

'സർ, ഒരു ഡയറിയും എന്റെ കൈവശമില്ല. സാറിന് സംശയമുണ്ടെങ്കിൽ പരിശോധിക്കാം. വീട്ടിലും എന്റെ ബാഗിലും എവിടെയും അങ്ങനെയൊന്നില്ല സാർ. ഞങ്ങളെ വെറുതെ വിടണം. ഞങ്ങൾ പാവങ്ങളാണ് സാർ...'

തനിക്കുപോലും വിശ്വാസമില്ലാത്തൊരു ശബ്ദത്തിൽ ഞാൻ വിവരിക്കുവാൻ ശ്രമിച്ചു. എന്നാൽ അവർ രണ്ടുപേരും, പ്ലാന്ററും ആ സ്കൂൾ അധ്യാപകനും, വേദവാക്യം കേൾക്കുന്നതുപോലെ മുഖത്ത് അസ്കൃതവരുത്തി. പ്ലാന്റർ ഇടതുകൈ ഉയർത്തി എന്നെ സംസാരിക്കുന്നതിൽ നിന്നു വിലക്കുകയും ചെയ്തു.

'നോക്കൂ, ജെന്നി നല്ല ബുദ്ധിയുള്ള കുട്ടിയാണെന്നാണ് ഞങ്ങൾ കേട്ടിരിക്കുന്നത്. ഇക്കഴിഞ്ഞ പരീക്ഷയിലൊക്കെ ഉയർന്ന മാർക്കുനേടിയ കുട്ടി. അപ്പോൾ കാര്യങ്ങൾ പ്രായോഗികമായി മനസ്സിലാക്കണം. ഞങ്ങളെ അധികം ബുദ്ധിമുട്ടിക്കരുത്. പാപങ്ങൾ ചെയ്യാൻ ഞങ്ങളെ ഇനിയും പ്രേരിപ്പിക്കരുത്. ആർക്കും ഉപകാരമില്ലാത്ത ആ ഡയറി ഞങ്ങൾക്കു തന്നേക്കൂ. ഞങ്ങൾ എന്നുപറഞ്ഞാൽ വെറും വ്യക്തികൾ മാത്രമല്ല. ഒരു വലിയ പ്രസ്ഥാനമാണ്.

അധ്യാപകൻ കുറേക്കൂടി മുന്നോട്ടുവന്നു എന്നോട് പറഞ്ഞു. പ്രിയപ്പെട്ടവൾക്കു ഒരു ഉപദേശംനൽകുന്ന ഭാവത്തിലായിരുന്നു അത്. ചില രഹസ്യസംഘടനയുടെ അംഗങ്ങളെപോലെ ദുർഗ്രഹമായൊരു മുഖഭാവം അയാൾ മുഖത്തണിഞ്ഞിരുന്നു. അത്തരം ഇരുണ്ട സംഘടനകളെക്കുറിച്ച് ഞാൻ ധാരാളം വായിച്ചിട്ടുണ്ടായിരുന്നു. പതിനാലാം നൂറ്റാണ്ടു മുതൽ ഇതുവരെയുള്ള അവരുടെ ആചാരങ്ങളും അനാചാരങ്ങളും ഉപജാപവുമെല്ലാം. എന്നാൽ അതിൽപ്പെട്ടവരാണ് അവരെന്നു വിശ്വസിക്കുവാൻ എന്തുകൊണ്ടോ പ്രയാസം നേരിട്ടു. സമൂഹത്തിൽ ഉയർന്ന സ്ഥാനത്തു നില്ക്കുന്നവരായിരുന്നു അവരെല്ലാം.മാത്രമല്ല, റോസ് എസ്റ്റേറ്റ് ഏതുരീതിയിലാണ് അവരുമായി ബന്ധപ്പെട്ടുകിടക്കുന്നതെന്നും എനിക്കറിയില്ലായിരുന്നു. ആ ചോദ്യത്തിനുനേരെയും ഞാൻ മുഖംതിരിക്കുകയാണെന്നു കണ്ടപ്പോൾ, അവർ ഇരുവരും കോപാകുലരായി കാണപ്പെട്ടു. അവരുടെ ശബ്ദം കുറേക്കൂടി കടുത്തു.

'ഇതുവരെ ഞങ്ങൾ മര്യാദ പാലിച്ചു. ഇനിയും അനുസരിക്കുന്നില്ല എന്നാണ് ഭാവമെങ്കിൽ, ഞങ്ങൾ അവസാനത്തെ മാർഗ്ഗംതന്നെ സ്വീകരിക്കും...'

‘എനിക്കറിയാത്ത ഒരു കാര്യം നിങ്ങൾക്കെങ്ങനെ എന്നെ ഭീഷണിപ്പെടുത്തി പറയിപ്പിക്കാനാകും? ഞാനങ്ങനെ ഒരു ഡയറി കണ്ടിട്ടില്ല. അപ്പച്ചനറിയാത്തത് എനിക്കും അറിഞ്ഞുകൂടാ...’

തീർച്ചയായും ആ ധാർഷ്ട്യത്തിന് മുഖമടച്ചു ഒരടികിട്ടുമെന്ന് പ്രതീക്ഷിക്കുന്നതിൽ തെറ്റില്ല.എന്നാൽ ആ ദീർഘകായകനായ പ്ലാന്ററായിരുന്നില്ല എന്നെ അടിച്ചത്. ആ സ്കൂൾ അധ്യാപകനായിരുന്നു. ഒരു ഇരുമ്പുദണ്ഡുപോലെയാണ് അത് ചുണ്ടുകളിൽ കൊണ്ടതും ചുണ്ടുകൾ പൊട്ടിചോരചീറ്റിച്ചതും.

ചോരയുടെ ചവർപ്പുരുചി നാവിൽ പരന്നപ്പോൾ ഭീരുത്വം എന്നെ തളർത്തുകയല്ല, ധൈര്യം സിരകളിൽ ഉണർത്തുകയാണ് ചെയ്തത്. കുറേക്കൂടി ശക്തിലഭിച്ചതുപോലെ തോന്നി. ചരിത്രസന്ധികളിൽ അകപ്പെട്ടുപോയ അനേകം സ്ത്രീകളുടെ ജീവിതദശകൾ ഞാനപ്പോൾ ഓർത്തുപോയി. വായിച്ചുതള്ളിയ നോവലുകൾ നമ്മിൽ വായനയുടെ ലഹരിമാത്രമല്ല, ആന്തരികമായൊരു ഊർജ്ജവും ദൃഢതയും കരുത്തും സൃഷ്ടിക്കുന്നുണ്ടെന്നും ഞാനറിയുന്നു. തനിക്കു മുന്നിലെത്തിയ അനുസരണയില്ലാത്ത കുട്ടിയോടെന്നപോലെ എന്റെ മുടിക്കുത്തിപ്പിടിച്ച് ആ ബിസിനസ്സുകാരന് വീണ്ടും അടിക്കാനുള്ള വഴിയുണ്ടാക്കിക്കൊടുത്തു ആ തന്തയില്ലാത്ത കഴുവേറി. നാലോ അഞ്ചോ അടി തുടരെത്തുടരെവീണു. അപ്പോഴേക്കും ഞാൻ നിലത്തുവീഴുകയും ചാകാൻ പോകുന്ന എലിയെപോലെ ഇരയുടെ കാലിൽ യാചനയോടെ കൈവിരലുകൾ പതിപ്പിക്കുവാൻമാത്രം തളരുകയും ചെയ്തു. എന്നെ തൊഴിക്കാനാഞ്ഞ ദീർഘകായനെ തടഞ്ഞ് അധ്യാപകൻ മൃദുസ്വരത്തിൽ പറഞ്ഞു.

‘എന്തിനാ കുട്ടി, അടിമേടിക്കുന്നത്? എന്താണെന്നു വച്ചാൽ അത് നൽകിക്കൂടെ..?’

കൂടുതൽ മാർക്കുവാങ്ങാൻ കുട്ടിയെ പ്രേരിപ്പിക്കുന്നതുപോലെയായിരുന്നു അത്. എന്റെ മറുപടിക്കായി അവർ രണ്ടുപേരും നാലഞ്ചു നിമിഷങ്ങൾ കാത്തു. ഞരങ്ങുകയും മൂളുകയുമല്ലാതെ, ഞാനൊന്നും ശബ്ദിക്കുന്നില്ലെന്നുകണ്ട് അവർ അരിശപ്പെട്ടു പിൻമടങ്ങി.പോകുമ്പോൾ പ്ലാന്റർ അമർഷത്തോടെ തട്ടിയിട്ട പ്ലാസ്റ്റിക് പൂപ്പാത്രം അല്പനേരം ശബ്ദമുയർത്തി തറയിൽ നാലുവട്ടം കറങ്ങിശേഷം എനിക്കരികിലെത്തി നിശ്ശബ്ദമായിനിന്നു. അത് ഞാനകപ്പെട്ട കെണിയുടെ ഭീതിയുൾക്കൊണ്ടാണ് ഒടുവിൽ പിടഞ്ഞുകൊണ്ടു നിശ്ചലമായത്. വാതിലുകൾ അവർ കൂടുതൽ ഭദ്രമായി അടച്ചു. ഇരുട്ടിൽ, ഒരെലിക്കുഞ്ഞിനെപോലെ ഞാൻ പരതി. രക്ഷപ്പെടാനുള്ള എല്ലാവഴികളും ബുദ്ധിമാന്മാരായ ആ

സാമദ്രോഹികൾ അടച്ചുകഴിഞ്ഞു. പുറത്തെ അവസാനത്തേയും വെളിച്ചം അണഞ്ഞിരിക്കുന്നുവെന്നും ലൈബ്രേറിയന്റെ മുറിയിലെ ആ മങ്ങിയ വെളിച്ചം മാത്രമാണ് ആ വലിയ കെട്ടിടത്തിൽ അവശേഷിക്കുന്നതെന്നും ഞാൻ മനസ്സിലാക്കി.

ഇരുട്ടു കണ്ണുകൾക്കുള്ളിൽ നിറഞ്ഞു. ഓരോ ശബ്ദവും ശരീരത്തെ നടുക്കിക്കൊണ്ടാണ് കടന്നുപോയത്. വാതിലിനരികിൽ മുട്ടിവിളിക്കാൻ പോലും ഞാൻ അശക്തയായിരുന്നു. അവർക്ക് വേണ്ടത് ഇതുവരെ കിട്ടിയില്ലെന്നത്, അവർ ഇനിയും വരാനുള്ള സാധ്യത തുറന്നിടുന്നു. ആ ലൈബ്രറിക്കെട്ടിടത്തിനകത്തുനിന്ന് രക്ഷപ്പെടുവാൻ അത്രവേഗമൊന്നും കഴിയില്ലെന്ന വസ്തുത അവസാനത്തെ മനസ്സിലെ ധൈര്യത്തെയും ചോർത്തുകയാണ്. ആകെയുള്ളത് ആ മുൻവശത്തെ വാതിലായിരുന്നു. പിറകിലെ വാതിൽ സ്ഥിരമായി സാക്ഷയിട്ടടച്ചിരിക്കുകയാണ്. വർഷങ്ങളായിട്ടുണ്ടാവണം അതു തുറന്നിട്ടുതന്നെ.

ഒറ്റപ്പെട്ട ദ്വീപിൽ അകപ്പെട്ടുപോയ ഒരു പക്ഷിക്കുഞ്ഞിനെപോലെ ഞാൻ ലൈബ്രറിയുടെ റാക്കുകളുടെ ഇരുളിലേക്ക് ചുരുങ്ങിക്കിടന്നു. ഉറക്കത്തിന്റെ പച്ചപ്പിലേക്ക് ഊർന്നിറങ്ങുന്ന ഓർമ്മകളുമായി ഭയപ്പെടുത്തുന്ന ഒരോ നിമിഷങ്ങളെയും അടവയ്ക്കുവാനായി ഞാൻ ശ്രമിച്ചു. എനിക്കുചുറ്റും കാടുകൾ പോലെ ഇരുട്ടുവളരുകയാണെന്ന് തോന്നി. ഹൃദയം പെടപെടച്ചു. സിരകളിലെ രക്തയോട്ടം പതുക്കെ മരവിച്ചുതുടങ്ങി.എനിക്കപ്പുറം ഒരു ലോകമില്ലെന്നും ആ ലൈബ്രറിയും അതിനുള്ളിലെ കട്ടപിടിച്ച ഇരുട്ടും മാത്രമാണ് എന്റെ ലോകമെന്നും വിശ്വസിക്കുവാൻ ഞാൻ ആവതു ശ്രമിച്ചു. പുറത്ത് രാത്രി വളരുകയായിരുന്നു. കുറേനേരം അങ്ങനെ കിടന്നു. തണുപ്പ് പതുക്കെ വെന്റിലേറ്ററിലൂടെയും കഴുക്കോലിന്റെയും ഉത്തരത്തിന്റെയും ഇടയിലെ കൊച്ചുകൊച്ചു സുഷിരങ്ങളിലൂടെയും ചാഞ്ഞിറങ്ങുന്നുണ്ടായിരുന്നു. കാൽപാദങ്ങൾ വസ്ത്രത്തിനുള്ളിലേക്കുവലിച്ച് ഒരു കൊഞ്ചിനെപോലെ ഞാൻ ചുരുണ്ടുകൂടി. പേടിപ്പെടുത്തുന്ന ആ രാത്രിക്കപ്പുറം നിറയെ വെളിച്ചം പടർന്ന ഒരു പകൽ കടന്നുവരുമെന്ന പ്രതീക്ഷപോലും അന്നേരം എന്നെ ഭരിച്ചില്ല. രാത്രിയെപ്പോഴോ, ഇരുട്ടിലൂടെ ഇഴഞ്ഞെത്തുന്ന സർപ്പക്കുഞ്ഞുങ്ങൾ ശരീരത്തിൽ പ്രവേശിച്ചതായും അവ എന്റെ നഗ്നമായ ഉടൽതേടുന്നതായും ഞാൻ ഉണർവിൽ സ്വപ്നം കണ്ടു. ലൈബ്രറിയിൽനിന്ന് പലപ്പോഴും പാമ്പുകളെ പിടികൂടാറുണ്ടായിരുന്നു. നൂൽപ്പാമ്പുകളായിരുന്നു അധികവും. അച്ചൻ അവയെ കൊല്ലുന്നതിനു പകരം ഒരു വലിയ വടിയിൽ കൊരുത്ത് തൊട്ടടുത്ത കാട്ടിൽക്കൊണ്ടുപോയി ഉപേക്ഷിക്കുകയായിരു

ന്നു പതിവ്. അവ ശരീരത്തെ ചുറ്റുകയും നേർത്ത വിഷപ്പല്ലുകൾ ഉപയോഗിച്ച് മൃദുവായി കടിക്കുകയും ചെയ്തു. പാമ്പിന്റെ കടിയേറ്റ ചുണ്ടുകൾ വേദനിച്ചപ്പോഴാണ് ഞാൻ യാഥാർത്ഥ്യത്തിലേക്ക് ഞെട്ടിയുണർന്നതെന്നു തോന്നി.

'ജെന്നീ, പ്രിയപ്പെട്ടവളെ പേടിക്കണ്ട, ഞാനാണ് ജോൺ മാത്യു. എത്ര നാളായി ഞാനിതിന് കൊതിക്കുന്നുവെന്നറിയ്യോ? ഇത് ഒരവസരമാണ്. എനിക്ക് ജെന്നിയെ രക്ഷിക്കാൻ കഴിയും. ഞാൻ ജെന്നിയെ രക്ഷിക്കും. തീർച്ച...'

ജോണിന്റെ ആസക്തിപരുക്കനാക്കിയ സ്വരം കാതിൽ വന്നലച്ചു. എപ്പോഴാണ് അയാൾ തനിക്കൊപ്പമെത്തിയത്? കഴുത്തിൽ അയാളുടെ ചുടുനിശ്വാസം പതിക്കുന്നു. ആ കൈകൾ കൂടുതൽ മുറുകുന്നു. കൂമ്പിയ മുലകളിൽ അയാളുടെ പരുക്കൻ കൈകൾ ദാക്ഷിണ്യമില്ലാതെ അമരുന്നു. പിടയുമ്പോൾ, ശ്വാസംമുട്ടുംവിധം അയാൾ കൈകളുടെ ശക്തി വർദ്ധിപ്പിച്ചു. കഴുത്തിൽ അവ ഒരു കുരിശുപോലെ പിണഞ്ഞുകിടന്നു. മൽപിടുത്തത്തിനിടയിൽ അയാൾ എന്തെല്ലാമോ പുലമ്പുന്നുണ്ടായിരുന്നു.

അയാൾ എന്റെ പാവാടയിൽ പിടുത്തമിട്ടുകഴിഞ്ഞിരുന്നു. അതിന്റെ നാടകൾ അയാൾ ഒരു മാന്ത്രികന്റെ കൈചലനത്തോടെ വലിച്ചുപൊട്ടിച്ചു. എന്നിട്ട് താഴേക്കുനീക്കി വെളുത്ത തുടകളുടെ ഭംഗി ആ ഇരുട്ടിലും ആസ്വദിക്കുവാൻ ശ്രമിച്ചു. തളർച്ച എന്റെ കാലുകളെമാത്രമല്ല, പതുക്കെ എന്റെ മനസ്സിനെയും കാർന്നുതിന്നുവാൻ തുടങ്ങി.

അഭിമാനംപോലെ ഒരു പെൺകുട്ടി കാത്തുസൂക്ഷിക്കുന്നത് അവളുടെ വസ്ത്രങ്ങളാണെന്നു ഞാൻ പറയട്ടെ. വസ്ത്രങ്ങൾ നീക്കുന്നതിൽ വിജയിച്ചതിലൂടെ അയാൾ ഒരു സ്ത്രീയിൽ ആധിപത്യം സ്ഥാപിച്ചുകഴിഞ്ഞു. കാന്തമുനയുള്ള ആ പുരുഷനേത്രങ്ങളെയാണ് പിന്നീട് അയാളുടെ ഉരുക്കുകൈകളേക്കാൾ,ലൈംഗീകായുധത്തേക്കാൾ ഞാൻ ഭയന്നത്. സ്വന്തം ശരീരം മറയ്ക്കുകയല്ലാതെ പിന്നീട് അവൾക്ക് യാതൊന്നും ചെയ്യാനില്ല. നിസ്സഹായതയുടെ ഇരുൾക്കൂട്ടിലേക്ക് ഞാൻ വീണുപോയി.ആയുധങ്ങൾ നഷ്ടപ്പെട്ട ഒരു യോദ്ധാവിനെപോലെ ചുരുണ്ടുകൂടി ഒരു സ്ത്രീയുടെ മുഴുവൻ നിസ്സഹായതയോടെയും ഞാൻ അയാളുടെ മുന്നിൽ പരാജയം തുറന്നുസമ്മതിച്ചു.

'ജോൺ, എന്നെ നശിപ്പിക്കരുത്. ഞാൻ എന്തുവേണമെങ്കിലും തരാം. ആ ഡയറികൾ ഈ ലൈബ്രറിക്കകത്തുതന്നെയുണ്ട്. ഏതുനിമിഷവും അതു നിങ്ങൾക്ക് തെരഞ്ഞെടുക്കാം. എന്നെ വെറുതെ വിട്ടേക്കൂ...'

അപ്പനുകൊടുത്ത, തലമുറകളായി കൈമാറിവരുന്ന ആ വിശ്വാസത്തെ ഞാൻ പതുക്കെ കൈവിടുകയായിരുന്നു. ബലിനൽകുകയായിരുന്നു. നാലോ അഞ്ചോ തലമുറകൾ കൊടുംയാതനകൾ സഹിച്ചതിന്റെ ഫലമായാണ് ആ രഹസ്യത്തിന്റെ താക്കോലുകൾ എനിക്കരികിൽ എത്തിയതുതന്നെ. ആ രഹസ്യം സൂക്ഷിക്കുന്ന അവസാനത്തെ കണ്ണിയാകുന്നു ഞാൻ. അത് ശത്രുക്കൾക്ക് ഞാൻ നൽകിയിരിക്കുന്നു. കേവലമായ എന്റെ നഗ്നതയെ പരിരക്ഷിക്കുവാൻ മാത്രം.

'എനിക്കറിയാം ജെന്നീ, നീയിത് എന്നോട് തുറന്നുപറയുമായിരുന്നെന്ന്. സത്യം അറിഞ്ഞാൽ നിന്നെ ഉപദ്രവിക്കരുതെന്നാ അവരെന്നോട് പറഞ്ഞത്. ഞാൻ ജെന്നിയെ ഉപദ്രവിക്കില്ല. പക്ഷേ ഈ വീഞ്ഞു കുടിക്കാതിരിക്കാനും എനിക്കാവില്ല...'

അയാൾ കൂടുതൽ ശക്തിയോടെ എന്നിലേക്കിറങ്ങുകയായിരുന്നു. അയാളുടെ വൃത്തികെട്ട കൈകളും മുഖവും ഞാൻ അകറ്റുവാൻ ശ്രമിക്കുന്തോറും അയാൾ എന്നെ കൂടുതൽ ഉപദ്രവിക്കുവാൻ തുടങ്ങി. ചുരം കയറിയ വിറകുകാരിയേക്കാൾ കൂടുതൽ ഞാൻ തളർന്നു. കണ്ണുകളിൽ വലിയ ഭാരം വന്നു നിറയുന്നു. മായക്കാഴ്ചകൾ എന്നെ എവിടേക്കാണ് കൊണ്ടുപോകുന്നത്? ഒരു പെൺകുട്ടിയെ എങ്ങിനെ കൈകാര്യം ചെയ്യണമെന്ന് ശാസ്ത്രീയമായിത്തന്നെ അയാൾക്കറിയാമായിരുന്നു. അതിനുള്ള ആയുധങ്ങൾ കൃത്യമായ സമയത്ത് അയാൾ പുറത്തെടുത്തുകൊണ്ടിരുന്നു. അവയെ ചെറുക്കാനാകട്ടെ, എനിക്കു കഴിഞ്ഞതുമില്ല.. ഓരോ തവണയും അയാളുടെ കൂർത്ത നഖങ്ങളും പല്ലുകളും എന്റെ സുതാര്യതകളിൽ അമർന്നപ്പോൾ ഞാൻ ഉച്ചത്തിൽ നിലവിളിച്ചു. കഴുത്തറ്റം വെള്ളത്തിലേക്ക് ഇറങ്ങിപ്പോകുന്നവളെപോലെ കൈകാലിട്ടടിച്ചു ബഹളംവെച്ചു.എന്നാൽ അതാരും കേൾക്കാൻ ഇടയില്ലായിരുന്നു. യുദ്ധക്കളത്തിൽ തോറ്റുമടങ്ങുന്നതിന്റെ രോദനങ്ങൾ പരാജിതയുടെ ചെവികൾ പോലും തിരിച്ചറിയുകയില്ല.

29. ക്രൈം ഫയൽ

2020 ഫെബ്രുവരി 09, 03 pm

പോലീസ് ക്ലബ്ബിലെ എൽഇഡി ടിവിയിൽ സ്ക്രോൾ വാർത്ത വന്നപ്പോഴാണ് കുറ്റവാളി പിടിക്കപ്പെട്ടിരിക്കുന്നുവെന്നും അതുതാൻ തന്നെയാണെന്നും എനിക്ക് ബോധ്യമായത്. അതുവരെ താൻ പ്രതി ചേർക്കപ്പെടുമോയെന്ന ഭീതിമാത്രമാണുണ്ടായിരുന്നത്. വാർത്ത പരന്നതോടുകൂടി ക്ലബ്ബിലേക്ക് കൂടുതൽ പോലീസുകാരെത്തി. കൂടുതൽ വാഹനങ്ങളും. ഒരു തീവ്രവാദി പിടിക്കപ്പെട്ടതുപോലെയായിരുന്നു ചുറ്റും പോലീസുകാരെ വിന്യസിച്ചിരുന്നത്.

മനസ്സിനെ ലാഘവപ്പെടുത്താൻ ഞാനൊരു തമാശ നെയ്തു. എന്തടിസ്ഥാനത്തിലാണ് എന്നെ പ്രതിയായി പിടിച്ചതെന്ന് എനിക്ക് ഒരു ഊഹവും ലഭിച്ചില്ല. ചില വിഡ്ഢിത്തങ്ങൾ എന്റെ ഭാഗത്തുനിന്നുണ്ടായിട്ടുണ്ട്. സമ്മതിക്കുന്നു. ഉദാഹരണം, ആ ഡയറിക്കുറിപ്പുകൾ. അതിന്റെ ആവശ്യമുണ്ടായിരുന്നില്ല. പക്ഷേ അതിന്റെ മാത്രം പിൻബലത്തിൽ അവർക്ക് ഒരാളെ പ്രതിയാക്കാൻ കഴിയുന്നതെങ്ങനെ? അങ്ങനെയൊരു ഡയറിക്കുറിപ്പുണ്ടായിരുന്നതുകൊണ്ടാണോ അതിൽ പറയുന്ന ആളുകളെല്ലാം കൊല്ലപ്പെട്ടത്? അവർ സത്യത്തിൽ കൊല്ലപ്പെട്ടവർ തന്നെയായിരുന്നുവെന്ന് ഞാനപ്പോൾ വിശ്വസിച്ചിരുന്നില്ല.

എന്നാൽ അവരെല്ലാം അതാതു ഇടങ്ങളിൽ സമയത്തിന്റെ നേരിയ വ്യത്യാസത്തിൽ കൊല്ലപ്പെട്ടവർ തന്നെയായിരുന്നു. അതിന്റെ സ്ഥിരീകരണം ടിവിയിൽ എത്തിക്കഴിഞ്ഞു. അവരുടെ കല്ലറകൾ. ശോശാമ്മ ടീച്ചർ, സിവിച്ചായൻ. അയാളുടെ മൂത്തമകൻ ബെന്നിച്ചൻ. ഫാദർ ഗബ്രിയേൽ. അവരുടെ ചീഞ്ഞളിഞ്ഞ ബോഡി കുഴിമാടത്തിൽനിന്ന് പുറത്തേക്കെടുക്കുന്ന ദൃശ്യങ്ങൾ. അതു മണത്ത് ആളുകളും പോലീസുകാരും മൂക്കുപൊത്തുന്നത്. റിപ്പോർട്ടറുടെ നാടകീയ വിവരണങ്ങൾ. കുറ്റവാളി വലയായിക്കഴിഞ്ഞുവെന്ന പോലീസിന്റെ വെളിപ്പെടുത്തലുകൾ.

ഇനി ഞാൻ നിങ്ങളിൽനിന്ന് യാതൊന്നും ഒളിക്കുവാൻ ശ്രമിക്കുന്നില്ല. കാരണം, എന്റെമേൽ ചുമത്തപ്പെട്ടിരിക്കുന്ന കുറ്റങ്ങൾ ഞാൻ ചെയ്യാ

ത്ത ഒന്നാണെന്ന് സമൂഹത്തോടും നീതിപീഠത്തോടും ബോധ്യപ്പെടുത്തേണ്ടത് ഇനി എന്റെമാത്രം ബാധ്യതയാണല്ലോ. അതിന് ഇനി ഞാൻ സ്വന്തം ചെലവിൽ വക്കീലിനെവെച്ച് വാദിക്കേണ്ടിയിരിക്കുന്നു. സ്വയം തെളിവുകൾ ശേഖരിക്കേണ്ടിയിരിക്കുന്നു.

സത്യത്തിൽ, മോഹനചന്ദ്രൻ ഒരപകടത്തിൽപ്പെട്ടിരിക്കുന്നുവെന്ന് ഞാൻ ഉറപ്പിച്ചത് ആ സ്വർണാഭരണങ്ങൾ കണ്ടപ്പോഴായിരുന്നില്ല. അതിനുമുമ്പുതന്നെ എനിക്ക് സംശയമുണ്ടായിരുന്നു. അയാൾക്ക് പലപ്പോഴും അജ്ഞാതയായ ഒരു സ്ത്രീയുടെ ടെലഫോൺ കോളുകൾ വരാറുണ്ടായിരുന്നു. ആ ഫോൺകോളുകൾ അയാളെ സന്തോഷിപ്പിക്കുന്നതല്ല, മറിച്ച് ഭയപ്പെടുത്തുന്നതാണെന്നും ഒരു സ്ത്രീയുടെമാത്രം വിവേചന സിദ്ധിയാൽ ഞാൻ മനസ്സിലാക്കി. ഒരു രഹസ്യം അവർക്കിടയിൽ ഉണ്ടായിരുന്നു. അതെന്താണെന്നറിയാനുള്ള ഉത്കണ്ഠ എനിക്കൊളിപ്പിച്ചു വെയ്ക്കുവാൻ കഴിഞ്ഞില്ല.അങ്ങനെയാണ് ഒരു ദിവസം മോഹനചന്ദ്രൻ പുറത്തുപോയ തക്കംനോക്കി ഞാൻ അയാളുടെ സാധനങ്ങളെല്ലാം പരിശോധിക്കുവാൻ തുടങ്ങിയത്. കാര്യമായതൊന്നും എനിക്ക് കിട്ടിയില്ല. ഒടുവിൽ കട്ടിലിന്റെ അടിയിൽനിന്ന് ഒരു സ്ത്രീയുടേതെന്നു തോന്നിക്കുന്ന ബാഗും അതിൽ കുറേ ഡയറികളും കണ്ടെത്താൻ കഴിഞ്ഞു. മറിച്ചുനോക്കിയപ്പോൾ നോവലെഴുതുന്നതുപോലെ കുറേ കുറിപ്പുകളും അവയിൽ കണ്ടെത്തി. അവയൊന്നുംതന്നെ മോഹനചന്ദ്രൻ എഴുതിയതല്ലെന്ന് ബോധ്യമായി. അത് മനോഹരമായിരുന്നു. വടിവൊത്ത അക്ഷരങ്ങൾ. മാസ്മരികമായ ഭാഷ. ഒരു കൗതുകത്തിനുവേണ്ടിയാണ് ഞാനവയിലൂടെ ഒന്നു കണ്ണോടിച്ചു നോക്കിയത്.

ഒന്നിൽനിന്ന് മറ്റൊന്നിലേക്ക് അനുവാചകരെ കൊണ്ടുപോകുന്ന തരത്തിൽ ഭാഷയുടെ ഒരു മാന്ത്രികസ്പർശം അതിലുണ്ടായിരുന്നു. ഞാൻ പരിസരം തന്നെ വിസ്മരിച്ചുപോയി. അത്രയും സരസവും ബിംബങ്ങളാൽ സമൃദ്ധവുമായ ഒരു എഴുത്ത് ഞാൻ അതിനുമുമ്പൊന്നും വായിച്ചിരുന്നില്ല. ആദ്യംമുതൽ അവസാനംവരെ വായിച്ചപ്പോൾ ഒരു കാര്യം എനിക്ക് മനസ്സിലായി; മോഹനചന്ദ്രൻ ഭയപ്പെടുന്നത് അതെഴുതിയ വിരലുകളുടെ ഉടമയെത്തന്നെയായിരിക്കുമെന്ന്. അവളാകട്ടെ, വളരെ ബുദ്ധിമതിയായ ഒരു ഘാതകയും!

എന്തുചെയ്യുവാനും മടിയില്ലാത്ത ഒരുവൾ. അവളുടെ ആകൃഷ്ടവലയത്തിൽ ഏതുപുരുഷനും ഒരു ഇയ്യാംപാറ്റകണക്കെ വന്നുവീഴും. സയനൈഡായിരുന്നു അവളുടെ കയ്യിലെ ഏറ്റവും പവർഫുളായ ആയുധം. അതുകൊണ്ടാണ് ഓരോരുത്തരെയും അവൾ വകവരുത്തിയത്. അതി

നാവട്ടെ അവൾ പലപ്പോഴായി വായിച്ചുതള്ളിയ വിലകുറഞ്ഞ അപസർപ്പക സാഹിത്യത്തിന്റെ കൂട്ടുപിടിച്ചു. അത് അവൾക്കുള്ളിലെ ഇനിയും സംതൃപ്തയല്ലാത്ത എഴുത്തുകാരി മെനഞ്ഞെടുക്കുന്ന ഓരോ മെറ്റഫറാണെന്ന് കവിതയിൽ ഏറെ കമ്പമുണ്ടായിരുന്ന എനിക്ക് പെട്ടെന്ന് മനസ്സിലാകുമായിരുന്നു.

പലരീതിയിൽ സയനൈഡ് ലയിപ്പിച്ച് പലരൂപത്തിലുള്ളവിഷക്കൂട്ട് അവൾ സ്വയം നിർമ്മിച്ചു. അങ്ങനെ നിർമ്മിക്കുന്ന വിഷക്കൂട്ട് ഒരു മനുഷ്യനിൽ മരണത്തിന് എത്ര സമയമെടുക്കുമെന്നുവരെ അവൾ കൃത്യമായി നിർണയിച്ച് ഓരോരുത്തരുടെയും മരണം സമയം ഗണിച്ച് ഉറപ്പുവരുത്തി. മരണത്തിലും തന്റെ കയ്യൊപ്പുവേണമെന്ന് അവൾ നിർബന്ധംപിടിച്ചു. ഒരുപക്ഷേ അതുകൊണ്ടുതന്നെയാവണം കൊലപാതകം കഴിഞ്ഞ് അതിന്റെ ലഹരി ഒരിക്കൽക്കൂടി ആസ്വദിക്കുവാൻ ഇരയെ നായകനും നായികയുമാക്കി അവൾ സ്വയം ഡയറിക്കുറിപ്പുകൾ എഴുതി സൂക്ഷിക്കുവാൻ തുടങ്ങിയത്.

ആ ഡയറിക്കുറിപ്പുകളെല്ലാം എങ്ങനെയാണ് മോഹനചന്ദ്രന്റെ കൈവശം വന്നുചേർന്നതെന്നു വ്യക്തമല്ലായിരുന്നു. ഒരു യാത്രയെക്കുറിച്ചൊരു ചെറുകുറിപ്പും അതിൽനിന്ന് ലഭിക്കുകയുണ്ടായി. എന്നാൽ അത് എഴുതിയിരുന്നത് ഒരു സാധാരണ കടലാസിലായിരുന്നു. അതിൽ ചില കെമിക്കലുകളുടെ പേരും എഴുതിച്ചേർത്തിരുന്നു. ആ യാത്രയിലോ അതിനുമുമ്പോ എന്നറിയില്ല, മോഹനചന്ദ്രനെയും അവൾ വിദഗ്ധമായി കുരുക്കി. കോയമ്പത്തൂരിൽനിന്നും ഒരു ജ്വല്ലറിയുടെ അഡ്രസ്സിൽ അവൾ മോഹനചന്ദ്രനെക്കൊണ്ട് സയനൈഡ് വാങ്ങിപ്പിക്കുന്നു. എന്നിട്ട് അതേ കാരണത്താൽ അവൾ മോഹനചന്ദ്രനെ ബ്ലാക്ക് മെയിൽ ചെയ്യുന്നു!

അവളുടെ വലയിൽ കുരുങ്ങിയാണ് മോഹനചന്ദ്രൻ എന്നെ കല്യാണം കഴിച്ചതെന്നുപോലും ഞാൻ മനസ്സിലാക്കി. അതെന്നെ നിരാശയുടെ പടുകുഴിയിൽ വീഴ്ത്തി. ചില മനുഷ്യർ പന്താടുകയായിരുന്നു എന്റെ ജീവിതം.അവൾക്കെതിരെ കേസുകൊടുക്കാതിരിക്കാൻ ഘാതകകണ്ടെത്തിയ വഴി. അതിലൂടെ അവൾ രണ്ട് ഇരകളെ ഒരു നുകത്തിലെന്നപോലെ തമ്മിൽ കെട്ടി. ശിഖയെന്ന എന്നെയും മോഹനചന്ദ്രനെയും. അങ്ങനെ അവൾ ഞങ്ങളുടെ പൊതുശത്രുവായി മാറിക്കഴിഞ്ഞിട്ടു ഒരു വർഷമായെന്നും ബോധ്യമായി.

മോഹനചന്ദ്രന് പശ്ചാതാപമുണ്ടായിരുന്നു. അത് എന്നെപ്രതിയായിരുന്നു. ഒരു പാവപ്പെട്ട പെൺകുട്ടിയെയും അവളുടെ കുടുംബത്തെയും

വഞ്ചിച്ചുവെന്നത് അയാളെ നിരന്തരം വേട്ടയാടി. അച്ഛന്റെ മരണത്തോടെയായിരുന്നു അതു കൂടുതൽ അയാളെ അസ്വാസ്ഥ്യപ്പെടുത്തുവാൻ തുടങ്ങിയത്. മാത്രമല്ല, പുതിയ കുരുക്കുകളിലേക്ക് അവൾ മോഹനെ വലിച്ചിഴക്കുകയും ചെയ്തുകൊണ്ടിരുന്നു.ഘാതകയിൽനിന്ന് രക്ഷതേടാനായി മോഹനചന്ദ്രൻ അവളുടെ കത്തുകളെ ആശ്രയിച്ചു. അതാണ് ആകെ പുലിവാലായി മാറിയത്. ഡയറിയും ബാഗും നഷ്ടപ്പെട്ടത് അറിയാമായിരുന്നെങ്കിലും അത് എവിടെവെച്ച് എങ്ങനെയെന്ന് ഘാതകയ്ക്ക് അറിയില്ലായിരുന്നു.

ഒരു ദിവസം രാവിലെ മോഹനചന്ദ്രൻ ക്ഷുഭിതനായിരുന്നു. അന്ന് ഞാനുണ്ടാക്കിയ പ്രാതൽപോലും അയാൾ കഴിച്ചില്ല. അയാളറിയാതെ ഞാൻ അയാളുടെ ഫോൺ പരിശോധിച്ചു. അതെ, ജെന്നിഫർ വിളിച്ചിരുന്നു. നാലഞ്ചു മിസ്സ്ഡ് കോളുകൾക്ക് ശേഷം മോഹനചന്ദ്രൻ അവളെ തിരിച്ചു വിളിക്കുകയായിരുന്നു. ഇരുപത്തിനാലു മിനിട്ടുനേരമാണ് അവർ സംസാരിച്ചത്. തീർച്ചയായും അത് നല്ല സംസാരമായിരുന്നില്ലെന്ന് തോന്നി. ബാഗും കത്തുകളും മടക്കിനല്കുവാൻ അവൾ അയാളോട് ആവശ്യപ്പെട്ടു. എന്നാൽ എന്റെ ആഭരണങ്ങൾ തിരികെ നല്കാതെ അവ തിരിച്ചു തരില്ലെന്നു മോഹനചന്ദ്രൻ തീർത്തു പറഞ്ഞു. അതിനവൾ ഒരുക്കമായിരുന്നില്ല.

ഇക്കാര്യങ്ങൾ സ്വന്തം ഭാര്യയോട് പങ്കുവെയ്ക്കുവാൻ രണ്ടു കാര്യങ്ങൾ മോഹനചന്ദ്രനെ തടഞ്ഞു. ഒന്ന്, അയാൾക്ക് ഒരു സ്ത്രീയുമായി അടുപ്പമുണ്ടെന്ന കാര്യം എന്നെ ക്ഷുഭിതയാക്കുമെന്ന ഭയവും അതുളവാക്കുന്ന ജാള്യതയും കാരണമായിരുന്നു. രണ്ട്, ആ സത്യങ്ങൾ അയാളുടെ നെറികെട്ട ഭൂതകാലത്തെ വെളിവാക്കുമെന്ന ഭീതിയായിരുന്നു കാരണം. ചതിയിലൂടെ തന്നെ സ്വന്തമാക്കിയ കാര്യം ഞാനറിയുന്നതിൽ അയാൾക്ക് വിഷമമുണ്ടായിരുന്നു. അതിനാൽ മനസുഖം കിട്ടാനായി അയാൾ നഗരത്തിൽ പോയി മൂക്കറ്റം കുടിക്കുകയാണ് ചെയ്തത്. ആ നിമിഷങ്ങളിലാണ് ആ ഡയറിക്കുറിപ്പുകൾ ഞാൻ കണ്ടെത്തുന്നതും വായിക്കുന്നതും.

മോഹനചന്ദ്രൻ അകപ്പെട്ടുപോയ കുരുക്കിൽനിന്ന് രക്ഷപ്പെടുവാൻ പ്രയാസമാണെന്ന് എനിക്ക് മനസ്സിലായി. ഒന്നുകിൽ അയാൾ വധിക്കപ്പെടും. അല്ലെങ്കിൽ ഈ കൊലപാതകങ്ങൾ എല്ലാം ചെയ്തതിന്റെ ഒരു പങ്ക് അയാളിൽ ആരോപിക്കപ്പെടുകയും അതുവഴി ഞാനനടക്കമുള്ള ആളുകൾ ഈ കേസിൽ കുടുങ്ങുകയും ചെയ്യും. അല്പം സാഹസം കലർന്നതായിരുന്നെങ്കിലും അതിൽനിന്ന് രക്ഷപ്പെടാൻ ഞാൻ ഒരു വഴി

കണ്ടെത്തി. അതായിരുന്നു ആ ഡയറിക്കുറിപ്പുകളുടെ പുനഃർനിർമ്മിതി. അതിലൂടെ സമൂഹത്തിലേക്ക് ചില ചോദ്യങ്ങൾ എറിയാനും ഈ കൊലപാതകങ്ങളിലേക്ക് പോലീസിന്റെയും മാധ്യമങ്ങളുടെയും ശ്രദ്ധതിരിയാനും അതുവഴി യഥാർത്ഥ പ്രതിയെ പോലീസിനു പിടിക്കുവാനും കഴിയുമെന്ന വിശ്വാസം.

ആ വിശ്വാസമാണിപ്പോൾ തകർന്നു തരിപ്പണമായിരിക്കുന്നത്.

കേസന്വേഷണത്തിന് പോലീസിന് അവരുടേതായ രീതിയുണ്ട്. ചിട്ടയുണ്ട്. ഒരു പരാതിയുമായി ചെന്നാൽ പരാതി നല്കുന്ന ആളെത്തന്നെ അവർ സംശയിച്ചു തുടങ്ങുന്നു. അതോടെ കാര്യങ്ങളാകെ കുഴഞ്ഞുമറിയും. അങ്ങനെ അത് വാദിയെത്തന്നെ പ്രതിയാക്കി മുന്നോട്ട് പോകുകയെന്ന കാടൻരീതിയിലേക്ക് മാറുന്നു. അങ്ങനെ ചിലപ്പോൾ യഥാർത്ഥ പ്രതിയിലേക്ക് എത്തിച്ചേരും. അല്ലെങ്കിൽ അവരെത്തന്നെ പ്രതിയാക്കി കേസവസാനിപ്പിക്കുകയും അതിന്റെ പൊൻതൂവലുകൾ തൊപ്പിയിൽ അവർ അഭിമാനത്തോടെ അണിയുകയും ചെയ്യും.

എന്റെ കാര്യത്തിലേക്കു വരാം.പോലീസ്എന്നെ നേരത്തെ പ്രതിയാക്കി നിശ്ചയിച്ചു. അതിനുവേണ്ടിയാണ് എന്നെയും ഹരികൃഷ്ണനെയും വിളിച്ചുവരുത്തിയത്. ഹരികൃഷ്ണൻ എന്ന എഴുത്തുകാരനെ മാപ്പുസാക്ഷിയാക്കുമെന്ന രീതിയിൽ വാർത്ത പ്രചരിച്ചുകഴിഞ്ഞു. രണ്ടു തവണ അയാളെ ചോദ്യം ചെയ്തത്രെ. എന്നാൽ യഥാർത്ഥ പ്രതിയെ അവർ ഒരു പ്രാവശ്യംപോലും ചോദ്യം ചെയ്യുകയുണ്ടായില്ല.

മുറപ്രകാരം അവർ എന്നെ മജിസ്ട്രേറ്റിനുമുന്നിൽ ഹാജരാക്കുകയും പതിനാലു ദിവസത്തേക്ക് കോടതി റിമാന്റുചെയ്യുകയും നാലു ദിവസത്തേക്ക് ആദ്യം രജിസ്റ്റർ ചെയ്ത കേസിൽ പോലീസ് കസ്റ്റഡിയിൽ വിടുകയും ചെയ്തു. എന്നെപ്രതി ആരും കരയാനുണ്ടായിരുന്നില്ല. അതിനാൽ എന്നെ നോക്കുന്ന മിഴികളിലെല്ലാം ഒരേയൊരു വികാരമേ എനിക്ക് കണ്ടെത്താൻ കഴിഞ്ഞുള്ളൂ. അറപ്പും വെറുപ്പും. ഒരു സ്ത്രീയെന്ന നിലയിൽ സ്ത്രീസമൂഹംതന്നെ ഒന്നായി മുഖം കുനിക്കാനുള്ള കാരണമായി ഞാൻ മാറുന്നതിലുള്ള സങ്കടം ആരോടു പറയാനാണ്? എനിക്കുപോലും എന്നോടു വെറുപ്പു തോന്നിയ നിമിഷങ്ങളായിരുന്നു അത്.

'ഈ സ്ത്രീയാണോ ആ ഹൃദയമില്ലാത്തവൾ. ലോകം നിന്നെപ്രതി ലജ്ജിക്കുന്നല്ലോ.......'

പ്രായമായ ഒരു സ്ത്രീ എനിക്കു നേരെ ആട്ടുന്നു.

ആ നിലയിൽ ദഹിച്ചുപോയെങ്കിൽ എന്നു ഞാൻ ആഗ്രഹിച്ചുപോയി. എനിക്കിനി ഇങ്ങനെ ജീവിക്കണമെന്നില്ല. ലോകത്തെ എല്ലാവരുടെയും

ബന്ധുക്കളുടെയും മനസ്സുകളിൽ എന്നോട് വെറുപ്പ് പടർന്നുകഴിഞ്ഞു. അഞ്ചുകൊലപാതകങ്ങൾ നടത്തിയ സൈക്കോപാത്ത് എന്ന രീതിയിൽ ത്തന്നെയാണ് പത്രക്കാരും പോലീസുകാരും കാഴ്ചക്കാരും എന്നോട് പെരുമാറിയത്. യാതൊരുതരത്തിലും ദയ അർഹിക്കാത്തവൾ.സ്ത്രീസ മൂഹത്തിന് അപമാനം. അവർ അലറി വിളിച്ചു.പോലീസുകാരേക്കാൾ ക്രൂരന്മാർ പത്രക്കാരായിരുന്നുവെന്നും പറയാതിരിക്കാൻ വയ്യ.

പോലീസുകാർക്കൊപ്പം നടക്കുമ്പോൾ ഞാൻ കറുത്ത സാരികൊണ്ട് മുഖം മറച്ചു. എന്നിട്ടും പലരും മുഖംകാണുവാൻ വേണ്ടി മുറവിളി കൂട്ടി. ചെറുപ്പക്കാരനായ ഒരു പോലീസ് ഉദ്യോഗസ്ഥൻ ലാത്തികൊണ്ട് മുഖം കാണാൻ പത്രക്കാർക്ക് അവസരവും സൃഷ്ടിച്ചു. ലോകത്തെ മുഴുവൻ മനുഷ്യരും എന്റെ മുഖം കാണാനാണ് ഇപ്പോൾ വ്യഗ്രതപ്പെടുന്നതെന്നു തോന്നി.ഫ്ളാഷ്ലൈറ്റുകൾ തുടരെത്തുടരെ മിന്നി. എനിക്ക് കുറച്ചുനേരത്തേക്കു കാഴ്ചശക്തിപോലും നഷ്ടപ്പെട്ടുപോയി.

തെളിവെടുപ്പിന് ആദ്യം കൊണ്ടുപോയത് പുല്ലാഞ്ഞിമുറ്റം തറവാട്ടിലേക്കായിരുന്നില്ല. ഞങ്ങൾ, ഞാനും മോഹനചന്ദ്രനും ഒരുമിച്ചു താമസിച്ച ആ ഇരുമുറി വീട്ടിലേക്കായിരുന്നു. അവിടെയെത്തിയപ്പോഴാണ് ഞാൻ വിതുമ്പിപ്പോയത്. പതറിപ്പോയത്. സ്വയം നിയന്ത്രണംവിട്ട് നിലവിളിച്ചുപോയത്. എനിക്ക് എന്നിലുണ്ടായിരുന്ന എല്ലാ നിയന്ത്രണവുമറ്റുപോയി. എന്നെ മോളെയെന്ന് സ്നേഹത്തോടെ മാത്രം വിളിച്ചിരുന്ന സൈതാലിക്ക, പത്തിരിയും കോഴിയിറച്ചിയും ബിരിയാണിയും കൂടുംബാംഗങ്ങൾക്ക് വിളമ്പുന്നതിനുമുമ്പ് എനിക്ക് സമ്മാനിച്ചിരുന്ന അയാളുടെ സ്നേഹമയിയായ ബീവി സുഹറാത്ത. അയൽവാസിയായിരുന്ന നാണിയമ്മയും വിനോദും രാമകൃഷ്ണനും ഉലഹന്നാന്നുമെല്ലാം അറപ്പോടെയും വെറുപ്പോടെയും എന്നെ നോക്കി. എന്നിട്ടും സൈതാലിക്ക എന്നോട് എന്തോ ചോദിക്കാനായി അടുത്തേക്ക് വരാൻ ശ്രമിച്ചു. പാതിവഴിയിൽ, പോലീസ് അയാളെ തടഞ്ഞു.

അവരുടെ മുഖത്ത അവജ്ഞയും പുച്ഛവും വെറുപ്പും പരിഹാസവും എന്റെ ഹൃദയത്തെ പൊള്ളിച്ചു. മനസ്സിനെ കീറിമുറിച്ച് അതിൽ എരിവും ഉപ്പും പുരട്ടി. എന്റെ ശരീരം വിണ്ടുകീറി.ഈവിധം പരിഹാസ്യകഥാപാത്രമാകാൻമാത്രം എന്തുതെറ്റാണ് ഞാൻ ചെയ്തിരിക്കുകയെന്നോർത്ത് എന്റെ ഹൃദയം ചുട്ടുപഴുത്തു. പക്ഷേ ഞാൻ എല്ലാം സഹിക്കണമായിരുന്നു. ഭൂമിയെപോലെ എല്ലാ വേദനകളും ഭത്സനങ്ങളും നെഞ്ചിൽ പേറണമായിരുന്നു. എല്ലാ കൊടുങ്കാറ്റുകളും പേമാരികളും അവസാനിക്കുമ്പോൾ അന്തരീക്ഷം ശാന്തമാകുമെന്നും ആകാശം തെളിയുമെന്നും അ

തെന്റെ ഹൃദയത്തിൽ നൈർമല്യം ചുരത്തുമെന്നും ഞാൻ ദസ്തയേവിസ്കിയുടെ ഒരു നോവലിലെ നല്ലവളായ ഒരു കഥാപാത്രംകണക്കെ, വെറുതെ ആശിച്ചുകൊണ്ടിരുന്നു.

ഹരി അവസാനമായി പൂട്ടിയ വീടിന്റെ താഴ് പോലീസുകാരൻ പാരയുപയോഗിച്ചു കുത്തിത്തുറന്നു. ഞങ്ങൾക്ക് മുമ്പേ ക്യാമറക്കാർ വീട്ടിനുള്ളിലേക്ക് ഇരച്ചുകയറി. അവരെ നിയന്ത്രിക്കുന്നതിൽ മാത്രം എപ്പോഴും പോലീസുകാർ പരാജയപ്പെടുന്നു. തങ്ങളുടെ ഹിംസമുഖം ക്യാമറയിലും ടിവിയിലും കാണുന്നത് അവർ ഇഷ്ടപ്പെടുന്നില്ല. അതിനാൽ അവരുടെ മുന്നിൽ മാത്രം ആ പോലീസുകാർ തന്മയത്വത്തോടെ പെരുമാറി. അവർ പൂച്ചകളെക്കാൾ സൗമ്യരാകുന്നു. ഞങ്ങൾ അകത്തേക്ക് പ്രവേശിച്ചു. ഞാൻ അന്തിയുറങ്ങിയ കട്ടിലും അതിനുതാഴെയുള്ള ഇത്തിരി സ്ഥലവും അവിടെ വലിച്ചെറിയപ്പെട്ടുകിടക്കുന്ന ബാഗും അവർ കണ്ടെത്തി. ഞാനും മോഹനചന്ദ്രനും നഗ്നരായി നിന്നു കുളിച്ച ആ ഇടുങ്ങിയ കുളിമുറിയിൽ കയറി സകലതും തട്ടിമറിച്ചിട്ടു. ഗർഭ നിരോധന ഉറകൾവരെ സൂക്ഷ്മമായി പരിശോധിച്ചു. ഈശ്വരാ, നന്ദി. അടുപ്പിൽ ഒരു കുഴിക്കുത്തി അതിൽ ഒളിപ്പിച്ചുവെച്ച സ്വർണാഭരണങ്ങൾ അവർക്ക് കണ്ടെത്തുവാൻ കഴിഞ്ഞില്ല. അങ്ങനെ ചില ആഭരണങ്ങളെക്കുറിച്ച് അവർക്ക് സംശയമുണ്ടായിരുന്നുവത്രെ.

സയനൈഡിന്റെ ഡപ്പികൾ കിട്ടിയാൽ പ്രതിയായി എന്നെ ഉറപ്പിക്കാമെന്നും ചുരുങ്ങിയത് എനിക്ക് വധശിക്ഷതന്നെ വാങ്ങിത്തരാമെന്നുമുള്ള ധാരണയിൽ ഞങ്ങളുടെ അടുക്കളയിലെ ഉപ്പുഭരണിപോലും അവർ പരിശോധിക്കുന്നു. അതിനുള്ളിൽ പ്ലാസ്റ്റിക് കിഴികളിലാക്കി സയനൈയിഡ് ഗുളികകൾ കണ്ടെത്താമെന്നും അവർ കരുതിയിരിക്കണം.

പലയിടത്തുനിന്നായി നാലു കുപ്പികൾ ഫോറൻസിക് വിദഗ്ധർ കണ്ടെടുത്തു. ഒന്ന്, എനിക്ക് വയറിളക്കം പിടിച്ചപ്പോൾ മോഹന ചന്ദ്രൻ വാങ്ങിത്തന്ന അയമോസത്തുഗുളികകൾ. മറ്റൊന്ന് ഫോറസ്റ്റ് ഓഫീസിൽ നിന്ന് മോഹനചന്ദ്രൻ കൊണ്ടുവന്ന തേനീന്റെ ഡപ്പി. മൂന്നാമത്തേതും നാലാമത്തേതും ധർമ്മാശുപത്രിയിൽനിന്ന് പലപ്പോഴായി ഞാൻ വാങ്ങിക്കൊണ്ടുവന്ന ചുമയ്ക്കുള്ള മരുന്നുകുപ്പികളായിരുന്നു. അവയെല്ലാം യഥാസമയം ക്യാമറകൾക്ക് മുന്നിൽ പ്രദർശിക്കപ്പെടുകയും അതിനെചൊല്ലി വലിയ കഥകൾ രൂപപ്പെട്ടുവരികയും ചെയ്തുകൊണ്ടിരുന്നു.

വീട്ടിലെ പരിശോധനകൾ കഴിഞ്ഞ് അവർ എന്നെ പുറത്തേക്ക് കൊണ്ടുവന്നു. രണ്ടു വനിതാ പോലീസുകാർ എനിക്ക് ഇടത്തുംവലത്തും നിന്നിരുന്നു.ഇടയ്ക്കിടെ അവർ എന്നെ കൈകളിൽവലിച്ച് വേദനപ്പെടു

ത്തിക്കൊണ്ടിരുന്നു. ചിലർക്ക് എന്നെ അസഭ്യംപറയാനുള്ള സൗകര്യം ഒരുക്കി.ഇപ്പോൾ എല്ലാം നാടകീയമായിരിക്കുന്നു. രാഷ്ട്രീയംപോലും ഒരു വലിയ നാടകമാണ്.കാത്തുനിന്ന ജനക്കൂട്ടം എന്നെക്കണ്ടപ്പോൾ ഉച്ചത്തിൽ കൂവാൻ തുടങ്ങി. അവർ കല്ലും മണലും എടുത്തെറിയാനും പോലീസുകാർ അവരെ ഓടിക്കാനും തുടങ്ങിയതോടെ എന്നെ എങ്ങനെയെങ്കിലും കാറിനുള്ളിലേക്ക് വലിച്ചുകൊണ്ടുപോകാനായി വനിതാ പോലീസുകാരുടെ ശ്രദ്ധയത്രയും.

ആ ദൃശ്യങ്ങളിനി നിങ്ങളുടെ സ്വീകരണമുറിയിലെ ടെലിവിഷൻ സ്ക്രീനിൽ ആവർത്തിച്ച് കാണിക്കും. അര മണിക്കൂർ സമയമാണ് ആൾക്കൂട്ടമുണ്ടാക്കിയ ബ്ലോക്കിൽ ഞാൻ കയറിയ വാഹനം പെട്ടുപോയത്. വ്യക്തിപരമായി നിങ്ങൾക്കൊന്നും എന്നെ അറിയില്ലെങ്കിലും ഇനി ചാനൽ മുറികളിലും നിങ്ങളുടെ സ്വീകരണമുറികളും തീറ്റമുറികളിലുമെല്ലാം എന്നെക്കുറിച്ചുള്ള സംസാരമായിരിക്കുമെന്നും വാർത്തയായിരിക്കുമെന്നും കെട്ടുകഥകളായിരിക്കുമെന്നും എനിക്ക് നല്ല നിശ്ചയമുണ്ട്. എന്തിന്, കിടപ്പറയിൽ ഭാര്യമാരോട് സ്വകാര്യമായി പറയാനുള്ള ഒരു തമാശക്കഥയായി ഞാൻ മാറിക്കഴിഞ്ഞിരിക്കുന്നു.

രാത്രിയോടെ, എന്നെ വനിതാ സെല്ലിലേക്ക് കൂട്ടിക്കൊണ്ടുപോയി. എല്ലാ തടവുകാരിപെണ്ണുങ്ങളും എന്നെ ആരാധനയോടെയാണ് നോക്കിയതെന്ന് ഞാൻ ഓർക്കുന്നു. അവർ എനിക്ക് ഇരിക്കാൻ പ്രത്യേക ഇടവും ഭക്ഷണം കഴിക്കാൻ ഇത്തിരി സ്ഥലവും ഉറങ്ങാൻ ശാന്തതയും തരുമായിരുന്നു. വലിയ ഹാളിൽ ചാനൽ ചർച്ച കാണുവാനുള്ള സൗകര്യവുമുണ്ടായിരുന്നു. വീട്ടിലേക്ക് വളരെവർഷങ്ങൾ കഴിഞ്ഞെത്തിയ ഒരതിഥിയെ സൽക്കരിക്കുന്നപോൽ അവരൊന്നും എന്നെ തനിച്ചിരിക്കാൻ സമ്മതിച്ചില്ല. രാത്രി ഭക്ഷണം കഴിച്ചുകൊണ്ടിരിക്കുമ്പോഴാണ് ചാനൽ ചർച്ചയുടെ പരസ്യം കാണിച്ചു തുടങ്ങിയത്. അത് എന്നെക്കുറിച്ചാണെന്നോർത്തപ്പോൾ ജയിലിനകത്തുള്ളവർക്ക് ആഹ്ലാദംകൊണ്ട് നില്ക്കപ്പൊറുതിയില്ലാതായി. എന്നാൽ എനിക്ക് വല്ലാത്തൊരു പരവേശംതോന്നി. അവർ എന്നെ ഏതുവിധമാണ് കാണുകയെന്നോർത്തതും കഴിച്ചുകൊണ്ടിരിക്കുന്ന ഗോതമ്പുഭക്ഷണം തൊണ്ടയിൽ കുരുങ്ങി എനിക്ക് ഓക്കാനംവന്നു. ഉടനെ ഒരു പെൺതടവുകാരി ഓടിവന്ന് പുറംതലോടിത്തരികയും എന്നെ ഇങ്ങനെ പറഞ്ഞ് ആശ്വസിപ്പിക്കുകയും ചെയ്തു.

'സാരമില്ല ചേച്ചീ, ഈ മുതുക്കൻ പുരുഷന്മാർക്ക് കൊത്തിവലിക്കാൻ ഏതെങ്കിലും ഒരു സ്ത്രീയെക്കിട്ടിയാൽമതി. അവർ അവരുടെ അടിപ്പാവാടവരെ തപ്പിപ്പോകും. നാണമില്ലാത്ത കഴുതകൾ...'

ഒരു സാമ്പത്തിക തട്ടിപ്പിലെ പ്രതിയായ ആ ഇരുപതുകാരി പെൺകുട്ടിയെ ഞാനപ്പോൾ ആരാധനയോടെ നോക്കി.

'ചേച്ചി പേടിക്കേണ്ട. നിങ്ങളെ കുരുക്കാൻ അവർക്ക് യാതൊരു തെളിവും കിട്ടില്ല, ഇതെല്ലാം ഒരു പേമാരിപോലങ്ങു പെയ്തൊടുങ്ങും. ബേജാറാകാതിരുന്നോളീ...'

30. ന്യൂസ് ക്രൈം അവർ

2020 ഫെബ്രുവരി 09, 9 pm

ചാനൽ സ്റ്റുഡിയോ, തിരുവനന്തപുരം

നോക്കൂ, കേരളത്തിന്റെ മനഃസാക്ഷിയെ ഞെട്ടിച്ച ഒരു കൊലപാതക പരമ്പരയിലേക്കാണ് ഇന്ന് പ്രേക്ഷകരെ നാം കൊണ്ടുപോകുന്നത്. കേരളത്തിൽ കേട്ടുകേൾവിപോലുമില്ലാത്ത കൊലപാതക പരമ്പര. എട്ടുവർഷത്തെ കാലയളവിൽ ആറുകൊലപാതകങ്ങൾ. ഇനിയും കൊലകളുണ്ടോയെന്ന് പോലീസ് അന്വേഷിച്ചുകൊണ്ടിരിക്കയാണ്. അതുകൊണ്ടുതന്നെ കേരളത്തിലെ പൊതുജനങ്ങൾ രാത്രി ഒമ്പതുമണി കഴിഞ്ഞാൽ ഏറ്റവും കൂടുതൽ സമയം ഉറ്റുനോക്കുന്ന നമ്മുടെ ന്യൂസ് ക്രൈം അവറിലേക്ക് എല്ലാവർക്കും സ്വാഗതം. ഇന്നത്തെ ചർച്ചയിൽ പങ്കെടുക്കുന്നത് നമുക്കേവർക്കും സുപരിചിതനായ സുപ്രസിദ്ധ ക്രിമിനോളജിസ്റ്റ് വയലാ വാസുദേവ്, മികച്ച മനഃശാസ്ത്ര വിദഗ്ധനായ ഡോക്ടർ ജോൺ സാമുവൽ, അഡ്വ. കിരൺകുമാർ പിന്നെ നിങ്ങളുടെ പ്രിയപ്പെട്ട റിട്ടയേർഡ് എസ് പി. ഡാനിയൽ ഡിസൂസ.

ചർച്ച തുടങ്ങാം. ആദ്യം മനഃശാസ്ത്ര വിദഗ്ധനായ ഡോക്ടർ ജോൺ സാമുവലിലേക്ക്. സാർ, ഇതുവരെ കേരളത്തിലുണ്ടായിട്ടുള്ള കൊലപാതക പരമ്പരകളെ വെല്ലുന്ന രീതിയിലാണ് ഈ കൊലപാതകങ്ങളെല്ലാം നടന്നിട്ടുള്ളത്. സയനൈഡ് ഉപയോഗിച്ചുള്ള സൈലന്റ് ഡെത്തുകളാണ് അധികവും. ഒരു സ്ത്രീ പ്രതിപക്ഷത്ത് വരുന്നത് ആദ്യമായിട്ടും. എന്തുതോന്നുന്നു?

ഡോ: ജോൺ സാമുവൽ : കേരളത്തിലെ പുരുഷന്മാരെയെല്ലാം ഞെട്ടിച്ച വാർത്തയാണ് ഇത്. കേരളത്തിലെ മധ്യവയസ്കരായ പുരുഷന്മാരെല്ലാം സ്വന്തം ഭാര്യമാരെ ഒട്ടൊരു പേടിയോടെയാണ് നോക്കിക്കാണുന്നത്. അവരിൽ ശിഖയുണ്ടോയെന്നാണ് അന്വേഷിച്ചുകൊണ്ടിരിക്കുന്നത്. കഴിക്കുന്ന ഭക്ഷണത്തിൽ, കുടിക്കുന്ന വെള്ളത്തിൽ, ഗുളികകളിൽ, ശീതളപാനിയങ്ങളിൽ സയനൈഡ് കലർന്നിട്ടുണ്ടോയെന്ന സംശയം അവരെയെല്ലാം ഉലയ്ക്കുന്നു. കേരളത്തിലെ വർദ്ധിച്ചുകൊണ്ടിരിക്കുന്ന ആ

ത്മഹത്യകളും നീചമായ കൊലപാതകങ്ങളും അസന്തുഷ്ടി നിറഞ്ഞ നമ്മുടെ കുടുംബ വ്യവസ്ഥയിലേക്കാണ് വിരൽ ചൂണ്ടിക്കൊണ്ടിരിക്കുന്നത് എന്നു പറഞ്ഞാൽ ആർക്കും അത് നിഷേധിക്കാൻ കഴിയുമെന്ന് തോന്നുന്നില്ല.

അവതാരകൻ: ശരിയായ നിരീക്ഷണമാണ് ഡോ. ജോൺ സാമുവൽ നടത്തിയിരിക്കുന്നത്. ഒരു സൈക്കോപാത്ത് എന്ന സങ്കൽപ്പത്തിലേക്കാണ് പോലീസ് പോയിക്കൊണ്ടിരിക്കുന്നത്. ഹോളിവുഡ് സിനിമകളിൽ മാത്രം കണ്ടുപരിചയിച്ച സൈക്കോപാത്ത് എന്ന സങ്കൽപം ഇവിടെ കേരളത്തിലും എത്തിയിരിക്കുന്നു. ആറോളം കൊലപാതകം ഒരു സ്ത്രീ തനിച്ച് ചെയ്തിരിക്കുന്നു. അതും വളരെയധികം ബുദ്ധികൂർമ്മതയോടെ ആസൂത്രണം ചെയ്തിരിക്കുന്നു. ക്രിമിനോളജിയിൽ പ്രാവീണ്യം നേടിയിട്ടുള്ള ഡോ. വയലാ വാസുദേവ് സാർ. ഈ സൈക്കോപാത്തുകളുടെ കൊലപാതക രീതികളെക്കുറിച്ച് താങ്കൾക്ക് എന്താണ് പറയാനുള്ളത്?

ഡോ. വയലാ വാസുദേവ് - സൈക്കോപാത്തുകളെ നിർവച്ചിക്കാൻ ഇന്ന് സയിന്റിഫിക്കലായി പല രീതികളും വൈദ്യ - മനഃശാസ്ത്രത്തിലുണ്ട്. ആന്റി സോഷ്യൽ ഡിസോഡറും ജനറ്റിക് ഡിസോഡറുമാണ് ഒരു സൈക്കോപാത്തിനെ സൃഷ്ടിക്കുന്നത്. ഇവർക്ക് വലിയ പ്രത്യേകതകൾ ഉണ്ട്. ഒന്നാമത്തെ കാര്യം ഇവർ വളരെ ഇൻട്രോവർട്ടായിട്ടായിരിക്കും ഇരിക്കുക. മറ്റൊന്ന്, തെറ്റു ചെയ്യുന്നതിൽ അവർക്ക് ഒരിക്കലും പശ്ചാത്താപമുണ്ടാവുകയില്ല. മാത്രമല്ല, അവരതിൽ ആഹ്ലാദം കണ്ടെത്തുകയും ചെയ്യും. ഇരുട്ടിൽ മറഞ്ഞിരുന്ന് കൊലകൾ നടത്തുമ്പോൾ കൊലപാതകി സത്യത്തിൽ ആനന്ദിക്കുകയാണ്. എന്നാൽ എല്ലാ സൈക്കോപാത്തും കൊലപാതകികളാകുന്നില്ലെന്നതും പരിശോധിക്കേണ്ടതുണ്ട്.

സമൂഹത്തിലെ ഉച്ചനീചത്വങ്ങൾ അവരെ പ്രകോപിതരാക്കുന്നു. അവർ അതിനുവേണ്ടി എന്തുംചെയ്യുവാൻ തയ്യാറാകുന്നു. അവരെ അത്രവേഗം ഐഡന്റിഫൈ ചെയ്യാനും നിമയത്തിന്റെ മുന്നിൽ കൊണ്ടുവരാനും ധാരാളം പരിധികളുണ്ട്. ജന്മനാ ഇവർ അസുഖബാധിതരാണെങ്കിലും ജീവിതത്തിൽ നേരിടേണ്ടിവരുന്ന ചില കടുത്ത അനുഭവങ്ങളാണ് ഇത്തരക്കാരെ ക്രൂരന്മാരും അസാന്മാർഗികളുമാക്കുന്നതെന്ന് പഠനങ്ങൾ തെളിയിക്കുന്നുണ്ട്.

ഇവിടെ കുറ്റകൃത്യം നടന്നിരിക്കുന്നുവെന്ന് തെളിഞ്ഞിരിക്കുന്നു. പക്ഷേ അത് നടത്തിയത് മുഴുവൻ പിടിക്കപ്പെട്ട ഈ സ്ത്രീ തന്നെയാണ്

എന്നത് ഇനിയും പോലീസിന് കണ്ടുപിടിക്കേണ്ടതുണ്ട്. കൊലപാതകത്തെ സാധൂകരിക്കുന്ന തെളിവുകൾ വേണം. ഇവിടെ കേവലം കുറച്ചു ഡയറിക്കുറിപ്പുകൾ എഴുതിയെന്നതുമാത്രമാണ് പോലീസിന് ലഭിച്ചിരിക്കുന്ന തെളിവുകൾ. മാത്രമല്ല, കൊല്ലപ്പെട്ടവരുടെ ബോഡികളിൽനിന്ന് വലിയ രീതിയിലുള്ള ശാസ്ത്രീയ തെളിവുകളൊന്നും ശേഖരിക്കുവാൻ കഴിയില്ലെന്ന് ഫോറൻസിക് വിദഗ്ധർ അഭിപ്രായപ്പെടുന്നു. പോലീസിന് ഈ കേസ് വലിയ തലവേദനയാകുമെന്നുറപ്പാണ്.എന്നാൽ പിടിക്കപ്പെട്ടത് നിരപരാധിയായ ഒരു സ്ത്രീയാണെന്ന് ഞാൻ പറയുന്നില്ല. അവർക്കുമേൽ കുറ്റം തെളിയിക്കപ്പെടേണ്ടതുണ്ട്. അതിന് പോലീസ് കൂടുതൽ ജാഗ്രത പാലിക്കണം.

അവതാരകൻ: ചർച്ചയുടെ ഈ ശൂന്യവേളയിൽ ഒരു ആഹ്ലാദംകൂടി എനിക്ക് പ്രേക്ഷകരോട് പങ്കുവെയ്ക്കുവാനുണ്ട്. ഈ ചർച്ചയിൽ എഴുത്തുകാരൻ ഹരികൃഷ്ണൻ പങ്കെടുക്കുന്നുവെന്ന സന്തോഷകരമായ കാര്യമാണത്.നേരത്തെ ക്ഷണിച്ചിരുന്നെങ്കിലും ചില സാങ്കേതിക കാരണങ്ങളാൽ അദ്ദേഹത്തിന് സമയത്തിന് സ്റ്റുഡിയോയിൽ എത്തുവാൻ സാധിച്ചില്ല. എന്നാൽ നമ്മുടെ റിപ്പോർട്ടർമാരുടെ അശ്രാന്തപരിശ്രമംകൊണ്ട് ഒരു വീഡിയോ കോൺഫറൻസിന് അദ്ദേഹമിപ്പോൾ സമ്മതിച്ചിരിക്കയാണ്. മറ്റൊരു ചാനലിലും ഇത്രയും സെൻസേഷണലായ വിഷയം കൈകാര്യം ചെയ്യുവാൻ ഹരികൃഷ്ണൻ ഇല്ലയെന്നത് ഏഷ്യാവിഷൻ പ്രേക്ഷകരെ ആഹ്ളാദഭരിതരാക്കുമെന്ന് വിശ്വസിക്കുന്നു.

ചർച്ചയിലേക്കു വരുമ്പോൾ, ഈ കേസിനെക്കുറിച്ച് കൂടുതൽ അറിയാവുന്ന വ്യക്തിയെന്ന നിലയിൽ അദ്ദേഹത്തിനു ചിലതു പറയാനുണ്ടാവും. മി. ഹരികൃഷ്ണൻ, താങ്കൾ എഴുതിക്കൊണ്ടിരിക്കുന്ന ഒരു നോവലുമായി ഈ കൊലപാതക പരമ്പരയ്ക്ക് ബന്ധമുണ്ടെന്ന ന്യൂസും പുറത്തുവന്നിട്ടുണ്ട്. അതിൽ എന്തെങ്കിലും വാസ്തവമുണ്ടോ?

ഹരികൃഷ്ണൻ. ഞാൻ ഒരു നോവൽ എഴുതിക്കൊണ്ടിരിക്കുന്നുവെന്നത് സത്യമാണ്. പ്രസിദ്ധീകരണശാല ഒരു സൈക്കോ ത്രില്ലറെഴുതാനാണ് എന്നോട് ആവശ്യപ്പെട്ടത്. അതിന്റെ അടിസ്ഥാനത്തിൽ ഒരു നോവലിന്റെ പകുതിയിലധികം ഞാൻ എഴുതിപൂർത്തീകരിച്ചു.അതും ഈ സംഭവവുമായി പ്രത്യക്ഷത്തിൽ യാതൊരു ബന്ധവുമില്ല. എന്നാൽ ആന്തരികമായി എല്ലാ ക്രൈംനോവലുകൾക്കും സൈക്കോ ത്രില്ലർ നോവലുകൾക്കും യഥാർത്ഥത്തിൽ നമ്മുടെ നാട്ടിൽ നടന്നുകൊണ്ടിരിക്കുന്ന ക്രൈമുകളുമായി എന്തെങ്കിലും തരത്തിലുള്ള ബന്ധങ്ങളുണ്ടാകും. ഉദാഹരണത്തിന്, ഞാൻ എഴുതിക്കൊണ്ടിരിക്കുന്ന നോവലിലും ഇതു

പോലെ ഒരു ചാനൽ ചർച്ചയുണ്ടാകും. നമ്മൾ ജീവിക്കുന്ന സമൂഹത്തിന്റെ പരിച്ഛേദം തന്നെയാണല്ലോ നമ്മുടെ സാഹിത്യം. ഓരോ കഥാപാത്രത്തെയും ശൂന്യതയിൽനിന്ന് എഴുത്തുകാരൻ സൃഷ്ടിക്കുന്നതല്ല. മറിച്ച് നമ്മുടെ സമൂഹത്തിന്റെ ഇരുട്ടും നിഴലുകളും വീണുകിടക്കുന്ന ഇടങ്ങളിൽനിന്ന് നാം കണ്ടെത്തുന്നതാണ്. എന്നിരുന്നാലും ശിഖയെപോലെ മണ്ടിയായ ഒരു കഥാപാത്രം അതിലുണ്ടെന്ന് ഞാൻ വിശ്വസിക്കുന്നില്ല.

അവതാരകൻ: താങ്കളെന്തുകൊണ്ടാണ് അവരെ മണ്ടിയെന്ന് സംബോധന ചെയ്യുന്നത്? അവർ ഒരു സ്ത്രീയായതുകൊണ്ടാണോ? സ്ത്രീകളെല്ലാം മണ്ടികളാണെന്നൊരു ധ്വനിയുണ്ടോ താങ്കളുടെ വാക്കുകളിൽ.?

ഹരികൃഷ്ണൻ: ഒരിക്കലുമില്ല. സ്ത്രീകളെ ഞാൻ സ്നേഹിക്കുകയും ബഹുമാനിക്കുകയും ചെയ്യുന്നു. സ്ത്രീകൾ മാത്രമല്ല, പുരുഷന്മാരും മണ്ടത്തരം പറയാറുമുണ്ട്, ചിലപ്പോൾ കാണിക്കാറുമുണ്ട്. അവർ നിരന്തരം മണ്ടത്തരം കാണിക്കുന്നതുകൊണ്ടാണല്ലോ താങ്കളുടെ ചാനലിൽത്തന്നെ രാഷ്ട്രീയ അക്ഷേപഹാസ്യ പരിപാടിയായ കാകദൃഷ്ടി എന്ന ചിരിപരിപാടിയുണ്ടാകുന്നത്. ഞാൻ കേസിലേക്ക് വരാം. ശിഖയിൽ ആരോപിക്കപ്പെട്ട കുറ്റം ആറു കൊലപാതകങ്ങളുടേതല്ല, പത്രക്കാരും പോലീസുകാരും അങ്ങനെ ചിത്രീകരിക്കുന്നുണ്ടെങ്കിലും. യഥാർത്ഥത്തിൽ അവൾ എഴുതിയ ഡയറിക്കുറിപ്പുകൾ മാത്രമാണ് അവളെ പോലീസ് കസ്റ്റഡിയിൽ എടുക്കുവാനുള്ള കാരണം. അതാണ് അവൾ ചെയ്ത മണ്ടത്തരം എന്ന് ഞാൻ വിശേഷിപ്പിച്ചത്. മാത്രമല്ല, ഈ കൊലപാതകങ്ങളെല്ലാം ചെയ്യാൻ അവൾ ഒന്നുകിൽ അമാനുഷികയാവണം. അല്ലെങ്കിൽ അവർക്ക് ഒരുപാട് ആളുകളുടെ സ്വാധീനവും ആൾബലവുംവേണം.

അവതാരകൻ: അപ്പോൾ പോലീസിന്റെ കേസന്വേഷണം തെറ്റായ വഴിയിലൂടെയാണ്നീങ്ങുന്നത് എന്നാണോ? ശിഖ നിരപരാധിയാണെന്നാണോ താങ്കൾ വിശ്വസിക്കുന്നത്?

ഹരികൃഷ്ണൻ: ഞാൻ അങ്ങനെ പറഞ്ഞില്ല. കേസു തെളിയിക്കാൻ പോലീസുകാർക്ക് അനേകം വഴികളുണ്ടാകും. ചിലപ്പോൾ ശിഖ ഒരു വഴിയായിരിക്കാം. യഥാർത്ഥ കുറ്റവാളിയിലേക്ക് എത്തിച്ചേരുവാൻ അവർക്ക് ചിലരെ ആവശ്യമായി വന്നിരിക്കാം. എന്നാൽ ശിഖയെ ന്യായീകരിക്കുവാനൊന്നും ഞാനാളല്ല. തെറ്റു ചെയ്തിട്ടുണ്ടെങ്കിൽ തീർച്ചയായും കുറ്റവാളി ശിക്ഷിക്കപ്പെടണം. കാരണം, ഇത് വളരെ ബ്രൂട്ടലായി നടന്നിട്ടുള്ള കൊലപാതകങ്ങളാണ്. സമൂഹ മനഃസാക്ഷിയെ നടുക്കുന്ന കൊലപാതകങ്ങൾ...

അവതാരകൻ: നോക്കൂ, എഴുത്തുകാർക്ക് എപ്പോഴും വ്യത്യസ്തമായ നിലപാടും ചിന്തകളുമുണ്ടാകും. ഇവിടെ കുറ്റവാളിയെന്ന് കരുതി പിടിക്കപ്പെട്ട ശിഖ എന്ന പെൺകുട്ടി നിരപരാധിയാണെന്നുപോലും പറയുന്നു നമ്മുടെ എഴുത്തുകാരൻ ഹരികൃഷ്ണൻ. ഏതെങ്കിലും തരത്തിൽ ബന്ധമില്ലാത്ത ഒരാളെ പോലീസ് ഇങ്ങനെ അറസ്റ്റുചെയ്യുമെന്ന് വിശ്വസിക്കുന്നത് ഒരുപക്ഷേ വലിയ പാതകം തന്നെയായിരിക്കും. മി. ഡാനിയൽ ഡിസൂസ, താങ്കളുടെ അമ്പതുവർഷത്തെ പോലീസ് ജീവിതത്തിൽ ഇത്തരത്തിൽ അപകടകാരിയായ ഒരു സ്ത്രീയ കാണാൻ താങ്കൾക്ക് അവസരം വന്നിട്ടുണ്ടോ? താങ്കൾ ഈ വ്യത്യസ്ത നിലപാടുമായി എങ്ങിനെ പ്രതികരിക്കുന്നു?

ഡാനിയൽ ഡിസൂസ – ഹരികൃഷ്ണന്റെ നിരീക്ഷണത്തോട് ഞാൻ തീർച്ചയായും യോജിക്കുന്നില്ല. ഒരു കേസ് തെളിയിക്കുന്നതിനുവേണ്ടി തീർത്തും നിരപരാധിയായ ഒരു പെൺകുട്ടിയ അറസ്റ്റുചെയ്യുകയും ചോദ്യം ചെയ്യുകയും തെളിവെടുക്കുകയുമെല്ലാം ചെയ്യുന്നത് തികച്ചും കാടത്തമാണെന്നാണ് എന്റെ പക്ഷം. എന്നാൽ ഇവിടെ ശിഖ എന്ന പെൺകുട്ടിത്തന്നെയാണ് ഈ കൊലപാതകങ്ങൾ ചെയ്തിട്ടുള്ളതെന്നാണ് ഞാൻ വിശ്വസിക്കുന്നത്. എന്റെ അനുഭവത്തിൽത്തന്നെ എത്രയോ ക്രൂരന്മാരായ പുരുഷന്മാരെയും സ്ത്രീകളെയും നേരിടാൻ എനിക്ക് അവസരമുണ്ടായിട്ടുണ്ട്. ചുറ്റുപാടുകളാണ് അവരെ ക്രൂരന്മാരും കൊലപാതകികളുമാക്കുന്നത്. ഒരു കൊലപാതകിയെ സൃഷ്ടിക്കുവാൻ ഒരു മോശപ്പെട്ട നിമിഷംമതി. വൈകാരികതയാണ് മിക്കപ്പോഴും പ്രശ്നങ്ങൾ സൃഷ്ടിക്കുന്നത്. ഇവിടെ, മോട്ടീവ് വളരെ പ്രധാനമാണ്. അതിലൂടെ നമുക്ക് തെളിവുകളിലേക്ക് എത്തിച്ചേരുവാനും കുറ്റവാളിയെ രക്ഷപ്പെടാൻ കഴിയാത്തവിധം നിയമത്തിനുള്ളിൽ പൂട്ടാനും സാധിക്കും. ഈ കേസ് അപൂർവ്വങ്ങളിൽ അപൂർവ്വംതന്നെയാണെന്ന് ഞാൻ ആണയിടുകയാണ്.

തെളിവുകളാണ് നമുക്ക് ആവശ്യം. സോളിഡ് എവിടെൻസുണ്ടെങ്കിൽ മാത്രമേ കോടതിയിൽ കേസു നിക്കത്തൊള്ളൂ. സ്വന്തം ഭർത്താവ് മോഹനചന്ദ്രന്റെ കൊലപാതകമാണ് ഇവിടെ മുഖ്യമായും തെളിയിക്കപ്പെടേണ്ടത്. മോഹനചന്ദ്രന്റെ പോസ്റ്റുമോർട്ടം റിപ്പോർട്ടെടുക്കാം. അദ്ദേഹം യഥാർത്ഥത്തിൽ മരണപ്പെട്ടത് തലയ്ക്കുപിന്നിലെ മുറിവുകൊണ്ടല്ല, മറിച്ച് സയനൈഡ് ഉള്ളിൽ ചെന്നാണെന്നാണ് ഡോക്ടറുടെ കണ്ടെത്തൽ. അതായത് അയാളെ മരണത്തിന് വിധേയമാക്കിയതിനുശേഷം റെയിൽവേ പാളത്തിൽ കൊണ്ടിട്ടതാകാനാണ് സാധ്യത. അതിന് കൊലപാതകി ആരുടെയെങ്കിലും സഹായം തേടിയിട്ടുണ്ടോ? ഉണ്ടെങ്കിൽ ആരുടേ

താകും? കൊലപാതകിയുടെ മൊബൈൽ സെൽ പരിശോധിക്കേണ്ട താണ്. ആ ടവർ ലൊക്കേറ്റുചെയ്യേണ്ടതാണ്. ആരാണ് അവസാനമായി പ്രതിയെ വിളിച്ചത്? എത്രനേരം സംസാരിച്ചു തുടങ്ങിയ കാര്യങ്ങളും പ്രധാനമാണ്. അത്തരം വഴികളിലേക്കാണ് പോലീസ് ഇനി പോകേണ്ടത്. ശക്തമായ തെളിവുകൾ കണ്ടത്തേണ്ടത് വലിയ വെല്ലുവിളിയാണ് ഈ കേസിൽ. ഈ ആറു കൊലപാതകങ്ങളുമായുള്ള ലിങ്കും പരിശോധിക്കേണ്ടതാണ്.

അവതാരകൻ: ഞാൻ ഒന്ന് ഇടപെട്ടുകൊണ്ട് സംസാരിച്ചോട്ടെ, ഇവിടെ ഹരികൃഷ്ണൻ ഒരു വിസ്സമതം അറിയിച്ചിരിക്കയാണ്. പറയൂ മി. ഹരികൃഷ്ണൻ നിങ്ങൾ ഏതു രീതിയിലാണ് ഡോ. ഡിസൂസയോട് വിയോജിക്കുന്നത്?

ഹരികൃഷ്ണൻ: ഞാൻ ഡാനിയൽ ഡിസൂസ ഇപ്പോൾ പറഞ്ഞ കാര്യത്തിന് കുറച്ചുകൂടി ക്ലാരിറ്റിവേണമെന്ന് പറയാനാണ് ആഗ്രഹിക്കുന്നത്. ഇവിടെ പോലീസിന് യാതൊരു തെളിവും കിട്ടിയിട്ടില്ല. ശിഖയുടെ വീട്ടിലാണ് തെളിവെടുപ്പ് നടന്നിട്ടുള്ളത്. അവിടെനിന്ന് നാലഞ്ചു ഡെപ്പി കിട്ടിയെന്നു പറയുന്നു. എന്നാൽ അതില് സയനൈഡിന്റെ അംശങ്ങളൊന്നുംതന്നെ കണ്ടെത്താൻ കഴിഞ്ഞില്ല. അത് പരിശോധനയ്ക്ക് അയച്ചുവെന്ന് പറയുന്നു. ഡിസൂസ സാർ സൂചിപ്പിച്ചപോലെ ഇവിടെ എന്താണ് മോട്ടീവായി ഉള്ളത്? കൊല്ലപ്പെട്ട ശോശാമ്മയെയും സിവച്ചയനെയും ശിഖ ജീവിതത്തിൽ ഇന്നുവരെ കണ്ടിട്ടുപോലുമുണ്ടാകില്ല. അവർക്ക് അവളോട് ബന്ധം ഉണ്ടായിരുന്നില്ല. വീട്ടിൽവെച്ചാണ് ആ മൂന്നുപേരുടെയും മരണം നടന്നത്. ആ വീട്ടിലുള്ള ഒരാൾക്കുമാത്രമേ അത്തരം കൊലപാതകം ചെയ്യാൻ സാധിക്കുകയുള്ളുവെന്ന് വ്യക്തമല്ലേ? ഇവിടെ മോട്ടീവായി പോലീസ് ഒന്നുംതന്നെ പറയുന്നില്ലെന്നതാണ് അതിശയകരം.

അവതാരകൻ: ഹരികൃഷ്ണൻ പ്രതിയുടെ ഭാഗത്തുതന്നെ ഉറച്ചുനിൽക്കുകയാണ്. ഞാൻ താങ്കളിലേക്ക് തിരിച്ചുവരാം. മി. വയലാ വാസുദേവ്, ശിഖ എന്ന പെൺകുട്ടിക്ക് ശിക്ഷ വാങ്ങിക്കൊടുക്കുവാൻ കഴിയാത്ത ഒരു സാഹചര്യമുണ്ടോ ഇവിടെ? നാലുകിലോമീറ്റർ ചുറ്റളവിലാണ് ഇവരെല്ലാവരും ജീവിക്കുന്നത്. ഇന്നത്തെ കാലത്ത് അത് വലിയ ദൂരമാണോ? വീട്ടിനുള്ളിലാണ് മരണപ്പെട്ടവർ എന്നുകരുതി കൊന്നവരും അതിനുള്ളിൽത്തന്നെയാവണമെന്ന് വാശിപിടിക്കാനൊക്കെ സാധിക്കുമോ?

വയലാ വാസുദേവ് - ഇവിടെ ഞാൻ പറഞ്ഞു നിർത്തിയതിൽനിന്ന് തുടങ്ങാം. ഇത് ഒരു സാധാരണ കൊലപാതകിയല്ല. സൈക്കോപാത്താ

യ ഒരു കൊലപാതകിക്ക് ഇതെല്ലാം വേഗത്തിൽ ചെയ്യുവാൻ സാധിക്കും. അവർക്ക് അസാമാന്യകഴിവുണ്ടെന്നു സമ്മതിക്കണം. അവർ സമൂഹത്തെ സൂക്ഷ്മമായി ഓപ്സേർവ് ചെയ്യുന്ന ഒരാളായിരിക്കും.പല ഇന്റർനാഷണൽ ക്രിമിനൽ കേസുകളിലും ഇതിനേക്കാൾ സാഹസികമായി അവർ കൊലകൾ നടത്തിയ ചരിത്രമുണ്ട്. എന്നാൽ ഹരിയുടെ നിരീക്ഷണങ്ങൾ ഇവിടെ പ്രസക്തമാണ്. ഈ കൊലപാതകങ്ങൾക്കെല്ലാം എന്തെങ്കിലും വിധത്തിൽ ഒരു ലിങ്കുണ്ടാകുമെന്നുതന്നെയാണ് ഞാൻ വിശ്വസിക്കുന്നത്. കൊലപാതകിയെ അസ്വസ്ഥരാക്കിയവരാണ് തീർച്ചയായും കൊല്ലപ്പെട്ടിട്ടുണ്ടാവുക. അതുതന്നെയാണ് ഇവിടെ മോട്ടീവ്. ഏതെങ്കിലും തരത്തിലുള്ള മോക്കിംഗ്. അവഗണന. ഒറ്റപ്പെടുത്തലുകൾ. വിഷാദരോഗം. ഇതെല്ലാം കൊലപാതകങ്ങളിലേക്ക് നയിക്കാം.

അവതാരകൻ: നോക്കൂ, ആദ്യത്തെ കൊല പ്രതി നടത്തിയിരിക്കുന്നത് ഗുളികയിൽ സയനൈഡ് കലർത്തിയാണ്. രണ്ടാമത്തെ കൊലപാതകം കുടിക്കുന്ന വെള്ളത്തിൽത്തന്നെ അതു കലർത്തി. മൂന്നാമത്തേതും അങ്ങനെത്തന്നെയായിരുന്നു. എന്നുവെച്ചാൽ ഭക്ഷണം കഴിച്ചതിനുശേഷമാണ് ഇവരുടെയെല്ലാം മരണം. ഒരാളും അത് ഭക്ഷ്യവിഷമാണെന്ന് കണ്ടെത്തുകയുമുണ്ടായില്ല. സ്ത്രീകൾ ഇങ്ങനെ കൊടുംകുറ്റകൃത്യങ്ങളിൽ അകപ്പെടുന്നതിൽ ഒരു അസ്വാഭാവികതയില്ലേ? നമുടെ സീരിയലുകളടക്കം സാമൂഹിക പ്രശ്നങ്ങൾ സ്ത്രീകളെ വീർപ്പുമുട്ടിക്കുന്നുണ്ടോ?

ഡോ ജോൺ സാമുവൽ - ചോദ്യം എന്നോടാണെന്ന് തോന്നുന്നു. ഞാൻ തന്നെ ഉത്തരം പറയാം. തീർച്ചയായും. സീരിയലുകൾ നമ്മുടെ നാട്ടിൽ പ്രസിദ്ധമാകുന്നതുതന്നെ മിഡിൽ ക്ലാസ് ഫാമിലികളിലെ ബന്ധങ്ങൾക്കിടയിൽ സംഭവിച്ചുകൊണ്ടിരിക്കുന്ന ശൈഥില്യങ്ങളെ തുറന്നുകാട്ടുന്നതുകൊണ്ടാണ്. പക്ഷേ അവരത് കാണിക്കുന്നത് വൾഗറായാണ് എന്നത് മറ്റൊരു കാര്യമാണ്. അത് ചർച്ച ചെയ്യേണ്ടതുമാണ്. അണുകുടുംബങ്ങൾ പെരുകിയതോടെ പരസ്പരം മത്സരിക്കുവാനും പോരടിക്കുവാനും നാം പഠിച്ചുകഴിഞ്ഞു. അതിന്റെ വാശിയും വൈരാഗ്യവും ബന്ധങ്ങളെ തകർക്കുന്നു. ഒരുമിച്ചുകഴിയുന്നവർ രണ്ട് ഭൂഖണ്ഡങ്ങളാണെന്ന് എഴുതിയത് അയ്യപ്പപണിക്കരല്ല, ദാർശനികനായ ആനന്ദാണെന്നോർക്കണം. ബന്ധങ്ങൾക്കിടയിൽ സർപ്പിളമായ ഒരു പക സൂക്ഷിക്കുന്നു പല കുടുംബത്തിനകത്തങ്ങളിലും. സ്ത്രീകൾ പൊതുവെ അസ്വസ്ഥരാണ്. അതിന്റെയെല്ലാം പ്രതിഫലനമാകാം കുടുംബത്തിനകത്ത് പെരുകിക്കൊണ്ടിരിക്കുന്ന പാതകങ്ങൾ. തീർച്ചായായും നമ്മുടെ സമൂഹ മനഃസാക്ഷി കുറേക്കൂടി ഉയരേണ്ടതുണ്ടെന്നാണ് എനിക്ക് സൂചിപ്പി

ക്കാനുള്ളത്.

അവതാരകൻ: തീർച്ചയായും ഈ ചർച്ച സൂചിപ്പിക്കുന്നത് മനുഷ്യരുടെ ഇടയിലെ സ്നേഹം അസ്തമിച്ചുകൊണ്ടിരിക്കയാണെന്നും അവിടെ കുറ്റകൃത്യങ്ങളുടെ തോത് കൂടിക്കൊണ്ടിരിക്കയാണെന്നും സമൂഹമാണ് ഇത്തരം ക്രൂരകളായ കുറ്റവാളികളെ സൃഷ്ടിക്കുന്നതെന്നുമാണ്. സമൂഹം മാറുമ്പോൾ മനുഷ്യരും മാറുന്നു. നമ്മുടെ മഹിതമായ സംസ്കാരത്തിൽനിന്ന് ആധുനിക സംസ്കാരത്തിലേക്കുള്ള മനുഷ്യരുടെ പിടഞ്ഞുണരലുകളും ഇതിന് ഒരു കാരണമായി ഭവിച്ചിരിക്കാം. സമയപരിമിധി മൂലം പലരിലേക്കും എത്താൻ കഴിഞ്ഞില്ലെന്ന ഖേദത്തോടെ ചർച്ച ഇവിടെ അവസാനിക്കുകയാണ് ഈ ചർച്ചയില് പങ്കെടുത്ത എല്ലാവർക്കും ഒരിക്കൽക്കൂടി നന്ദി അറിയിക്കുന്നു.

31. വാൻഗോഗിന്റെ സൂര്യകാന്തികൾ

ഹായ് സുഹൃത്തുക്കളെ, കഥയുടെ ബാക്കിഭാഗങ്ങളിലേക്ക് വീണ്ടുമൊരിക്കൽക്കൂടി നിങ്ങൾക്ക് സ്വാഗതം. ഞാൻ ജെന്നി. എന്നെ മറന്നിട്ടുണ്ടാവില്ലെന്ന് വിശ്വസിക്കുന്നു.

കഥയിലേക്ക് തിരിച്ചു വരാം.

നിങ്ങൾ ഗുഡ് ഹോപ്പ് അസൈലം എന്നു കേട്ടിട്ടുണ്ടോ? നീലഗിരിയിലെ പ്രശസ്തമായ ഒരു മെന്റൽ അസൈലമാണ് അതെന്ന് നിങ്ങളിൽ എത്രപേർക്ക് അറിയാം?

ആ ലൈബ്രറിയുടെ ഇരുട്ടിൽനിന്നു അവരെന്നെ കൊണ്ടുപോയി ഇട്ടതു ആ തണുത്ത അസൈലത്തിലായിരുന്നു. ആറു വർഷത്തെ ഓർമ്മകളാണ് കറന്റടിപ്പിച്ചും മരുന്നുകൾ നല്കിയും അവരെന്നിൽനിന്നും ചോർത്തിക്കളഞ്ഞത്.

നാസി ജർമ്മനിയൊരുക്കിയ ഓഷ്‌വിസ്റ്റ് തടങ്കൽപ്പാളയംപോലെ ഒന്നായിരുന്നു ബ്രിട്ടീഷുകാരുടെ കാലത്തു നിർമ്മിച്ച ആ ഭ്രാന്താശുപത്രി. എന്നും ഒരേ കാഴ്ചകൾ. ഒരേ ജീവിതം. ഉറക്കത്തിൽനിന്ന് ഉണരുന്നതുപോലെ വർത്തമാനകാലത്തേക്ക് ഞാൻ പകച്ചുനോക്കുമായിരുന്നു. ഒരു ഭ്രാന്താശുപത്രിയുടെ മങ്ങിയ വെളിച്ചംമാത്രം വീഴുന്ന കാഴ്ചകൾ. ഇരുണ്ട നിഴലുകൾ വീണ, വിശാലമായ മുറ്റം. ചെറിയ കുടുസ്സായ മുറികൾ. ഇരുണ്ട ജാലകവിരികൾ. നീലവിരിയിട്ട പുതപ്പുകളും മെത്തകളും. വെളുത്ത വസ്ത്രങ്ങൾ അണിഞ്ഞ അന്തേവാസികൾ. വലിയ കുറ്റൻ ഇരുമ്പുഗേറ്റും രണ്ടാൾപ്പൊക്കത്തിലുള്ള മതിലുകളും.ചുറ്റും പ്രാചീനതയുടെ ഗന്ധങ്ങൾ.

ഭ്രാന്തില്ലാത്തവരെ ഭ്രാന്തരാക്കിമാറ്റുവാനും അവരുടെ രോഗം കാലക്രമേണ മാറ്റാനും അവിടെ പ്രത്യേകം ചികിത്സകളുണ്ടായിരുന്നു. കൂടുതലും അവിടെ ചികിത്സയ്ക്കെത്തിയിരുന്നത് കന്യാസ്ത്രീകളായിരുന്നു. അവരുടെ രോഗങ്ങളും മാനസിക സമ്മർദ്ദങ്ങളും മാറ്റുകയായിരുന്നു ആ ചികിത്സാലയത്തിന്റെ ലക്ഷ്യംതന്നെ.

ആറുവർഷത്തെ ഇരുട്ടിൽനിന്ന് അത്രവേഗം പുറത്തുകടക്കുവാൻ വേഗത്തിൽ കഴിയില്ലെന്ന് എനിക്ക് തീർച്ചയുണ്ടായിരുന്നു. സെമിനാരി

യിലെ ഏതെങ്കിലുമൊരു സ്ഥാപനത്തിൽ കുറച്ചുകാലം ജോലിചെയ്യുവാനുള്ള ഒരു കത്തുമായാണ് അതിന്റെ ഇരുമ്പു ഗേറ്റ് എനിക്കുമുന്നിൽ തുറക്കപ്പെട്ടത്. ഏഴുമാസം ഒരു കന്യാമഠത്തിൽ തൂപ്പുകാരിയായി ജോലിചെയ്തു ഞാൻ സാധാരണജീവിതത്തിലേക്കുള്ള നിരീക്ഷകരുടെ അനുവാദം നേടി. അവിടെനിന്നു കിട്ടിയ തുച്ഛമായ വരുമാനമായിരുന്നു ജീവിതം കരുപ്പിടിപ്പിക്കാനുള്ള ഏക സമ്പാദ്യം.

ഡിസംബറിലെ ഒരു തണുത്ത രാവിൽ ഞാൻ പുറത്തിറങ്ങി.എനിക്കുചുറ്റും അപരിചിതമായ കാഴ്ചകൾ നിറഞ്ഞു.വീട് പുരാതനമായ ഒരു സ്മാരകം പോലെ തോന്നിച്ചിരുന്നു.എന്നാൽ ഭാഗ്യം, ആളുകൾ ആരും എന്നെ മറന്നിരുന്നില്ല.വീടു നന്നാക്കാനും വാസയോഗ്യമാക്കാനും അവരാണ് കൂടെനിന്നത്.

രാത്രികൾ പക്ഷേ എന്നെ ഉറക്കിയില്ല.

ആദ്യത്തെ ഇരയെ മനസ്സിൽ ഞാൻ ഉറപ്പിച്ചു. ജോൺ മാത്യു. അയാളെപോലെ ഒരാളും എന്നെ മുറിപ്പെടുത്തിയിട്ടില്ല. വേദനിപ്പിച്ചിട്ടില്ല.പഴയ ജോലി തിരികെ ലഭിക്കുവാൻ ജോണിന്റെ സഹായമില്ലാതെ കഴിയില്ലായിരുന്നു. അതിനാൽ എല്ലാ ദിവസവും മൂന്നു മണികഴിഞ്ഞാൽ ഞാൻ കയ്യിൽ ഒരു പുസ്തകവുമായി കുന്നിറങ്ങി. ആദ്യമെല്ലാം അകലം പാലിച്ചിരുന്ന ജോണിനെ സാധാരണ നിലയിലേക്ക് കൊണ്ടുവരുവാൻ ഒരുമാസംകൊണ്ട് കഴിഞ്ഞു. അയാളുടെ വിശ്വാസം ആർജ്ജിച്ചെടുക്കുകയെന്നതായിരുന്നു വലിയ പ്രശ്നം. സഹായിക്കാനെന്ന വ്യാജേന ലഡ്ജറിൽ പുസ്തകങ്ങളുടെ പേരുകൾ എഴുതാനും അതുതന്നെ കമ്പ്യൂട്ടറിൽ രേഖപ്പെടുത്താനും ഞാൻ മുതിർന്നു. അയാൾക്കറിയാമായിരുന്നു, പുസ്തകങ്ങളെ ഞാൻ എത്രമാത്രം ഇഷ്ടപ്പെടുന്നുണ്ടെന്ന കാര്യം. മാത്രമല്ല, പുസ്തകങ്ങളും അതെഴുതുന്നവരുടെ വിചിത്രമായ പേരുകളും ഇന്നും അയാളെ കുഴക്കുന്നു. കമ്പ്യൂട്ടർ പരിജ്ഞാനവും അയാൾക്ക് കുറവായിരുന്നു. കീബോർഡിൽ എന്റെ നീണ്ടുമെലിഞ്ഞ വിരലുകൾ പിയാനോയിലെന്നപോലെ സഞ്ചരിക്കുന്നതിന്റെ വിസ്മയം ഞാൻ അയാളുടെ കണ്ണുകളിൽ അനുഭവിച്ചു. പുതിയ പുസ്തകങ്ങളെക്കുറിച്ചുള്ള അറിവോ, അവയെക്കുറിച്ചുള്ള ധാരണകളോ അയാൾക്കുണ്ടായിരുന്നില്ല. ലൈബ്രറി വിപുലപ്പെടുത്തുന്നതിന്റെ ഭാഗമായി, എന്റെ ഭാഗ്യത്തിന് പള്ളി ഒരു വലിയസംഖ്യ നീക്കിവെച്ച സമയമായിരുന്നു അത്. അതിന്റെ ഭാഗമായി പാർട്ടൈം ലൈബ്രേറിയൻ എന്ന പുതിയ ഒരു തസ്തിക ഉണ്ടായി. കൃത്യമായി അതെനിക്കുള്ളതായിരുന്നു.

ലൈബ്രറിയിലേക്ക് പ്രവേശനം ലഭിച്ചതോടെ പഴയ പുസ്തകങ്ങ

ളെ ലാളിക്കുവാൻ അവസരം ഒത്തുവന്നു. ഏഴുവർഷങ്ങൾ ഞാൻ ഒരു പുസ്തകംപോലും വായിച്ചിരുന്നില്ല. ഒരു എഴുത്തുകാരനെയും അറിഞ്ഞിരുന്നില്ല. വായനയുടെ പുളകം അനുഭവിച്ചിരുന്നില്ല. അതിനിടയ്ക്ക് പുതിയ ഒട്ടേറെ പുസ്തകങ്ങൾ ലൈബ്രറിയിൽ എത്തിയിട്ടുണ്ടായിരുന്നു. നോബൽ സമ്മാനിത പുസ്തകങ്ങളുടെ ഒരു വലിയ ശേഖരം. ആർത്തിയോടെയാണ് അവയെല്ലാം ഞാൻ വായിക്കാൻ തുടങ്ങിയത്.

അപ്പൻ എന്നെ സൂക്ഷിക്കുവാൻ ഏല്പിച്ച ഡയറി ആ ലൈബ്രറിയിൽനിന്ന് നഷ്ടപ്പെട്ടിട്ടുണ്ടായിരുന്നു. എൻസൈക്ലോപീഡിയ ബ്രിട്ടാണിക്കയുടെ ഇരുപത്തിനാലു വോള്യങ്ങൾക്കിടയിൽ ഒന്നിൽ ചെറിയ ദ്വാരമിട്ടായിരുന്നു ആ ഡയറി സൂക്ഷിച്ചിരുന്നത്. ആ പുസ്തകങ്ങൾ ലൈബ്രറിക്ക് ഒരലങ്കാരമെന്നല്ലാതെ, തമാശയ്ക്കുപോലും ആരും എടുത്തുനോക്കിയിരുന്നില്ല. ആ ഇരുപത്തിയൊന്നു വോള്യങ്ങളും അവിടെനിന്ന് അപ്രത്യക്ഷമാകുകയും പുതിയവ എത്തുകയും ചെയ്തിരുന്നു. ആ ഡയറി അതന്വേഷിക്കുന്നവരുടെ കൈകളിൽ ഭദ്രമാണെന്നു ഞാൻ വിശ്വസിച്ചു.

1921 ൽ കലാപം പൊട്ടിപ്പുറപ്പെട്ടപ്പോൾ പുസ്തകങ്ങളുടെ ഭീമമായ പങ്ക് കുടരഞ്ഞിയിലെ സെന്റ് മേരീസ് ചർച്ചിന്റെ കീഴിലുള്ള ലൈബ്രറിയിലേക്കാണ് കൊണ്ടുപോയതെന്ന് പതിയെ ഞാൻ മനസ്സിലാക്കി. അതിന്റെ രേഖകൾ ലൈബ്രറിയുടെ സ്വകാര്യപ്രമാണങ്ങൾ സൂക്ഷിക്കുന്ന വാർഡ്രോബിലെ രഹസ്യയറയിൽ ഉണ്ടായിരുന്നു. രേഖകൾ അങ്ങിനെയാണ് പറയുന്നതെങ്കിലും ആ ഡയറി അവിടെ എത്തിയിരിക്കുവാൻ സാധ്യതയില്ലെന്ന് ഞാൻ ഊഹിച്ചു. കാരണം, അതിന്റെ ആവശ്യക്കാർക്ക് ഉന്നം ആ ഡയറിയായിരുന്നല്ലോ. ആ ലൈബ്രറിയുടെ ഓരോ മൂലയിലും എന്റെ നിശ്വാസങ്ങളുണ്ടായിരുന്നു. അവിടെ അപ്പന്റെയും മുതുമുത്തച്ഛൻ ലൂയിസ് പാപ്പന്റെയും ആത്മാക്കളുണ്ടെന്നു എനിക്ക് തോന്നി.

കഴിഞ്ഞുപോയ നടുക്കുന്ന ഓർമ്മകൾ ഓരോ തവണ ലൈബ്രറിയിലേക്ക് കാലൂന്നുമ്പോഴും എന്നെ അസ്വസ്ഥമാക്കിക്കൊണ്ടിരുന്നു. ഇരുട്ടിൽ, നഗ്നയായ ശരീരത്തിലൂടെ ജോൺ ഒരു പട്ടിയേക്കാൾ ആഭാസനായി നക്കിത്തുവർത്തുന്നതിന്റെ നടുക്കുന്ന ദൃശ്യങ്ങൾ. എന്റെ വികാരത്തെ, ആസക്തികളെ ചിന്നിചിതറിപ്പിച്ച സംഭവമായിരുന്നു അത്. പിന്നീട് ഒരിക്കൽപോലും ആസക്തികളിലേക്ക് ഉണരുവാൻ എന്റെ ശരീരത്തിന് കഴിഞ്ഞിരുന്നില്ല. അത് ഹിമപാളിപോലെ മരവിച്ചാണ് കിടന്നത്. ഏകാന്തതകളിൽ തനിച്ചിരിക്കുമ്പോഴെല്ലാം ആ നടുക്കുന്ന ഓർമ്മകൾ ചാട്ടവാർ പ്രഹരംപോലെ എന്റെ മനസ്സിനെയും ശരീരത്തെയും നോവിപ്പി

ച്ചു. ശരീരത്തിന്റെ ഓരോ പിടച്ചിലും വേദനയും എന്നെ കരയിപ്പിച്ചു. പൊറുപ്പുകിട്ടാത്ത ആത്മാവുപോലെ ഉറക്കമില്ലാതെ ഞാൻ മുറിയിലൂടെ ഉലാത്തിക്കൊണ്ടിരുന്നു. അന്നേരമെല്ലാം വല്ലാത്തൊരു ഊർജ്ജം എന്റെ കൈവിരലുകളിലേക്ക് ഒഴുകിയെത്തി. ഞാൻ ബൈബിളെടുത്ത് വായിക്കാൻ തുടങ്ങുന്നു. ദൈവം കല്പിക്കുന്നു. പാപത്തിന്റെ ശമ്പളം മരണമാണ്.

ഒരു പഴുതു ഞാൻ തേടിനടന്നു. വിഷംകഴിച്ച നായയെപോലെ നാക്കുനീട്ടി വെള്ളത്തിനായി ഓടിനടക്കുന്ന ജോണിനെ സ്വപ്നംകണ്ടു ഞാൻ രാത്രിയിൽ ഞെട്ടിയുണർന്നു. ദൈവം എന്റെ മനസ്സിലേക്കിട്ടുതന്ന മെറ്റഫറായിരുന്നു അത്.

നായ - വിഷം - ദാഹം.

ആഴ്ചകളെടുത്ത് ഒരു വിഷക്കൂട്ട് ഞാൻ സ്വയം നിർമ്മിച്ചു. അതിന് സഹായകമായത് മെന്റൽ അസൈലത്തിലെ ഫാർമസിയിൽ ജോലി ചെയ്ത പരിചയമായിരുന്നു. വിവിധതരത്തിലുള്ള കെമിക്കലുകളുമായി എന്റെ മനസ്സിനും കൈവിരലുകൾക്കും വളരെനാളത്തെ പഴക്കമുണ്ടായിരുന്നു.

ഉത്സവദിവസം ജോണിനെ ലൈബ്രറിയിൽ തനിച്ചു കിട്ടാൻ പ്രയാസമാണെങ്കിലും ഏതുവിധേനയും അയാളെ ലൈബ്രറിയിൽ എത്തിക്കാൻ ഞാൻ തന്ത്രങ്ങൾ മെനഞ്ഞു.ഒരിക്കൽ നുണഞ്ഞ വീഞ്ഞിന്റെ മധുരം അയാളുടെ നാവിൻതുമ്പത്തുണ്ടെന്നും അതിന്റെ ഓർമ്മകൾപോലും അയാളെ ഉത്തേജിതനാക്കുന്നുണ്ടെന്നും ചില പരീക്ഷണങ്ങളാൽ ഞാൻ കണ്ടുപിടിച്ചു. എന്നാൽ എന്നെപ്രതി അയാളിൽ ഒരു ഉൾഭയം അപ്പോഴും നിലനിന്നിരുന്നു.

കൂടുതൽ സമയം അയാൾ എന്നോടൊത്ത് ഇരിക്കാൻ കൊതിക്കുമ്പോൾത്തന്നെ പഴയകാര്യങ്ങളിലേക്ക് ഞാൻ കടന്നുചെല്ലുമോയെന്ന ഭയം അയാളെ തീണ്ടുന്നു. ഭയംമാറ്റുന്നതിന് ഞാൻ അയാളുമായി അടുത്തിടപഴകി. അറിയാത്ത മട്ടിൽ അയാളുടെ ദേഹത്തുരുമ്മുകയും ഇടയ്ക്ക് കളിയായി അയാളെ പിച്ചുകയും തലോടുകയുമെല്ലാം ചെയ്തു. അതയാളിൽ വലിയ ആത്മവിശ്വാസമുയർത്തുന്നതു കണ്ടു ഞാൻ ഉള്ളാലെ ചിരിച്ചു.

പള്ളിപ്പെരുന്നാൾ ദിവസമെത്തി.

ഉത്സവ ദിവസത്തെ പ്രധാന ചടങ്ങുകൾക്കുശേഷം, രാത്രിയിൽ ലൈബ്രറിയിൽ എത്താമോയെന്ന ചോദ്യംതന്നെ അയാളെ പുളകിതനാക്കി.എന്നാൽ ആ സമയത്ത് അച്ചൻ അന്വേഷിക്കുമോയെന്ന ആശങ്ക

അയാളുടെ മുഖത്തെ രക്തയോട്ടത്തെ പരിമിതപ്പെടുത്തി. ആ ദിവസം മുൻവശത്ത് അച്ചന്റെ കൺവെട്ടമുണ്ടാവില്ലെന്ന് ഞാൻ അയാളെ ഓർമ്മിപ്പിച്ചു. പ്രധാന ചടങ്ങുകൾ കഴിഞ്ഞാൽ മേടയിലേക്ക് അച്ചൻ വിശ്രമത്തിനായി പോകും. ഞാൻ പറഞ്ഞു. ലൈബ്രറിയിൽ വെളിച്ചം തെളിക്കാതിരുന്നാൽ അവസാനമായി നോക്കുന്ന അച്ചന്റെ കണ്ണുകൾക്ക് അസ്വാഭാവികമായി യാതൊന്നും കണ്ടെത്തുവാൻ കഴിയുകയുമില്ല. പിന്നെ രണ്ടോ മൂന്നോ മണിക്കൂർ കഴിഞ്ഞതിനുശേഷമേ അച്ചൻ പുറത്തുവരികയുള്ളൂ.

പറഞ്ഞയുടനെ, ആ വിഡ്ഢി അതു വിശ്വസിച്ചു.

പതിവിനു വിപരീതമായി അക്കൊല്ലം നാടകം കളിക്കാൻ എറണാകുളത്തുനിന്ന് പ്രസിദ്ധമായ ഒരു ട്രൂപ്പെത്തിയിരുന്നു. നാടകം കാണാൻ ആളുകൾ തിക്കിത്തിരക്കുമെന്നതിനാൽ പള്ളിപ്പരിസരത്തും ലൈബ്രറിക്ക് സമീപവും ആൾസഞ്ചാരം ഉണ്ടാവില്ലെന്നതു വലിയ ആശ്വാസം നല്കി.

രാവിലെയും വൈകീട്ടും നേരിൽകണ്ടപ്പോൾ രാത്രിയിലെ കാര്യം ഓർമിപ്പിക്കാൻ ഞാൻ മറന്നില്ല. കരയിൽപിടിച്ചിട്ട മീനിനെപോലെയായിരുന്നു ആ ദിവസമത്രയും എന്റെ ചഞ്ചലമായ മനസ്സ്. കരുത്തുറ്റ ഒരു മനുഷ്യനെ ഇല്ലാതാക്കാൻ മാത്രം ശക്തി കൈകൾക്കും മനസ്സിനുമുണ്ടോയെന്നതായിരുന്നു സംശയം. പരാജയമടഞ്ഞാൽ അതെന്റെ അവസാനമായിരിക്കും. എന്നാൽ ഒരിക്കൽ ഭയത്തെ അധികരിക്കുവാൻ കഴിഞ്ഞാൽ, നമ്മുടെ ആത്മാവിനുമേൽ നമുക്ക് ആധിപത്യമുറപ്പിക്കുവാൻ കഴിയുമെന്ന് ആരോ മനസ്സിലിരുന്നു മന്ത്രിച്ചു.

കുറ്റിച്ചെടികൾക്കും അതിനുള്ളിലെ ഇരുട്ടിലും അതിലുണ്ടാവാനിടയുള്ള വിഷഹാരിയായ പാമ്പുകൾക്കും ദ്രോഹിക്കുവാൻ കാലുകളെ നൽകാതെ, സൂക്ഷിച്ച് തെക്കുവശത്തുകൂടെയാണ് ലൈബ്രറിയിലേക്ക് ഞാൻ എത്തിയത്. അവിടം നിഴലുകൾ പാകിക്കിടക്കുന്നുണ്ടായിരുന്നു.കുറ്റിച്ചെടികളുടെ മറവിൽ, ഒരു നിഴൽ അനങ്ങുന്നത് കണ്ടു എന്റെ മനസ്സു ആഹ്ലാദത്താൽ തുള്ളിച്ചാടുന്നതിന്റെ ആനന്ദം ഞാൻ അനുഭവിച്ചു.

ഇരുട്ടിൽ, രണ്ടു നിഴലുകളെപോലെ ഞങ്ങൾ നിന്നു.

'അധികനേരം ഇവിടെ ഇരിക്കുന്നത് അപകടമാണ്.' പിന്നിലെ വാതിൽ തുറക്കുന്നതിനിടയിൽ ജോൺ ഓർമ്മിപ്പിച്ചു. ഞാൻ മറുപടിയായൊന്നും പറഞ്ഞില്ല. ലൈബ്രറിയിലെ ചെറിയ ഓഫീസ് മുറിയിൽ ചെറിയ വാട്ടിന്റെ ഒരു ബൾബ് എരിയുന്നുണ്ടായിരുന്നു. രാത്രിയിൽ അതാരും അണയ്ക്കില്ല. അതിനുള്ളിലെ ആയിരക്കണക്കിന് പുസ്തകങ്ങൾക്ക് പ

രസ്പരം കാണാനുള്ള അരണ്ട വെളിച്ചമായിരുന്നു അത്.

'പേടിക്കണ്ട, എലികൾക്കുപോലും ഇപ്പോൾ വായനശാലകളെ ഭയമാണ്. ഇവിടേക്ക് ആരും വരില്ല.' ഞാൻ ആത്മവിശ്വാസത്തോടെ മന്ത്രിച്ചു. അപ്പോൾ എന്റെ വാക്കുകൾക്ക് നല്ല ദൃഢതയുണ്ടായിരുന്നു.

'അച്ചനെങ്ങാനും കണ്ടാൽ എന്റെ മാത്രമല്ല, ജെന്നിയുടെയും ജോലി പോകും.'

കാലം അയാളെ ഒരു ഭീരുവാക്കിയിട്ടുണ്ടെന്ന് ഞാൻ മനസ്സിലാക്കി. പ്രായം മനസ്സിന്റെ നിയന്ത്രണങ്ങളുടെ ചരടുകൾ പതുക്കെ അറുത്തുമാറ്റുന്നു. ഓഫീസ് മുറിയിലേക്ക് പ്രവേശിച്ചതു കണ്ടപ്പോൾത്തന്നെ ജോണിന്റെ മുഖത്ത് ഒരു വല്ലായ്മ നിറഞ്ഞു. രാത്രിയുടെ ഇരുട്ടിൽ രണ്ടു ശ്വാനന്മാരെപോലെ ലൈംഗിക ബന്ധത്തിലേർപ്പെടാമെന്ന കൊതിയോടെയാണ് അയാൾ ഈ രാത്രിവന്നതെന്നു തോന്നി. ഇതിനുമുമ്പും എത്രയോ വൈതരണികൾ തരണംചെയ്തിട്ടുള്ള ഒരാളെന്നപോലെ നിസ്സങ്കോചത്തോടെ ചിരിച്ചുകൊണ്ട് ഞാൻ കസേരയിലൊന്നിൽ ഇരുന്നു. എന്നിട്ട് കയ്യിൽ കരുതിയിരുന്ന വൈനിന്റെ കുപ്പി പതുക്കെ മേശപ്പുറത്തുവച്ചു. അതുകൂടി കണ്ടതോടെ ജോൺ മാത്യു ചെറുതായി വിറയ്ക്കുന്നുണ്ടോയെന്നു തോന്നി.

'പേടിക്കണ്ട. ഒരിത്തിരിമാത്രം. ഇന്നത്തെ ആഘോഷത്തിന്......'. ഞാൻ അടപ്പുതുറന്ന്, ചായയിടുന്ന ഡസ്ക്കരികിൽപോയി രണ്ടു ഗ്ലാസുമായി തിരികെ വന്നു. രണ്ടിലും ഒരുപോലെ ഇരുണ്ടുചുവന്ന നിറത്തിലുള്ള ആ പാനിയം പകർന്നു. ജോണിന്റെ സംശയാസ്പദമായ കണ്ണുകളെ നോക്കി ഇടയ്ക്കിടെ ആത്മവിശ്വാസത്തോടെ ചിരിച്ചു.

എതിരെ ഇരുന്നെങ്കിലും വൈൻ ഗ്ലാസ് എടുക്കാൻ അയാൾ വിസമ്മതിച്ചു. ഞാൻ നിർബന്ധിച്ചില്ല. പകരം അരയിൽ കരുതിയിരുന്ന ഒരു പുസ്തകം ഉയർന്ന കൈവേഗത്തോടെപുറത്തെടുത്തു. പെട്ടെന്ന് എന്റെ കയ്യിൽ ഒരു പുസ്തകം കണ്ടപ്പോൾ ജോണിന്റെ രണ്ടുകണ്ണുകളിൽ അന്ധാളിപ്പു നിറഞ്ഞു.

'നോക്കൂ, ജോൺ ഈ പുസ്തകം വായിച്ചിട്ടുണ്ടോ? വായിക്കാനിടയില്ല. ഇതു പുതിയ പുസ്തകമാണ്. സൺഫ്ളവർ. വളരെയധികം പ്രതിഭയുള്ള ഒരു പുതിയ എഴുത്തുകാരന്റെ സവിശേഷമായ രചന. കലയുടെയും ഭ്രാന്തിന്റെയും പ്രണയത്തിന്റെയും രതിയുടെയും പ്രഹേളികകളുടെ കാണാപ്പുറങ്ങൾ അന്വേഷിക്കുന്ന മനോഹരമായ നോവൽ. ഷേർമി ബൺഡ്രിക് (Sheramy Bundrick) എഴുതിയതാണ് ഈ പുസ്തകം.'

പുസ്തക സൂക്ഷിപ്പുകാരനായതിനാൽ നോവലുകൾ അയാൾ വായിക്കാറുണ്ടായിരുന്നു. പ്രണയത്തിന്റെയും രതിയുടെയും പുസ്തകങ്ങൾ. അതിനാൽ അതിന്റെ പുറംചട്ടയിലേക്ക് താൽപര്യമില്ലാഞ്ഞിട്ടും അയാൾ നോക്കി. അതിന്റെ ഗുണം മുതലെടുത്തുകൊണ്ട് അതിന്റെ പുറംചട്ടയിലെ വാചകങ്ങൾ വായനക്കാർക്കെന്നപോലെ ഞാൻ ഇങ്ങനെ വായിച്ചു...

അതിസുന്ദരിയായ ഒരു വേശ്യ ആർലസിലെ ഗാർഡനിൽ തന്റെ അതിമനോഹരമായ പടം വരച്ചുവച്ചിരിക്കുന്നതു കാണുന്നു. അതു വരച്ച ചിത്രകാരൻ ഒരു ചെറുപ്പക്കാരനായ ചുവന്ന മുടിക്കാരനാണെന്ന് അവൾ മനസ്സിലാക്കുന്നു. അതൊരു സാധാരണ ചിത്രകാരനല്ലെന്നും ദൈവത്തിന്റെ വരംനേടിയ മനുഷ്യനാണെന്നും അതുകൊണ്ടാണ് അത്രയും മനോഹരമായി അയാൾക്ക് ചിത്രങ്ങൾ വരയ്ക്കാനാകുന്നതെന്നും അവൾ ഉറപ്പിച്ചു. അന്വേഷണത്തിൽ അത് വിഖ്യാത ചിത്രകാരനായ വാൻ ഗോഗാണെന്ന് അവൾ മനസ്സിലാക്കുന്നു. അവരുടെ കൂടിക്കാഴ്ച ഊഷ്മളമായിരുന്നു. ആർലസിലെ ഒരു ഗാർഡനിലേക്ക് കയ്യിൽ ഒരു കെട്ടു സൂര്യകാന്തിപ്പൂക്കളുമായാണ് അയാൾ കടന്നുവന്നത്. അതിശക്തമായ പ്രണയത്തിനും രതിക്കുംശേഷം റേച്ചൽ എന്ന പെൺകുട്ടിക്കും ചിത്രകാരനും മനസ്സുകൾ വേർപ്പെടാൻ കഴിയാത്തവിധം തങ്ങൾ പരസ്പരം പ്രണയത്തിലാണെന്നു തീർച്ചയായി.

സമയത്തിന് ഒരനായസത കൈവന്നപോലെ തോന്നി. ഇര അസ്വാഭാവികമായ പരിസരത്തോടും കഥാപശ്ചാത്തലത്തോടും പൊരുത്തപ്പെട്ടിരിക്കുന്നു. അയാളുടെ ഉള്ളിലെ ഭയം ഒരളവുവരെ നഷ്ടപ്പെട്ടിരിക്കുന്നു. അതിൽ ഇനി വരാനുള്ള നിമിഷങ്ങളുടെ ലഹരി പതുക്കെ നിറയുകയാണ്. അയാളുടെ ആർത്തിപിടിച്ച നോട്ടത്തിൽ എന്റെ നെഞ്ചിനുള്ളിലെ ഉരുണ്ട മുലകളും കളിയോടംപോലെ കിടക്കുന്ന അടിവയറും അതിനരികിലെ രതിരസങ്ങൾ തുളുമ്പുന്ന പൊയ്കകളും തടാകങ്ങളും നീന്തിത്തകർക്കുവാൻ അയാളുടെ ശരീരത്തിലെ ഓരോ അണുവുംകൊതിക്കുന്നതായി ഞാൻ അറിയുന്നു. പതുക്കെ, ചുണ്ടിൽ വശ്യമായ ഒരു ചിരിയണിഞ്ഞ് ഞാൻ വീഞ്ഞിന്റെ ഗ്ലാസ് അയാൾക്കുനേരെ ഒരിക്കൽക്കൂടി നീക്കിവെച്ചു. എന്നിട്ട് സാവധാനം നിറച്ചുവെച്ച ഗ്ലാസെടുത്ത് പതുക്കെ മൊത്തിക്കുടിക്കുന്നതുപോലെ അഭിനയിച്ചു. അയാളുടെ അബോധമനസ്സിനെ കീഴടക്കിയെന്നുള്ളതിന് തെളിവായിരുന്നു അയാൾ പതുക്കെ ഗ്ലാസ് ചുണ്ടോടടുപ്പിക്കുവാനായി നീണ്ടുവന്ന കൈവിരലുകൾ. അയാളുടെ കണ്ണുകളിൽ ഇപ്പോൾ നിറയേണ്ടതെന്താണെന്ന് എനിക്ക് നല്ല

ബോധ്യമുണ്ടായിരുന്നു. അതിനാൽ ഞാൻ അയാൾ നോക്കിയിരിക്കെ ത്തന്നെ, വസ്ത്രങ്ങൾ പതുക്കെ അഴിക്കുവാൻ തുടങ്ങി. അയാൾ ആദ്യ മായി ഞെരിച്ചുമുറിച്ച, പഴുക്കാൻ തുടങ്ങുന്ന ഓക്കുക്കായയുടെ നിറ മുള്ള മുലഞെട്ടുകൾ അയാളെ അവസാനമായും ഉദ്ധരിപ്പിച്ചു. വീഞ്ഞു പതുക്കെ അയാൾ കുടിച്ചുതീർത്തു. പിന്നെ ചുണ്ടുകൾ ആസക്തിയോ ടെ മറുകൈ ഉയർത്തിത്തുടച്ചു. വീഞ്ഞിന്റെ ലഹരിയാണോ, മരണത്തി ന്റെ ലഹരിയാണോ, ആ കണ്ണുകളിൽ തുടിക്കുന്നതെന്ന് പിന്നീട് എനി ക്ക് വ്യക്തമായില്ല. എന്നാൽ അയാൾ അല്പസമയംകൊണ്ട് നിലത്തേ ക്കുവീഴുകയും നാലഞ്ചുതവണ പിടഞ്ഞുകൊണ്ട് ശല്യക്കാരനായ ഒരു എലിയുടെ അവസാനത്തെ ശ്വാസംവിട്ടുകൊണ്ട് ദയനീയമായി നിശ്ചല മാകുകയും ചെയ്യുന്ന നിമിഷത്തിനായി ഞാൻ കാത്തു.ഓരോ നിമിഷ ങ്ങളും പതുക്കെ എണ്ണിക്കൊണ്ട്.

വൺ, ടു, ത്രി, ഫോർഎന്നിങ്ങനെ എണ്ണിക്കൊണ്ട്...

32. സോഷ്യൽ ട്രോളുകൾ

2020 ഫെബ്രുവരി 09, 9.30 pm

കാര്യങ്ങൾ കൈവിട്ടുപോകുകയാണോയെന്നൊരു തോന്നൽ കാഹിമിനുണ്ടായിരുന്നു. തെളിവിന്റെ യാതൊരു പിൻബലവുമില്ലാതെ, വെറും ഡയറിക്കുറിപ്പിന്റെ അടിസ്ഥാനത്തിൽ പ്രതിസ്ഥാനത്ത് ആരോപിച്ച് ഒരു സ്ത്രീയെ അറസ്റ്റുചെയ്യുമ്പോൾ കുറേക്കൂടി ജാഗ്രത കാണിക്കേണ്ടതുണ്ടായിരുന്നു. ദൃശ്യ -ശ്രാവ്യ മാധ്യമപ്രവർത്തകർ അതിനെ കൂടുതൽ സങ്കീർണമാക്കുകയും ചെയ്തു. ആൾക്കൂട്ടത്തിനു മുന്നിൽ അപഹാസ്യയാക്കി നാടുനീളെ പോലീസുകാർ ശിഖയെ തെളിവെടുപ്പിന് കൊണ്ടുപോകുന്നതും ജനക്കൂട്ടം അവളെ കൂക്കിവിളിക്കുന്നതും പരക്കെ വിമർശിക്കപ്പെടുകയും ചെയ്തു. സാംസ്കാരിക പ്രവർത്തകരിൽ ചിലരും മനുഷ്യാവകാശ പ്രവർത്തകരും പതിവുപോലെ അതിനെതിരെ ശബ്ദമുയർത്തി.

അടുത്തിടെ നടക്കാനിരിക്കുന്ന ഉപതെരഞ്ഞെടുപ്പിൽനിന്ന് മനുഷ്യരുടെ ശ്രദ്ധതിരിക്കുവാൻ അഭ്യന്തരവകുപ്പും പോലീസും ചേർന്നു നടത്തുന്ന നാടകമാണ് വ്യജപ്രതിയും കേസന്വേഷണവും എന്ന് പ്രതിപക്ഷവും ആരോപിച്ചതോടെ ചാനൽചർച്ചകൾക്ക് കൂടുതൽ ചൂടുപിടിച്ചു. ജനം നല്ലൊരു ക്രൈംസിനിമ കാണുന്നതിന്റെ ആവേശവുമായി എല്ലാ ദിവസവും ഒന്നതുമണി ചാനൽചർച്ചകൾക്കായി സ്വീകരണമുറിയിൽ കാത്തിരുന്നു.

അതിനിടയിലായിരുന്നു, ഏഷ്യാവിഷനിലെ വിവാദപരമായ ആ ചർച്ച. ചാനൽ ചർച്ചകൾക്കുള്ള അനുമതി നിഷേധിച്ചിരുന്നെങ്കിലും അതെല്ലാം ധിക്കരിച്ചുകൊണ്ടാണ് ഹരികൃഷ്ണൻ അതിൽ പങ്കെടുത്തത്. അതാണ് കാര്യങ്ങൾ ഇത്രയധികം അപകടകരമാംവിധം വഷളാക്കിയത്. അയാളെ ഇഷ്ടപ്പെടുന്ന എഴുത്തുകാരും പ്രസാധകരും സാംസ്കാരിക നേതാക്കളും രംഗത്തിറങ്ങിയതോടെ, കൂടുതൽ പ്രതികൂലമായ നിലപാടുകൾ പലകോണിൽനിന്നും വരുവാൻ തുടങ്ങി.

നൂറുകണക്കിന് ഫോൺകോളുകളാണ് കാഹിമിന് ലഭിച്ചത്. അതയാ

ളുടെ ജോലിസമയം അപഹരിച്ചു. പലതിനും മറുപടി പറയാനുള്ള ബാധ്യത അയാൾക്കുണ്ടായിരുന്നു.

യഥാർത്ഥ കുറ്റവാളികളെ പിടികൂടുക! നിരപരാധിയെ വിട്ടയക്കുക!

സോഷ്യൽ മീഡിയകളിൽ സ്ത്രീസമാജം പ്രവർത്തകർ ഇട്ട പോസ്റ്റ് വൈറലായി. അതിനെ ട്രോളുകൾകൊണ്ട് നിറച്ചിരിക്കുകയാണ്. അതിൽ പ്രതിസ്ഥാനത്ത് അവർ നിരത്തിയിരിക്കുന്നത് തന്റെ ചിത്രമാണ്.

പോലീസിന്റെ അനാസ്ഥ ഒരു പാവം പെൺകുട്ടിയെ ബലിനൽകുമോ.....?

ക്യാമ്പയിൽ തുടങ്ങിക്കഴിഞ്ഞു. ആയിരക്കണക്കിന് പൊങ്കാലകളാണ് അതിൽ കമന്റായി ആളുകൾ ഇട്ടിരിക്കുന്നത്.

ഫേസ്ബുക്കിലെ കമന്റുബോക്സിൽ നിറഞ്ഞ തെറിസാഹിത്യം കാരണം അക്കൗണ്ടുതന്നെ അയാൾക്ക് മരവിപ്പിക്കേണ്ടിവന്നു. ഈമെയിലും ഇൻസ്റ്റഗ്രാം അക്കൗണ്ടും തൽക്കാലത്തേക്ക് മരവിപ്പിച്ചു.അതിലും വന്നു നിറഞ്ഞിരുന്നു പതിനായിരക്കണക്കിന് തെറിപ്പാട്ടുകൾ.

എന്നാൽ ഒരുകൂട്ടം ആളുകൾ മറുപക്ഷത്തുമുണ്ടായിരുന്നു. ശിഖ തന്നെയാണ് യഥാർത്ഥപ്രതിയെന്നും അവൾക്ക് വധശിക്ഷവരെ നൽകണമെന്നും അവർ വാദിക്കുന്നു. അങ്ങിനെ വാദിക്കുന്നവരിൽ കൂടുതലും പൊതുജനങ്ങളായിരുന്നു. ഒരുവഴിക്ക് സീരിയലുകളും സ്ത്രീജീവിതവും എന്നപേരിലും ചർച്ചകൾ അരങ്ങേറി.

ഹരികൃഷ്ണൻ നേതൃത്വം നൽകുന്ന ഒരു സാഹിത്യസംഘടനയും ശക്തമായ പ്രതിഷേധവുമായി, നൂറുകണക്കിനു സ്ത്രീകളുമായിതെരുവിലിറങ്ങി. ശിഖയെ അറസ്റ്റുചെയ്യുന്നതിനെ അയാൾ ആദ്യംമുതൽത്തന്നെ നിശിതമായി ചോദ്യം ചെയ്തു.

'താങ്കൾ ഒരു സ്ത്രീയെ രക്ഷിക്കാനാണ് ഇതെല്ലാം ചെയ്യുന്നതെങ്കിൽ, ഞാൻ എനിക്ക് പ്രിയപ്പെട്ട മറ്റൊരു സ്ത്രീയെ രക്ഷിക്കാൻ വേണ്ടതെല്ലാം ചെയ്യും സാർ. തടയാൻ പറ്റുമെങ്കിൽ സാറത് ചെയ്തോളൂ...'

കാഹിം ഇബ്രാന്റെ നമ്പരിലേക്ക് ഹരി അവസാനമയച്ച സന്ദേശമായിരുന്നു അത്. പിന്നീട് പലവട്ടം അയാളുടെ ഫോണിലേക്ക് വിളിച്ചെങ്കിലും അയാൾ ഫോൺ എടുത്തില്ല.

ഹരികൃഷ്ണന്റെ ഭാഗത്തുനിന്ന് ആലോചിച്ചാൽ അത് ശരിയും ധീരവുമായനിലപാടാണ്. ശിഖ ആരോരുമില്ലാത്ത ഒരു പെൺകുട്ടിയാണ്. കാര്യമായ ബന്ധുബലമില്ല. അവൾക്കുവേണ്ടി വാദിക്കുവാനും ആരുമില്ല. വക്കാലത്തേറ്റെടുക്കുവാൻ അഭിഭാഷകൻ പോലുമില്ല.എന്നാൽ അവ

ളെ പ്രതിസ്ഥാനത്തുനിർത്താൻമാത്രം വിഡ്ഢിത്തങ്ങൾ അവൾ ചെയ്തിട്ടുണ്ട്. പോലീസിന്റെ മുന്നിലെ ഏറ്റവും ശക്തമായ തെളിവുകളാണ് ആ ഡയറിക്കുറിപ്പുകൾ. അത് പ്രതിയിലേക്കുള്ള ചുണ്ടുപലകയായിരുന്നുവെന്ന് തെളിയിക്കപ്പെടണമെങ്കിൽ യഥാർത്ഥ പ്രതിയെ അറസ്റ്റുചെയ്യുകയും അവൾ കുറ്റം സമ്മതിക്കുകയും വേണം. അതുമാത്രമല്ല, അതിനനുസൃതമായ തെളിവുകളും നിരത്തണം. കെട്ടുപിണഞ്ഞ ചരടുകളുടെ കൂമ്പാരംപോലെയാണ് ഇപ്പോൾ ഈ കേസു കിടക്കുന്നത്. സാവധാനം, ക്ഷമയോടെ അതിസൂക്ഷ്മമായി വേണം ഓരോ കുരുക്കുകളും അഴിച്ചെടുക്കുവാൻ.

ഇരുട്ടുവീണ തെരുവിലൂടെ കാഹിം വണ്ടിയോടിക്കുകയായിരുന്നു. നഗരം പതുക്കെ രണ്ടാമത്തെ ഉണർവ്വിലേക്ക് കുതിക്കുകയാണ്. വേശ്യകളും കൂട്ടിക്കൊടുപ്പുകാരും കുളിച്ച് ഇടപാടുകളെ തേടിയിറങ്ങിയിരിക്കുന്നു. മുഖത്ത് കട്ടിപൗഡറും ചുണ്ടിൽ ചുവന്ന ചായവുമായി അവർ എതിരെവരുന്നവരെ തന്നിലേക്ക് ആകർഷിക്കുവാൻ ശ്രമിക്കുന്നു. ചിലർ അവരോട് വിലപേശുന്നതും കണ്ടു. നഗരത്തിന് പലതരം മാളങ്ങളുണ്ട്. അതിലെവിടെയാണ് ഘാതക ഒളിച്ചിരിക്കുന്നതെന്ന് അറിയില്ല. അവളിപ്പോൾ തനിച്ചല്ല. അവൾക്കൊപ്പം അവസാനത്തെ ഇരകൂടി കൂട്ടിനുണ്ട്. ഇന്നവൾ ഡെയ്സിയുടെ കൂടെയായിരിക്കും ചിലവഴിക്കുക. ഇതുവരെയും അവൾ ഡെയ്സിയെ വകവരുത്തിയിട്ടുണ്ടാവില്ലെന്നുതന്നെ കാഹിം കണക്കുകൂട്ടി. കാരണം, അതിനുവേണ്ടിയാണ് അയാൾ പൊടുന്നനെ ശിഖയെ അറസ്റ്റുചെയ്യുവാൻ ആജ്ഞ നല്കിയത്. അയാൾക്ക് ഡെയ്സിയെ രക്ഷിക്കണം. കാഹിം ഇബ്രാനെ സംബന്ധിച്ചിടത്തോളം ഹരിക്ക് ശിഖയോളംതന്നെ പ്രിയപ്പെട്ടവളാണ് ഡെയ്സി. അവളും ശിഖയെപോലെ ആരോരുമില്ലാത്ത ഒരു അനാഥ പെൺകുട്ടിയാണ്. താൻ പിടിക്കപ്പെടുമെന്ന് തിരിച്ചറിയുന്ന ഘട്ടമെത്തിയാൽ ഘാതക ഇരയെ വകവരുത്തും. പിടിക്കില്ലെന്ന് വിശ്വാസംവന്നാൽ ഒരുപക്ഷേ ഡെയ്സിയുടെ ആയുസ്സിന് അല്പം ബലംകിട്ടിയേക്കാം. അതുമാത്രമാണ് പ്രതീക്ഷ. എന്നാൽ അതുടനെ വേണം. സമയം നഷ്ടപ്പെടുന്തോറും ഡെയ്സിയുടെ ആയുസിന്റെ ദൈർഘ്യം കുറയും. തൽക്ഷണം മരിക്കുന്ന വിഷക്കൂട്ടുകളുമായാണ് ഘാതക ഇരകളെ കാത്തിരിക്കുന്നത്.

നഗരത്തിലൂടെ ഓടുന്ന മുഴുവൻ വാഹനങ്ങളും മോണിറ്റർ ചെയ്യുന്നുണ്ടായിരുന്നു. കാഹിം കടന്നുപോകുന്ന വഴികളിലെല്ലാം പോലീസ് പെട്രോളിംഗുണ്ട്. രണ്ടിടങ്ങളിൽ വണ്ടി നിറുത്തി കാഹിം അവരോട് കുശലന്വേഷണങ്ങൾ നടത്തി. കസബ സ്റ്റേഷനിൽനിന്നുള്ള മെസ്സേജു

കൾ ശ്രദ്ധിച്ചു. ഇത് അവളുടെ അവസാനത്തെ രാത്രിയാണ്. അടുത്ത അവളുടെ രാത്രി തീർച്ചയായും അഴികൾക്കുള്ളിലായിരിക്കും. അതുവരെ ഡെയ്സിയുടെ ആയുസ്സിനുവേണ്ടി നിശ്ശബ്ദമായി പ്രാർത്ഥിക്കുകയല്ലാതെ മറ്റൊന്നും ചെയ്യാനില്ല.

അറസ്റ്റു ചെയ്യപ്പെട്ടതോടുകൂടി ശിഖ പോലീസുകാരുമായുള്ള നിസ്സഹകരണം തുടങ്ങി. അവൾ യാതൊന്നും അവരോട് സംസാരിച്ചില്ല. ചോദിക്കുന്നതിനെല്ലാം കടുപ്പിച്ച ഉത്തരങ്ങൾ. പോലീസിന്റെ വഴിതെറ്റിക്കുവാൻ അവളും ശ്രമിക്കുന്നു. വനിതാപോലീസിന്റെ സാന്നിദ്ധ്യത്തിൽവെച്ചുവേണം ചോദ്യം ചെയ്യുന്നത്. മാത്രമല്ല, മീഡിയയുടെ ശ്രദ്ധകിട്ടിയ കേസായതിനാൽ അതിരുവിട്ട ചോദ്യംചെയ്യലുകൾക്ക് വലിയപരിമിതികളുണ്ട്. സിസിടിവി ക്യാമറകൾ സ്ഥാപിച്ച മുറിയിൽ മാത്രമേ അവളെ ചോദ്യം ചെയ്യുവാൻ പാടുള്ളുവെന്ന നിബന്ധനയുണ്ട്.പോലീസുകാരെക്കാൾ കൂടുതൽ ഒരു കുറ്റവാളിക്ക് ഇക്കാലത്ത് മനഃശാസ്ത്രവും തന്ത്രവിദ്യകളും ബുദ്ധികൂർമ്മതയുമുണ്ട്. സോഷ്യൽ മീഡിയയുടെ വളർച്ച മലയാളിയുടെ ബൗദ്ധികപരിവേഷവും വർദ്ധിപ്പിച്ചിട്ടുണ്ടെന്ന് വേണം കരുതാൻ.

കാഹിം മുറിയിൽ തിരിച്ചെത്തിയപ്പോൾ രാത്രി രണ്ടുമണി. ഇന്നിനി പതിവു മദ്യപാനം വേണ്ടെന്ന് അയാൾ തീരുമാനിച്ചു. ഉറക്കവും. സിഗരറ്റുകൾ പുകച്ച് അയാൾ സിറ്റൗട്ടിൽ ഇരുന്നു. അയാളുടെ മൂന്നാംനിലയിലെ ഫ്ളാറ്റിലിരുന്നാൽ നഗരത്തിന്റെ ഒരു കഴുകൻ വീക്ഷണം ലഭിക്കും. അങ്ങിങ്ങ് ചെറിയ വെളിച്ചപൊട്ടുകൾ കാണാമായിരുന്നു.

ഒരു നോവൽ അയാൾ വായിക്കാനെടുത്തു. ഡെയ്സി നിർബന്ധിച്ച് അയാളെ ഏൽപ്പിച്ചതായിരുന്നു അത്. എന്നാൽ എന്തുകൊണ്ടോ അയാൾക്കത് വായിക്കുവാൻ കഴിഞ്ഞില്ല. കേസിനിടയ്ക്ക് വായന പതിവുപോലെ നടക്കാറില്ല. മനസ്സ് കേസിൽനിന്നും വഴുതിപോകുമെന്നുമാത്രമല്ല, മനസ്സിനെ അസ്വസ്ഥമാക്കാനും അതിനു സാധിക്കും. ആ നോവൽ പക്ഷേ അങ്ങനെയൊന്നായിരുന്നില്ല. രസകരമായി വായിച്ചുപോകാവുന്ന ഒരു ക്രൈംത്രില്ലർ. എന്നാൽ വായനക്കിടയിൽ അയാൾ ഉറങ്ങിപ്പോയത് അറിഞ്ഞില്ല. കുറേ മണിക്കൂറുകൾക്കുശേഷം തണുപ്പ് മൂക്കിലടിച്ച് ശ്വാസതടസ്സംനേരിട്ടപ്പോഴാണ് അയാൾ ഉണർന്നത്. പൊടുന്നനെ അയാൾ ചുറ്റും നോക്കി. കയ്യിൽനിന്ന് ആ നോവൽ താഴേക്ക് ഊർന്നുവീണിരുന്നു.

ചുറ്റും വെളിച്ചം പരന്നിരുന്നു. പാളയംപള്ളിയിൽനിന്ന് ബാങ്കുവിളി കേട്ടു. കാഹിം പതിവായി പള്ളിയിൽപോകുന്ന ഒരാളല്ല. ജുമുഅ അല്ലാ

തെ നിസ്കരിക്കാറുമില്ല. ഫത്മയുമായി എന്നും അതിന് അയാൾ വഴക്കുകൂടിയിരുന്നു.

അയാൾ ഫോണെടുത്തു നമ്പരുകൾ ഞെക്കി. ഒന്ന് സന്ദീപനായിരുന്നു. എത്രയുംവേഗം ശിഖയുമായി ഒരു കൂടിക്കാഴ്ചയ്ക്ക് തയ്യാറെടുക്കുക. ഞാനുടനെ വരുന്നു. മറ്റൊന്ന് ഏഷ്യാവിഷനിലെ റിപ്പോർട്ടറും പ്രവർത്തകയുമായ മേഘ്‌ലാ അനന്തമൂർത്തിക്ക്. ഇന്നുതന്നെ നാടിനെ ഞെട്ടിച്ചുകൊണ്ടിരിക്കുന്ന കൊലപാതകിയെ പിടികൂടും. സാം അലക്സിനെ വിളിച്ച് വാർത്ത ഔദ്യോഗികമായി സ്ഥിരീകരിച്ചശേഷം സ്ക്രോളിങ്ങിടുക. കൊലപാതകിയെ പിടിക്കുന്നത് ലൈവായി കാണിക്കണമെന്നുണ്ടെങ്കിൽ തയ്യാറായി നില്ക്കുക. സമയവും സ്ഥലവും ഉടനെ അറിയിക്കും.

അതുകഴിഞ്ഞ് അയാൾ വേഷംമാറി മുറിപൂട്ടിയിറങ്ങി. നീണ്ട കോറിഡോറിലൂടെ നടന്ന് സെക്യൂരിറ്റിയുടെ പുഞ്ചിരിക്ക് മറുപുഞ്ചിരി നല്കി കാറിനടുത്തേക്ക് നടന്നു.

ശിഖയെ കാണുമ്പോൾ ഏതുഭാവം മുഖത്തണിയണമെന്ന് അയാൾ ആലോചിച്ചു. ഇനിയെല്ലാം അവളുടെ കൈകളിലാണ്. അവൾക്കുമാത്രമേ ഇനി പോലീസിനെയും തന്നെയും അതുവഴി ഡെയ്സിയെയും രക്ഷിക്കുവാൻ കഴിയുകയുള്ളൂ. അവൾ മനസ്സുതുറക്കണം. പോലീസിനോടും ഹരിയോടും മറ്റാരോടും അവൾക്ക് ചിലതുകൂടി പറയാനുണ്ടാവും. അതുതന്നെയാണ് കൊലപാതകിയിലേക്കുള്ള വഴി.

എന്നാൽ പരിഹാസത്തോടെയാണ് ശിഖ അയാളെ നേരിട്ടത്. കാഹിം ഇബ്രാൻ അതു പ്രതീക്ഷിച്ചു. അതിനാൽ അവളെ സംസാരിക്കാൻ അനുവദിക്കുവാൻ അയാൾ നിശ്ചയിച്ചു.

'സാറിപ്പോൾ ഹാപ്പിയാണ്, അല്ലേ? സാറിന് ഇനിയും ചുമലിൽ അണിയാൻ പതക്കങ്ങൾ ലഭിക്കും. എത്ര സ്ത്രീകളെ ബലികഴിച്ചു സാറെന്നറിയ്യോ?' ദൃഢമായ സ്വരത്തിൽ ശിഖ ചോദിച്ചു.

'ഛീ, എന്തുപറഞ്ഞെടീ.......സംസാരിക്കുന്നത് ആരോടാണെന്നോർമ്മയുണ്ടോടീ നിനക്ക്...!?'

ശിഖയ്ക്കുനേരെ തിരിഞ്ഞ വനിതാ പോലിസുകാരിയെ പെട്ടെന്ന് കൈയ്യുയർത്തി തടഞ്ഞുകൊണ്ട് കാഹിം പറഞ്ഞു.

'അവൾ സംസാരിക്കട്ടെ...!ശിഖ ഞങ്ങളോട് സഹകരിക്കണം. ശിഖയ്ക്കറിയാം ഘാതക ആരാണെന്ന്. ഇപ്പോൾ അത് ഞങ്ങൾക്കുമറിയാം. പക്ഷേ അവളിപ്പോൾ ഞങ്ങളുടെ ഭാഷയിൽ പറഞ്ഞാൽ ഒളിവിലാണ്. എവിടെയാണ് അവൾ ഒളിച്ചിരിക്കുന്നത്? മൊബൈൽഫോണോ, ആധുനി

ക ഡിവൈസുകളോ അവൾ ഉപേക്ഷിച്ചതിനാൽ ലൊക്കേഷൻ ഐ ഡന്റിഫൈ ചെയ്യാൻ സമയമെടുക്കും.'

'അത് എന്റെ വിഷയമല്ല സാർ. ഇപ്പോൾ പോലീസിനും പൊതുസ മൂഹത്തിനുമുന്നിലും ഞാനാണ് കൊലപാതകി. അവർ എന്നെക്കുറിച്ച് എന്തെല്ലാം കഥകളാണ് ഉണ്ടാക്കുന്നതെന്നറിയാമോ.?'

ശിഖയ്ക്ക് സ്വയം നിയന്ത്രിക്കാനായില്ല. അവളുടെ കണ്ണുകൾ പൊട്ടി യൊലിച്ചു.

'ഞങ്ങൾക്കറിയാം. വി ആർ സോറി ഫോർ ദാറ്റ്. പത്രക്കാരാണ് ആ കെ വഷളാക്കിയത്. പിന്നെ ചില രാഷ്ട്രീയക്കാരും. ശിഖ വിശ്വസിക്കൂ, എല്ലാം നേരെയാകും. വി ആർ ഏബിൾ ടു ഹാൻഡിൽ ദിസ് കേസ് പെർഫക്ടലി. ശിഖയ്ക്ക് ഊഹിക്കാമോ ഘാതക ഇപ്പോൾ എവിടെയാ ണുണ്ടാവുകയെന്ന്..?'

'സത്യത്തിൽ അവൾ ആരാണ് സാർ.?'

കാഹിമിന് ക്ഷമയറ്റു. പക്ഷേ അയാളത് പുറത്തുകാണിച്ചില്ല. പുഞ്ചി രിച്ചുകൊണ്ടു പറഞ്ഞു.

'പറയാം. പുലാഞ്ഞിമുറ്റം തറവാട്ടിലെ മരുമകളാണ് അവൾ. അതായ ത് കൊല്ലപ്പെട്ട ബെന്നിച്ചന്റെ വൈഫ് ഗേളി. മറ്റൊരു പേരിലും അവൾ അറിയപ്പെടുന്നു. ജെന്നിഫർ. അയാളുടെ മരണത്തിനുശേഷം അവൾ തനിച്ചായിരുന്നു താമസം. ഏക മകൻ ബോർഡിംഗിൽ പഠിക്കുന്നു. പുല്ലാ ഞ്ഞിമുറ്റത്തിപ്പോൾ അവരുടെ സഹോദരി സൂസണും കുടുംബവുമാണ് താമസം. ഇളയ സഹോദരൻ കാനഡയിൽ കുടുംബവുമൊത്ത്. ഞങ്ങൾ ക്ക് അറിയേണ്ടത് മോഹനചന്ദ്രന് ആ ഡയറികൾ എവിടെനിന്നു കിട്ടി യെന്നതാണ്?'

'ഒരു യാത്രയിൽനിന്നാണെന്നാണ് തോന്നുന്നത്'

'അതെല്ലാം എവിടെ?'

'അവൾ കൈക്കലാക്കിയിട്ടുണ്ടാകും സാർ. അതിനാണ് അവൾ മോ ഹനചന്ദ്രനെ കൊലപ്പെടുത്തിയത്..!'

ശിഖ പെട്ടെന്ന് കരയാൻ തുടങ്ങി. സ്ത്രീകളോട് സംസാരിക്കുന്നത് ഏറെ വിഷമംപിടിച്ച സംഗതിയായിരുന്നു കാഹിമിന്. വിശേഷിച്ചും ഫ ത്മയുടെ മരണശേഷം. അവർ ആവശ്യമില്ലാതെ കരയുകയും പുരുഷ ന്മാരുടെ ക്ഷമപരീക്ഷിക്കുകയും മാത്രമല്ല, കാര്യങ്ങളെ വൈകാരികമാ യി സമീപിക്കുകയും ചെയ്യും.

ഡെയ്സിയുടെ ജീവനായിരുന്നു പക്ഷേ മുഖ്യം. അതിനാൽ അ തെല്ലാം സഹിക്കുവാൻതന്നെ അയാൾ തയ്യാറായി. പക്ഷേ ശിഖയ്ക്കും

അയാളെ സഹായിക്കുവാനാകില്ലെന്ന് ഉറപ്പായിക്കഴിഞ്ഞു. ആ ഡയറിയിൽ എല്ലാ രഹസ്യങ്ങളും ഒളിഞ്ഞുകിടക്കുന്നു. ശിഖയെ തെളിവെടുപ്പിനുകൊണ്ടുപോയത് സത്യത്തിൽ അവ വീണ്ടെടുക്കാനായിരുന്നു. നടന്നുകഴിഞ്ഞ കൊലപാതകങ്ങളിലേക്കും ഘാതകയുടെതാവളത്തിലേക്കും തീർച്ചയായും അതു വെളിച്ചം വീശും.

അഞ്ചു ഡയറികൾ.

അതവൾ വീണ്ടെടുത്തുകഴിഞ്ഞു.

'സാർ എനിക്കറിയാം അവൾ എവിടെയുണ്ടെന്ന്.....'

ഒടുവിൽ നിരാശയോടെ പിൻതിരിയാനാഞ്ഞ കാഹിമിനോട് ശിഖ പറഞ്ഞു. വനിതാപോലീസ് വീണ്ടും അവളെ കടന്നാക്രമിക്കാൻ മുതിർന്നപ്പോൾ അയാൾ ഇടംകണ്ണിൽ ശാസന നല്കി. എന്നിട്ട് അവൾക്കരികിലേക്ക് നാടകീയമായി രണ്ടടി നടന്നു.

'പറയൂ, ശിഖ...'

'പറയാം. പക്ഷേ എനിക്ക് ഒരു ഡിമാന്റുണ്ട്...'

'ഓക്കെ. ബട്ട് ഡോണ്ട് വേസ്റ്റ് ഔർ ടൈം.'

'താങ്കൾ ഈ മുറിവിട്ടുപോകുമ്പോൾ കാത്തു നിൽക്കുന്ന പത്രക്കാരോട് പറയണം, ഞാൻ നിരപരാധിയാണെന്ന്. യഥാർത്ഥ കൊലപാതകി ആ ജെന്നിഫറാണെന്ന്.....പ്ലീസ്....'

'ശിഖാ, പ്ലീസ് അണ്ടർസ്റ്റാൻഡ് ഔവർ പൊസിഷൻ. വി ആർ ഹെൽപ്പലസ് റൈറ്റ് നൗ! വി ആർ റെഡി ടു റിലീസ് യൂ സൂൺ. പ്ലീസ് ടെൽമി വാട്ടു യു ഹാവ് ടു...'

'സാർ, ആ ഡയറികൾ വലിയ ഒരുപത്രസ്ഥാപനം വിദേശത്തുനിന്ന് അയച്ചുകൊടുക്കുന്നതാണ്. ക്രിസ്ത്യൻ റജിസ്ട്രേഷനുള്ള ലൈബ്രറികൾക്ക് മാത്രമാണ് അത് ലഭിക്കുക. ഒരുപക്ഷേ ആ ലൈബ്രറിതന്നെയായിരിക്കും അവളുടെ താവളം...'

'താങ്ക്സ് ശിഖാ, യു ആർ മേബി റൈറ്റ്...'

ഒരു രോമാഞ്ചംതന്നെ പുണരുന്നതും ശരീരത്തിലെ ആയിരക്കണക്കിന് രോമകൂപങ്ങൾ ഉണരുന്നതും പകർന്ന നിർവൃതിയിൽ, അയാൾ നന്ദിപൂർവം പുഞ്ചിരി തൂകി. ജെനുവിനായ സത്യങ്ങളോട് ശരീരം ഈ വിധമാണ് പ്രതികരിക്കുക.

ചില ചിത്രങ്ങൾ അയാളുടെ മനസ്സിൽ മിന്നുന്നുണ്ടായിരുന്നു. വിക്ടോറിയൻ രീതിയിൽ പണികഴിപ്പിച്ച ആ ലൈബ്രറി കെട്ടിടത്തിന്റെ തുറന്നിട്ട ജാലകങ്ങൾ. നീലനിറത്തിലുള്ള ജാലകവിരികൾ. ചുമലിലെ വലിയ ഘടികാരം. ജാലകത്തിലേക്ക് തലനീട്ടിയ ഫാദർ ഗബ്രിയേൽ വെള്ളം

നനച്ചുണ്ടാക്കിയ വിദേശപൂക്കളാൽ സമ്പന്നമായ ആരാമം!

'ഹറി മി. സന്ദീപ്. വി ഹാവ് നോ ടൈം.'

അയാൾ കാറിനകത്തേക്ക് കുതിക്കുകയായിരുന്നു. കോപാകുലനായ ഒരു കടുവയെപോലെ കാഹിമിന്റെ പെജേറോ ചീറിക്കൊണ്ട് സ്റ്റേഷന്റെ കൂറ്റൻ ഇരുമ്പുഗേറ്റു കടന്നുപോയി. അതിനുപിന്നാലെ സന്ദീപും പത്രക്കാരുടെ ഒ ബി വാനുകളും മുരളുന്ന ബൈക്കുകളും വെളിച്ചം വീണുകിടക്കുന്ന തെരുവിലേക്ക് ഒഴുകിയിറങ്ങി. നഗരം അപ്പോഴും ഉറക്കച്ചടവിൽനിന്ന് പൂർണമായും മുക്തിപ്രാപിച്ചിട്ടില്ലായിരുന്നു.

33. ലെസ്ബിയൻ ഫ്ളവേഴ്സ്

2020 ഫെബ്രുവരി 10, 6.30 am

ഡെയ്സി കണ്ണുതുറക്കുമ്പോൾ ചുറ്റും ഇരുട്ടായിരുന്നു. മുകളിൽ ഒരു ഫാൻ അതിന്റെ അവസാനകാലത്തെ കറക്കത്തിലേക്ക് കയറിയതുപോലെ ഞരങ്ങുകയും മൂളുകയും ചെയ്യുന്നു. അവൾക്ക് സമീപം എന്തോ സുഗന്ധം എരിഞ്ഞുകൊണ്ടിരുന്നു. അറബികൾ ഊദുകത്തിക്കുന്നതുപോലെ എന്തോ ഒന്നായിരുന്നു അത്. കുട്ടിയായിരിക്കുമ്പോൾ, അവളുടെ അമ്മ വീട്ടിൽ കത്തിച്ചിരുന്ന കുന്തിരിക്കത്തിൽനിന്നും വ്യത്യസ്തമായൊരു സുഗന്ധം. ശരീരം വല്ലാതെ വേദനിക്കുന്നു.അനങ്ങുവാൻ സാധിക്കുന്നില്ല. താനിപ്പോഴും ഉറങ്ങിക്കിടക്കുകയാണെന്ന് അവൾക്ക് തോന്നി. ഹിപ്നോട്ടീസ് ചെയ്യപ്പെട്ട രോഗിയെപോലെ. മനസ്സുണരുകയും ശരീരമുണരാതിരിക്കുകയും ചെയ്യുന്ന ഒരുതരം കോമയിലെന്നപോലെ.

അത്തരം അവസ്ഥ ജീവിതത്തിൽ മുമ്പും ഉണ്ടായിട്ടുണ്ടെന്നവൾ ഓർത്തു. പകൽ ഉറങ്ങുമ്പോഴായിരുന്നു അത് സംഭവിച്ചിരുന്നത്. ഉറക്കത്തിൽ ഉണർന്നതുപോലെ സ്വപ്നം കാണുകയും ശ്വാസം കിട്ടാതെ പിടയുകയും ശരീരം ഉണരാതിരിക്കുകയും ചെയ്യുക. ശ്വാസംകിട്ടാതെ മരിക്കുമെന്ന ഘട്ടംവരുമ്പോൾ, നിലയില്ലാക്കയത്തിൽവീണതുപോലെ ജീവനുവേണ്ടി പിടയവെ, പൊടുന്നനെ ഉറക്കമുണരുക. അന്നേരങ്ങളിലെല്ലാം യഥാർത്ഥത്തിൽ അവൾക്ക് ശ്വാസതടസ്സം ഉണ്ടാകുമായിരുന്നു.

അത്തരം ഒരവസ്ഥയിൽനിന്നാണ് അവൾ ഉണർന്നത്. അവൾ കിതച്ചു. ചുറ്റും ഇരുട്ടിനുപകരം നേർത്ത വെളിച്ചം പടർന്നിരുന്നു. ഒരു ജനൽമാത്രമുള്ള ഇരുട്ടുനിറഞ്ഞ മുറിയിലാണ് താനിപ്പോൾ കിടക്കുന്നതെന്ന് അവൾക്ക് ഏതാണ്ട് ഉറപ്പായി.

ശരീരമാസകലം ചതഞ്ഞരഞ്ഞതുപോലെ വേദനയുടെ പുഴകൾ അവളിലൂടെ ഒഴുകുന്നു. ഒരുകട്ടിലിൽ ശരീരം ബന്ധിക്കപ്പെട്ടിരുന്നു. കറുത്ത നിറത്തിലുള്ള റബ്ബർ സ്ട്രാപ്പുകൾ. കാലുകളും കൈകളും അനക്കാം. എന്നാൽ കട്ടിലിൽനിന്ന് എഴുന്നേൽക്കുകയും അതിലിരിക്കുകയും ചെയ്യാമെന്നല്ലാതെ മറ്റൊന്നും ചെയ്യാനാവില്ല. കുറച്ചു ദിവസങ്ങൾ ഒരു

അസൈലത്തിൽ അവൾ അത്തരം അവസ്ഥയിൽ കിടന്നിതിന്റെ ഓർമ്മകൾ അവളെ അലട്ടി. ഒരുപക്ഷേ, മാനസിക വൈകല്യംവന്ന് താൻ വീണ്ടും അതേ അസൈലത്തിൽ അകപ്പെട്ടുപോയോയെന്ന് ഒരു നിമിഷം അവൾ ഭയന്നു.

നാലു ദിവസമാണ് അവൾ അങ്ങനെ അസൈലത്തിലെ സെല്ലിൽ കിടന്നത്. ഏറ്റവും പൈശാചികമായ അവസ്ഥയിലെത്തുന്ന രോഗികളെ മാത്രമേ അതിൽ താമസിപ്പിച്ചിരുന്നുള്ളൂ. അവിടെ അങ്ങനെ ധാരാളം രോഗികളുണ്ടായിരുന്നു. ഡോ. ജോൺ സാമൂവൽ എന്ന ഡോക്ടറായിരുന്നു അവളെ ചികിത്സിച്ചിരുന്നത്.നാലാമത്തെ ദിവസം ഡെയ്സിയെ മറ്റൊരു വാർഡിലേക്ക് മാറ്റി. ഒരച്ഛന്റെ വാത്സല്യം തുളുമ്പുന്ന സ്വരത്തിൽ ഡോ ജോൺ സാമുവൽ അവളോട് മന്ത്രിച്ചു.

'ഡെയ്സിക്ക് ഇനി പുറംലോകത്തേക്ക് പറന്നുപോകാം. ഒരു ചിത്രശലഭംപോലെ.'

ഡെയ്സി ചുറ്റുംനോക്കി. അത് ഒരു അസൈലമായിരുന്നില്ല. വെറും ഒരു കെട്ടിടം. പഴയ പട്ടികയും ഓടുംചേർന്ന ജീർണിച്ച മേൽക്കൂര. കരിങ്കല്ലിൽതീർത്ത ചുവരുകൾ. അതിൽ മാറാലകളും പൊടിയും പറ്റിപ്പിടിച്ചിരുന്നു. ഒറ്റജാലകം. അതിലൂടെയാണ് പ്രകാശം മുറിയിലേക്ക് മിഴിനീട്ടുന്നത്. അതിനപ്പുറം വിക്ടോറിയൻ രീതിയിലുള്ള, സെന്റ് മേരീസ് പള്ളിക്കു സമീപമുള്ള ലൈബ്രറിക്കെട്ടിടമാണെന്ന് അവൾക്ക് മനസ്സിലായി. ഒരിക്കൽ കാഹിമുമൊത്ത് അവൾ വന്ന ഇടം. അന്നേരം അതിനുചാരി ഇതുപോലെ ഒരു പഴഞ്ചൻ കെട്ടിടം കണ്ടതായി അവൾ ഓർക്കുന്നേ ഇല്ല.

ഓർമ്മകൾക്കൊന്നും വലിയ തെളിച്ചമുണ്ടായിരുന്നില്ല. പാതിയിൽ പലതും മുറിഞ്ഞുപോകുന്നു. നല്ല ഡോസിലുള്ള ഗുളിക വിഴുങ്ങിയ രോഗികളെപോലെ കാഴ്ചകൾ ഇടറുകളയും വക്രിക്കുകയും ചെയ്യുന്നു. എങ്കിലും ചിന്തിക്കാനുള്ള കഴിവ് പൂർണമായും അവളെ വിട്ടുപോയിരുന്നില്ല.

പുറത്തെ ഇരുട്ടുപാകിയപ്രകാശത്തിൽനിന്ന് സമയം ഗണിച്ചെടുക്കാൻ കഴിഞ്ഞു. അഞ്ചിനും ആറിനും ഇടയിലെ വെട്ടം. ഓഫീസുള്ള ദിവസങ്ങളിൽ അവൾ മെത്തയിൽനിന്ന് എഴുന്നേൽക്കുന്ന സമയം. ആ ദിവസവും അവൾക്ക് ഓർമ്മവന്നു. ഉറക്കച്ചടവുമാറാത്ത കണ്ണുകളുമായി എഴുന്നേറ്റത്. ബ്രഷ് ചെയ്തത്. കുളിമുറിയിൽ, കണ്ണാടിക്ക് അഭിമുഖമായി, നഗ്നയായി നിന്നത്. യൂണിഫോമിട്ട് ഫ്ളാറ്റ് പൂട്ടി പതിവുപോലെ താക്കോലുകൾ കാർപ്പറ്റുകൾക്കിടയിലേക്ക് തിരുകിവെച്ചത്. ചുറുചുറുക്കോടെ സ്റ്റെപ്പുകൾ ഓരോന്നായി താഴേക്ക് ഇറങ്ങിയത്. റിസപ്ഷനിലെ

പെൺകുട്ടിക്കു നേരെ പതിവുപോലെ പുഞ്ചിരി തൂകിയത്. പുറത്തേക്കിറങ്ങിയതും പതിവുപോലെ ആ അപ്പാർട്ടുമെന്റിൽ താമസിക്കുന്ന പണക്കാരൻ സേതുരാമയ്യരുടെ ഫ്രോഡോയിൽ ദേഹം മുട്ടിയതും ആ വണ്ടിയിലെ പൊടിമുഴുവൻ ദേഹത്തു പുരണ്ടതും, എല്ലാം ഓർമ്മവരുന്നു.

കാഹിംസാർ നേരെ സ്റ്റേഷനിലേക്ക് വരണ്ടേതുണ്ടെന്നും അതുകഴിഞ്ഞ് ശിഖയുടെ അടുത്തേക്ക്, അതായത് പോലീസ് ക്ലബ്ബിലേക്ക് സന്ദീപനെയും കൂട്ടിപോകണമെന്നും നേരത്തെ ചട്ടംകെട്ടിയിരുന്നതും വ്യക്തമായി ഓർമ്മിക്കുന്നു. റോഡിലേക്ക് ഇറങ്ങുമ്പോൾ ആദ്യം കാണുന്ന ഓട്ടോയ്ക്ക് നേരെ കൈകാണിച്ചതായിരുന്നു. റോഡിനു വശംചേർന്നു നിന്നിരുന്ന ഞാവൽ മരത്തിനു കീഴേക്ക് അയാൾ ഓട്ടോ തിരിക്കുന്നതും കണ്ടു. എന്നാൽ പെട്ടെന്നാണ് ഒരു പെൺകുട്ടിയെപോലെ ചുവന്നു സുന്ദരിയായ ആ കാറ് സമീപം വന്നു നില്ക്കുന്നത്. ചില സമയങ്ങളിൽ പരിചയക്കാരുടെ ലിഫ്റ്റ് അവൾ സന്തോഷത്തോടെ സ്വീകരിക്കും. അതുപോലെ അറിയാവുന്ന ആരെങ്കിലുമാണെന്നാണ് കരുതിയത്. പിന്നെ എന്താണ് സംഭവിച്ചത്...?

ചുറ്റും ഇരുട്ടിന്റെ ഒരു ഗർത്തം രൂപപ്പെട്ടുവരുന്നു. ഓർമ്മകൾ കുഴമറിയുന്നു.

ഇത്രനേരവും ഡെയ്സി നീണ്ട ഉറക്കത്തിലായിരുന്നു. ഉറക്ക ഗുളികകൾ കഴിച്ചുറങ്ങിയതുപോലെയുള്ള ക്ഷീണം അവളെ പൊതിഞ്ഞു. അല്ലെങ്കിൽ, മാരകമായ മരുന്നുകൾ കുത്തിവെയ്ക്കപ്പെട്ട ഒരു രോഗിയുടെ ശരീരക്ഷീണം.

പ്രക്ഷുബ്ധമായ മനസ്സിൽ ഒന്നും ഓർമ്മിച്ചെടുക്കുവാൻ കഴിയാത്ത വിധം ഇരുട്ടുനിറഞ്ഞപോലെ തോന്നി. എന്നാൽ ഇടയ്ക്കിടെ വെളിച്ചത്തിന്റെ പൊട്ടുകൾ അതിലേക്ക് ചിതറിവീഴുന്നു. അതിൽ ചില ദൃശ്യങ്ങളും. കഴുത്തിൽ കരിനാഗംപോലെ കിടക്കുന്ന കനമുള്ള സ്വർണമാല. നീണ്ട മനോഹരമായ, പച്ചഞരമ്പുകൾ പിടച്ചുകിടക്കുന്ന കഴുത്ത്. വലിയ നീളംകൂടിയ കർണാഭരണങ്ങൾ. യൂഡികോളാന്റെ മനംമയക്കുന്ന ഗന്ധം. ബ്ലീച്ചുചെയ്തെടുത്ത, സിൽക്കുപോലെ സുതാര്യമായ മുടിയിഴകൾ പാറിവീഴുന്ന, ലോഷനുകൾ തേച്ചു മിനുപ്പിച്ച കവിളുകൾ. ചെമന്ന ലിപ്സ്റ്റിക്കിട്ട പരന്നുതടിച്ച ചുണ്ടുകൾ.

ഇവയെല്ലാം കൂടിച്ചേർന്നു പതുക്കെ ഒരു രൂപം മുന്നിൽ തെളിയുന്നു. ഓർമ്മകൾക്ക് കൂടുതൽ നിറവും മിഴിവും കൈവരുന്നു. പിച്ചവെയ്ക്കാൻ കൊതിക്കുന്ന ഒരു കൊച്ചുകുട്ടിയുടെ ഉത്സാഹത്തിലേക്ക് പതുക്കെ വീഴുകയായിരുന്നു ഡെയ്സി. അവൾ ഓർമ്മകൾക്ക് പിന്നാലെ പിച്ചവെച്ചു

കളിക്കുകയാണിപ്പോൾ. അതവളെ ചിലയിടത്ത് അപ്രതീക്ഷിതമായി വീഴ്ത്തി. ചിലയിടത്തുനിന്ന് അത്ഭുതകരമാംവിധം രക്ഷപ്പെടുത്തുകയും ചെയ്തു. അങ്ങനെ അവളുടെ ഓർമ്മകൾ ഞൊണ്ടിയും ഞരടിയും പതുക്കെ അടിവെച്ചുനീങ്ങിക്കൊണ്ടിരുന്നു.

ഇപ്പോൾ ചില കാഴ്ചകൾ വ്യക്തമാകുന്നു. ഓർമ്മകളുടെ തിരശ്ശീലയിൽ കറുപ്പും വെളുപ്പും നിറഞ്ഞ ചിത്രത്തിലേക്ക് പൊടുന്നനെ പ്രകൃതിയുടെ നിറംവ്യാപിക്കുന്നു. പഴയ ബ്ലാക് ആന്റ് വൈറ്റ് ചിത്രങ്ങളിലേക്ക് ചിത്രകാരന്മാർ കളർ പിഗ്മെന്റുകൾ വീഴ്ത്തുന്നതുപോലെ. അതൊരു കാറിന്റെ ഉൾവശമായിരുന്നു.പതുപതുത്ത മെത്തകൾപോലെ മോടിപിടിപ്പിച്ച ഡാഷ് ബോർഡുകൾ. ഗ്ലാസിലേക്ക് തൂങ്ങിക്കിടക്കുന്ന സുന്ദരിയായ ഒരു യൂറോപ്യൻ പാവക്കുട്ടി. ഡാഷ് ബോർഡിൽ കിടക്കുന്ന യൂഡികോളാന്റെ ബ്രൗൺ നിറത്തിലുള്ള ചെറിയ കുപ്പി. കാറിനുള്ളിൽ അസാമാന്യ തണുപ്പുണ്ടായിരുന്നു. ചൂടിൽനിന്നുകയറിയിട്ടുപോലും അല്പനേരം കഴിഞ്ഞപ്പോഴേക്കും ഡെയ്സിക്ക് കുളിർന്നു.

'മിസ്. ഡെയ്സി അതാണ് പേരല്ലേ..?'

ആ സ്ത്രീ ചോദിച്ചു. വളരെ ആഴത്തിലുള്ള ഒരു ഗായികയ്ക്ക് പ്രിയമാകുന്ന ബാസുള്ള ശബ്ദം. സ്റ്റിയറിംഗ് വീലിൽ നീണ്ടുമെലിഞ്ഞ കൈവിരലുകളിലെ, ക്യൂട്ടെക്സിട്ടു ചുമപ്പിച്ച നഖങ്ങളിൽ ധിം തരികിട താളം. ചുവന്ന കർണ്ണാഭരണങ്ങൾ. ലിഫ്റ്റിക്കിട്ടു ചുവപ്പിച്ച, തടിച്ച സയാമീസ് ചുണ്ടുകളിൽ വിരിഞ്ഞുപൊട്ടുന്ന പുഞ്ചിരി.

'അതെ. എന്നെ ഇതിനുമുമ്പ് കണ്ടിട്ടുണ്ടോ....?'

'പിന്നെ. പോലീസിൽ അടുത്തയിടെയായി ഏറ്റവും പേരെടുത്ത ഐ പി. എസ് ഉദ്യോഗസ്ഥയല്ലേ? പത്രങ്ങളിൽ എത്രവട്ടം ഫോട്ടോ വന്നിരിക്കുന്നു. സ്വന്തമായി വണ്ടിയില്ലേ..?'

അവൾ ചോദിക്കുന്നു.

'ഉണ്ടായിരുന്നു. തനിച്ച് വണ്ടിയോടിക്കാൻ പേടിയായതിനാൽ മറ്റുള്ളവരെ ആശ്രയിക്കുന്നു.'

'ആളുകൾ കേൾക്കണ്ട.' അവൾ ആർദ്രമായി ചിരിച്ചു. നനുത്ത പല്ലുകൾ. അതവളുടെ പതിനാറാമത്തെ വയസ്സിന്റെ സൗന്ദര്യത്തിന്റെ രാജകീയത വ്യക്തമാക്കുന്നതായിരുന്നു.

'ഡ്രൈവിംഗ് നിങ്ങൾക്ക് ഒരു ഹോബിപോലെയാണല്ലേ? ആസ്വദിച്ചാണ് വണ്ടിയോടിക്കുന്നത്...'

'ശരിയാണ്. വായനയും ഡ്രൈവിംഗും. രണ്ടും യഥാർത്ഥത്തിൽ ഒരു തരത്തിൽ യാത്രതന്നെ...'

പൊടുന്നനെ ഒരുൾഭയം ഡെയ്സിയുടെ നട്ടെല്ലിനെ ഞെരുക്കി. വായന. അന്നേരമാണ് ഡാഷ്ബോർഡിൽ കിടക്കുന്ന ആ പൂവ് അവൾ കാണുന്നതും ഒരു പുസ്തകത്തിന്റെ പുറംചട്ടയിൽ അതിന്റെ പേരുകണ്ടത് ഓർമ്മിക്കുന്നതും.

അവൾ സുന്ദരിയായിരുന്നു. ജെന്നിയും സുന്ദരിയായിരുന്നു. അവൾ വായിക്കുന്നവളായിരുന്നു. ജെന്നിയും വായിക്കുന്നവളായിരുന്നു. ക്രൈം ത്രില്ലറുകളെ പ്രണയിക്കുന്ന പെൺകുട്ടി. അവളുടെ കാറിൽ ധാരാളം പുസ്തകങ്ങളുണ്ടാകുമെന്ന് ഡെയ്സിക്ക് തോന്നി. ശരിയായിരുന്നു, പിന്നിലെ സീറ്റിൽ ഫ്ളിപ് കാർഡിൽനിന്നുംആമസോൺ ഡോട്ടിൽനിന്നും ഡെസ്പാച്ചുചെയ്ത നാലഞ്ചു പൊട്ടിക്കാത്ത റാപ്പറോടുകൂടിയ പുസ്തകങ്ങൾ. അവയെല്ലാം ക്രൈംനോവലുകളായിരിക്കുമെന്ന് ഡെയ്സി ഊഹിച്ചു. അവളുടെ ബുദ്ധിയുണരുന്നതിനുമുമ്പേ, വിരലുകളായിരുന്നു ശത്രുവിനെ തിരിച്ചറിഞ്ഞതെന്നു തോന്നുന്നു. പൊടുന്നനെ ഡെയ്സിയുടെവിരലുകൾ ചലിക്കുവാൻ തുടങ്ങി. അവൾ ഫോണിൽ ഒരു മെസ്സേജ് ഇങ്ങനെ ടൈപ്പു ചെയ്യുകയായിരുന്നു. പുഞ്ചിരിതൂകി ജെന്നിയോട് സംസാരിക്കുന്നതിനിടയിലായിരുന്നു പിന്നിലെ ഇടതുകൈവിരലുകൾ ആ സാഹസ കൃത്യം നിർവഹിച്ചത്.

I found her. She is with me..pls locate my no…

പക്ഷേ ഒരു ഞൊടിയിട, വിരൽതുമ്പുകൾ സെന്റ് ബട്ടണിലേക്ക് ഇഴഞ്ഞുചെന്നപ്പോഴേക്കും ചെന്നിയിൽ എന്തോ ശക്തിയായി ഇടിച്ചു. അവളുടെ കയ്യിൽനിന്നും ഫോൺ തെറിച്ചുവീണു. ഡെയ്സി ശക്തിയായി തലയിടിച്ച് ഹമ്മേയെന്ന നിലവിളിയോടെ ഡാഷ്ബോർഡിലേക്ക് ബോധമറ്റുവീണുപോയി.

ഇപ്പോൾ കാര്യങ്ങൾ കൂടുതൽ വ്യക്തമാകുകയാണ്. താനിപ്പോൾ നഗരത്തെ നടുക്കിയ അരുംകൊലകൾ ചെയ്ത ഭ്രാന്തിയായ ഘാതകയുടെ തടവിലാണ്. ഏതു സമയവും വധിക്കപ്പെടാം. അതിനുള്ളിൽ ഒരു രക്ഷാമാർഗം തേടണം. ഡെയ്സി ചുറ്റും പരതുകയായിരുന്നു. ഫോൺ എവിടെയെങ്കിലുമുണ്ടോ? ഇത്രയും നേരമായിട്ടും തന്നെക്കുറിച്ച് ആരും അന്വേഷിക്കുന്നില്ലേ? ഊഹം ശരിയാണെങ്കിൽ തന്നെ ഈ മറയിയായ സ്ത്രീ കടത്തിക്കൊണ്ടുവന്നിട്ട് ചുരുങ്ങിയത് ഇരുപത്തിനാലു മണിക്കൂറെങ്കിലുമായിട്ടുണ്ടായിരിക്കണം.

നൈലോൺ കയറുകളേക്കാൾ ഉറപ്പുണ്ടായിരുന്നു കാലുകളും കൈകളും ബന്ധിച്ചിരുന്ന റബ്ബർ സ്ട്രാപ്പുകൾക്ക്. അലറിനിലവിളിക്കാൻ തുനിഞ്ഞപ്പോൾ വേഗത്തിൽ തിരിച്ചറിയാനായി അതിനുള്ള ശാരീരിക ക്ഷ

മതയില്ലെന്ന്. മാരകമായ മരുന്നുകൾ സിരകളിൽ ഓടുന്നതിന്റെ ക്ഷീണം ശരീരത്തെയും ബോധത്തെയും തളർത്തുന്നു. കയറുകൾക്കിടയിൽ പിടഞ്ഞുകൊണ്ടിരിക്കവെ, ആ കെട്ടിടത്തിന്റെ മാറാലകൾ പിടിച്ചതും അതിനകത്തേക്ക് ആകെയുണ്ടായിരുന്നതുമായ വാതിൽ വലിയ ശബ്ദത്താൽ തുറക്കപ്പെട്ടു. കയ്യിൽ ഒരു ഗ്ലാസ് വീഞ്ഞുമായി അവൾ, ജെന്നി പതുക്കെ കടന്നുവന്നു.

'പറയൂ, നിങ്ങൾ എന്തിനാണ് എന്നെ കൊല്ലാൻ ശ്രമിക്കുന്നത്? ഞാൻ ഒരു തെറ്റും നിങ്ങളോട് ചെയ്തില്ലല്ലോ. ഞാൻ നിങ്ങളുടെ ശത്രുവുമല്ല..!'

'തമാശപറയല്ലേ കുട്ടി. നീ എന്നെ പിടിക്കാൻ തെരഞ്ഞുനടക്കുകയായിരുന്നു. നീ മാത്രമല്ല, കാഹിം എന്നുപേരായ ആ പോലീസുകാരനും. അവർ ഇപ്പോൾ ഈ താവളവും കണ്ടെത്തിയിട്ടുണ്ടാകും...'

അവൾ ഒരു കവിൾ വീഞ്ഞു നുണഞ്ഞു ചിരിച്ചു. അത് ഡെയ്സിയിൽ പുതിയ ഒരുണർവ്വ് സൃഷ്ടിച്ചു. രക്ഷപ്പെടാനുള്ള നേരിയ ഒരു പഴുതായിരുന്നു അത്. കാരണം താവളം കണ്ടുപിടിച്ചാൽ കാഹിംസാർ ഇവിടെ എത്താൻ അധികം സമയമെടുക്കില്ല. അത്രയും സമയം ഇവരെക്കൊണ്ട് സംസാരിപ്പിക്കുകയാണ് ബുദ്ധിയുള്ള ഒരു ഉദ്യോഗസ്ഥ ഇപ്പോൾ ചെയ്യേണ്ടത്.

'അതൊരു ന്യായീകരണമല്ല. നിങ്ങളെ ഞാൻ ഉപദ്രവിച്ചിട്ടില്ല. ഉപദ്രവിക്കാൻ ആഗ്രഹിക്കുന്നുമില്ല.'

'പക്ഷേ നീയും ഒരു തെറ്റുചെയ്തു. സ്വന്തം അപ്പനെപോലെ നിന്നെ സ്നേഹിച്ച ഒരു മനുഷ്യനെ നീ വിഷംനൽകി കൊന്നു. അത് സത്യമല്ലേ..?'

ഡെയ്സി അന്ധാളിച്ചുപോയി.സ്വന്തം മനഃസാക്ഷിപോലും വിശ്വസിക്കാത്ത ഒരു കാര്യം ഈ സ്ത്രീക്ക് എങ്ങനെയറിയാം?

'ഇല്ല. ഞാൻ ആരെയും കൊന്നിട്ടില്ല. അത് എന്റെ മനസ്സിന്റെ അബദ്ധധാരണകളായിരുന്നു...'

'ഹഹഹ. ശരിയായ ധാരണയെന്നു പറ. നീയും ഡോ.ജോൺ സാമുവലും ചേർന്ന് അത് അബദ്ധധാരണയാക്കി മാറ്റി. അദ്ദേഹം പണ്ടേ അതിന് മിടുക്കനാണല്ലോ.'

'നിങ്ങൾക്കറിയാമോ ഡോ സാമുവലിനെ....'

'അറിയാം. ടി.വിയിൽ ഇന്നലെ അദ്ദേഹം ശിഖ എന്ന പെൺകുട്ടിയെക്കുറിച്ച് പറഞ്ഞത് നീ കേട്ടിട്ടുണ്ടാവില്ല. അവളാണ് കൊലപാതകിയെന്ന് അയാൾ തറപ്പിച്ചു പറഞ്ഞു. എന്തിനാണെന്നോ? എന്നെ രക്ഷപ്പെടുത്താൻ. അതിലൂടെ അയാൾക്കും താൻ ചെയ്ത ഒരു തെറ്റു മറച്ചുപിടി

ക്കണം. ഞാൻ ആരെയും കൊന്നിട്ടില്ല. ദൈവത്തിന്റെ വിധി നടപ്പിലാക്കുന്ന വെറുമൊരു മാലാഖയാണ് ഞാൻ.... ഹഹഹ......'

അതൊരു അട്ടഹാസമായിരുന്നില്ല. മാർദ്ദവമുള്ള ചിരി. തല മന്ദിക്കുന്നതുപോലെ ഡെയ്സിക്ക് അനുഭവപ്പെട്ടു. മനസ്സ് എവിടെയും ഉറച്ചു നില്ക്കുന്നില്ല. കാഹിമും സംഘവും വേഗമിങ്ങെത്തിയങ്കിൽ.

'നീ അയാളെ കൊല്ലുകയായിരുന്നു. നിന്റെ മനസ്സിൽ പകയായിരുന്നു. നിന്റെ ജീവിതം തുലഞ്ഞുപോയത് അയാൾ കാരണമാണെന്നു നീ വിചാരിച്ചു...' ജെന്നി ആവർത്തിച്ചു.

'എന്നെ ഒന്നും ചെയ്യരുത്. പ്ലീസ്...'

'ഞാൻ പറഞ്ഞല്ലോ, ശിക്ഷ ദൈവത്തിന്റേതുമാത്രം. അദ്ദേഹം തീരുമാനിക്കുന്നു. ആ പാവം മനുഷ്യനെ കൊന്നതായിരുന്നു നിനക്കുള്ള ശിക്ഷ. ശോശാമ്മയെന്ന സ്ത്രീയെ എന്തിനാണ് ഞാൻ കൊലപെടുത്തിയതെന്ന് നിനക്കറിയാമോ...?'

'എന്തിനായിരുന്നു?'

'അവർ വലിയ പാപം ചെയ്തു. അവരുടെ മൂത്തമകൻ ബെന്നിച്ചൻ സത്യത്തിൽ ഒരു പ്ലാന്ററുടെ മകനായിരുന്നു. ഒരു പുരുഷനെ ഇത്രയും കാലം അവർ വഞ്ചിക്കുകയായിരുന്നു! കാമുകിയെ സ്വന്തം സുഹൃത്തിനെക്കൊണ്ട് കല്യാണം കഴിപ്പിച്ചു. എന്നിട്ട് നിന്റമ്മയെ കല്യാണം ചെയ്തു. മഹാമനസ്കനായ ഒരു പ്ലാന്റർ.'

ജെന്നിയുടെ പല്ലുകൾ ക്രൂരമായി ഞെരിഞ്ഞു.

'അപ്പോൾ ആ പാവം ഫാദർ ഗബ്രിയേൽ....?'

'അദ്ദേഹം കുമ്പസാര രഹസ്യം വെളിപ്പെടുത്തി. ദൈവം ഒരിക്കലും അത് പൊറുക്കുകയില്ല. വിശ്വാസവഞ്ചനയാണ് കർത്താവ് ഏറ്റവും കൂടുതൽ വെറുക്കുന്നതെന്നറിയാമോ? ആ മരണം ദൈവംതന്നെയാണ് നടപ്പാക്കിയത്. ഞാൻ വെറും സാക്ഷിമാത്രം...'

അവൾ കയ്യിലെ ഗ്ലാസ് പുതുക്കെ ചുണ്ടോടടുപ്പിച്ചു. എന്നിട്ട് ഒരു കവിൾ കുടിച്ചു ഡെയ്സിക്കുനേരെ തിരിഞ്ഞു.

'ഇങ്ങനെ കൊല്ലപ്പെട്ട എല്ലാവരും ജീവിതത്തിൽ വൻപാപങ്ങൾ ചെയ്തവരായിരുന്നു. അവർക്ക് ദൈവം ശിക്ഷ വിധിച്ചു. അവരെല്ലാം മരണപ്പെടുകയും ചെയ്തു. ഡെയ്സീ നീയും മരിച്ചുകൊണ്ടിരിക്കയാണ്. നിനക്കിനി മുന്നിലുള്ളത് ഇരുപത്തിനാലു മിനിട്ടും രണ്ടു സെക്കന്റും മാത്രം....'

അവൾ പതുക്കെ വസ്ത്രങ്ങൾ അഴിക്കുവാൻ തുടങ്ങി. ആ നേർത്ത വെട്ടത്തിലും അവളുടെ ശരീരം തിളങ്ങുന്നുണ്ടെന്നു തോന്നി. ഒരു സർ

പ്പയുടൽ പോലെ ഇലാസ്തികതയുള്ള ഒന്നായിരുന്നു അത്.മുപ്പതുവയസ്സുപ്രായമായിട്ടും ശരീരത്തിന്റെ യൗവ്വനം അവളിൽനിന്നും ചോർന്നുപോയിരുന്നില്ല. ഡെയ്സി അനിഷ്ടത്തോടെ മുഖം തിരിച്ചു.

'ഇന്നലെ രാത്രി, നിനക്കോർമ്മയുണ്ടോ ഡെയ്സീ, നമ്മൾ ഈ കട്ടിലിൽ ഒരുമിച്ചായിരുന്നു. രണ്ടുമാലാഖക്കുട്ടികളെപോലെ പരസ്പരം കെട്ടിപുണർന്ന്. മരണം നിനക്കുമാത്രമല്ല, ഇന്ന് എനിക്കും മെത്ത വിരിച്ചിരിക്കുന്നു പ്രിയതമേ.... നീ കഴിച്ചത് സയനൈഡിന്റെ ഏറ്റവും മൃദുവായ കൂട്ടാണ്. വീഞ്ഞുപോലെ ലഹരി നിറഞ്ഞത്. നീയും ഞാനും അത് കഴിച്ചു. പക്ഷേ രണ്ടുശരീരത്തിലും രണ്ടുരീതിയിലായിരിക്കും അത് പ്രവർത്തിക്കുക.'

അവൾ സാവധാനം ഡെയ്സിയുടെ കയ്യിലെ കെട്ടഴിച്ചു. പിന്നെ കാലിലെ കെട്ടഴിച്ച് അവളെ പൂർണ ബന്ധനവിമുക്തയാക്കി. പക്ഷേ അപ്പോഴേക്കും ഡെയ്സി ആകെ തളർന്നുപോയിരുന്നു. വാടിയ വാഴയില പോലെ അവൾ മെത്തയിലേക്കു വീണു. അവൾ വികാരവായ്പ്പോടെ ഡെയ്സിയുടെകവിളുകളിലും ചുണ്ടുകളിലും നീണ്ടു മെലിഞ്ഞ കഴുത്തിലും ഉമ്മവെച്ചു. ഓരോ ഉമ്മയും ചുട്ടുനീറുന്ന സൂര്യഗോളംപൊലെയാണ് ഡെയ്സിക്ക് അനുഭവപ്പെട്ടത്. ഒരു യക്ഷി തനിക്ക് പ്രിയപ്പെട്ട ഒരു ഇരയെക്കിട്ടിയതുപോലെയായിരുന്നു അവളെന്നുതോന്നി. പുറത്ത് വാഹനങ്ങൾ ഇരച്ചുകൊണ്ടുനിൽക്കുന്ന ശബ്ദങ്ങൾ അപ്പോൾ അവ്യക്തമായി കേൾക്കാമായിരുന്നു.

'നിനക്ക് കാഹിമിനെ ഇഷ്ടമായിരുന്നുവെന്ന് എനിക്കറിയാം. അയാൾക്ക് നിന്നെയും. നിന്നെ ആപത്തിൽനിന്ന് രക്ഷപ്പെടുത്താൻ അയാൾ ഓടിയെത്താതിരിക്കട്ടെ. അയാൾക്ക് ഇനിയും ഒരുപാട് കേസുകൾ അന്വേഷിക്കാനുണ്ടാകും. വാതിൽതുറക്കുന്നതാരോ, അയാൾ പൊട്ടിത്തെറിക്കുമെന്ന് നിനക്കറിയാമോ ഡെയ്സീ? ഗ്യാസ് തുറന്നിട്ടിരിക്കയാണ്. വാതിൽ തുറന്നാൽ തീനാളം ഉയരും. പിന്നെ ഈ ലൈബ്രറിയും അതിലെ പതിനായിരക്കണക്കിന് പുസ്തകങ്ങളും ഞാനും നീയും നമ്മുടെ പ്രണയവും എല്ലാം.... ഭൂം......'

വണ്ടി കുന്നിൻ മുകളിൽ പാർക്കു ചെയ്തു ലൈബ്രറിയിലേക്കുള്ള മുൻവാതിലിനരികിലൂടെ പിന്നിലെ കെട്ടിടത്തിനരികിലേക്ക് ഒടിയെത്തിയ കാഹിം പൊടുന്നനെ നിന്നു. മൂക്കിലേക്ക് ഗ്യാസിന്റെ ഗന്ധം അതിശക്തമായി ഇരച്ചെത്തിയതായിരുന്നു കാരണം. എന്നാൽ പിറകിലുണ്ടായിരുന്ന സന്ദീപ് യാതൊന്നും ഓർക്കാതെ, അറിയാതെ മുന്നോട് കുതിച്ചു.

'സന്ദീപ് നോ..........നോട്ട് ഓപ്പൺ........'

കാഹിം ഇബ്രാൻ തന്റെ കനത്ത ഒച്ചയിൽ പിറകിൽനിന്ന് വിളിച്ചുപറഞ്ഞെങ്കിലും സമയം അപ്പോഴേക്കും അധികരിച്ചിരുന്നു. സന്ദീപ് കൈ വാതിലിന്റെ ഹാൻഡിലിൽ പിടിച്ച് കാഹിമിന്റെ ശബ്ദംകേട്ട് തിരിഞ്ഞു. അയാൾ ചുണ്ടനക്കുന്നതുമാത്രമേ കാഹിമിന് കാണാൻ കഴിഞ്ഞുള്ളൂ. എന്തെന്നാൽ അയാൾക്ക് സമീപം വലിയ ഒച്ചയിൽ ഒരു സ്പോടനം നടക്കുകയായിരുന്നു അപ്പോൾ. അയാൾ അറിയാതെ ഹാൻഡിൽ തിരിയുകയും വാതിൽ തുറക്കപ്പെടുകയും ഒരു വലിയ സ്ഫോടനം ആ കെട്ടിടത്തിന്റെ മേൽക്കൂരയെ പാറിപ്പിച്ചുകൊണ്ടു സംഭവിക്കുകയും ചെയ്തു.ലൈബ്രറിയുടെ കൂറ്റൻ ജനൽഗ്ലാസുകളും വിക്ടോറിയൻ രീതിയിൽ നിർമ്മിക്കപ്പെട്ട മേൽക്കുരയും അതിനുള്ളിലെ കബോർഡുകളും അവയിൽ അടുക്കിവെച്ചിരിക്കുന്ന പതിനായിരക്കണക്കിന് പുസ്തകങ്ങളും ഭൂകമ്പത്തിൽ പരസ്പരം ബന്ധമറ്റ് ചിന്നിചിതറി. ദാഹിച്ചുവരണ്ട പുസ്തകങ്ങൾ തീനാളങ്ങളെ ഇത്രനാളും കാത്തിരുന്നതുപോലുണ്ടായിരുന്നു, അവ കത്തുന്നതു കണ്ടാൽ. ഒന്നിനുപിറകെ ഒന്നായി നാലു സ്ഫോടനങ്ങൾ. അതിൽ ലൈബ്രറികെട്ടിടവും തൊട്ടരികിലെ പഴയകെട്ടിടവും സെന്റ്മേരീസ് ചർച്ചിന്റെ ചെറിയ ഒരു ഭാഗവും പൂർണമായും തകർന്നു.

കാഹിം ഇബ്രാൻ സ്ഫോടനത്തിൽ മണ്ണിലേക്ക് തെറിച്ചുവീണിരുന്നു. അയാൾക്ക് അവിടെനിന്ന് അല്പനേരത്തേക്ക് എഴുന്നേൽക്കാനോ, അനങ്ങാനോ കഴിഞ്ഞില്ല. ഹൃദയവേദനയിൽ അയാൾ ചുട്ടുനീറി. തീനാളങ്ങൾ പൊള്ളിച്ച ഇടതുകൈ പൊത്തിപ്പിടിച്ച് ലൈബ്രറിയിൽനിന്നുയരുന്ന തീക്ഷ്ണവെളിച്ചത്തെ അയാൾ നോക്കി നിന്നു. ആമസോൺ പാളികൾ കത്തിതീരുന്നതുപോലെ തോന്നിച്ചു ലൈബ്രറിയിൽനിന്നുയരുന്ന തീവെളിച്ചങ്ങൾ. തീ പടർന്നു, പടർന്നുപിടിക്കുകയായിരുന്നു. ലൈബ്രറിക്കെട്ടിടത്തിന്റെ മഹാഗണിയിൽ തീർത്ത റാക്കുകളും മേശകളും കസേരകളും ജാലകങ്ങളും വാതിലുകളുമെല്ലാം ഞൊടിയിടനേരത്തിനുള്ളിലാണ് കത്തിയമർന്നത്. പുസ്തകങ്ങളാകട്ടെ. തീയുടെ ആക്കം വർദ്ധിപ്പിക്കുകയും ചെയ്തു. പതിനൊന്നു യൂണിറ്റ് ഫയർ എഞ്ചിൻ എത്തുമ്പോഴേക്കും തീ ആ പ്രദേശമാകെആധിപത്യം സ്ഥാപിച്ചുകഴിഞ്ഞിരുന്നു.

ഒരു രാത്രി മുഴുവൻ കത്തിനീറിയ ലൈബ്രറിയും അതിനുള്ളിലെ മുഴുവൻ പുസ്തകങ്ങളും എരിഞ്ഞു പൂർണമായും നാമാവശേഷമായി.

34. ബുക്ക് റിലീസ്

2020 ഫെബ്രുവരി 29, 10 am

നോക്കൂ, ഇതൊരു അപൂർവ്വതയാണ്. ഇവിടെ അംഗീകരിക്കപ്പെടാൻ ഇരിക്കുന്ന ശിഖ, ആദരിക്കപ്പെടാനിരിക്കുന്ന ഹരികൃഷ്ണൻ എന്നിവരെയെല്ലാം മുൻനിർത്തി പറയട്ടെ, മലയാള സാഹിത്യത്തിൽപോയിട്ട് ലോകസാഹിത്യത്തിൽത്തന്നെ ഇങ്ങനെ ഒരു അപൂർവ്വതയുണ്ടോയെന്ന് എനിക്കറിഞ്ഞുകൂടാ. ഇവിടെ ഹരികൃഷ്ണൻ എഴുതിയ *ഘാതക* എന്ന നോവൽ പ്രകാശിതമാകുകയാണ്. അതേസമയം, അതിവിദഗ്ധമായി ചെയ്ത ഒരു കൊലപാതക പരമ്പരയുടെ അന്വേഷണ കഥ കൂടിയാകുന്നു ഈ നോവൽ.

നോവൽ രചനയും കേസന്വേഷണവും പരസ്പര പൂരകങ്ങളായിരുന്നുവെന്നതാണ് ഈ അപൂർവ്വത. ഇത്രയും നാടകീയമായി ലോകത്ത് ഒരു കേസും തെളിയിക്കപ്പെട്ടിട്ടില്ലെന്ന് വിശ്വസിക്കാനാണ് എനിക്കിഷ്ടം!

ഞങ്ങൾ പോലീസുകാർ നല്ല എഴുത്തുകാരാണെന്ന് പറയാൻ ഞാൻ ആഗ്രഹിക്കുന്നു. ഒരു കൊലപാതകം നടന്നാൽ ഒരുപക്ഷേ ഒരു പത്രറിപ്പോർട്ടറേക്കാൾ, എഴുത്തുകാരേക്കാൾ, വസ്തുതകളും തെളിവുകളും മുൻനിർത്തി ആ രംഗത്തെ പകർത്തുന്നത് പോലീസുകാരാണ്. ആ കൊലയുടെ ആദ്യം മുതൽ അവസാനംവരെ അത് റിപ്പോർട്ടുചെയ്യുന്നതും സാക്ഷിമൊഴികൾ എടുത്ത് പകർത്തുന്നതും ഞങ്ങളാണ്. കേസന്വേഷണം അവസാനിച്ച് കുറ്റപത്രം സമർപ്പിക്കുമ്പോൾ ഇവിടെ പ്രാകശിതമാകുന്ന പുസ്തകത്തിനേക്കാൾ വലിപ്പമുണ്ടായിരിക്കും ആ കുറ്റപത്രത്തിന്.

ഈ നോവൽ ഒരു കേസന്വേഷണംതന്നെയാണ്. ഇവിടെ സൈക്കോപാത്തായ ഒരു ഘാതക താൻ ദൈവത്തിന്റെ മാലാഖയാണെന്ന് സ്വയം വിശ്വസിക്കുകയും തന്നോടും സമൂഹത്തോടും ചെയ്ത അനീതിക്കെതിരെ സ്വയം ശിക്ഷ വിധിക്കുകയും അത് വ്യതിരിക്തമായരീതിയിൽ നടപ്പാക്കുകയും ചെയ്യുകയാണ്. ഓരോ കൊലപാതകവും എങ്ങനെ സർഗാത്മകമാക്കാമെന്നായിരുന്നു അവളുടെ ചിന്താധാര. അതിന് അവൾ കണ്ടെത്തിയ വഴി, അവൾ വായിച്ചു തള്ളിയ പൾപ്പ് ഫിക്ഷനുകളായി

രുന്നു. ക്രൈംനോവലുകൾ. അതിലെ ഓരോ സീക്വൻസും അവൾ പുനഃരാവിഷ്ക്കരിച്ച് മനുഷ്യരെ ക്രൂരമായ രീതിയിൽ വധിച്ചു. എന്നിട്ട് നോവലുകളിൽ കാണുന്നതുപോലെ അതിന് ഒരടയാളവും വെച്ചു.

ഈ നോവലിലെ ജെന്നിഫർ എന്ന കഥാപാത്രം സമൂഹത്തെ വേട്ടയാടുന്ന കൊലപാതകിയാണ്. സൈക്കോപാത്തെന്നോ സോഷ്യോപാത്തെന്നോ വിളിക്കാവുന്ന ഒരു മനോരോഗിയായ ഘാതക. എന്തുകൊണ്ടായിരിക്കാം നമ്മുടെ ഇടയിൽ ഇത്തരം കൊലപാതകികൾ രൂപംകൊള്ളുന്നത്? അല്ലെങ്കിൽ എന്തായിരിക്കാം അവരെ സൃഷ്ടിക്കുന്നത്? ഇവിടെ ഈ നോവലിൽ ഒരുപക്ഷേ, അവളുടെ ഏകാന്തത നിറഞ്ഞ കുട്ടിക്കാലമായിരിക്കാം അവളെ വലിയൊരു വിഷാദരോഗിയാക്കി മാറ്റുന്നത്. താൻ അനുഭവിക്കുന്ന അവഗണനയും സമൂഹത്തിലെ പാതിയിലധികം മനുഷ്യർ അനുഭവിക്കുന്ന കഷ്ടപ്പാടുകളും ദുരിതങ്ങളും ഉയർന്ന ചിന്താഗതിയിൽ ജീവിക്കുന്നവർ അവരോട് കാണിക്കുന്ന അനീതികളുമെല്ലാം ആ മനസ്സിനെ പ്രക്ഷുബ്ധമാക്കുന്നു. അതവളുടെ ഉറക്കംകെടുത്തുന്നു. സമൂഹത്തോട് തനിക്ക് ഒരു ബാധ്യതയുണ്ടെന്ന് അവൾ സ്വയം ചിന്തിച്ചുണ്ടാക്കുന്നു. അങ്ങനെ സ്വയംമെനഞ്ഞെടുത്ത സങ്കൽപ്പങ്ങളിൽ ജീവിക്കുന്ന ഒരു സ്ത്രീയാണ് നമ്മുടെ ജെന്നിഫർ.

ലോകത്ത് ഇതുപോലെ ധാരാളം കുറ്റകൃത്യങ്ങൾ നടക്കുന്നുണ്ട്. അതിനെല്ലാം ന്യായീകരണങ്ങൾ വേണമെന്നില്ല. ഇവിടെയുള്ള പ്രത്യേകത. പോലീസിനു കിട്ടുന്ന ചില ഡയറിക്കുറിപ്പുകളായിരുന്നു. അതുവെച്ചാണ് കേസന്വേഷണം നടത്തുന്നത്. സമാന്തരമായാണ് ഈ നോവൽ രചിക്കപ്പെടുന്നതും. ഓരോ കൊലയ്ക്കുംസർഗാത്മകതയുടെ ഒരംശം അങ്ങനെയാണ് കണ്ടെത്തുന്നത്. ഡെയ്സിയെ വധിക്കുന്നതുപോലും അവൾ കൃത്യമായി അന്നത്തെ ഡയറിയിൽ കുറിച്ചുവെയ്ക്കുകയും അത് തീയിൽ നഷ്ടപ്പെടാതിരിക്കാൻ മറ്റൊരിടത്ത് സൂക്ഷിക്കുകയും പിന്നീടത് ഞങ്ങൾ കണ്ടെത്തുകയും ചെയ്തു. അല്ലായിരുന്നെങ്കിൽ ഈ നോവൽ അപൂർണമായിപോകുമായിരുന്നു. മറ്റൊന്ന് ഹരികൃഷ്ണൻ എന്ന എഴുത്തുകാരന്റെ സർഗാത്മകമായ സിദ്ധിയാണ്. ഉദ്വേഗജനകമായ ആഖ്യാനശൈലിയിലൂടെ കൊലപാതകിയുടെ ഇരുട്ടുനിറഞ്ഞ മനസ്സിന്റെ ഉള്ളറകളിലേക്ക് വെളിച്ചംവീശുന്നതരത്തിലുള്ള സർഗവൈഭവം. അതിവിടെ പറയാതിരിക്കാൻ നിർവാഹമില്ല. കയ്യിലെടുത്താൻ അവസാനത്തെ പേജുവരെ വായിച്ചുതീരാതെ ഈ കൃതി നിങ്ങളാരും താഴെ വെയ്ക്കില്ല. ഉറപ്പ്.

ഞാൻ എന്റെ പ്രസംഗം ദീർഘിപ്പിക്കുന്നില്ല. തീർച്ചയായും ഈ നോ

വൽ എഴുതാനും യഥാർത്ഥ പ്രതിയെ സമൂഹത്തിന് മുന്നിൽ കൊണ്ടുവരാനുംഏറെ ത്യാഗങ്ങൾ സഹിച്ചിട്ടുള്ളത് ശിഖയെന്ന പെൺകുട്ടിയാണ്. വിഡ്ഢിത്തം എന്നു വിധിയെഴുതിയ വഴിയിലൂടെ സഞ്ചരിച്ചുകൊണ്ടാണ് അവൾ ഒടുവിൽ വിജയകരമായ ദൗത്യം നിറവേറ്റുന്നത്.

വളരെ സന്തോഷത്തോടുകൂടിയാണ് ഈ നോവൽ ഇവിടെ പ്രകാശിപ്പിക്കുന്നത്. ഈ നോവൽ ഒരു സ്ത്രീയുടെ വിഹ്വലതകൾ നിറഞ്ഞ ജീവിതത്തെയും അനാവരണം ചെയ്യുന്നുണ്ടെങ്കിലും ആരും ജെന്നിഫറാകാൻ ശ്രമിക്കരുതെന്നും നീതി എന്നും സത്യത്തിന്റെ പക്ഷത്തുതന്നെ നിലയുറപ്പിക്കുമെന്നും ദൈവത്തിന്റെ ജോലി ചെയ്യുവാൻ ദൈവം ആരെയും നിയോഗിച്ചിട്ടില്ലെന്നും ഈ നോവൽ വായിക്കുന്നതിനുമുമ്പ് ഒരു മുന്നറിയിപ്പായി എടുക്കണമെന്ന് ഇവിടെ അഭ്യർത്ഥിക്കുന്നു.

എല്ലാ വിജയാശംസകളും നേരുന്നതോടൊപ്പം ഒരു മിനിട്ട് സമയം നഷ്ടമായ രണ്ടുപേരുടെ കുടുംബത്തിന്റെ ദുഃഖത്തിനൊപ്പം നമുക്ക് പങ്കുചേരാം. ഡെയ്സി എന്നും സന്ദീപ് എന്നും പേരായ രണ്ടു കരുത്തരായ പോലീസ് ഉദ്യോഗസ്ഥരുടെ വിയോഗത്തിൽ ഞങ്ങൾ അനുശോചനം രേഖപ്പെടുത്തുന്നു.

മൗനം.

35. വിധിനിർണ്ണയം

ആ ലൈബ്രറിക്കിടയിലെ അതിശക്തമായ പൊട്ടിത്തെറിയിൽ ഞാനവസാനിച്ചുവെന്ന് നിങ്ങൾ വിചാരിച്ചോളൂ. പക്ഷേ മരണം, എന്നെ സംബന്ധിച്ചിടത്തോളം പരസ്പര ആശയവിനിമയങ്ങൾക്ക് യാതൊരു തടസ്സവും നല്കുന്നില്ല. കാരണം, കഥകളുടെ പര്യവസാനം എന്താണെന്നതല്ല, അതെങ്ങനെ സംഭവിക്കുന്നുവെന്നതാണ് മുഖ്യം. അതിനായി ദൈവം നമുക്ക് ഒരു വഴി എപ്പോഴും തുറന്നിട്ടു തരുമെന്നതിൽ സംശയമില്ല.

പുസ്തക സൂക്ഷിപ്പുകാരൻ ജോണിന്റെ മരണശേഷം ജെന്നിഫർ എന്ന പെൺകുട്ടിക്കും അവളുടെ ഭ്രാന്തൻ ചിന്തകൾക്കും എന്തു സംഭവിച്ചുവെന്നറിയാനുള്ള കൗതുകം അടയ്ക്കിവെയ്ക്കൂ. അതിലേക്കുതന്നെയാണ് ഞാൻ ഈ ഡയറിയുടെതാളുകൾ മറിക്കുന്നത്.

ഒറ്റയാനായി കഴിഞ്ഞിരുന്ന ജോൺ മാത്യുവിന്റെ ജീവിതത്തിൽ പലവിധ സ്ത്രീകളുണ്ടായിരുന്നു. മാസാന്ത്യത്തിൽ, വീട്ടിലേക്കെന്നു പറഞ്ഞുപോകുന്ന അയാളുടെ യാത്രകൾ പലയിടത്തേക്കായിരുന്നു.ജോൺ മാത്ര്യു ലൈബ്രറിയിൽ ആത്മഹത്യ ചെയ്തുവെന്നതായിരുന്നു പൊതുജനങ്ങൾക്ക് കിട്ടിയ വാർത്ത. ശവശരീരത്തിനു സമീപത്തുനിന്ന് അയാളുടെ ആത്മഹത്യാ കുറിപ്പും ബന്ധുക്കൾക്ക് ലഭിച്ചു.

ജോണിന്റെ മരണശേഷം ലൈബ്രറിയനായി എനിക്ക് സ്ഥാനലബ്ധി ലഭിച്ചു.പുതിയ ഒരാളെ നിയമിക്കാതിരിക്കാൻ ഞാൻ ജോലിയെല്ലാം ഭംഗിയോടെയും വൃത്തിയോടെയും ചിട്ടയോടെയും ചെയ്തു. ജോണിന്റെ ഓർമ്മകളില്ലാതെ നാലു പള്ളിപ്പെരുന്നാൾ കഴിഞ്ഞു. അങ്ങനെ ആ ലൈബ്രറിയിലെ പതിനായിരക്കണക്കിനുവരുന്ന ചെറുതുംവലുതുമായ പുസ്തകങ്ങളുടെ അധിപയായിത്തീർന്നു ഞാൻ. അതിലെ ഓരോ പുസ്തകവും ഞാനെടുത്തുനോക്കുകയും വായിക്കുകയും തിരിച്ചു അതുപോലെ അടുക്കിവയ്ക്കുകയും ചെയ്തു. വായനക്കാരികളായി ഒരു പാടുസ്ത്രീകളെ ചേർക്കാനും ചെറിയ കാലയളവിനുള്ളിൽ എനിക്ക് സാധിച്ചു. ഏതെങ്കിലും ഒരു പുസ്തകത്തിന്റെ പേരു നിങ്ങൾ പറഞ്ഞെന്നിരിക്കട്ടെ, കമ്പ്യൂട്ടറിന്റെ സഹായമില്ലാതെത്തന്നെ അതെവിടെയാണ് ഇരിക്കുന്ന

തെന്ന് തിട്ടപ്പെടുത്താൻ എനിക്കാകുമായിരുന്നു. അവിടെ ജോലി ചെയ്യുന്ന അവസരത്തിൽത്തന്നെ നഷ്ടപ്പെട്ടുപോയ പഠനം പൂർത്തിയാക്കാനും ബിരുദം നേടുവാനും സാധിച്ചു.അങ്ങനെയിരിക്കവെയാണ് ഒരു ചെറുപ്പക്കാരനും പ്രായമുള്ള ഒരാളും വികാരിയച്ചനെ കാണുവാനെത്തിയത്. അവർ ദീർഘമായി അച്ചനോടു സംസാരിക്കുകയും ലൈബ്രറിയിലേക്കു വരികയും ചെയ്തു. ആ ലൈബ്രറിയിലെ മുഴുൻ ലഡ്ജറുകളും പുസ്തകങ്ങളും പരിശോധിക്കുവാനുള്ള അനുവാദം അച്ചൻ അവർക്കു നൽകി.

ഏതോ ഒരു ബിഷപ്പ് കൊടുത്തുവിട്ട കത്തിന്റെ ബലത്തിൽ ആ ചെറുപ്പക്കാരൻ പലതവണ ലൈബ്രറിയിലേക്കുവന്നു. നീണ്ടുമെലിഞ്ഞ, കാണാൻ സുമുഖനായ അയാളുടെപേര് ബെന്നി എന്നായിരുന്നു. അയാൾ ഒരു സ്കൂൾ അധ്യാപകന്റെ മകനാണെന്നും വായനയിൽ വലിയ താത്പര്യമുള്ളയാളാണെന്നും എന്നോട് കള്ളംപറയുകയും ഞാനതു വേഗത്തിൽ കണ്ടുപിടിക്കുകയും ചെയ്തു. ഒരു വായനക്കാരൻ എങ്ങനെയായിരിക്കുമെന്നും അയാൾ ഒരു പുസ്തകം എങ്ങനെയാണ് ആദ്യമായി കൈയിലെടുക്കുകയെന്നും എനിക്ക് നല്ലതുപോലെ അറിയാം. ഒരു യഥാർത്ഥ വായനക്കാരന്റെ കണ്ണുകളിലേക്ക് നിങ്ങൾ നോക്കുകയാണെങ്കിൽ, അവിടെ സ്നേഹത്തിന്റെയും ശാന്തിയുടെയും ഒരു സാഗരംകാണാനാവും. അതെഴുതിയ എഴുത്തുകാരനോടുള്ള അലിവും അനുകമ്പയും ചിലപ്പോൾ ആരാധനയും അവിടെ ഓളംതുളുമ്പും. അയാൾ എന്തോ അന്വേഷിച്ചുവന്നതാണെന്ന് സ്പഷ്ടമായിരുന്നു. അയാളുടെ പിതാവായ ആ സ്കൂൾ അധ്യാപകൻ അപ്പനെ കൊന്നവരിൽപ്പെട്ട ഉപജാപകസംഘത്തിലെ നേതാവാണെന്നും ഞാൻ ഉറപ്പിച്ചു. റോസ് എസ്റ്റേറ്റിന്റെ പ്രമാണങ്ങൾ ഇതുവരെ അവർക്ക് ലഭിച്ചിട്ടില്ല. അപ്പനെന്നെ സൂക്ഷിക്കുവാൻ നല്കിയ ഡയറി എവിടെയുണ്ടെന്നും എനിക്കു മനസ്സിലായി. അത് അവർക്ക് ലഭിച്ചെങ്കിലും അപ്പൻ അതിൽ എഴുതിവെച്ച കുറിപ്പിൽനിന്ന് രഹസ്യം ചികഞ്ഞെടുക്കുവാൻ അവർക്കിതുവരെ കഴിഞ്ഞിട്ടില്ലെന്നതാണ് സത്യം. സെന്റ് മേരീസ് ലൈബ്രറിയിൽ ആ തോട്ടത്തിന്റെ പ്രമാണങ്ങൾ ഉണ്ടാകുമെന്ന് ഉറപ്പായിരുന്നു. അന്ന് കലാപത്തിന്റെ ഭാഗമായി കടത്തിയത് യഥാർത്ഥത്തിൽ ആ തോട്ടത്തിന്റെ പ്രമാണങ്ങളായിരുന്നു. എന്നാൽ അവർക്കത് പതിനായിരക്കണക്കിനു പുസ്തകങ്ങളിൽനിന്ന് വേർത്തിരിച്ചെടുക്കുവാൻ സാധിക്കുന്നില്ല. കാരണം, അതെവിടെയിരിക്കുന്നുവെന്നതായിരുന്നു അപ്പൻ സൂക്ഷിച്ചിരുന്ന ഡയറിയിൽ ഉണ്ടായിരുന്നത്.

അയാൾ ഏതുവിധം എന്നോട് അടുപ്പം കാണിക്കുവാൻ ശ്രമിച്ചുവോ,

ആവിധംതന്നെ ഞാൻ അയാളോടും അടുപ്പം കാണിച്ചു. അയാൾ പക്ഷേ അയാളുടെ പിതാവിനോളം ക്രൂരനും കശ്മലനും അസാൻമാർഗിയും ആണെന്നു തോന്നിയില്ല. കല്യാണം കഴിക്കാതിരുന്ന അയാൾക്ക് ലോലമായൊരു മനസ്സുണ്ടെന്നു ഞാൻ വേഗംമനസ്സിലാക്കി. മാത്രമല്ല, ക്രൈംനോവലുകളോട് അയാൾക്ക് വലിയ മമതയുണ്ടായിരുന്നു. അവ അയാളെ ഭ്രാന്തുപിടിപ്പിച്ചിരുന്നു.അതുകൊണ്ട് അയാളിലേക്ക് എത്തിച്ചേരുവാൻ ഞാൻ ക്രൈംനോവലുകളെത്തന്നെ ആശ്രയിച്ചു. ഓരോ തവണ അയാൾ ലൈബ്രറി സന്ദർശിക്കാനെത്തുമ്പോഴും അയാൾക്കുവേണ്ടി വിശേഷപ്പെട്ട പുസ്തകങ്ങൾ ഞാൻ കരുതിവെച്ചു. റൊമാൻസും ക്രൈമും മുഖ്യവിഷയമായി വരുന്ന പുസ്തകങ്ങൾ. മാസത്തിലൊരിക്കൽ എന്ന സന്ദർശനം പിന്നീട് ആഴ്ചയിലൊരിക്കലായും പതുക്കെ, ദിനംപ്രതിയായും പര്യവസാനിച്ചപ്പോൾ, കിംഗ് സോളമൻ സോഫിക്കയച്ച കത്തുകളുടെ ഒരു സമാഹാരം ഞാൻ അയാൾക്ക് സമ്മാനമായി നൽകുകയും നിലാവുള്ള രാത്രികളിൽ അവ നിലാവെട്ടത്തിൽ വായിക്കാൻ അപേക്ഷിക്കുകയും ചെയ്തു. അയാൾ അപ്രകാരം ചെയ്തു എന്റെ മനസ്സിലെ പ്രണയത്തെ പൂർണമായും സ്പർശിച്ചറിഞ്ഞതിന്റെ അടിസ്ഥാനത്തിൽ വിവാഹാഭ്യാർത്ഥനവരെ നടന്നു. ഞാനാവട്ടെ, അതു കാത്തിരിക്കുകയായിരുന്നു. അങ്ങനെയാണ് പുല്ലാഞ്ഞിമുറ്റം തറവാട്ടിലേക്ക് കുടുംബാംഗങ്ങളുടെയെല്ലാം എതിർപ്പുകൾ വകവെയ്ക്കാതെ വലതുകാൽവെച്ചു ഞാൻ പ്രവേശിക്കുന്നത്.

ആദ്യരാത്രിയേക്കാൾ ഞാൻ സ്വപ്നം കണ്ടത് സെന്റ് മേരീസ് പള്ളിക്കു ചാരിയുള്ള ആ ലൈബ്രറിയും അതിനകത്തെ പതിനായിരക്കണക്കിനു പുസ്തകങ്ങളുമായി സംവദിച്ചുനിൽക്കുന്ന നിമിഷങ്ങളുമായിരുന്നു. തലമുറകളായി കൈമാറിവന്നിരുന്ന റോസ് എസ്റ്റേറ്റിന്റെ ആ പ്രമാണങ്ങള തൊട്ടുതലോടുവാൻ എന്റെ വിരൽത്തുമ്പുകൾ തരിച്ചു. രക്തം ദാഹിച്ചു. തലമുറകളായി, സിരകളിൽ ഒഴുകിക്കൊണ്ടരിക്കുന്ന രക്തപ്രവാഹത്തിന്റെ അനുസ്യൂതയിൽ ലയിച്ചുകിടക്കുവാൻ മനസ്സ് ദാഹിച്ചുകൊണ്ടിരുന്നു. പിതൃക്കളുടെ തലോടലും സ്നേഹവുമായിരുന്നു അതെന്ന് എനിക്ക് മനസ്സിലായി.

അഞ്ചുതലമുറകളുടെ ഊഷ്മളമായ പ്രണയസുഗന്ധത്തിന്റെ നിർവൃതികൾ.

ആദ്യരാത്രിയുടെ ക്ഷീണത്താലും മരവിപ്പിനാലും തണുത്തുപോയ ശരീരവേദനകൾ മറന്നു കുളിച്ചശേഷം, ഞാൻ ലൈബ്രറിയിലേക്കും സെന്റ് മേരീസ് പള്ളിയിലേക്കും അതിരാവിലെ പുറപ്പെട്ടു. പള്ളിയിൽ

വെച്ച് ഞാൻ കണ്ടെത്തിയ ഗബ്രിയേൽ അച്ചൻ, അപ്പനെത്തേടിവന്ന പാതിരിയാണെന്ന് ഒറ്റനോട്ടത്തിൽത്തന്നെ ഞാൻ മനസ്സിലാക്കി. അതിനാൽ അതിനകത്തേക്കു പ്രവേശിച്ചപ്പോൾ അകാരണമായൊരു ഭയം എന്റെ കുറിയ പാദങ്ങളെ തീണ്ടി. എനിക്കുതോന്നിയതുപോലെ ഒരു സംശയം അച്ചനും ഉണ്ടാകേണ്ടതായിരുന്നു. എന്നാൽ ഒരു സ്ത്രീക്ക് അവളുടെ മുഖത്ത് അപരിചിതത്വം വരുത്തുവാനും മറ്റൊരാളായി പെരുമാറാനും സാധിക്കും. ആയതിനാൽ ഗേളിയെന്ന സ്വത്വത്തിലേക്ക് ഞാൻ കൂടുതൽ ഇഴുകിച്ചേരുകയും ഒരുക്കമുള്ള ഉന്നതകുലജാതയിലേക്ക് സ്വയം ഉയരുകയും ചെയ്തു. എന്നാൽ അച്ചന് പ്രത്യക്ഷത്തിൽ സംശയമൊന്നും തോന്നിയില്ലെന്നതാണ് സത്യം. ജെന്നിയിൽനിന്ന് ഗേളിയിലേക്ക് എത്തിച്ചേർന്നപ്പോൾ കൂടുതൽ ബുദ്ധിമതിയും പ്രായോഗികവാദിയും കൂടുതൽ നാഗരികയുമാവൻ ഞാൻ ശ്രമിച്ചു. എന്നാൽ ഉള്ളിലെ ഭയംകാരണം അച്ചനോട് അടുത്തിടപഴകുന്നതിൽനിന്ന് ഞാൻ എന്നെത്തന്നെ നിയന്ത്രിച്ചിരുന്നുവെന്ന് സമ്മതിക്കട്ടെ..

ലൈബ്രറിക്കകത്തേക്ക് പുറത്തുനിന്നൊരാൾക്ക് അധികസമയം പ്രവേശനം ലഭിച്ചിരുന്നില്ല. കപ്യാരായ സേവിയറിനും ഫാദറിനും മാത്രമാണ് അതിനകത്ത് പ്രവേശിക്കാൻ അനുവാദമുള്ളു. ലൈബ്രറിയനായി ജോലി നോക്കുന്ന വൈദികൻ നാലുമണിക്കൂർ സമയം മാത്രമാണ് അവിടെയുണ്ടായിരുന്നത്. അയാൾക്ക് മഠത്തിന്റെകൂടി ചുമതലയുണ്ടായതിനാൽ മറ്റുസമയങ്ങളിൽ സേവിയറുടെ താവളമായിരുന്നു അത്. എന്നാൽ മിക്കസമയത്തും ഗബ്രിയേലച്ചൻ അവിടേക്ക് വരിക പതിവായിരുന്നു. പുസ്തകങ്ങളെ കൂടുതൽ ഇഷ്ടപ്പെടുകയും സ്നേഹിക്കുകയും ചെയ്യുന്ന ആ മനുഷ്യൻ ഒരുപക്ഷേ എന്തുകൊണ്ടാകും ഒരുപചാപകസംഘത്തിൽ അകപ്പെട്ടുപോയതെന്ന് അക്കാലങ്ങളിൽ എന്നെ കുഴക്കിയ ചിന്തയായിരുന്നു. എന്നാൽ കുറേക്കഴിഞ്ഞ് യുക്തിഭദ്രമായ ഒരുത്തരം ഞാൻ കണ്ടെത്തുകയും ചെയ്തു. പുല്ലാഞ്ഞിമുറ്റം കുടുംബത്തോടുണ്ടായിരുന്ന അയാളുടെ സൗഹൃദയത്വവും വിധേയത്വവും ബിഷപ്പുഹൗസിൽ നിന്നുള്ള നിർദേശവും അദ്ദേഹത്തിനു ലഭിച്ചിരിക്കാം. എന്നാൽ അത് പൂർണമായും ബിഷപ്പു ഹൗസ് അറിഞ്ഞുകൊണ്ടായിരിക്കാനിടയില്ല. നൂറ്റാണ്ടുകളായി രഹസ്യസ്വഭാവമുള്ള മിഷനറി പ്രവർത്തനം നടത്തുന്ന ഒരു ഗ്രൂപ്പിൽപ്പെട്ട ചിലരിൽ നിന്നായിരിക്കണം അതു വന്നിട്ടുണ്ടാവുക. കാരണം, റോസ് എസ്റ്റേറ്റിന് വലിയ വിലയാണ് ലോകം ഇട്ടിരുന്നത്. കൂടുതൽ പാൽതരുന്ന നല്ലയിനം റബ്ബർ മരങ്ങളായിരുന്നു അതിൽ ഉണ്ടായിരുന്നത്. ഓരോ വർഷവും തൈകൾത്തന്നെ വലിയ വില

യ്ക്കായിരുന്നു ലേലത്തിൽ പോയിരുന്നത്. മലേഷ്യയിലേക്കുപോലും തൈകൾ കയറ്റുമതി ചെയ്തിരുന്നുവത്രെ. ലാഭത്തിന്റെ നല്ലൊരുവിഹിതം പുല്ലാഞ്ഞിമുറ്റവും പ്ലാന്ററുടെ കുടുംബവും കൊണ്ടുപോയി. ഉന്നത സ്ഥാനത്തിരിക്കുന്ന ഏതെങ്കിലും ഒരു ബിഷപ്പും ആ ഉപജാപക സംഘത്തിലുണ്ടാകാനിടയുണ്ടെന്ന് ഞാൻ കണക്കുക്കൂട്ടി. അതുപക്ഷേ ആരാണെന്ന് കണ്ടുപിടിക്കുവാൻ എനിക്കതുവരെ കഴിഞ്ഞില്ല.

രണ്ടു കാര്യങ്ങൾക്കൊണ്ടാവാം ഫാദർ ഗബ്രിയേലിനെ അവർ കുരുക്കിയിട്ടുണ്ടാവുക. ഒന്നു ഇടവകയിൽ അയാൾക്ക് നല്ല പേരായിരുന്നു. രണ്ടാമത്തെ കാര്യം, ആ ലൈബ്രറിയും പരിസരവും വിട്ടുപോകുവാൻ ഗബ്രിയേലച്ചൻ ആഗ്രഹിക്കുന്നില്ല. മാത്രമല്ല, മരണപ്പെട്ടുകഴിഞ്ഞാൽ ആ സെമിത്തേരിയിൽത്തന്നെ അടക്കം ചെയ്യണമെന്നൊരു ഒസ്യത്തും അദ്ദേഹം എഴുതിത്തയ്യാറാക്കിയിരുന്നു. ഒരു സ്ഥലമാറ്റം ഒഴിവാക്കുന്നതിനായി ചെറിയ ഒരു കാര്യം ചെയ്യുന്നുവെന്നതിൽക്കവിഞ്ഞ് അത് അദ്ദേഹത്തെ വലിയ രീതിയിൽ ബാധിച്ചിരുന്നില്ല. മാത്രമല്ല, അവിടെനടന്ന സംഭവങ്ങൾ പലതും അദ്ദേഹം പ്രതീക്ഷിക്കാത്തതും ആലോചിക്കാത്തതുമായിരുന്നുവെന്നും പിൽക്കാലത്ത് അയാൾ അതിൽ വേദനപ്പെടുകയും ചെയ്തിരുന്നുവത്രെ. പക്ഷേ, അതൊന്നും അദ്ദേഹത്തിന് ചെയ്ത പാപത്തിൽനിന്ന് രക്ഷപ്പെടുവാൻ വഴിയൊരുക്കുന്നില്ലെന്ന് നിങ്ങളെപോലെ, എനിക്കും അറിയാമായിരുന്നു.

മറ്റൊരാളായി ജീവിക്കുന്നത് അതിസാഹസികത്വം നിറഞ്ഞ ഒരു പ്രവൃത്തിയായി എനിക്ക് തോന്നിയില്ല. മറിച്ച് അതു നന്നായി ആസ്വദിക്കുവാനും അതിൽ ആഹ്ലാദിക്കുവാനും നമുക്കു പല സന്ദർഭങ്ങൾ ഉണ്ടുതാനും.

ചിലപ്പോൾ, ഏതോ വലിയ നോവലിലെ കഥാപാത്രമെന്ന മട്ടിൽ, മുഖം മൂടിപ്പുതച്ച് താഴ്വാരത്തെ ചുറ്റിപ്പോകുന്ന വീതികുറഞ്ഞ നിരത്തിലൂടെ നടന്നുപോകുന്നത് ഞാൻ ആലോചിക്കാറുണ്ടായിരുന്നു.ദെസ്തയേവ്കിയുടെ നോവലിലെ കഥാപാത്രമാണെന്ന് സ്വയം വിശ്വസിച്ചുകൊണ്ടങ്ങനെ.റോഡിയൻ റെസ്കോനികോവിനെപോലെ അപരവ്യക്തിത്വത്തിന്റെ ആഹ്ലാദം അനുഭവിക്കുവാൻ ആ സമയം എനിക്കു കഴിയുമായിരുന്നു.ആ സ്ത്രീയെയും അവളുടെ സഹായിയെയും മൺവെട്ടികൊണ്ടു കൊലപ്പെടുത്തി, യാതൊന്നും അറിയാത്ത മട്ടിൽ, പീറ്റേഴ്സ് ബർഗ്ഗിലെ മഞ്ഞുപെയ്യുന്ന തെരുവിലൂടെ എന്തുകൊണ്ടാണ് അയാളങ്ങനെ നടന്നതെന്ന ചോദ്യത്തിനുള്ള ഉത്തരമായിരുന്നു അത്.

എന്നെ ആദ്യം കണ്ടുപിടിക്കുവാൻ പോകുന്നത് ഫാദർ ഗബ്രിയേലാ

കുമെന്ന് നല്ല ഉറപ്പുണ്ടായിരുന്നു. അദ്ദേഹത്തിന്റെ കൂർമ്മതയുള്ള നോട്ടവും ആഴത്തിലുള്ള മൗനവും ചെത്തിക്കൂർപ്പിച്ചതുപോലെയുള്ള സംസാരവും അത് ബോധ്യപ്പെടുത്തി. മാത്രമല്ല, അദ്ദേഹം ധാരാളം വായിക്കുന്നവനുമായിരുന്നു. അയാളുടെ കയ്യിൽ ഉംബർട്ടോ എക്കോയുടെ പ്രശസ്തമായ കൃതി കണ്ടനിമിഷംതൊട്ട് ആ നിമിഷത്തെ ഞാൻ ഭയന്നു തുടങ്ങി.ദ നെയിം ഈസ് റോസ്! നിങ്ങളും ആ കൃതി വായിച്ചിട്ടുണ്ടാവും. രക്തമുറയ്ക്കുന്ന നിരവധി കൊലപാതകങ്ങളുടെ ചുരുളുകൾ നിവരുന്നതിന്റെ ഉദ്വേഗഭരിതമായ ചിത്രീകരണമാണ് ആ നോവൽ. എന്നാൽ അതു വായിച്ചുതീർന്നിട്ടും ഫാദർ ഗബ്രിയേൽ എന്നെ തിരിച്ചറിഞ്ഞില്ലെന്നതാണ് സത്യം. രഹസ്യങ്ങളെല്ലാം ആദ്യം കണ്ടെത്തിയത്ഒരിക്കലും പ്രതീക്ഷിക്കാത്തഎന്റെ പ്രിയപ്പെട്ട ഭർത്താവിന്റെ മാതാവായ ശോശാമ്മ ടീച്ചറായിരുന്നു.

ഒരു ബാംഗ്ലൂർ ട്രിപ്പുകഴിഞ്ഞ് ഞാനും ബെന്നിച്ചനും പുല്ലാഞ്ഞിമുറ്റം തറവാട്ടിൽ മടങ്ങിയത്തിയതിന്റെ പിറ്റേ ദിവസം അവരെന്നെ സംശയത്തോടെ നോക്കുവാൻ തുടങ്ങി. ആ കണ്ണുകളിൽ പുതിയ കാർമേഘം രൂപപ്പെട്ടുവരുന്നതു ഞാൻ കണ്ടു. പണവും പ്രതാപവുമില്ലാത്ത ഒരു വീട്ടിൽനിന്ന് മകൻ കല്യാണം കഴിച്ചതേ ടീച്ചർക്ക് ഇഷ്ടമായിരുന്നില്ല. മരുമകളെ ഏതുവിധേനയും പുല്ലാഞ്ഞിമുറ്റം തറവാട്ടിൽനിന്നും പുറത്തു കടത്തുവാൻ അവർ ഒരു കാരണം കണ്ടെത്താൻ കാത്തിരിക്കുകയായിരുന്നു. എന്നാൽ ബെന്നിച്ചനിൽ എനിക്ക് ഒരു മകൻ പിറന്നതോടുകൂടി എന്നോടുണ്ടായിരുന്ന വെറുപ്പ് അവർക്ക് ഇത്തിരി കുറഞ്ഞു. കാരണം അവകാശി എന്നുപറയാൻ പുല്ലാഞ്ഞിമുറ്റം തറവാട്ടിൽ പുതുതലമുറയിൽ ഒരാൺതരിയില്ല. അതിനാൽ റോബിന്റെ അമ്മയെന്ന ബഹുമതി എനിക്കവർ നൽകുന്നതിൽ പിശുക്കു കാണിച്ചില്ല.

എന്തായിരുന്നു പുതിയ സംശയങ്ങളെന്നറിയാൻ ഞാൻ ആകാംക്ഷയടക്കി കാത്തിരുന്നു. ചില സംശയങ്ങൾ മാത്രമേ അവർക്കുണ്ടായിരുന്നുള്ളൂ. ഞാൻ സ്വകാര്യമായി സൂക്ഷിച്ചിരുന്ന ഡയറിയിലൊന്ന് എങ്ങനെയോ അവർ കാണാൻ ഇടവന്നുവെന്നുവേണം കരുതാൻ. ചെമ്പുമാടുകുന്നുമായും കത്തീഡ്രൽ പള്ളിയുമായും എനിക്കുള്ള ബന്ധത്തെ അവർ സംശയിച്ചിരിക്കണം. അതുചെന്നെത്തി നിൽക്കുക ജെന്നിഫർ എന്ന എന്റെ അസ്ഥിത്വത്തിലേക്കാണെന്നു ഞാൻ ഊഹിച്ചു.

ആ സംശയങ്ങൾ സിവിച്ചായനിലേക്ക് പകരാതിരിക്കുവാൻ വേണ്ടെതു ചെയ്യുവാൻ ഞാൻ തീരുമാനിച്ചു. അതിനായി അവരുടെ എല്ലാ നീക്കങ്ങളും അവരറിയാതെ പിൻതുടരാൻ ഞാൻ നിർബന്ധിതയായി. ഒ

രു ദിവസം വെളുത്ത ഡാലിയാപൂക്കളുമായി അവർ അച്ചനോടു സംസാരിച്ചുനിൽക്കുന്നത് സെമിത്തേരിയിലെ ഒരൊഴിഞ്ഞ കോണിൽവെച്ച് ഞാൻ കാണാനിടയായി. ആ രഹസ്യം കാട്ടുതീപോലെ പടർന്നുപിടിക്കുമെന്ന് അതോടെ ഞാനുറപ്പിച്ചു. അതിനാൽ ആ രാത്രിതന്നെയായിക്കും സ്വർഗത്തിലെ ആ മരത്തിൽനിന്നും ശോശാമ്മയെന്നപേരെഴുതിയ ഒരില നിലത്തേക്ക് പിടഞ്ഞുവീഴേണ്ടതെന്നും ഞാൻ കണക്കുകൂട്ടി.

നേരത്തെ എഴുതിത്തയ്യാറാക്കിയതുപോലെത്തന്നെയായിരുന്നു അവരുടെ മരണം.

ഇങ്ങനെ ആ രഹസ്യം പുറത്തറിയാതിരിക്കാനായി, നിങ്ങൾ നേരത്തെ വായിച്ചുകഴിഞ്ഞ ഓരോരുത്തരുടെയും മരണം എനിക്ക് നിശ്ശബ്ദമായി നടപ്പിലാക്കേണ്ടിവന്നു. ഒരുപക്ഷേ അതു ദൈവനിശ്ചയമായിരിക്കണം. ഓരോ മരണവും കൃത്യതയോടെയും പിശകുകളില്ലാതെയും തെളിവുകൾ അവശേഷിപ്പിക്കാതെയും ഞാൻ നടപ്പിലാക്കി. നിശ്ചയം, അതു ദൈവഹിതമായിരുന്നു.അതിനിടയിൽ അറിയാതെ വന്നുപെട്ടവരായിരുന്നു നിർഭാഗ്യവാനായ മോഹനചന്ദ്രനും അയാളുടെ നല്ലവളായ ഭാര്യ ശിഖയും. ഇപ്പോൾ നിങ്ങളുടെ മനസ്സിലുള്ള ആ ചിത്രം കൂടുതൽ മിഴിവേകുന്നവയാണെന്ന് എനിക്കറിയാം. ഡെയ്സിയുടെ വളർത്തച്ഛനും ഉപജാപകസംഘത്തിലെ പ്ലാന്ററുമായ അലക്സ് മാത്യുവിന്റെ മരണം മകൾപോലുമറിയാതെ ഞാൻതന്നെയാണ് നിർവഹിച്ചതെന്നുകുമ്പസരിക്കുമ്പോൾ, എനിക്കറിയാം, വിസ്മയത്താൽ നിങ്ങളുടെ പുരികക്കൊടിയുയരുകതന്നെ ചെയ്യും!

ആ രാത്രിതന്നെ ഡെയ്സിയെയും ഇല്ലാതാക്കുവാനായി ഞാൻ കൊതിച്ചു. പക്ഷേ ദൈവം, ഇച്ഛിച്ചത് അവളുടെ മരണം മറ്റൊരു രൂപത്തിലായിരുന്നല്ലോ.

ലൈബ്രറിയിലെ എൻസൈക്ലോപീഡിയയുടെ പതിനാലാമത്തെ പുസ്തകത്തിൽനിന്ന് അപ്പൻ എന്നെ സൂക്ഷിക്കാനേൽപ്പിച്ച ഡയറി ഞാൻ കണ്ടെത്തിക്കഴിഞ്ഞിരുന്നു. അതു കേടുപാടുകളൊന്നും കൂടാതെ അതിനകത്തു സൂക്ഷിച്ചു. അതിൽ അപ്പൻ എഴുതിയ കുറിപ്പുകളും ചിത്രങ്ങളുമൊന്നും എനിക്കുപോലും മനസ്സിലാക്കാൻ കഴിയുന്നതല്ല. പുസ്തകങ്ങളുടെ പേരായിരുന്നു അതിലത്രയും. എന്നാൽ അവയ്ക്കിടയിൽ ആ പ്രമാണങ്ങൾ ഒളിഞ്ഞുകിടപ്പുണ്ടെന്ന് എനിക്ക് ബോധ്യമായി. അവ ഓരോന്നായി പറിച്ചെടുത്ത് മുപ്പത്തിരണ്ടുപേജുള്ള ഒരു പ്രമാണമാക്കി സൂക്ഷിക്കുവാൻ എനിക്കു കഴിഞ്ഞു. പുതിയ ലൈബ്രറി കെട്ടിടം പണി

തപ്പോൾ ഉപേക്ഷിക്കപ്പെട്ട പഴയ കെട്ടിടത്തിലേക്കു മാറ്റിയ പുസ്തകങ്ങളുടെ കൂട്ടത്തിലേക്ക് ഞാനവ കടത്തിക്കൊണ്ടുപോയി. അതിനെ തലോടിയും ലാളിച്ചും രാത്രിയത്രയും ഞാൻ ചിലവഴിച്ചു. അതിലൂടെ ലൂയിസ് പാപ്പന്റെ ആത്മാവിലേക്കുവരെ എനിക്കു കടന്നെത്തുവാൻ കഴിയുമായിരുന്നു. ഒരു രാജ്യത്തിന്റെ രഹസ്യപ്രമാണം എന്നതുപോലെ ഞങ്ങളുടെ കുടുംബത്തിന്റെ രഹസ്യപ്രമാണമായിരുന്നു അത്. മറ്റത്തിൽ കുടുംബത്തിന്റെ ആധികാരികമായ പ്രമാണം. തന്നെ ഇരുപതുകൊല്ലം ഒരു പിതാവിനെപോലെ സ്നേഹിക്കുകയും അതിനുവേണ്ടി ദാസ്യവേലയടക്കം ജോലിയെടുക്കുകയും ചെയ്തിരുന്ന ലോറൻസ് പാപ്പന് സാക്ഷാൽ ഹെന്റി വാലന്റൈൻ കനോലി സായ്പ്, റോസ് എസ്റ്റേറ്റ് സമ്മാനമായി നൽകുന്നതിന്റെ ഒസ്യത്തായിരുന്നു അത്. ആ ഒസ്യത്ത് റോസ് എസ്റ്റേറ്റിനുവേണ്ടി തയ്യാറാക്കിയ കള്ളരേഖകളെ റദ്ദുചെയ്യുമെന്നതിനാലായിരുന്നു ഉപജാപക സംഘം അതന്വേഷിച്ചത്. ആ രേഖകൾ ലഭിച്ചുകഴിഞ്ഞാൽ അതുപോലെ മറ്റൊന്നു തയ്യാറാക്കാനും തോട്ടം സ്വന്തമാക്കാനും അവർക്ക് പ്രയാസമുണ്ടാവില്ല. എന്റെ വേദനയും പ്രയാസങ്ങളും ദുഃഖങ്ങളും ജീവിതത്തിലെ കനത്ത നഷ്ടങ്ങളും തണുപ്പുള്ള രാത്രികളിൽ കടന്നുവരാനിടയുള്ള വിഷാദവുമെല്ലാം ഞാനവയുടെ സാമീപ്യത്താൽ മറക്കുവാൻ കൊതിച്ചു. അപ്പനെയും അമ്മച്ചിയെയും ഞാൻ വീണ്ടും കണ്ടു. അവർ ഇരുവരും എന്നെപ്രതി ആനന്ദിക്കുന്നതു പലരാത്രികളിലും ഞാൻ ആവർത്തിച്ചുകാണുന്ന സ്വപ്നങ്ങളായി. അവയെ തലോടിക്കഴിഞ്ഞ നാളുകളായിരുന്നു സത്യത്തിൽ, എന്റെ ജീവിതത്തിലെ ഏറ്റവും നിറംകൂടിയ ദിനങ്ങൾ.

പാപത്തെ നന്മകൊണ്ടല്ല, പാപംകൊണ്ടുതന്നെയാണ് വേട്ടയാടേണ്ടതെന്ന് ഒരുപക്ഷേ എന്നെപോലെ ഇപ്പോൾ നിങ്ങളും മനസ്സിലാക്കിയിരിക്കും. ദൈവം മനുഷ്യനിലൂടെയാണ് നീതി നടപ്പാക്കുന്നത്. അതിനായി പലവഴികൾ, ഇരുണ്ടതും കുഴികൾ നിറഞ്ഞതും ദുർഘടവുമായ വഴികൾ, ചിലപ്പോൾ ദൈവത്തിനുപോലും തിരഞ്ഞെടുക്കേണ്ടിവന്നേക്കാം. എന്നാൽ അതിലൂടെ നൽകുന്ന സന്ദേശങ്ങൾ എപ്പോഴും നന്മയുടെ പക്ഷത്തുനില്ക്കുന്നതുതന്നെയാണെന്നാണ് ഞാൻ വിചാരിക്കുന്നത്. ഈ പുസ്തകത്തിലൂടെ ഇപ്പോൾ നിങ്ങൾ തിരിച്ചറിയുന്നതും അതുതന്നെയല്ലേ?

തിന്മകളുടെ പൈശാചികമായ മുഖം വെളിവാക്കാൻ ഏതെങ്കിലുമൊരു കാലത്തിൽനിന്ന് നന്മയുടെ മാലാഖമാർ ഉദയംകൊള്ളും.

ലൈബ്രറിയെ തീവിഴുങ്ങിയ ആ ദിവസം, ഡെയ്സിയുടെ നഗ്നമായ

ഉടലിനെ കെട്ടിപ്പുണർന്നു ഞാൻ കിടന്നു. പതുക്കെ എന്റെ ശരീരം ഉണരുന്നതുപോലെയും ചൂടുപിടിക്കുന്നതുപോലെയും എനിക്കു തോന്നി. ലൈബ്രറിക്കകത്തുവെച്ച് ആ നശിച്ച രാത്രി, ജോൺ മുറിപ്പാടുകൾ വീഴ്ത്തിയ രാത്രി മുതൽ അതു ശൈത്യംപോലെ മരവിച്ചുകിടക്കുകയായിരുന്നു. ബെന്നിച്ചന്റെ അലങ്കരിക്കപ്പെട്ട കിടപ്പറയിൽ അയാളുടെ അരിശപ്പെട്ട നോട്ടത്തെ നേരിടാനാകാതെ, മരവിച്ചുകിടന്ന നാളുകൾ ഞാൻ ഓർത്തുപോയി. ഓരോ ദിവസവും ഒരു ശവത്തെയെന്നതുപോലെ ബെന്നിച്ചൻ എന്നെ നോക്കാൻ തുടങ്ങിയിരുന്നു. രാത്രികളിൽ വഴക്കിടുവാനുള്ള ധൈര്യത്തിനുവേണ്ടിയായിരുന്നു അയാൾ മദ്യപാനം തുടങ്ങിയതുതന്നെ. അതുപക്ഷേ മറ്റുചില വഴക്കുകളിലേക്കാണ് ഞങ്ങളെനയിച്ചത്. മുപ്പത്തിരണ്ടുവർഷത്തെ ജീവിതത്തിനിടയിൽ സന്തോഷത്തേക്കാളേറെ, ദുഃഖവും വേദനയും മുറിപ്പാടുകളും പരിഹാസവുമായിരുന്നു ഞാൻ അനുഭവിച്ചതെന്ന സത്യം എന്നെ വിഷാദത്തിലാഴ്ത്തി. കണ്ണീരോടെ, ഞാൻ ഡെയ്സിയുടെ കവിളിലും ചുവന്ന ചുണ്ടുകളിലും ഉമ്മവെച്ചു. അവളുടെ ശരീരത്തിൽ ശ്വാസത്തിന്റെ അവസാനത്തെ പിടച്ചിൽ ഞാൻ കേട്ടു. ഒരുപക്ഷേ ഈ ലൈബ്രറി കത്തിത്തീരുന്നതും ചാരമായിത്തീരുന്നതുമൊന്നും അറിയാനും ആസ്വദിക്കുവാനും അവളുടെ ശരീരത്തിൽ ജീവൻ ബാക്കിയുണ്ടാവില്ലെന്നും കണക്കുകൂട്ടി.

ഒരുപകലും രണ്ടുരാത്രികളുമാണ് ആ ലൈബ്രറി എരിഞ്ഞുതീർന്നത്. ഫയർഫോഴ്സിന്റെ പതിനാലു യൂണിറ്റുകൾ വന്നിട്ടും തീ മറ്റുള്ള കെട്ടിടങ്ങളിലേക്ക് വ്യാപിക്കുന്നതു തടയാനല്ലാതെ, അണയ്ക്കുവാൻ അധികാരികൾക്കു കഴിഞ്ഞില്ല. കൂടരഞ്ഞിയിലെ ജനങ്ങൾക്കും അതു ലൈവായി ടെലിക്കാസ്റ്റുചെയ്ത ഏഷ്യാവിഷൻ ചാനലിലെ പ്രേക്ഷകർക്കും നൂറ്റാണ്ടുകൾ പഴക്കമുള്ള ആ കെട്ടിടം ചാരമായിതീരുന്നതുവരെ കണ്ടുനിൽക്കാനുള്ള ഭാഗ്യവുമുണ്ടായി. അത് ആമസോൺ പാളികൾപോലെ കത്തികോണ്ടേയിരുന്നു.

തന്റെ പേരിലുള്ള ലോക്കറിൽ അജ്ഞാതമായിരിക്കുന്ന പ്രമാണങ്ങളുടെ അതുല്യമായ മൂല്യം ഏതെങ്കിലുമൊരുനാൾ മകൻ റോബിൻ തിരിച്ചറിയുമെന്ന ആശ്വാസം എനിക്കന്നേരവും ഉണ്ടായിരുന്നു. അതിനാൽ ലൈബ്രറിയെ മൂടുന്ന തീയിനെ നോക്കിയിരിക്കുമ്പോഴും ഒരു ആവേശം എന്നെ ആശ്ലേഷിച്ചിരുന്നു. കട്ടിളകളെയും വാതിലുകളെയും വേഗത്തിലാണ് തീ തിന്നുതീർത്തത്. അതിനു ശേഷം ദാഹം തീരാത്ത വലിയൊരു വ്യാഘ്രംപോലെ അതു പുസ്തകങ്ങളുടെ നേരെ നാക്കുനീട്ടി.പതിനായിരക്കണക്കിനു പുസ്തകങ്ങളും അതിലെ മനോഹരമായ വാച

കങ്ങളും ഉദ്ദരണികളും അഗ്നിക്കിരയായി. അതിനകത്തു തമ്പടിച്ചിരുന്ന എലികളും പുസ്തകങ്ങൾ കരണ്ടുതിന്നുന്ന പാറ്റകളും ജീവനുംകൊണ്ടു ഓടിയിരുന്നിരിക്കണം. എന്നാൽ അതിനകത്തു കുടുങ്ങിപോയ ആത്മാവുകൾ തീർച്ചയായും എന്നോടൊപ്പം എരിഞ്ഞടങ്ങിയിട്ടുണ്ടാവും. തീർച്ച.

www.ingramcontent.com/pod-product-compliance
Lightning Source LLC
LaVergne TN
LVHW090312051026
849518LV00005B/1751
9789349727465